ആരോടും
പരിഭവലേശമില്ലാതെ

Arodum Paribhavaleshamillathe

T R Ajayan

CHINTHA PUBLISHERS
Thiruvananthapuram

First Edition
January 2022

Published & Typesetting
Chintha Publishers, Thiruvananthapuram

Printed at
Time offset printers, Thiruvananthapuram

Cover Design
Vinod Mangoes

ISBN - 978-93-93468-74-1

CO - 3074 / 5801

Email: chinthapublishers@gmail.com
Website: www.chinthapublishers.com

A version is available at National Libraries
Kolkata, Mumbai, Chennai and Delhi

Distribution
DESHABHIMANI BOOKHOUSE
H O Thiruvananthapuram 695035

Branch
Head Office Kunnukuzhi • Statue Thiruvananthapuram
KSRTC Bus Terminal Thampanoor • Saphalyam Complex Thiruvananthapuram
KSRTC Bus Station Alappuzha • KSRTC Bus Station Ernakulam
Machingal Lane Thrissur • IG Road Kozhikode
Mavoor Road Kozhikode • NGO Union Building Kannur
Central Bus Terminal Complex Thavakkara Kannur

ആരോടും
പരിഭവലേശമില്ലാതെ

ടി ആർ അജയൻ

ചിന്ത പബ്ലിഷേഴ്സ്
തിരുവനന്തപുരം-695 035

ടി ആർ അജയൻ

1945 നവംബർ 16 ന് തൃശൂർ ജില്ലയിലെ തളിക്കുളത്ത് ജനനം. പിതാവ് സ്വാതന്ത്ര്യസമരസേനാനിയും അവിഭക്ത കമ്യൂണിസ്റ്റ് പാർട്ടിയുടെ തൃശൂർ ജില്ലാസെക്രട്ടറിയുമായിരുന്ന ടി കെ രാമൻ. അമ്മ: ഇ ആർ കുഞ്ഞിപ്പെണ്ണ്. തളിക്കുളം ഹൈസ്കൂൾ, ആലുവ യു സി കോളേജ്, തൃശൂർ എഞ്ചിനീയറിങ് കോളേജ് എന്നിവിടങ്ങളിൽ വിദ്യാഭ്യാസം. കേരള പൊതുമരാമത്ത് വകുപ്പിൽ 30 കൊല്ലത്തെ സേവനശേഷം എക്സിക്യൂട്ടീവ് എഞ്ചിനീയറായി വിരമിച്ചു.

കേരള ഗസറ്റഡ് ഓഫീസേഴ്സ് അസോസിയേഷൻ സംസ്ഥാന വൈസ്പ്രസിഡന്റ്, കേരള ഗ്രാജുവേറ്റ് എഞ്ചിനീയേഴ്സ് അസോസിയേഷൻ സംസ്ഥാന പ്രസിഡന്റ്, ആലോചനാ സാഹിത്യവേദി പ്രസിഡന്റ്, കേരളസ്റ്റേറ്റ് ഹൗസിങ് ബോർഡ് ടെക്നിക്കൽ മെമ്പർ, പാലക്കാട് ജില്ലാ സ്പോർട്സ് കൗൺസിൽ പ്രസിഡന്റ് എന്നീ നിലകളിൽ പ്രവർത്തിച്ചിട്ടുണ്ട്.

ഇപ്പോൾ മലയാളം കമ്യൂണിക്കേഷൻസ് (*കൈരളി, പീപ്പിൾ, വി, കൈരളി അറേബ്യ ചാനലുകൾ*) ഡയറക്ടർ, പുരോഗമന കലാസാഹിത്യ സംഘം സംസ്ഥാന ട്രഷറർ, ഒ വി വിജയൻ സ്മാരക സമിതി സെക്രട്ടറി, പാലക്കാട് ജില്ലാ പബ്ലിക് ലൈബ്രറി സെക്രട്ടറി, പാലക്കാട് ഇൻഡോർ സ്റ്റേഡിയം സൊസൈറ്റി സെക്രട്ടറി, സ്വരലയ പാലക്കാട് ചാപ്റ്റർ സെക്രട്ടറി, പാലക്കാട് സ്മാൾ ഹൈഡ്രോ ഇലക്ട്രിക് പ്രോജക്ട് കമ്പനി ഡയറക്ടർ, പാലക്കാട് ജില്ലാ ടൂറിസം പ്രൊമോഷൻ കൗൺസിൽ നിർവ്വാഹക സമിതി അംഗം എന്നീ ചുമതലകൾ നിർവ്വഹിക്കുന്നു.

ഭാര്യ : പി വി ഭാഗ്യലക്ഷ്മി
മക്കൾ : സുഷിത അജയ്, ജോഗേഷ് അജയ്
കൊച്ചുമക്കൾ : നീരജ് വിശ്വജിത്ത്
അഭയ് ജോഗേഷ്, ആർദ്ര ജോഗേഷ്
വിലാസം : കിനാവ്, കുണ്ടൂർ മഠം റോഡ്
തേനൂർ പോസ്റ്റ്, പറളി
പാലക്കാട് - 678 612
ഫോൺ : 9847720009, 9447153000
ഇ-മെയിൽ : tr.ajayan@gmail.com

ഉള്ളടക്കം

പ്രസാധകക്കുറിപ്പ്

അനുഭവങ്ങളെ അക്ഷരത്താളുകളിൽ അടയാളപ്പെടുത്തി വെക്കുന്നത് സർവ്വസാധാരണമായ ഒരു കൃത്യമായി മാറിയിരിക്കുന്നു. സമൂഹത്തിന്റെ അടിത്തട്ടിലുള്ള മനുഷ്യർ മുതൽ ഉന്നത സ്ഥാനീയരെന്നു വിശേഷിപ്പിക്കപ്പെടുന്ന വരുടെ വരെ ജീവിതങ്ങൾ അങ്ങനെ നമ്മുടെ മുന്നിലെ ത്തുന്നു. അറിവനുഭവങ്ങളുടെ വ്യത്യസ്ത തരം ലോകങ്ങ ളെയാണ് ഇത്തരം അനുഭവക്കുറിപ്പുകളോരോന്നും നമ്മുടെ മുൻപിൽ തുറന്നുവയ്ക്കുന്നത്.

കേരള പൊതുമരാമത്ത് വകുപ്പിൽ മുപ്പതുകൊല്ലം സേവന മനുഷ്ഠിച്ച ടി ആർ അജയന്റെ സർവ്വീസ് അനുഭവങ്ങളാണ് *ആരോടും പരിഭവലേശമില്ലാതെ* എന്ന ഗ്രന്ഥം. അതിനാട കീയമായ ആഖ്യാനശൈലിയില്ലാതെ അതിലളിതമായി താൻ പിന്നിട്ട വഴികളെ അജയൻ രേഖപ്പെടുത്തിവയ്ക്കുന്നു. പൊതുമരാമത്ത് മേഖലയിലെ ഒട്ടനവധി സംഭവ വികാസ ങ്ങളെ ആഴത്തിൽ രേഖപ്പെടുത്തി വയ്ക്കാനുള്ള ശ്രമങ്ങൾ ഈ ഗ്രന്ഥത്തിലുണ്ട്.

ചിന്ത പബ്ലിഷേഴ്സ്

ആമുഖം

പരിഭവങ്ങൾ പരാഭവിക്കപ്പെടുമ്പോൾ

ടി ശിവദാസ മേനോൻ
(മുൻ കേരള ധനകാര്യ വകുപ്പ് മന്ത്രി)

ശ്രീ. ടി ആർ അജയന്റെ ജീവിതത്തെ കമ്പോടു കമ്പ് വായിച്ച ഒരാൾ എന്ന നിലയിൽ *ആരോടും പരിഭവലേശമില്ലാതെ* എന്ന ജീവിതമെഴുത്തിലൂടെ സാകൂതം കടന്നുപോയപ്പോൾ വലിയ അത്ഭുതമൊന്നും തോന്നിയില്ല. ജീവിതത്തിലെ തികച്ചും സാർത്ഥകമായ ഒരു ഖണ്ഡത്തെ ക്രോഡീകരിച്ചുള്ള ആഖ്യാനം എന്റെ ചെവിയിലേക്ക് പറയുന്നതുമാതിരി കേട്ടപ്പോൾ, അജയൻ പാലിച്ച ആ നിസ്സംഗതയുണ്ടല്ലോ നിങ്ങൾക്കും ശ്രദ്ധിച്ചാൽ കേൾക്കാം, അതാണ് എന്നെ അതിശയിപ്പിച്ചത്. ഒരു രാഷ്ട്രീയ ജീവിയായി പിറന്നു വീണ്, തൃശൂരിൽനിന്ന് പാലക്കാട്ടെത്തി അത്ര ലഘുവല്ലാത്ത ഉദ്യോഗജീവിതത്തെ മാതൃകാപരമായി നയിച്ച, ഇന്നും വിശ്രമമില്ലാതെ പ്രവർത്തിക്കുന്ന ആ സ്നേഹിതന് കർമ്മോത്സുകത ഒരു ലഹരിയാണോ എന്ന് ഞാൻ സന്ദേഹിക്കുന്നു. നിശ്ചയമായും സുപ്രധാനമായ ജീവിതാദ്ധ്യായം തന്നെയായ ഔദ്യോഗികജീവിതം, പ്രത്യേകിച്ചും പൊതുമരാമത്ത് വകുപ്പ് പോലൊന്ന്, അയത്നലളിതമായി നീന്തിക്കടക്കുക സുസാദ്ധ്യമായ ഒന്നല്ല.

അജയൻ പാലക്കാടേക്ക് ചേക്കേറുന്നതിന് വളരെ മുമ്പേ തന്നെ അജയന്റെ കുടുംബത്തെ എനിക്കറിയാമായിരുന്നു. പൊന്നാനി താലൂക്കിലെ കമ്യൂണിസ്റ്റ് പ്രസ്ഥാനത്തിന്റെ സ്ഥാപക നേതാക്കളിൽ ഒരാളും ത്യാഗ നിർഭരമായ നിസ്വാർത്ഥ രാഷ്ട്രീയ ജീവിതത്തിനുടമയുമായ അജയന്റെ അച്ഛൻ ടി കെ രാമനെയും എൻ ജി ഒ പ്രസ്ഥാനത്തിന്റെ നേതാവും സിദ്ധാന്തവും പ്രയോഗവും സമ്മേളിപ്പിക്കുന്നതിൽ സമർത്ഥനും ഒട്ടേറെ വികസന സംരംഭങ്ങളുടെ പ്രയോക്താവുമായ ചേട്ടൻ ടി ആർ ചന്ദ്രദത്തിനെയും എന്റെ അദ്ധ്യാപക സംഘടനാ പ്രവർത്തനങ്ങൾക്കിടയിൽ അടുത്തറിയാൻ കഴിഞ്ഞിരുന്നു. അജയന്റെ സഹധർമ്മിണി ഭാഗ്യലക്ഷ്

മിയുടെ പിതാവ് പി ആർ വെങ്കിടാചലം ഞാൻ പാലക്കാട് ജില്ലാ ഹെഡ് മാസ്റ്റേഴ്സ് അസോസിയേഷൻ പ്രസിഡന്റ് ആയിരുന്നപ്പോൾ അതിന്റെ സെക്രട്ടറി ആയി പ്രവർത്തിച്ച അഭിവന്ദ്യ സുഹൃത്തുമായിരുന്നു. അതിനാൽ അജയൻ 1979 ൽ പാലക്കാട് താമസമാക്കിയത് മുതൽ കൂടുതൽ അടുക്കാനും കൂടെ നിർത്താനും ഒരു ജ്യേഷ്ഠ സഹോദരനെപ്പോലെ കരുതൽ നല്കാനും എന്നും ഞാൻ ശ്രമിച്ചിരുന്നു.

കേരളത്തിന്റെ ധനകാര്യം, വൈദ്യുതി, ഗ്രാമവികസനമുൾപ്പെടെയുള്ള സുപ്രധാന വകുപ്പുകൾ കൈകാര്യം ചെയ്തിരുന്ന പാലക്കാട് ജില്ലയുടെ ചുമതലയുള്ള മന്ത്രി എന്ന നിലയിൽ, ടി ആർ അജയന്റെ നിലപാടുകളും ഉദ്യോഗതലത്തിലെ ഇടപെടലുകളും പ്രവർത്തനങ്ങളും സൂക്ഷ്മമായിത്തന്നെ നോക്കിക്കാണേണ്ടി വന്നിട്ടുണ്ട്. പൊതു ജീവിതത്തെയും പൊതുമണ്ഡലത്തെയും സാരമായി ബാധിക്കുകയും സ്വാധീനിക്കുകയും ചെയ്യുന്ന റോഡ് നിർമ്മാണ മേഖല അത് ഗ്രാമീണ പാതകൾ മുതൽ ദേശീയ പാതകൾവരെ പരന്നുകിടക്കുന്ന ശൃംഖലയാകുമ്പോൾ സ്വാഭാവികമായും ജനസമ്മതിയുടെ പ്രധാന ഘടകമായി മാറുന്നു. അവിടെയാണ് അജയനെപ്പോലെ അപൂർവ്വത്തിൽ അപൂർവ്വമായി മാത്രം ചിലരിൽ സഹജാവബോധമായി നാമ്പിടുന്ന സർഗ്ഗാത്മകതയെ ഞാൻ തിരിച്ചറിയുന്നത്. തീർത്തും വിരസവും തികച്ചും യാന്ത്രികവുമായ ഈ മണ്ഡലത്തെ ഗ്രസിച്ചിരിക്കുന്ന ചട്ടവട്ടങ്ങളുടെ വലക്കുടുക്കുകളെ അജയൻ പൊട്ടിച്ചെറിഞ്ഞ് പ്രവൃത്തികളുടെ നിർവ്വഹണത്തിന്റെ രസാനുഭൂതിയെ ആസ്വദിക്കുന്നതിന് ഒട്ടേറെ ഉദാഹരണങ്ങൾ ഈ ഗ്രന്ഥത്തിലുണ്ട്. അത്തരമൊരു സർഗ്ഗാത്മകതയ്ക്ക് മുന്നിലാണ് പ്രതിബന്ധങ്ങളും പ്രതിയോഗികളും ഇല്ലാതായിപ്പോകുന്നത്. എല്ലാ പ്രതിയോഗികളെയും തന്റെ കർമ്മാനുഷ്ഠാനത്തിനുള്ള ഉപാധികളും ഉപകരണങ്ങളുമാക്കി മാറ്റിയാണ് അദ്ദേഹം സമയത്തിന്റെ പരിധികളെപ്പോലും പിന്തള്ളി നിർവ്വഹണത്തിന്റെ അനുഭൂതിയിലേക്ക് എത്തുന്നത്. അവിടെ പ്രതിസന്ധികൾ അസ്തമിക്കുന്നുവെന്ന് മാത്രമല്ല, തന്റെ കർമ്മാനുഷ്ഠാനത്തിനുള്ള ഇന്ധനങ്ങളായി സ്വയം മാറുകയും ചെയ്യുന്നു. പാലക്കാടിന്റെ ഹൃദയത്തിലൂടെ നിരന്തരം സഞ്ചരിച്ചുകൊണ്ടിരുന്ന എനിക്ക്, അജയന്റെ മുദ്രയില്ലാത്ത ഒരു പാലമോ, പാതയോ, കെട്ടിടമോ കാണാൻ കഴിഞ്ഞിട്ടില്ല. അസാദ്ധ്യമായതിനെ സാദ്ധ്യമാക്കുക എന്ന കൃത്യത്തെ ഇത്ര ലളിതമാക്കുന്നതിനു പിന്നിലുള്ള ഊർജ്ജത്തെക്കുറിച്ചാണ് ഞാൻ പലപ്പോഴും അത്ഭുതംകൂറിയിട്ടുള്ളത്.

കർശനവും നിശിതവുമായ രാഷ്ട്രീയ ബോധവും, പ്രത്യയശാസ്ത്ര നിബദ്ധതയും പാലിച്ചുകൊണ്ട്, ഔദ്യോഗിക കൃത്യങ്ങൾ നിർവ്വഹിക്കുക, നിർവ്വഹണ രംഗത്ത് പ്രവർത്തിക്കുന്ന ഒരാൾക്ക് സുസാദ്ധ്യമായ ഒന്നല്ല. അത്തരം രാഷ്ട്രീയ ബോദ്ധ്യങ്ങളുടെ അടിസ്ഥാനത്തിൽ രൂപീകരിക്കപ്പെടുന്ന സംഘടനകളുടെ നേതൃസ്ഥാനത്ത് ഇരിക്കേണ്ടി വരുമ്പോൾ ഇത്തിരിവട്ടം മാത്രം കാണുന്ന അധോമുഖ വാമനന്മാരായ രാഷ്ട്രീയ പ്രതി

യോഗികൾക്കു ഔദ്യോഗിക കർമ്മമണ്ഡലത്തെ കർത്തൃനിരപേക്ഷമായി കാണാനും കഴിയില്ല. ഒരുപക്ഷേ, രാഷ്ട്രീയത്തിന്റെ ധാർമ്മിക മൂല്യങ്ങളോ, സൗന്ദര്യ സംജ്ഞകളോ തിരിച്ചറിയാത്തവരുടെ ഇടപെടലുകൾ വരുത്തിവെച്ച വിനകളും അവയൊക്കെ മറികടന്ന പ്രവർത്തനവും നമുക്കിതിൽ വായിക്കാം. ജമ്പൂരിയുടെ വർണ്ണസങ്കല്പം നമ്മുടെ രാഷ്ട്രീയക്കാരുടെ അല്പജ്ഞതയ്ക്ക് മാതൃകയാക്കി പഠനവിഷയമാക്കാവുന്നതാണ്. പാലക്കാട് നഗരത്തിലേക്കുള്ള പ്രവേശന മാർഗ്ഗമായി മാറിയ 'യാക്കരപ്പാലം' റെക്കോർഡ് സമയത്ത് പൂർത്തിയാക്കിയപ്പോൾ അരിശം പൂണ്ട രാഷ്ട്രീയക്കോമാളികൾ മനഃപൂർവ്വം കെട്ടിച്ചമച്ചതും നാട്ടുകാരും കേരള ഹൈക്കോടതിയും തള്ളിക്കളഞ്ഞതുമായ നിർമ്മാണ വിവാദങ്ങൾ ഇതിനോട് ചേർത്തു വായിക്കേണ്ടതാണ്.

രാഷ്ട്രീയ പ്രതിയോഗികളെപ്പോലും തന്റെ കർമ്മോന്മുഖതയുടെ മാന്ത്രികശക്തികൊണ്ട് ഒപ്പം ചേർത്തുനിർത്തിയാണ് അജയൻ മുന്നോട്ടു പോയത്. മാർക്സിസം എന്ന മാനവികതയെ ചെറുപ്പത്തിലേ അനുഭവിക്കാനായ അദ്ദേഹത്തിന് ഒരു തുള്ളി സമൂഹമാണ് കുടുംബം എന്ന കൃത്യമായ തിരിച്ചറിവുണ്ടായിരുന്നു. അജയനുമായി സൗഹൃദം സ്ഥാപിച്ചവരെല്ലാം പ്രിയ സുഹൃത്തുക്കളായി മാറിയത് അങ്ങനെയായിരുന്നു. പ്രിയ സുഹൃത്തുക്കളുടെ കുടുംബാംഗങ്ങളെപ്പോലും ചേർത്തുപിടിച്ചാണ് വലിയൊരു സുഹൃദ്‌ലോകം അദ്ദേഹം ചമച്ചത്. അവിടെ പദവിയോ പണമോ ഒന്നും ഘടകമായില്ല. ഔദ്യോഗികതലത്തിൽ ഓഫീസിലെ റോളർ ഡ്രൈവർ മുതൽ ചീഫ് എഞ്ചിനീയർ വരെയും, സമൂഹത്തിൽ സാധാരണ കർഷകത്തൊഴിലാളി മുതൽ മന്ത്രിമാർ വരെയും, സാംസ്കാരിക ലോകത്തിൽ ചെറിയ എഴുത്തുകാരും കലാകാരന്മാരും മുതൽ ഏറ്റവും ഉന്നതിയിൽ നില്ക്കുന്ന പ്രധാന സാംസ്കാരിക നായകരും ഗായകരും താരങ്ങളും വരെയും അതിൽപെടുന്നു. പരിചയപ്പെട്ടിട്ടും അകന്നുപോയ ചിലരുണ്ട്. അവരെപ്പറ്റി പറയുമ്പോൾ പോലും പാലിക്കുന്ന ആ നിർമ്മമതയുണ്ടല്ലോ അതാണ് ഒരു മാർക്സിസ്റ്റിന്റെ സത്ത എന്ന് ഈ കൃതി ഓർമ്മിപ്പിക്കുന്നു.

'യൂണിക്‌നെസ്' എന്ന ഇംഗ്ലീഷ് വാക്കിന് വ്യതിരിക്തത എന്ന മലയാള പദം മതിയാവില്ല എന്ന് തോന്നിയത് അജയനെപ്പറ്റി എഴുതുമ്പോഴാണ്. മറ്റൊരാൾക്ക് ഒരിക്കലും ആകാനാവാത്ത ഒരു തലത്തിലാണ് അജയൻ യൂണിക് ആയി തലയുയർത്തി നില്ക്കുന്നത്. ഞങ്ങൾ തമ്മിലുള്ള സ്നേഹബന്ധം നിർവ്വചനങ്ങൾക്കുമപ്പുറമാണ്. ഇഴപിരിയാത്ത സ്നേഹത്തിന്റെയും സാഹോദര്യത്തിന്റെയും നൂലുകൾകൊണ്ട് തീർത്ത ആർക്കും തകർക്കാനാവാത്ത സവിശേഷമായ ഒരു ബന്ധം ആണത്. സ്വകാര്യദുഃഖങ്ങൾ പോലും അന്യോന്യം പങ്കിട്ട് പരസ്പരം ആശ്വാസമരുളാനുള്ള കരുതൽ എപ്പോഴുമുണ്ടായിരുന്നു. പൊതുപ്രവർത്തകർ ഏറെ ആഗ്രഹിക്കുന്ന ചില പദവികളിലേക്കു അജയൻ നിർദ്ദേശിക്കപ്പെട്ടപ്പോൾ ഒട്ടേറെപ്പേർ അർഹരായി വേറെയുണ്ടെന്നു പറഞ്ഞ്, അതിൽ

നിന്ന് ദയവായി തന്നെ ഒഴിവാക്കണമെന്നു അഭ്യർത്ഥിച്ച് വാശിപിടിച്ച അജയന്റെ മുഖം ഇന്നും ഓർമ്മയിലുണ്ട്.. സ്വന്തം കാര്യങ്ങളുടെ സാദ്ധ്യത്തിനായി ഇന്നേവരെ സമീപിച്ചിട്ടില്ലാത്ത അജയൻ പൊതു കാര്യങ്ങൾക്കായി പലപ്പോഴും വലിയ നിർബ്ബന്ധങ്ങൾ കാണിക്കാറുമുണ്ട്. സമൂഹത്തിലെ അധഃസ്ഥിതരെ സഹായിക്കാനുള്ള പദ്ധതികളുടെയും, പൊതുവായ വികസന പ്രവർത്തനങ്ങളുടെയും, സമൂഹത്തിന്റെ മാനസികമായ വളർച്ചയ്ക്ക് അനുരൂപമായ സാംസ്കാരിക പരിപാടികളുടെയും പതാകാവാഹകനാവാൻ എന്നും അജയൻ മുൻപന്തിയിലുണ്ടായിരുന്നു. സുരഭിലവും ആദർശാത്മകവുമായ കുടുംബം പടുത്തുയർത്തിയതിനു പിന്നിലെ വേദനകളും ആനുഷംഗികമായി നമുക്ക് ഈ കൃതിയിൽ നിശ്ചയമായും വായിക്കാൻ കഴിയും. വളരെ മിതമായ സ്വരത്തിൽ അവ പരാമർശിക്കുമ്പോൾ പാലിക്കുന്ന ഒതുക്കവും സംയമനവും ശ്രദ്ധാർഹമാണ്. ആരോടും ഒരു പരിഭവവുമില്ല. കാലത്തിനെ മാത്രം സാക്ഷിയാക്കി അദ്ദേഹം മുന്നോട്ടു പോകുന്നു.

പാലക്കാട് നിറഞ്ഞു നിന്നുകൊണ്ടുള്ള കലാ സാംസ്കാരിക പ്രവർത്തനങ്ങളുടെ ധ്വനികൾ, ദേശീയവും അന്തർദ്ദേശീയവുമായ അനുരണങ്ങൾ സൃഷ്ടിക്കുന്നുണ്ട് എന്ന കാര്യവും ഇവിടെ എടുത്ത് പറയേണ്ടതുണ്ട്. വളരെ ശ്രദ്ധേയമായ ഈ അദ്ധ്യായം കൂടി രേഖപ്പെടുത്തി വെക്കാൻ അജയൻ മുതിരുമെന്നു വിശ്വസിക്കുന്നു. ശാരീരികമായ അവശതകൾ വല്ലാതെ അലട്ടുന്ന ഈ കാലയളവിൽ കൂടുതൽ ഒന്നും എഴുതുന്നില്ല.

അജയന്റെ ഉള്ളിലെ കർമ്മസൂര്യൻ ഏറെക്കാലം ജ്വലിച്ചു നില്ക്കണമെന്ന് ആത്മാർത്ഥമായി ആഗ്രഹിക്കുന്നു.

മനുഷ്യഹൃദയങ്ങളെ ബന്ധിപ്പിക്കുന്ന പാലങ്ങളുടെ സ്രഷ്ടാവ്

ജിജി തോംസൺ
(മുൻ പാലക്കാട് കളക്ടർ, മുൻ ചീഫ് സെക്രട്ടറി)

ആയിരത്തി തൊള്ളായിരത്തി എൺപത്തിയെട്ടിലാണ് ഞാൻ പാലക്കാട് ജില്ലാ കളക്ടറായി ചുമതലയേറ്റത്; അതിന്റെ തലേ വർഷം കേരളത്തിൽ ഇദംപ്രഥമമായി നടന്ന ദേശീയ ഗെയിംസിന്റെ വിജയകരമായ പരിസമാപ്തിക്കുശേഷം, ദേശീയ ഗെയിംസിന്റെ മുഖ്യ സംഘാടകനായിരുന്നതുകൊണ്ട് 'മികച്ച സംഘാടകൻ' എന്ന ഖ്യാതിയോടെയായിരുന്നു എന്റെ വരവ്. അന്ന് കേരള വിദ്യുച്ഛക്തി വകുപ്പ് മന്ത്രിയായിരുന്ന ശ്രീ. ടി ശിവദാസമേനോന്റെ പ്രത്യേക താല്പര്യവും ഇതിന്റെ പിന്നിലുണ്ടായിരുന്നു. പാലക്കാട് എനിക്ക് അപരിചിതവും, പാലക്കാട്ടുകാർക്ക് ഞാൻ അപരിചിതനും. ആദ്യദിനം തന്നെ, പാലക്കാട്ടെ പ്രമുഖരായ നൂറ് പേർക്ക് ഞാൻ ഒരു കത്തയച്ചു; ജില്ലയുടെ വികസന പ്രവർത്തനങ്ങളിൽ അവരുടെ പിന്തുണ അഭ്യർത്ഥിച്ചുകൊണ്ട്. മറുപടിയായി ലഭിച്ച കത്തുകളിലൊന്ന് പ്രമുഖ ഗാന്ധിയനായ ഭീമൻ നായരുടേതായിരുന്നു. പിന്തുണ വാഗ്ദാനം ചെയ്തശേഷം അദ്ദേഹം ഒരു പരാതി ഉന്നയിച്ചു. അകത്തേത്തറയിൽ തന്റെ വീടിനു സമീപം റോഡു വക്കത്ത് പഴകി ദ്രവിച്ച ഒരു മരം വീഴാറായിരിക്കുന്നു. അത് വെട്ടി മാറ്റാനായി റവന്യു അധികാരികളോട് പറഞ്ഞിട്ട് ഒന്നും നടന്നില്ല. കളക്ടറുടെ സത്വര ശ്രദ്ധ ഇതിലുണ്ടാകുമോ?

കളക്ടറായി ചുമതലയേറ്റതിന് ശേഷം എനിക്ക് ലഭിച്ച ആദ്യത്തെ പരാതി. പ്രശ്നങ്ങൾക്ക് 'ഉടനടി പരിഹാരം' വാഗ്ദാനം ചെയ്ത കളക്ടർക്ക് ഇത് കണ്ടില്ലെന്നു നടിക്കാനാവില്ലല്ലോ. പൊതുമരാമത്ത് എക്സിക്യൂട്ടീവ് എഞ്ചിനീയറെ വിളിപ്പിച്ചു. അദ്ദേഹം തന്റെ സഹപ്രവർത്തകനുമൊത്ത് ഉടനെ എന്നെ കാണാനായി വന്നു. പാതയോരത്ത് നില്ക്കുന്ന ഒരു മരം വെട്ടി മാറ്റാൻ എത്ര സമയം വേണം? നിയമാനുസൃതം

ചെയ്യേണ്ട കാര്യങ്ങൾ അദ്ദേഹം വിശദീകരിച്ചു. ഈ നടപടിക്രമങ്ങൾ പാലിക്കുന്നതിനു മുമ്പ് മരം കടപുഴകി വീണാൽ എന്തു ചെയ്യും? ആർക്കെങ്കിലും ജീവാപായമുണ്ടായാലോ? ഞാൻ അക്ഷമനായി. 'ജനങ്ങളുടെ ജീവന് ഹാനിയുണ്ടാവുമെന്ന് ഉത്തമ ബോദ്ധ്യമുണ്ടെങ്കിൽ മരം വെട്ടി മാറ്റാൻ ജില്ലാ മജിസ്ട്രേറ്റ് കൂടിയായ ജില്ലാ കളക്ടർക്ക് അധികാരമുണ്ട്. ഇന്ത്യൻ ക്രിമിനൽ നടപടി നിയമപ്രകാരം ഞാൻ ഒരു ഉത്തരവ് നല്കിയാൽ, മരം വെട്ടി മാറ്റാൻ എത്ര സമയം വേണമെന്ന് ഞാൻ ചോദിച്ചപ്പോൾ എക്സിക്യൂട്ടീവ് എഞ്ചിനീയർ വീണ്ടും ചിന്തയിലാണ്ടു. നിശ്ശബ്ദതയെ ഭഞ്ജിച്ചുകൊണ്ട്, അദ്ദേഹത്തോടൊപ്പം വന്ന യുവ എഞ്ചിനീയർ മറുപടി പറഞ്ഞു. 'എനിക്ക് 24 മണിക്കൂർ സമയം തരിക. ഞാൻ മരം മുറിച്ച് അപകടം ഒഴിവാക്കിക്കൊള്ളാം.' 'പറഞ്ഞാൽ പറഞ്ഞതായിരിക്കണം!' ഞാൻ ഓർമ്മിപ്പിച്ചു. 'സർ ഉത്തരവ് നല്കിയാൽ ബാക്കി കാര്യം ഞാൻ ചെയ്തു കൊള്ളാം!' ആത്മവിശ്വാസം സ്ഫുരിക്കുന്ന വാക്കുകൾ. ഇത് കൊള്ളാമല്ലോ. 'എന്താ പേര്?' 'ടി ആർ അജയൻ, അസിസ്റ്റന്റ് എക്സിക്യൂട്ടീവ് എഞ്ചിനീയർ ആണ്.'

അജയനുമായുള്ള ആദ്യത്തെ കൂടിക്കാഴ്ച അങ്ങനെയായിരുന്നു. ജോസഫ് ഹെല്ലറുടെ *Catch 22* എന്ന നോവൽ തുടങ്ങുന്നത് 'It was love at first sight' എന്ന വരിയോടെയാണ്. ഏതാണ്ട് അത് പോലെയായിരുന്നു എന്റെയും അനുഭവം. അജയൻ വാഗ്ദാനം ചെയ്തതുപോലെ ഇരുപത്തിനാലു മണിക്കൂറിനുള്ളിൽ അകത്തേത്തറയിൽ പഴകി ദ്രവിച്ചു നിന്ന മരം മുറിച്ചു മാറ്റി. ഭീമൻ ഗുരുജിയുടെ കത്ത് പിറ്റേന്ന് എനിക്ക് കിട്ടി. 'വേണമെങ്കിൽ ഇങ്ങനെയും ചെയ്യാമെന്ന് താങ്കൾ തെളിയിച്ചിരിക്കുന്നു. അഭിനന്ദനങ്ങൾ!.' ഈ അഭിനന്ദനങ്ങൾ യഥാർത്ഥത്തിൽ അജയനുള്ളതായിരുന്നു.

പിന്നീട് പാലക്കാട് ഞാൻ സംഘടിപ്പിച്ച എല്ലാ കലാ കായിക പരിപാടികളിലും അജയൻ എന്നോടൊപ്പമുണ്ടായിരുന്നു. പുഷ്പഫല സസ്യ പ്രദർശനം, കൽപ്പാത്തി രഥോത്സവം, ഭാരതോത്സവം, ആദിവാസി മേള എന്ന് തുടങ്ങി, സാറ്റലൈറ്റ് ടെന്നീസ് ടൂർണമെന്റ്, ദേശീയ ജൂനിയർ ഫുട്ബോൾ ചാമ്പ്യൻഷിപ്, സന്തോഷ് ട്രോഫി ഫുട്ബോൾ ചാമ്പ്യൻഷിപ്, രഞ്ജിട്രോഫി ക്രിക്കറ്റ് വരെയുള്ള കായിക മാമാങ്കങ്ങളും പാലക്കാട് അരങ്ങേറി. ഉറങ്ങിക്കിടന്ന ഒരു ജില്ല കർമ്മനിരതമായി. പാലക്കാട്ടെ സായാഹ്നങ്ങൾ സംഗീതസാന്ദ്രമാക്കണമെന്ന എന്റെ ആഗ്രഹം 'രാപ്പാടി' ഓപ്പൺ എയർ ഓഡിറ്റോറിയത്തിന്റെ നിർമ്മിതിയോടെ സഫലമായി. കോട്ട മൈതാനത്തിനു ചുറ്റും മതിൽ കെട്ടി, രക്തസാക്ഷി മണ്ഡപവും ജലധാരായന്ത്രങ്ങളും സ്ഥാപിച്ച്, കുട്ടികൾക്ക് വേണ്ടി ട്രാഫിക് പാർക്ക്, വിനോദ സഞ്ചാരികൾക്കു വേണ്ടി മനോഹരമായ ഇൻഫർമേഷൻ സെന്റർ, പാർക്കിങ് സൗകര്യങ്ങൾ എല്ലാം സജ്ജമാക്കി. പാലക്കാടിന്റെ മുഖം മാറ്റാൻ ഞാൻ കൈക്കൊണ്ട ഈ നടപടികൾക്ക് പിന്നിൽ ആത്മാർത്ഥതയോടെ പ്രവർത്തിച്ച ഒരു പറ്റം സാമൂഹ്യ പ്രവർത്തകരും ഉദ്യോഗ

സ്ഥന്മാരുമുണ്ടായിരുന്നു. അവരിൽ നിസ്തുലമായ പങ്കുവഹിച്ച ഒരാൾ അജയനായിരുന്നു.

മുപ്പത്തിയാറു വർഷത്തെ എന്റെ സർക്കാർ സേവന കാലത്ത് ഞാൻ മനസ്സിലാക്കിയ ഒരു കാര്യമുണ്ട്. 'In Government you will never get the people whom you like: you will have to like the people you get' സർക്കാരിൽ നമുക്ക് ഇഷ്ടപ്പെട്ടവരെ കിട്ടിയെന്നു വരില്ല, കിട്ടുന്നവരെ ഇഷ്ടപ്പെട്ടേ മതിയാവൂ. കിട്ടുന്ന വിഭവങ്ങൾ സമർത്ഥമായി ഉപയോഗിക്കാൻ കഴിയണം. സഹപ്രവർത്തകരിൽ മികവ് പുലർത്തുന്നവരെ തേടിപിടിക്കാൻ ഞാൻ എന്നും ശ്രദ്ധിച്ചിട്ടുണ്ട്. അവരുടെ, ജാതിയോ, മതമോ, നിറമോ ഒന്നും ഞാൻ നോക്കാറില്ല. അവരുടെ കൊടിയുടെ നിറമോ, ചിഹ്നമോ ഒന്നും ഞാൻ അന്വേഷിക്കാറുമില്ല. നേതൃഗുണമുള്ള ഒരുപാട് ഉദ്യോഗസ്ഥരെ എല്ലാ തലത്തിലും ഞാൻ കണ്ടെത്തിയിട്ടുണ്ട്. അവരായിരുന്നു എന്നും എന്റെ ഊർജ്ജ സ്രോതസ്സ്.

മികച്ച ഒരു സിവിൽ എഞ്ചിനീയറാകണമെങ്കിൽ നേതൃപാടവത്തോടൊപ്പം, സാങ്കേതിക മികവും, പദ്ധതി നിർവ്വഹണ മികവും വേണം. ഒരു പ്രൊജക്റ്റ് ഏറ്റെടുക്കുമ്പോൾ അതിന്റെ രൂപം മുഴുവൻ മനോമുകുരത്തിൽ വിരിയണം. ഇതാണ് ദൃശ്യവല്ക്കരണ പാടവം. പോരാ, സർഗ്ഗാത്മകതയും, വിമർശനാത്മകമായ ചിന്തയും ഒത്തു ചേരണം. ഇതെല്ലാം ഉണ്ടാകുമ്പോഴാണ് മോക്ഷഗുണ്ടാ വിശ്വേശ്വരായ പോലെ അതുല്യനായ ഒരു എഞ്ചിനീയർ പിറവിയെടുക്കുന്നത്. 'ഭാരതരത്നം' നല്കി ഇന്ത്യ അദ്ദേഹത്തെ ആദരിച്ചത് കൃഷ്ണരാജ സാഗർ ഡാമിന്റെ ശില്പി ആയതുകൊണ്ടു മാത്രമല്ല; ജനനന്മയ്ക്കു വേണ്ടി സ്വന്തം ജീവിതം ഉഴിഞ്ഞുവെച്ച എഞ്ചിനീയറായതു കൊണ്ടുമാണ്. സമർത്ഥന്മാരായ എഞ്ചിനീയറിങ് ബിരുദധാരികളാണ് സർക്കാർ സർവ്വീസിൽ പ്രവേശിക്കുന്നത്. എന്നാൽ അവരുടെ കഴിവുകൾ അംഗീകരിക്കാനോ, അതിനു മൂർച്ച കൂട്ടാനോ മേലധികാരികൾ ശ്രദ്ധിക്കാറില്ല. പിന്നെ, കാലക്രമേണ അവർ വ്യവസ്ഥയുടെ ഭാഗഭാക്കാകുന്നു. അതോടെ അവരുടെ കൂമ്പടയുന്നു, വളർച്ച മുരടിക്കുന്നു. ഈ ബോൺസായ് എഞ്ചിനീയർമാരിൽനിന്നും പ്രഗത്ഭമതികളെ പ്രതീക്ഷിക്കുക വയ്യ.

എന്നാൽ, ഈ പഴകി ദ്രവിച്ച വ്യവസ്ഥയ്ക്കുള്ളിൽ നിന്നുകൊണ്ട്, എല്ലാ പരിമിതികളെയും അതിജീവിച്ച്, വെല്ലുവിളികളെ നേരിട്ട് പ്രാഗത്ഭ്യത്തോടെ തങ്ങളുടെ കടമ നിർവ്വഹിക്കുന്ന ഒട്ടനവധി ഉദ്യോഗസ്ഥരെ ഞാൻ കണ്ടിട്ടുണ്ട്. അവരുടെ സത്യസന്ധത അവർക്കുതന്നെ 'വിന'യായിത്തീരുന്നു. കാരണം ഇങ്ങനെയുള്ളവരെ കൂട്ടത്തിൽ കൊണ്ട് നടക്കാനാവില്ല!. ഒറ്റപ്പെട്ട ഈ തുരുത്തുകൾ ആരാലും അറിയപ്പെടാതെ, പ്രകീർത്തിക്കപ്പെടാതെ വിസ്മൃതിയിൽ വിലയം പ്രാപിക്കുന്നു.

പരിമിതികളുടെ ചുറ്റുമതിലുകൾക്കുള്ളിൽനിന്നും, ആത്മാർത്ഥതയും കാര്യക്ഷമതയും കൈമുതലായുള്ള ഒരു എഞ്ചിനീയർക്ക് ജനക്ഷേമത്തിനുവേണ്ടി എന്തെല്ലാം ചെയ്യാമെന്ന് 'ഉദ്യോഗപർവ്വ'ത്തിലൂടെ

അജയൻ വരച്ചു കാട്ടുന്നു. ഏതു സമയത്തും പൊളിഞ്ഞു വീഴാറായ വേലന്താവളം പുനർ നിർമ്മിക്കാൻ അദ്ദേഹം കൈക്കൊണ്ട നടപടികൾ ഒരു ഉദാഹരണം മാത്രം.

ഏതു ജോലി ഏല്പിച്ചാലും കൃത്യസമയത്തിനുമുമ്പ് അദ്ദേഹം കാട്ടിയ നിഷ്കർഷത അന്യാദൃശമാണ്. ഒരു ലക്ഷ്യമിട്ടാൽ അത് നിറവേറ്റിയിരിക്കണം. അജയന്റെ ഈ വാശിയാവണം ഭാഗ്യലക്ഷ്മിയെ ജീവിതപങ്കാളിയായി തെരഞ്ഞെടുക്കാൻ കാരണമായത്. ബ്രാഹ്മണസമുദായത്തിൽനിന്നും ജീവിതസഖിയെ കണ്ടെത്തിയ അജയന് നേരിടേണ്ടിവന്ന യാതനകളുടെ സൂചനകൾ അദ്ദേഹം നല്കുന്നുണ്ട്. ജാതിവെറിയുടെ പേക്കൂത്തുകൾ കണ്ട് നിരാശനാവുകയോ, നിഷ്ക്രിയനാവുകയോ ചെയ്തില്ല. എല്ലാ വെല്ലുവിളികളെയും ഒരു പുഞ്ചിരിയോടെ നേരിട്ടു. ഉന്നത സ്ഥാനങ്ങൾ ലഭിച്ചപ്പോൾ, നേരത്തെ കൊഞ്ഞനം കാട്ടിയ കാരണവന്മാർ ഓച്ഛാനിച്ചു നിന്നു. പിന്നെ, അദ്ദേഹത്തെ സ്വന്തമാക്കാൻ ശ്രമിച്ചു. അജയൻ പറയുന്നു: 'സമൂഹത്തിൽ നല്ലൊരു സ്ഥാനമുണ്ടെങ്കിൽ, ജനങ്ങൾ നിങ്ങളെ സ്നേഹിക്കുകയും ബഹുമാനിക്കുകയും ചെയ്യുന്നുവെങ്കിൽ ജാതിയും മതവും ഒരു പ്രശ്നമല്ല. എത്ര ജാതിവെറിയുള്ള മനുഷ്യരും പിന്നെ നിങ്ങളെ സ്വന്തമാക്കാനാണ് ശ്രമിക്കുക.'

ഔദ്യോഗിക ജീവിതത്തിൽ തന്നോടൊപ്പം പ്രവർത്തിച്ച ഓരോരുത്തരെയും നന്ദിപൂർവ്വം സ്മരിക്കുന്ന ഗ്രന്ഥകാരൻ ഇരുകരകളെയും ബന്ധിപ്പിക്കുന്ന പാലം മാത്രമല്ല ഉണ്ടാക്കിയത്; മനുഷ്യഹൃദയങ്ങളെ ബന്ധിപ്പിക്കുന്ന പാലം ഉണ്ടാക്കാനും അദ്ദേഹത്തിന് കഴിഞ്ഞു. എല്ലാറ്റിനുമുപരി മനുഷ്യബന്ധങ്ങളെ താലോലിക്കുക; അവരെ നിർവ്യാജം സ്നേഹിക്കുക അജയന്റെ ഈ ജീവിതചര്യയാണ് ഈ പുസ്തകത്തിന്റെയും അടിയൊഴുക്ക്.

ഒന്ന്

വയനാട്

(1970 - 1972)

കേരളത്തിൽനിന്ന് ഒരുവർഷം അഞ്ഞൂറോളം എഞ്ചിനീയർമാർ മാത്രം പുറത്തിറങ്ങിയിരുന്ന കാലത്താണ് തൃശൂർ എഞ്ചിനീയറിങ് കോളേജിൽനിന്ന് സിവിൽ എഞ്ചിനീയറിങ് ബിരുദവുമായി പുറത്തിറങ്ങുന്നത്. ഈ അഞ്ഞൂറ് ബിരുദധാരികളിൽ ഇരുന്നൂറോളം പേർ സിവിൽ എഞ്ചിനീയർമാരായിരുന്നു. ചൈനയുമായുള്ള യുദ്ധത്തെ തുടർന്ന് ഭാരതത്തിലാകെ നിർമ്മാണപ്രവർത്തനങ്ങൾ പിറകോട്ടുപോയ കാലഘട്ടം. ഞങ്ങൾക്ക് മുമ്പുള്ള നാല് ബാച്ചുകൾക്ക് കേരളത്തിലെ പ്രധാന ജോലി ഉറവിടമായ പൊതുമരാമത്തു വകുപ്പിലടക്കം ഒരു വകുപ്പിലും സിവിൽ എഞ്ചിനീയർമാരെ പബ്ലിക് സർവ്വീസ് കമ്മീഷൻ നിയമിച്ചിരുന്നില്ല. കുറെയേറെപ്പേർ ഇന്ത്യയിലെ ബോംബെ, മദിരാശി, ഡൽഹി തുടങ്ങിയ മറ്റുസംസ്ഥാനങ്ങളിലും ബോർഡർ റോഡ്സിലും ജോലികൾ നേടി പോയിരുന്നു. ജോലി സാദ്ധ്യതയുള്ള മറ്റൊരു സ്ഥലം നിർമ്മാണപ്രവർത്തനങ്ങൾക്കു ഏറെ തുടക്കം കുറിച്ചിരുന്ന ഗൾഫ് മേഖലയായിരുന്നു.

എന്നെ ഏറെ ഇഷ്ടമായിരുന്ന എന്റെ വല്യച്ഛന്റെ മകനും പിന്നീട് ജനശക്തി ഫിലിംസിന്റെ ഡയക്ടറുമായ ടി എം പാറൻ അന്ന് മസ്കറ്റിൽ സ്പിന്നീസ് ഇന്ത്യ ലിമിറ്റഡിന്റെ മാനേജർ ആയി പ്രവർത്തിച്ചിരുന്നു. പാറൻ ചേട്ടൻ അവിടെ എനിക്കുവേണ്ടി ഒരു ജോലി ശരിയാക്കിയിരുന്നു. അന്നത്തെ കാലത്ത് അവിടെ സ്ത്രീകളെ എഞ്ചിനീയർമാരായി നിയമിക്കാൻ നിയമം അനുവദിച്ചിരുന്നില്ല. അതിനാൽ ഭാര്യ ഭാഗ്യലക്ഷ്മിക്കു ജോലി സാദ്ധ്യതയില്ലായിരുന്നു. മാത്രമല്ല സ്വന്തം വീട്ടുകാരെ മുഴുവൻ ഉപേക്ഷിച്ച് എന്നോടൊപ്പം ജീവിതം പങ്കിടാൻ എത്തിയ ഭാഗ്യലക്ഷ്മിയെ ഇവിടെ ഒറ്റയ്ക്കാക്കി പോകാനുള്ള പ്രയാസവും ഉണ്ടായിരുന്നു. അച്ഛന്റെ ഇടപെടൽ വീണ്ടുമുണ്ടായി. 'ഭാഗ്യത്തിന്റെ മാനസികാവസ്ഥ

നീയെങ്കിലും പൂർണ്ണമായും മനസ്സിലാക്കണം. മാനസികമായി ഏറെ ദുഃഖമനുഭവിക്കുന്ന അവളെ ഇപ്പോൾ വിട്ടുപോകുന്നത് ഏറെ ദോഷമുണ്ടാക്കും. നിങ്ങൾക്ക് രണ്ടുപേർക്കും ഇവിടെത്തന്നെ ജോലി അന്വേഷിക്കാം.' പാറൻ ചേട്ടൻ അയച്ച നിയമന ഉത്തരവ് സ്വീകരിക്കേണ്ട എന്ന തീരുമാനം അങ്ങനെയാണുടലെടുത്തത്.

ആയിടയ്ക്കാണ് തൃശൂരിൽവെച്ച് എഞ്ചിനീയറിങ് കോളേജിലെ പഴയ സുഹൃത്ത് കേരള സ്റ്റേറ്റ് ഇലക്ട്രിസിറ്റി ബോർഡിലെ എഞ്ചിനീയർ കെ കെ രാജനെ തൃശൂർ വെച്ച് കണ്ടത്. തൃശൂർകാരനായിരുന്നെങ്കിലും രാജൻ അന്ന് കണ്ണൂർ ആണ് ജോലി ചെയ്യുന്നത്. ജോലിക്കു പുറമെ ചിന്മയ മിഷന്റെയും കണ്ണൂർ ചിന്മയാശ്രമത്തിന്റെയും സ്കൂളിന്റെയും ചുമതലയുണ്ടായിരുന്നു. ആ നിലയിൽ രാജന് കണ്ണൂരുള്ള പ്രധാന വ്യക്തികളോടും സ്ഥാപനങ്ങളോടും നല്ല ബന്ധങ്ങളുണ്ടായിരുന്നു. ചിന്മയ മിഷന്റെ കണ്ണൂരിലെ നേതൃത്വം അന്ന് വഹിച്ചിരുന്നത് ഇറിഗേഷൻ വകുപ്പിലെ എക്സിക്യൂട്ടീവ് എഞ്ചിനീയർ ആയിരുന്ന കെ കെ എൻ നമ്പ്യാരായിരുന്നു. ഏറെ സാമൂഹ്യ പ്രതിബദ്ധതയുള്ള അഴിമതിയുടെ കറപുരളാത്ത മനുഷ്യസ്നേഹിയായ ഒരു ഉദ്യോഗസ്ഥനായിരുന്നു അദ്ദേഹം. തലശ്ശേരിക്കാരനായിരുന്നെങ്കിലും പാലക്കാട് വീട് വെച്ചു താമസിക്കുന്ന അദ്ദേഹത്തിന്റെ മറ്റുള്ളവരോടുള്ള കരുതൽ ഏറെ പ്രസിദ്ധമായിരുന്നു. അദ്ദേഹത്തോട് പറയാമെന്നും അദ്ദേഹത്തിന്റെ സഹായത്തോടെ കണ്ണൂരിൽ രണ്ടുപേർക്കും താല്ക്കാലിക ജോലി ശരിയാക്കാമെന്നും രാജൻ പറഞ്ഞു. ഒരാഴ്ച കഴിഞ്ഞപ്പോൾ രാജൻ കണ്ണൂരിൽ നിന്ന് വിളിച്ച്, കണ്ണൂരിൽ ജോലി ഒഴിവുണ്ടെന്നും അതിനു എംപ്ലോയ്മെന്റ് എക്സ്ചെയ്ഞ്ചിൽ പേർ രജിസ്റ്റർ ചെയ്യണമെന്നും അറിയിച്ചു. ഒപ്പം ജില്ലാ എംപ്ലോയ്മെന്റ് ഓഫീസർ വി കെ കൃഷ്ണൻ എന്നൊരാളാണെന്നും രാജൻ പറഞ്ഞു. ആലോചിച്ചപ്പോൾ വി കെ കൃഷ്ണൻ അച്ഛന്റെ അടുത്ത അനുയായികളിൽ ഒരാളാണെന്നും നേരത്തെ തളിക്കുളം ബ്ലോക്കിൽ സേവനമനുഷ്ഠിച്ചിട്ടുണ്ടെന്നും എനിക്ക് മനസ്സിലായി. അദ്ദേഹം എന്റെയും ഒരു സുഹൃത്തായിരുന്നു.

അദ്ദേഹത്തെ വിളിച്ചപ്പോൾ കണ്ണൂരിലെ വിലാസത്തിൽ എംപ്ലോയ്മെന്റ് എക്സ്ചെയ്ഞ്ചിൽ രണ്ടുപേരും രജിസ്റ്റർ ചെയ്യണമെന്നും അതിന് രാജന്റെ താമസസ്ഥലത്തെ അഡ്രസ്സ് നല്കി പ്രശ്നം പരിഹരിക്കാമെന്നും ബാക്കി കാര്യങ്ങളെല്ലാം താൻ നോക്കിക്കോളാം എന്നും പറഞ്ഞു. അങ്ങനെ ഭാഗ്യലക്ഷ്മിയും ഞാനും കണ്ണൂർ എംപ്ലോയ്മെന്റ് എക്സ് ചെയ്ഞ്ചിൽ പേർ രജിസ്റ്റർ ചെയ്യുന്നു. ഒരുമാസത്തിനുള്ളിൽ രണ്ടുപേർക്കും ഇന്റർവ്യൂവിനു ക്ഷണം ലഭിച്ചു. ഭാഗ്യലക്ഷ്മിക്കു കണ്ണൂർ ഇറിഗേഷൻ ഇൻവെസ്റ്റിഗേഷൻ ഡിവിഷനിൽ നമ്പ്യാർ സാറിന്റെ കീഴിലും എനിക്ക് മാനന്തവാടിയിൽ റോഡ്സ് ആൻഡ് ബിൽഡിങ്സ് സെക്ഷനിലും ഓവസീർമാരായി താല്ക്കാലിക ജോലി ലഭിക്കുന്നു. വി കെ കൃഷ്ണൻസാറിന്റെയും നമ്പ്യാർസാറിന്റെയും വാത്സല്യപൂർണ്ണമായ

കരുതൽകൊണ്ട് മാത്രം ലഭിച്ചതായിരുന്നു ആ ജോലി. ഞങ്ങളുടെ ജീവിതത്തിൽ മറ്റു പല സന്ദർഭങ്ങളിലും ഒരു ദേവദൂതനെപ്പോലെ ജലസേചന വകുപ്പിൽ ചീഫ് എഞ്ചിനീയർ ആയി വിരമിച്ച നമ്പ്യാർ സാർ എത്തിയിട്ടുണ്ടെന്നു ഏറെ കൃതജ്ഞതയോടെ ഓർക്കുന്നു. അതേപോലെ തന്നെ വി കെ കൃഷ്ണൻ സാർ സംസ്ഥാന എംപ്ലോയ്മെന്റ് ഡയറക്ടർ ആയിട്ടാണ് വിരമിച്ചത്. അദ്ദേഹവും അദ്ദേഹത്തിന്റെ പ്രിയപത്നി വസന്തയും എന്നും ഞങ്ങളെ കുടുംബാംഗങ്ങളെപ്പോലെ വാത്സല്യം നല്കി സ്നേഹിച്ചിട്ടുണ്ടെന്നും സ്മരിക്കുന്നു. ഭാഗ്യത്തെ കണ്ണൂർ ഗിൽഡ് ഓഫ് സർവ്വീസ് വനിതാ ഹോസ്റ്റലിൽ ആക്കി ഞാൻ മാനന്തവാടിലേക്കു തിരിച്ചു.

അന്ന് വയനാട് ജില്ല രൂപീകരിച്ചിട്ടില്ല. വടക്കേ വയനാട് കണ്ണൂർ ജില്ലയിലും തെക്കേ വയനാട് കോഴിക്കോട് ജില്ലയിലുമായിരുന്നു. മാനന്തവാടി കണ്ണൂർ ജില്ലയിലായിരുന്നു. മാനന്തവാടി ബിൽഡിങ്സ് ആൻഡ് റോഡ്സ് സബ്ഡിവിഷനിൽ പെട്ട മാനന്തവാടി ബിൽഡിങ്സ് ആൻഡ് റോഡ്സ് സെക്ഷനിൽ സെക്കൻഡ് ഗ്രേഡ് ഓവർസീയർ ആയിട്ടായിരുന്നു താല്ക്കാലിക നിയമനം. 1969–1970 കാലഘട്ടത്തിലാണ് ഇവിടെ ജോലി ചെയ്തത്. പിന്നീട് റോഡ്സ് ആൻഡ് ബിൽഡിങ്സ് ചീഫ് എഞ്ചിനീയർ ആയ പി കെ കുരുവിള ആയിരുന്നു സബ്ഡിവിഷൻ ചുമതലയുള്ള അസിസ്റ്റന്റ് എഞ്ചിനീയർ. സെക്ഷൻ ചുമതല വഹിച്ചിരുന്നത് ജൂനിയർ എഞ്ചിനീയർ വി കെ ചെറിയാൻ (ഇദ്ദേഹവും പിന്നീട് ചീഫ് എഞ്ചിനീയർ ആയിട്ടാണ് വിരമിച്ചത്). ചെറിയാൻ സാർ വളരെ കർക്കശക്കാരനായ സത്യസന്ധനായ ഉദ്യോഗസ്ഥനായിരുന്നു. പെന്തക്കോസ്ത് വിശ്വാസിയായിരുന്നു അദ്ദേഹം. രോഗം വന്നാൽ ഡോക്ടർമാരെ കാണാതെ പച്ചവെള്ളവും കുടിച്ച് *ബൈബിൾ* വായിക്കുന്ന അദ്ദേഹം എനിക്ക് ഒരത്ഭുതമായിരുന്നു. പക്ഷേ, പ്രവൃത്തിസ്ഥലത്തെത്തിയാൽ കർത്തവ്യനിരതനും കർമ്മകുശലനുമായ പ്രതിജ്ഞാബദ്ധനായ ഒരെഞ്ചിനീയറാവുന്നതു ഞാനന്ന് കൗതുകത്തോടെ നോക്കിനിന്നിരുന്നു. കോളേജിൽ പഠിച്ചിരുന്നതൊന്നുമല്ല പൊതുമരാമത്തിൽ പ്രാവർത്തികമാക്കേണ്ടത് എന്നെനിക്കു പഠിപ്പിച്ചു തന്നത് അദ്ദേഹമാണ്. അദ്ദേഹത്തിന്റെ കീഴിൽ ഉദ്യോഗകാണ്ഡം തുടങ്ങാൻ കഴിഞ്ഞത് ഭാഗ്യമായി ഇന്നും കരുതുന്നു. മാനന്തവാടിയിലെ ഡ്രീം ലാൻഡ് ഹോട്ടലിലായിരുന്നു താമസവും ഭക്ഷണവും. അന്നത്തെ സഹ താമസക്കാരായ എഞ്ചിനീയർമാർ കെ പി പ്രഭാകരനും ശ്രീശനും സതീനാഥും ഷാഹുൽ ഹമീദും നല്ല സുഹൃത്തുക്കളായി എന്നും കൂടെയുണ്ടായിരുന്നു.

കേരളത്തിലെ സിവിൽ എഞ്ചിനീയറിങ് ബിരുദധാരികളുടെ അസ്സഹനീയമായ തൊഴിലില്ലായ്മയ്ക്ക് ഒരു താല്ക്കാലിക പരിഹാരമെന്ന നിലയിൽ 1970 മദ്ധ്യത്തോടെ കേരള സർക്കാർ പൊതുമരാമത്ത് വകുപ്പിലും പബ്ലിക് ഹെൽത്ത് എഞ്ചിനീയറിങ് വകുപ്പിലും 400 ഗ്രാജുവേറ്റ് ട്രെയിനികളെ നിയമിക്കാൻ തീരുമാനിച്ചു. ഒപ്പം ഈ വകുപ്പുകളിൽ അന്നുള്ള എല്ലാ ഒഴിവുകളും നികത്താനും പബ്ലിക് സർവ്വീസ് കമ്മീഷൻ

വഴി നിയമനം നടത്താനും തീരുമാനമായി. അതിന്റെ ഫലമായി ഭാഗ്യവും ഞാനും ഗ്രാജുവേറ്റ് ട്രെയിനികളായി തെരഞ്ഞെടുക്കപ്പെട്ടു. ഭാഗ്യലക്ഷ്മിക്ക് കോഴിക്കോട് പബ്ലിക് ഹെൽത്ത് എഞ്ചിനീയറിങ് സബ് ഡിവിഷനിലും എനിക്ക് കൽപ്പറ്റയിലെ കബനി പ്രൊജക്റ്റ് ഇൻവെസ്റ്റിഗേഷൻ സബ് ഡിവിഷനിലും ആണ് നിയമനം ലഭിച്ചത്. കോഴിക്കോട് ജോലിക്കു ചേർന്ന് കഴിഞ്ഞപ്പോഴാണ് ഞങ്ങളുടെ ജീവിതത്തിലെ ഏറ്റവും ആഹ്ലാദകരമായ വിശേഷം മനസ്സിലായത്. ഞങ്ങളുടെ ജീവിതത്തിന്റെ പൊട്ടാത്ത പൊൻചങ്ങലയിലേക്കു ഒരു പുതിയ കണ്ണി കൂടിയെത്തുന്നതിന്റെ ആദ്യ ലാഞ്ഛനകൾ ഭാഗ്യലക്ഷ്മിയുടെ ഉദരത്തിൽ രൂപം കൊണ്ടിരിക്കുന്നു. ഉടനെ അവൾക്കു ഇരിഞ്ഞാലക്കുടയിലേക്കു ട്രാൻസ്ഫർ വാങ്ങി തളിക്കുളത്തെ തറവാട്ടു വീട്ടിൽ താമസിക്കാനും എന്നും വീട്ടിൽ നിന്ന് പോയി വരാവുന്ന വിധവും ഉള്ള ഒരു ക്രമീകരണം അച്ഛനും ചേട്ടനും കൂടി ഉണ്ടാക്കി. അത് ഭാഗ്യത്തിന് ഏറെ സൗഭാഗ്യങ്ങൾ നല്കി. അമ്മയോടൊത്ത് അമ്മയുടെ പാചക രീതികൾ കണ്ടു പഠിക്കാനുള്ള അവസരം. ഒഴിവു സമയങ്ങൾ മുഴുവൻ അമ്മയോടൊത്ത് അടുക്കളയിൽ. ഒരു ഗർഭിണിക്ക് നല്കേണ്ട എല്ലാ സ്നേഹവും കരുതലും ശ്രദ്ധയും നല്കിക്കൊണ്ട് അമ്മ കൂടെയും. അതുവരെ സസ്യേതര വിഭവങ്ങൾ ദൂരെനിന്ന് പോലും കാണാൻ അവസരമില്ലാതിരുന്ന ഭാഗ്യത്തെ അവളുടെ ആവശ്യപ്രകാരം എല്ലാവിധത്തിലുള്ള മത്സ്യ മാംസ വിഭവങ്ങളും രുചിച്ചു നോക്കാതെ മണം കൊണ്ടറിയിച്ച് മനോഹരമായി പാകം ചെയ്യാനുള്ള പരിശീലനം അമ്മ നല്കി. ആ പരിശീലനം മൂലമാണ് ഒരിക്കൽ പോലും അവയൊന്നും രുചിക്കാതെ രുചികരമായ സസ്യേതരഭക്ഷണ വിഭവങ്ങൾ കുടുംബാംഗങ്ങൾക്കും അതിഥികൾക്കും സ്നേഹം ചേർത്ത് വിളമ്പാനുള്ള ആത്മവിശ്വാസം ഭാഗ്യത്തിന് നല്കിയത്.

ഗ്രാജുവേറ്റ് ട്രെയിനി എന്ന നിലയിൽ കൽപ്പറ്റയിലെ കബനി പ്രൊജക്റ്റ് ഇൻവെസ്റ്റിഗേഷൻ സബ് ഡിവിഷനിൽ 1970 ആഗസ്തിലാണ് ചേർന്നത്. പിന്നീട് പാലക്കാട് സ്ഥിരതാമസമാക്കിയ സൂപ്രണ്ടിങ് എഞ്ചിനീയർ ആയി ജലസേചന വകുപ്പിൽനിന്ന് വിരമിച്ച ആർ ദാസൻ പോറ്റിയായിരുന്നു സബ് ഡിവിഷന്റെ ചുമതലയുള്ള അസിസ്റ്റന്റ് എഞ്ചിനീയർ. അദ്ദേഹത്തിന്റെ കീഴിൽ ഞങ്ങൾ 20 ട്രെയിനികൾ. 250 രൂപയാണ് ഒരു മാസത്തെ സ്റ്റൈപെൻഡ്. കൽപ്പറ്റ ഓഫീസേഴ്സ് ക്ലബ്ബിനടുത്തായിരുന്നു ഓഫീസ്. എൻ ജി ഒ യൂണിയന്റെയും കേരള ഗസറ്റഡ് ഓഫീസേഴ്സ് അസോസിയേഷന്റെയും സംസ്ഥാന സെക്രട്ടറിയായി പിന്നീട് പ്രവർത്തിക്കുകയും സർവ്വീസിൽനിന്ന് വിരമിച്ചതിനു ശേഷം ഓമല്ലൂർ പഞ്ചായത്ത് പ്രസിഡന്റ് ആയി സ്തുത്യർഹമായ ജനസേവനം നടത്തുകയും ചെയ്ത എം കെ വാസുവായിരുന്നു ഓഫീസിലെ ക്ലാർക്ക്. അന്ന് തുടങ്ങിയ ബന്ധം ഇന്നും അഭംഗുരം തുടരുന്നു..

കാരാപ്പുഴ ജലസേചന പദ്ധതിയുടെയും ബാണാസുരസാഗർ പദ്ധതിയുടെയും പ്രാഥമിക വിവരശേഖരണവും അന്വേഷണവുമായിരുന്നു

സബ്ഡിവിഷൻ ചെയ്യേണ്ട ജോലി.

കബനീ നദിയുടെ കൈവഴിയായ കാരാപ്പുഴ നദിയിൽ വാഴവറ്റയ്ക്ക് അടുത്ത് ഇന്ത്യയിലെ ഏറ്റവും വലിയ മണ്ണണകളിൽ ഒന്നായിത്തീരുന്ന കാരാപ്പുഴ അണക്കെട്ടിന്റെ നിർമ്മാണവും 5580 ഹെക്ടർ പ്രദേശത്ത് ജലസേചനം നടത്തുന്നതിനുള്ള കനാലുകളുടെ നിർമ്മാണവുമാണ് കാരാപ്പുഴ ജലസേചന പദ്ധതി വിഭാവനം ചെയ്തിരുന്നത്. കൽപ്പറ്റയിൽനിന്ന് 21 കിലോമീറ്റർ അകലെ പടിഞ്ഞാറത്തറ ഗ്രാമപഞ്ചായത്തിലെ പടിഞ്ഞാറത്തറ എന്ന ഗ്രാമത്തിൽ കബനി നദിയുടെ പോഷകനദിയായ പനമരം പുഴയ്ക്ക് കുറുകെ അണക്കെട്ട് നിർമ്മിക്കാനും ഈ പ്രദേശങ്ങളിൽ ജലസേചനവും കുടിവെള്ളവിതരണവും നടപ്പിലാക്കാനും കുറ്റിയാടി ജലവൈദ്യുത പദ്ധതിയിലേക്ക് (കക്കയം ഡാം) കൂടുതൽ ജലം എത്തിക്കുക എന്നിവയായിരുന്നു ബാണാസുര സാഗർ ജലസേചന പദ്ധതിയുടെ ലക്ഷ്യങ്ങൾ.. ഈ രണ്ടു പദ്ധതികൾക്കും വേണ്ട പ്രാഥമിക വിവര ശേഖരണം, അന്വേഷണം, സർവ്വേ, കോൺടൂറിങ് എന്നിവയാണ് ഞങ്ങൾ ചെയ്യേണ്ടിയിരുന്നത്. കാപ്പിത്തോട്ടങ്ങൾക്കിടയിലൂടെയും ഓറഞ്ചുതോട്ടങ്ങൾക്കിടയിലൂടെയും കൃഷിയിടങ്ങൾക്കിടയിലൂടെയും സർവ്വേ ഉപകരണങ്ങളും തൂക്കി അഞ്ചുപേർ വീതമായുള്ള സംഘങ്ങൾ ആയിട്ടായിരുന്നു സർവ്വേ നടത്തിയിരുന്നത്. ഉച്ചയ്ക്ക് ഭക്ഷണം പോലും കിട്ടാൻ പ്രയാസമുള്ള ഇടങ്ങളായിരുന്നു അതെല്ലാം. തോട്ടങ്ങളിൽനിന്ന് പറിച്ചെടുക്കുന്ന ഓറഞ്ചുകളും കൽപ്പറ്റയിൽനിന്ന് കൊണ്ട് വന്നിരുന്ന പഴങ്ങളുമാണ് ഉച്ചയ്ക്ക് കഴിച്ചിരുന്നത്.. അട്ടയുടെ ഉപദ്രവവും ഏറെയുണ്ടായിരുന്നു. വളരെയേറെ ക്ലേശകരവും ദുരിതപൂർണ്ണവുമായ ഒരവസ്ഥയായിരുന്നു. കൂട്ടമായുള്ള ആ പ്രവൃത്തികൾ ദുർഘടമായിരുന്നെങ്കിലും ഞങ്ങൾ ഏറെ ആസ്വദിച്ചിരുന്നു. പിന്നീട് ഈ രണ്ടു പദ്ധതികളും പ്രാവർത്തികമാവുകയുണ്ടായി.

വയനാട് ഇന്നത്തെപ്പോലെ വികസിച്ചിരുന്ന കാലമല്ല അന്ന്.. എല്ലാ കാലാവസ്ഥയിലും നല്ല തണുപ്പുണ്ടായിരുന്നു. താമസസൗകര്യങ്ങൾ തീരെ കുറവായിരുന്നു. കൽപ്പറ്റയുടെ വടക്കേ അറ്റത്ത് ഇന്ന് സിവിൽ സ്റ്റേഷൻ നില്ക്കുന്നതിന്റെ മുന്നിലുള്ള ലൈൻ വീടുകളിൽ ഒന്നിലായിരുന്നു താമസം. ഭക്ഷണം കൈനാട്ടിയിലുള്ള തങ്കപ്പന്റെ കടയിൽ നിന്നായിരുന്നു. കുറച്ചുകഴിഞ്ഞപ്പോൾ അതിനടുത്ത് തന്നെ പുതുതായി നിർമ്മിതമായ മറ്റൊരു ലൈൻ വീട്ടിലേക്ക് താമസം മാറ്റി. ഇരിഞ്ഞാലക്കുടയിൽ നിന്നുള്ള എഫ് എ സി ടി യിൽ റീജിയണൽ മാനേജർ ആയിരുന്ന സി മോഹൻദാസ് (പഴയ പി എസ് പി നേതാവും ഇരിഞ്ഞാലക്കുട എം എൽ എ യുമായിരുന്ന പുതൂർ അച്യുത മേനോന്റെ മകൻ), കാർഡമം ബോർഡ് ഉദ്യോഗസ്ഥനായ പിറവംകാരൻ ജോസഫ്, റബ്ബർ ബോർഡ് ഉദ്യോഗസ്ഥനായ കണ്ണൂർകാരൻ രാജേന്ദ്രൻ എന്നിവരൊന്നിച്ച് ഒരു വീട്ടിലായിരുന്നു താമസം. ഭക്ഷണം പാകം ചെയ്യാൻ മോഹൻദാസ് ഇരിഞ്ഞാലക്കുടയിൽനിന്നുതന്നെ ഒരാളെ കൊണ്ട് വന്നിരുന്നു. ഞാനൊ

ഴികെ മറ്റുള്ളവരെല്ലാം അവിവാഹിതരായിരുന്നു. ജീവിത കാലം മുഴുവൻ ഹൃദയത്തിൽ താലോലിക്കാൻ കഴിയുന്ന ഈടുറ്റ സ്നേഹബന്ധം ഞങ്ങളിൽ ഉരുത്തിരിഞ്ഞിരുന്നു. തൊട്ടടുത്ത വീട്ടിലായിരുന്നു അസിസ്റ്റന്റ് എഞ്ചിനീയർ ദാസൻ പോറ്റി സാറും കുടുംബവും പാർത്തിരുന്നത്. അദ്ദേഹത്തിന്റെ സഹധർമ്മിണി ലീലയും മക്കൾ ജയയും വിജിയുമൊത്തായിരുന്നു അദ്ദേഹത്തിന്റെ താമസം. ആ കുടുംബം തികഞ്ഞ സസ്യഭുക്കുകളായിരുന്നു. മത്സ്യത്തിന്റെയും മാംസത്തിന്റെയും മണം പോലും അവർക്കു അസ്സഹനീയമായിരുന്നു. ഞങ്ങൾക്കാണെങ്കിൽ ഇവയൊട്ടുമില്ലാതെ ഭക്ഷണം ഇറങ്ങാത്തവരുമായിരുന്നു. ഒട്ടേറെ രസകരമായ തർക്കങ്ങൾക്കും ആസ്വാദ്യകരമായ സംഭവങ്ങൾക്കും ഈ വൈപരീത്യം കാരണമായിരുന്നു. തർക്കങ്ങളെല്ലാം തീർന്നിരുന്നത് ജയയുടെ പാട്ടോടുകൂടിയായിരുന്നു. ദാസൻപോറ്റി സാറിന് പിന്നീട് ഹരീഷ് എന്ന ഒരു പുത്രൻ കൂടി പിറക്കുകയുണ്ടായി. അദ്ദേഹം കൂടുതൽ ജോലിചെയ്തത് പാലക്കാട് ആയതിനാൽ അദ്ദേഹവും കുടുംബവും പാലക്കാട് ഗണേഷ് നഗറിൽ വീടുവെച്ച് താമസമാക്കുകയാണുണ്ടായത്. അന്ന് കൂടെയുണ്ടായിരുന്ന ട്രെയിനികൾ പില്ക്കാലത്ത് പൊതുമരാമത്ത് ജലവിഭവ വാട്ടർ അതോറിറ്റി വകുപ്പുകളിലെ പ്രഗത്ഭരായ എഞ്ചിനീയർമാരായി മാറുകയുണ്ടായി.

ഇവിടെ ജോലി ചെയ്യുമ്പോഴാണ് ആദ്യമായി എം പി വീരേന്ദ്രകുമാറിനെ കാണുന്നതും പരിചയപ്പെടുന്നതും. എഴുത്തുകാരനെന്ന നിലയിലും ഒതുക്കമുള്ള വികാരപ്രകടനത്തോടെ മാത്രം പ്രസംഗിക്കുന്ന പ്രഭാഷകനെന്ന നിലയിലും സർവ്വോപരി സാമ്യതാ വാദം ജീവിതദർശനമാക്കിയ നേതാവെന്ന നിലയിലും അന്നേ അദ്ദേഹം പ്രസിദ്ധനായിരുന്നു. അന്ന് കൽപ്പറ്റയിൽ യാതൊരു താമസ സൗകര്യവും ഉണ്ടായിരുന്നില്ല. ചീഫ് എഞ്ചിനീയറോ സൂപ്രണ്ടിങ് എഞ്ചിനീയറോ വന്നു കഴിഞ്ഞാൽ വീരേന്ദ്രകുമാറിന്റെ വീട്ടുമുറ്റത്തെ ഗസ്റ്റ് ഹൗസിൽ ആയിരുന്നു താമസവും ഭക്ഷണവും. ഏറെ സന്തോഷപൂർവ്വം അദ്ദേഹം അത് ഏറ്റെടുക്കുമായിരുന്നു. അന്ന് തുടങ്ങിയ അടുപ്പം അദ്ദേഹത്തിന്റെ മരണംവരെ തുടർന്നു. എം എൽ എ ആയപ്പോഴും, കേരളത്തിലും കേന്ദ്രത്തിലും മന്ത്രിയായിരുന്നപ്പോഴും *മാതൃഭൂമി*യുടെ എം ഡി ആയിരുന്നപ്പോഴും ഈ അടുപ്പം അദ്ദേഹം തുടർന്നു. ഒരു എഴുത്തുകാരൻ, പ്രഭാഷകൻ, രാഷ്ട്രീയ നേതാവ്, സംഘാടകൻ, സാംസ്കാരിക പ്രവർത്തകൻ എന്നീ നിലകളിൽ കേരളത്തിന് അദ്ദേഹം നല്കിയ സംഭാവനകൾ അമൂല്യമായിരുന്നു. വയനാട് ജില്ലയുടെ രൂപീകരണത്തിനും തുടർന്ന് ആ പ്രദേശത്തിന്റെ സമഗ്രമായ വികസനത്തിനും വേണ്ടി അദ്ദേഹം വഹിച്ച പങ്ക് അവിസ്മരണീയമാണ്. പഴയ കാര്യങ്ങൾ മറക്കാതിരിക്കുമ്പോഴും അവയെപ്പറ്റി സെന്റിമെന്റൽ ആവാതിരിക്കാനുള്ള മിതത്വം അദ്ദേഹം എന്നും പാലിക്കുമായിരുന്നു. പാലക്കാട് വരുമ്പോൾ ഇന്ദ്രപ്രസ്ഥയിലെ താമസ സ്ഥലത്തുനിന്ന് രാവിലെയുള്ള പ്രഭാതസവാരി

പലപ്പോഴും വന്നെത്തിയിരുന്നത് യാക്കരയിലെ ജോഷില എന്ന ഞങ്ങളുടെ വസതിയിലായിരുന്നു. ഒരു ചായയും കുടിച്ച് സൂര്യനു കീഴിലുള്ള ഏതുവിഷയത്തെക്കുറിച്ചും കുറേ നേരം സംസാരിച്ചേ അദ്ദേഹം മടങ്ങാറുള്ളു. എനിക്ക് എന്നും സ്നേഹവും വാത്സല്യവും കരുതലും അദ്ദേഹം നല്കിയിരുന്നു. ആ എഴുത്തുകാരന്റെയും സുഹൃത്തിന്റെയും ധന്യമായ ഓർമ്മകൾ എന്നും മനസ്സിൽ ഉണ്ടായിരിക്കും.

സഹതാമസക്കാരനായ സി മോഹൻദാസ് ഒന്നാന്തരം കലാപ്രേമിയായിരുന്നു. കഥകളിയും നൃത്തവും സംഗീതവും നാടകവും ജീവിതാശ്വാസമായി കരുതിയിരുന്ന മോഹൻദാസ് പ്രശസ്ത ചലച്ചിത്ര പിന്നണി ഗായകൻ പി ജയചന്ദ്രന്റെ അടുത്ത സുഹൃത്തും അയൽക്കാരനുമായിരുന്നു. കർത്തവ്യ നിരതനായ, ലക്ഷ്യം നിറവേറ്റുന്നതിൽ എന്നും മുന്നിൽ നിന്ന, മോഹൻദാസ് കിടയറ്റ സംഘാടകനുമായിരുന്നു. ഞങ്ങളോടൊപ്പമുണ്ടായിരുന്ന രാജേന്ദ്രൻ നല്ല പാട്ടുകാരനുമായിരുന്നു. അങ്ങനെ സമാനഹൃദയരുടെ സംഗീതത്തെക്കുറിച്ചുള്ള ചർച്ചകളുടെ ഒരു സായാഹ്നത്തിലാണ് വയനാട്ടിൽ പ്രഗത്ഭരുടെ കലാപ്രകടനങ്ങൾ പ്രതിമാസം അവതരിപ്പിക്കുന്ന ഒരു കലാവേദിക്ക് രൂപം കൊടുക്കണം എന്ന ആശയം ഉരുത്തിരിഞ്ഞത്. വളരെവേഗം ആ ആശയം അംഗീകരിക്കപ്പെടുകയും പ്രസിദ്ധ നടനും പിന്നീട് വയനാട് ജില്ലാ പഞ്ചായത്ത് പ്രസിഡന്റ് ആയ ജൈനേന്ദ്ര കൽപ്പറ്റ പ്രസിഡന്റും സി മോഹൻദാസ് സെക്രട്ടറിയും ഞാൻ ജോയിന്റ് സെക്രട്ടറിയും എഫ് എ സി ടി കൽപ്പറ്റ മാനേജർ ജോസഫ് ഖജാൻജിയും ഒട്ടേറെ കലാകുതുകികൾ നിർവ്വാഹക സമിതി അംഗങ്ങളുമായി വയനാട് ഫൈൻ ആർട്സ് സൊസൈറ്റി രജിസ്റ്റർ ചെയ്തു പ്രവർത്തനം ആരംഭിക്കുകയും ചെയ്തു. പി ജയചന്ദ്രൻ ആണ് സൊസൈറ്റി അദ്ദേഹത്തിന്റെ നേതൃത്വത്തിലുള്ള ഗായകർ അവതരിപ്പിച്ച ഗാനമേളയോടെ ഉദ്ഘാടനം ചെയ്തത്. വയനാടിന്റെ ഭാഗധേയങ്ങൾ നിർണ്ണയിക്കുന്നതിൽ ഏറെ പങ്കുവഹിച്ച എം പി വീരേന്ദ്രകുമാർ ആയിരുന്നു മുഖ്യാതിഥി. ഒട്ടേറെ കലാസ്വാദകരെ ഈ സൊസൈറ്റിയുടെ അംഗങ്ങളാക്കാൻ ചുരുങ്ങിയ കാലംകൊണ്ട് കഴിഞ്ഞു. കെ പി എ സിയുടെയും കാളിദാസ കലാ കേന്ദ്രത്തിന്റെയും കലിംഗ തിയേറ്റേഴ്സിന്റെയും നാടകങ്ങളും കേരള കലാമണ്ഡലത്തിന്റെ കഥകളിയും ഉണ്ണായി വാരിയർ കലാകേന്ദ്രത്തിന്റെ മോഹിനിയാട്ടവും ഒക്കെ ഈ സമിതി സംഘടിപ്പിച്ചു. കോളേജ് വിട്ടതിനുശേഷം കലാ സംഘടനത്തിന്റെ പാത ഇങ്ങനെയാണ് തുറന്നു കിട്ടിയത്.

ഇതിനിടയിൽ ഭാഗ്യം പ്രസവിക്കുകയും ഞങ്ങൾ ഒരു കുഞ്ഞുനിലാവിന്റെ മാതാപിതാക്കളാവുകയും ചെയ്തിരുന്നു. തുടർന്ന് അവൾക്കു കോഴിക്കോട് ടൗൺ പ്ലാനിങ് ഓഫീസിൽ അസിസ്റ്റന്റ് ടൗൺ പ്ലാനറായി താല്ക്കാലിക ജോലി ലഭിക്കുകയും ചെയ്തു. രണ്ടുമാസം മാത്രം പ്രായമുള്ള ചെറിയ കുട്ടിയായ സുഷിതയെയും കൂട്ടി ആദ്യത്തെ കുടുംബവാ

സത്തിനായി കോഴിക്കോടെത്തുന്നു. തളിയിൽ ഓഫീസിനടുത്തുള്ള ഒരു കൊച്ചു വീട്ടിൽ ആയിരുന്നു താമസം. വീട്ടുടമസ്ഥനും കുടുംബവും അതേ കോമ്പൗണ്ടിൽ ഉള്ളത് ആശ്വാസകരമായിരുന്നു. ആഴ്ചയിൽ രണ്ടുദിവസം മാത്രമേ എനിക്ക് അവരോടൊപ്പം ചേരാൻ കഴിഞ്ഞിരുന്നുള്ളൂ. ടൗൺ പ്ലാനിങ്ങിലെ ഉദ്യോഗസ്ഥരായ രാജഗോപാൽ, സേവിനി, ബാലഗോവിന്ദൻ, തളിക്കുളത്തുകാരനായ ടി ആർ കുട്ടികൃഷ്ണൻ എന്നിവരുടെയും തൃശൂർ എഞ്ചിനീയറിങ് കോളേജിലെ അടുത്ത സുഹൃത്തായിരുന്ന കെ അബുബക്കർ, തങ്കം എന്നിവരുടെയും തങ്കത്തിന്റെ ഭർത്താവ് റാമിന്റെയും സ്നേഹവും കരുതലും കരുത്തേകിയ കോഴിക്കോട്ടെ ജീവിതം ഇന്നും ഓർമ്മകളിൽ കുളിർ പകരുന്നു. അബുവിന്റെ സഹോദരൻ പ്രശസ്തനായ അഡ്വക്കേറ്റ് കെ മൊയ്തി അന്ന് ചാലപ്പുറത്താണ് താമസിച്ചിരുന്നത്. കോഴിക്കോട്ടെ ഒട്ടുമിക്ക കലാകാരന്മാരും വന്നുപോകുന്ന ഇടമായിരുന്നു അദ്ദേഹത്തിന്റെ വീട്. അവിടെ വെച്ചാണ് പ്രസിദ്ധ ഗായകരായ എം കെ സുകുമാരനെയും മച്ചാട്ട് വാസന്തിയെയും കോഴിക്കോട് അബ്ദുൾഖാദറിന്റെ മക്കളെയും പ്രശസ്ത നാടകകൃത്തായ വാസു പ്രദീപിനെയും പരിചയപ്പെട്ടത്. അദ്ദേഹത്തിന്റെ വീടിന് തൊട്ടടുത്തായിരുന്നു പിന്നീട് *ദേവാസുര*ത്തിലെ മോഹൻലാലിന്റെ കഥാപാത്രത്തിന്റെ യഥാർത്ഥ രൂപമായ മുല്ലശ്ശേരി രാജഗോപാലിന്റെ വീട്. അന്ന് കിടപ്പിലായിരുന്ന അദ്ദേഹത്തെയും സന്ദർശിക്കാൻ മൊയ്തിക്ക കൂട്ടിക്കൊണ്ടു പോകുമായിരുന്നു. അദ്ദേഹത്തിന്റെ ഭാര്യ ബേബിയേയും അന്ന് പരിചയപ്പെട്ടിരുന്നു. കാലങ്ങൾ കഴിഞ്ഞ് അദ്ദേഹത്തിന്റെ പൗത്രി, നടിയും നർത്തകിയുമായ നിരഞ്ജനയുടെ നൃത്തപരിപാടിക്ക് വേദിയൊരുക്കാൻ സ്വരലയയ്ക്കു കഴിഞ്ഞത് ഏറെ ചാരിതാർത്ഥ്യ ജനകമായി.

അപ്പോഴേക്കും കേരള പബ്ലിക് സർവ്വീസ് കമ്മീഷൻ പൊതുമരാമത്ത് വകുപ്പിലേക്കും പബ്ലിക് ഹെൽത്ത് എഞ്ചിനീയറിങ് വകുപ്പിലേക്കും ജൂനിയർ എഞ്ചിനീയർ തസ്തികയിലേക്കുള്ള അപേക്ഷ ക്ഷണിച്ചിരുന്നു. ആയിരത്തഞ്ഞൂറോളം എഞ്ചിനീയമാർ അപേക്ഷിച്ചിരുന്നു. എഴുത്തുപരീക്ഷയും ഇന്റർവ്യൂവും കഴിഞ്ഞു രണ്ടു വകുപ്പുകളിലേക്കുള്ള റാങ്ക് ലിസ്റ്റിലും ഭാഗ്യവും ഞാനും നൂറിനടുത്തുള്ള റാങ്കുകളിൽ ഉൾപ്പെട്ടിരുന്നു. അങ്ങനെ കേരള പൊതുമരാമത്ത് വകുപ്പിൽ ജൂനിയർ എഞ്ചിനീയർ മാരായി 1972 സെപ്തംബർ മാസത്തിൽ നിയമനം ലഭിച്ചു.

രണ്ട്

ചാലക്കുടി

(1972 - 1974)

വയനാട്ടിലെയും കോഴിക്കോട്ടെയും ജോലികൾ അവസാനിപ്പിച്ചു കൊണ്ട് ഞങ്ങൾ പൊതുമരാമത്ത് വകുപ്പിലെ സ്ഥിരം ജോലിക്കാരായി ജൂനിയർ എഞ്ചിനീയർമാരായി മാറിയത് 1972 സെപ്തംബർ മാസത്തിന്റെ രണ്ടാം പകുതിയിലാണ്.

ഭാഗ്യലക്ഷ്മിക്കു എറണാകുളം ഇൻ ലാൻഡ് വാട്ടർ നാവിഗേഷൻ ഇൻവെസ്റ്റിഗേഷൻ സബ് ഡിവിഷന്റെ കീഴിലുള്ള ഇരിഞ്ഞാലക്കുട ഇൻ ലാൻഡ് വാട്ടർ നാവിഗേഷൻ സെക്ഷനിലും എനിക്ക് ചാലക്കുടി മുപ്ലി പ്രൊജക്റ്റ് ഇൻവെസ്റ്റിഗേഷൻ സബ്ഡിവിഷന്റെ കീഴിൽ ചാലക്കുടി സെക്ഷൻ ഒന്നിലുമായിരുന്നു ജൂനിയർ എഞ്ചിനീയർമാരായി നിയമനം. ഇരിഞ്ഞാലക്കുടയിലാണ് ആദ്യം താമസിച്ചത്. പ്രിയസുഹൃത്ത് സി മോഹൻദാസ് ചുമതലപ്പെടുത്തിയത് അനുസരിച്ച് അദ്ദേഹത്തിന്റെ അടുത്ത സുഹൃത്തായ ചന്ദ്രൻ എടുത്തു തന്ന പടിപ്പുരയും അകത്തള വുമൊക്കെയുള്ള പഴയ ഒരു വീട്. ചുറ്റും നല്ല അയൽക്കാർ. ഞാനെന്നും ചാലക്കുടിയിൽ പോയിവരും. എട്ടുമാസം കഴിഞ്ഞപ്പോൾ ഭാഗ്യത്തിനും ചാലക്കുടിയിൽ ഞാൻ പ്രവർത്തിക്കുന്ന അതേ സബ് ഡിവിഷനിലേക്കു മാറ്റം കിട്ടി. അങ്ങനെ താമസം ചാലക്കുടി ഇറിഗേഷൻ ക്വാർട്ടേഴ്സിൽ ആയി.

മുപ്ലി ഇറിഗേഷൻ പ്രൊജക്റ്റ് ഇൻവെസ്റ്റിഗേഷൻ സബ് ഡിവിഷൻ ചാലക്കുടിയിൽ ജലസേചന വകുപ്പിന്റെ ക്വാർട്ടേഴ്സ് സമുച്ചയത്തിന് മുൻപിൽ ഒരു വാടകക്കെട്ടിടത്തിലാണ് പ്രവർത്തിച്ചിരുന്നത്. തൃശൂർ ജില്ലയിലെ കോൾ കൃഷിക്ക് കൂടുതൽ ജലം നല്കാനുദ്ദേശിച്ച് കൊണ്ടുള്ള ചിമ്മിനി ജലസേചന പദ്ധതി, മുപ്ലി ജലസേചന പദ്ധതി എന്നീ രണ്ടു പദ്ധതികൾ കരുവന്നൂർ നദിയുടെ പോഷക നദികളിൽ

അണക്കെട്ടുകൾ നിർമ്മിച്ച് നടപ്പിലാക്കുക എന്നതിന്റെ വിശദമായ അന്വേഷണവും വിവരശേഖരണവുമായിരുന്നു ഈ സബ് ഡിവിഷൻ നിർവ്വഹിക്കേണ്ടിയിരുന്നത്. പിന്നീട് കേരള പൊതുമരാമത്ത് വകുപ്പിന്റെ റോഡ്സ് വിഭാഗം ചീഫ് എഞ്ചിനീയർ ആയി വിരമിച്ച വളരെ ചിട്ടയോടെ പ്രവർത്തിക്കുന്ന എന്നാൽ ഏറെ സ്നേഹസമ്പന്നനായ പി രാമചന്ദ്രനായിരുന്നു അസിസ്റ്റന്റ് എഞ്ചിനീയർ. വളരെ മുന്നൊരുക്കത്തോടെ കാര്യങ്ങളെയും ലക്ഷ്യങ്ങളെയും നോക്കിക്കാണുകയും അതിനനുസൃണമായി പ്രവൃത്തികൾ നിശ്ചയിക്കുകയും അത് പ്രാവർത്തികമാക്കുന്നതിൽ തികഞ്ഞ ആത്മാർത്ഥതയും കാർക്കശ്യവും കാണിക്കുന്ന കാര്യത്തിൽ രാമചന്ദ്രൻ സാർ നല്ലൊരു മാതൃകയായിരുന്നു. മൂന്നു ദിവസം സർവ്വേയും മറ്റു മൂന്നു ദിവസങ്ങളിൽ അതിന്റെ തുടർ നടപടികളും ആയിരുന്നു അദ്ദേഹം നിശ്ചയിച്ചിരുന്നത്. സർവ്വേ നടത്തുന്ന ദിവസം ഞങ്ങളുടെ താമസ സ്ഥലത്ത് അദ്ദേഹം 8 മണിക്ക് ജീപ്പുമായെത്തും. അഞ്ചു മിനിറ്റ് അദ്ദേഹം കാത്ത് നില്ക്കും. ആളുകൾ എത്തിയില്ലെങ്കിൽ അദ്ദേഹം പോകും. പിന്നീട് ബസ് പിടിച്ച് ഞങ്ങൾ സർവ്വേ സ്ഥലത്തെത്തണം. അദ്ദേഹം പഠിപ്പിച്ച സമയ ക്ലിപ്തതയും പ്രവൃത്തിയിലുള്ള ആത്മാർത്ഥതയും ചിട്ടയും ജീവിതത്തിൽ പകർത്താൻ കഴിഞ്ഞത് എന്റെ ജീവിതത്തിനു ഏറെ ഊർജ്ജം പകർന്നിരുന്നുവെന്ന് ഇന്ന് കൃതജ്ഞതയോടെ ഓർക്കുന്നു. പില്ക്കാലത്ത് പൊതുമരാമത്ത് വകുപ്പിലെ കർത്തവ്യനിരതരായ എഞ്ചിനീയർമാരായി മാറിയ വി ചന്ദ്രശേഖര ഷേണായിയും സി കെ മുരളീധരനുമായിരുന്നു എനിക്ക് പുറമെ ഈ സബ് ഡിവിഷനിലെ മറ്റു രണ്ടു ജൂനിയർ എഞ്ചിനീയർമാർ. ഷേണായിക്ക് കാഞ്ഞിരപ്പുഴയിലേക്കു മാറ്റമായപ്പോഴാണ് ആ തസ്തികയിലേക്ക് ഭാഗ്യം വന്നത്. ക്ലാർക്ക് വസന്തകുമാർ, ഓവർസീയർമാരായ ജോസ്, ഐസക്, ജോൺ കാക്കനാട്, മേരി, പി കെ ജോർജ്ജ്, ഡ്രൈവർ സുന്ദരം എന്നിവരായിരുന്നു ഓഫീസിലെ മറ്റംഗങ്ങൾ.

ചാലക്കുടി ജലസേചന വകുപ്പിന്റെ ക്വാർട്ടേഴ്സിലുള്ള താമസവും ജീവിതവും ഏറെ ആനന്ദദായകമായിരുന്നു. മനസ്സിൽ നന്മയുള്ള ഒട്ടേറെ പച്ചമനുഷ്യരെ അവിടെ കാണാനും പരിചയപ്പെടാനും സുഹൃത്തുക്കളാവാനും കഴിഞ്ഞു. അവിടെ ഏറ്റവും അടുപ്പം ജലസേചന വകുപ്പിലെ ടൈപ്പിസ്റ്റ് ചേന്ദമംഗലം സ്വദേശിയായ വിജയനും ഭാര്യ രത്നയും ശാരി, ജിനു എന്നീ രണ്ടു മക്കളുമടങ്ങുന്ന കുടുംബത്തോടായിരുന്നു. അവിടത്തെ താമസത്തിനിടയിൽ ഒരു കുടുംബംപോലെ സുഖദുഃഖങ്ങൾ പങ്കിടുക മാത്രമല്ല അത്യാവശ്യ സന്ദർഭങ്ങളിൽ സാമ്പത്തിക സഹായം അടക്കം എല്ലാ പിന്തുണയും നല്കുകയും ചെയ്ത അദ്ദേഹത്തോടുള്ള കൃതജ്ഞത ഇന്നും മനസ്സിലുണ്ട്. ജലസേചന വകുപ്പിലെ എഞ്ചിനീയർമാരായിരുന്ന വർഗീസ് മേനാച്ചേരി, സി കെ രാജൻ, പി എം ഭാസ്കരൻ, സി ജി വിജയൻ, പൊതുമരാമത്ത് വകുപ്പിലെ എഞ്ചിനീയർ

മാരായ അപ്പുണ്ണി, ആന്റണി ഫ്രാൻസിസ് എന്നിവരുമായുള്ള സൗഹൃദവും ഇവിടെ നിന്നാണ് ഉണ്ടായത്. ക്വാർട്ടേഴ്സിലെ അന്തേവാസികളായ കുമാരൻ ഡ്രൈവറും കുടുംബവും ജോസഫും കുടുംബവുമെല്ലാം ഏറെ സഹായം ചെയ്തു തന്നവരായിരുന്നു.

ഇവിടെ വെച്ചുതന്നെയാണ് ഭാഗ്യലക്ഷ്മി മകൻ ജോഗേഷിനെ ഗർഭം ധരിക്കുന്നതും പ്രസവിക്കുന്നതും. പ്രിയ സുഹൃത്ത് ഡോക്ടർ ഹർഷന്റെ നിർദ്ദേശപ്രകാരം ആലുവ സർക്കാർ താലൂക്ക് ഹോസ്പിറ്റലിലെ ഡോക്ടർ നളിനിയായിരുന്നു ഭാഗ്യലക്ഷ്മിയുടെ ചികിത്സാ ചുമതല ഏറ്റെടുത്തത്. പ്രസവ സമയം അടുത്തുവരും തോറും പ്രയാസകരമായ ചില അസ്വാസ്ഥ്യങ്ങൾ അനുഭവപ്പെട്ടു തുടങ്ങി. പ്രതീക്ഷിത പ്രസവ ദിനത്തിനു രണ്ടു ദിവസംമുമ്പ് തന്നെ ആലുവ താലൂക്ക് ഹോസ്പിറ്റലിൽ പ്രവേശിച്ചു. പക്ഷേ, വേദനപോലും വരാതെ ഒരാഴ്ച കടന്നുപോയി. ഡോക്ടറുടെ വിശദമായ പരിശോധനയിൽ കുട്ടിക്ക് ചുറ്റും ഒരു വള്ളി പോലെ ചുറ്റിക്കിടക്കുന്നതുകൊണ്ട് സാധാരണപ്രസവം അസാദ്ധ്യമാണെന്നും സിസേറിയൻ പ്രസവം മാത്രമാണ് അനുയോജ്യമായതെന്നും വിധിയെഴുതി. അങ്ങനെ 1974 ജൂലൈ അഞ്ചിന് ഓപ്പറേഷൻ നിശ്ചയിക്കപ്പെട്ടു. ഒരാഴ്ചമുമ്പ് ഡോക്ടർ പ്രവചിച്ച പ്രസവം നടക്കാത്തതിലുള്ള ഉൽക്കണ്ഠയും കാത്തിരിപ്പിന്റെ ഉദ്വേഗവുമായി ആലുവ സർക്കാർ ആശുപത്രിയിലെ ലേബർ മുറിക്കു മുന്നിൽ മകൾ സുഷിയെയും എടുത്തുനിന്ന നില്പ് ഇന്നും ഓർക്കുന്നു. അന്നത്തെ കാലത്ത് പ്രസവം സിസേറിയൻ വഴി നടക്കുന്നത് അപൂർവ്വമായിരുന്നു. അതുകൊണ്ടു തന്നെ ഭാഗ്യലക്ഷ്മിക്കു അല്പം പരിഭ്രമവും പതർച്ചയുമുണ്ടായിരുന്നു. പ്രസവമുറിയിലേക്കു യാത്ര പറഞ്ഞു പോവുമ്പോൾ അതിന്റെ വേപഥു ആ മുഖത്ത് നിഴലിച്ചിരുന്നു. മൂന്നു മണിക്കൂറിനു ശേഷം സിസ്സേറിയനിലൂടെ പുറത്തു വന്ന മകനെ സിസ്റ്റർ കൊണ്ടുവന്നു കാണിച്ചപ്പോൾ അനുഭവിച്ച ആനന്ദം ഇന്നും മനസ്സിലുണ്ട്.. ചാലക്കുടിയിലെ ക്വാർട്ടേഴ്സിൽ തിരിച്ചെത്തിയപ്പോൾ അവന്റെ ചിരികളും അവനെ കാണുമ്പോഴുള്ള ചേച്ചിയുടെ ആഹ്ലാദവും ഭാഗ്യത്തിന്റെ മുഖത്തുള്ള സായുജ്യവും കത്തിയെരിയുന്ന ഗ്രീഷ്മത്തിനക്കരെ പൂക്കാലമുണ്ടാവുമെന്ന പ്രതീക്ഷ തളിർക്കാൻ പ്രേരകമായിരുന്നു.

ചാലക്കുടിയിലെ ജീവിതത്തിനിടയിലാണ് മനസ്സിനെ ഇന്നും വേട്ടയാടുന്ന അപരിഹാര്യങ്ങളായ രണ്ടു മരണങ്ങൾ സംഭവിക്കുന്നത്. ആദ്യത്തേത് സഹോദരി വനജയുടെ അകാലനിര്യാണമായിരുന്നു. പത്തൊൻപതാം വയസ്സിൽ ജോലിയിൽ പ്രവേശിച്ച മാസത്തിൽ അന്നത്തെ വൈദ്യശാസ്ത്രത്തിന് നിർണ്ണയിക്കാൻ കഴിയാതെ പോയൊരു അപൂർവ്വ രോഗത്തിന് കീഴ്പെട്ടാണ് വനജയെ ഞങ്ങൾക്ക് നഷ്ടപ്പെട്ടത്. അവളുടെ മരണം അച്ഛനെ ഒട്ടേറെ തളർത്തി. അത്രത്തോളം വേദന പൊലീസിന്റെ ഭീകരതയിലും കടുത്ത മർദ്ദനത്തിലും അച്ഛൻ അനുഭവിച്ചിട്ടില്ലെന്നു തോന്നി. ഒട്ടേറെ അഗ്നിപരീക്ഷണങ്ങളെ നിത്യേനയെന്നോണം അതി

ജീവിച്ച, ഒരിക്കലും കരയില്ലെന്നു ഞങ്ങൾ ധരിച്ചുവെച്ച അച്ഛനെ മറ്റൊരു ഭാവത്തിൽ ഞങ്ങൾ ആദ്യമായി കണ്ടു. കുടുംബാംഗങ്ങളെയെല്ലാം ഏറെ നാളത്തേക്ക് ഒട്ടേറെ വേദനിപ്പിച്ചതായിരുന്നു ആ വേർപാട്. വിധിയുടെ കൈയിൽ നിസ്സാരരായ മനുഷ്യരെല്ലാം ഒരു വിളയാട്ടു പമ്പരം മാത്രമാണെന്ന് മനസ്സിലായ സന്ദർഭമായിരുന്നു അത്.

മറ്റൊന്ന് ഭാഗ്യലക്ഷ്മിയുടെ അച്ഛന്റെ നിര്യാണമായിരുന്നു. ഭാഗ്യത്തെ ഏറെ ഉലച്ച ഒന്നായിരുന്നു അച്ഛന്റെ മരണം. 1974 മെയ് 17 നു മദിരാശിയിൽ വെച്ച് അച്ഛൻ നിര്യാതനായെങ്കിലും ഭാഗ്യത്തെ അറിയിക്കുന്നത് ജൂലൈ 15 നാണ്. അതും പോസ്റ്റ് കാർഡിൽ ഉള്ള ഒരു അറിയിപ്പിന്റെ രൂപത്തിൽ. പ്രസവക്കിടക്കയിലുള്ള ഭാഗ്യത്തിന് താങ്ങാവുന്നതിലേറെ ആയിരുന്നു അത്. അച്ഛന്റെ മൃതദേഹം ഒരു നോക്കെങ്കിലും കാണുകയും അന്തിമമായി ആദരാഞ്ജലികൾ അർപ്പിക്കുകയും ചെയ്യാനുള്ള ഒരു മകളുടെ അവകാശത്തിന്റെ മേലാണ് ജാതിക്കോമരങ്ങളായ ചിലരുടെ അഹന്ത കത്തിവെച്ചത്. മനുഷ്യബന്ധങ്ങളുടെ ആഴം മനസ്സിലാക്കാൻ കഴിയാത്ത, കരളിന്റെ സ്ഥാനത്ത് കല്ല് മാത്രമുള്ള ഒരുപറ്റം ജാതിഭ്രാന്തന്മാരുടെ തീരുമാനത്തിൽ ഞെട്ടറ്റുവീണത് ഒരു മകളുടെ അവകാശവും അന്തിമമായി മാപ്പു ചോദിക്കാനുള്ള അവസരവുമായിരുന്നു.

പാതിരാവും പകൽവെളിച്ചവുമായി സുഖദുഃഖമിടകലർന്നൊഴുകുന്ന ജീവിതമെന്ന കടങ്കഥയിൽ ചോദ്യവും ഉത്തരവുമില്ലെന്നു ഈ അനുഭവം ഞങ്ങളെ പഠിപ്പിച്ചു. ആ ദുഃഖഭാരത്തിൽ നിന്ന് സാധാരണ ജീവിതത്തിലേക്ക് തിരിച്ചെത്താൻ ഭാഗ്യം ഒരുപാടു സമയമെടുത്തു. തിരിച്ചെത്തിയിട്ടും അച്ഛന്റെ മൃതശരീരംപോലും ഒരു നോക്ക് കാണാൻ കഴിയാതിരുന്നതിലുള്ള വേദനയും വേപഥുവും മനസ്സിൽ എന്നും എരിപൊരിക്കൊണ്ടു.

ഒരുമാസം കൂടി പിന്നിട്ടപ്പോഴാണ് ഭാഗ്യത്തിന്റെ വീട്ടിൽ നിന്ന് ഒരു ബന്ധു ഭാഗ്യത്തിന്റെ സഹോദരൻ രാമദാസിനെയും കൂട്ടി ചാലക്കുടിയിലെത്തുന്നത്. അപ്പോഴേക്കും അച്ഛന്റെ മരണശേഷമുള്ള പിന്തുടർച്ചാവകാശത്തിന്റെ ഉത്തരവ് ലഭിക്കാനും ബാങ്ക് അക്കൗണ്ടുകൾ ഓപ്പറേറ്റ് ചെയ്യാനും ഭാഗ്യലക്ഷ്മിയുടെ സമ്മതപത്രം അനിവാര്യമാണെന്ന് അവർ മനസ്സിലാക്കിയിരുന്നു. ഒരുപാട് ദ്രോഹിച്ചിട്ടുള്ളതുകൊണ്ടും മരണം പോലും സമയത്ത് അറിയിക്കാത്തതുകൊണ്ടും എന്തായിരിക്കും എന്റെ പ്രതികരണം എന്ന ആശങ്കയുള്ളതുകൊണ്ടാണ് ഞങ്ങൾക്ക് ഏറെ പ്രിയങ്കരനായ അനിയനേയും കൊണ്ടെത്തിയത്. അഞ്ചു കൊല്ലങ്ങൾക്കും അച്ഛന്റെ വേർപാടിനും ശേഷം അനിയനെ കണ്ടപ്പോൾ അടക്കാനാവാത്ത വേദനയുടെ അണപൊട്ടലായിരുന്നു നടന്നത്. ഏറെനേരത്തെ കരച്ചിലിനും സ്നേഹപ്രകടനങ്ങൾക്കും ശേഷം ബന്ധു കാര്യം അവതരിപ്പിച്ചു. നിങ്ങൾക്ക് അർഹതപ്പെട്ടതെല്ലാം തരാമെന്നും സമ്മതപത്രം ഒപ്പിട്ടു കൊടുക്കണമെന്നും ആലോചിച്ച് വിവരം

അറിയിക്കണമെന്നുമായിരുന്നു അഭ്യർത്ഥന. ആ കാര്യത്തിൽ ഞങ്ങൾക്ക് ആലോചിക്കാൻ ഒന്നുമുണ്ടാരുന്നില്ല. കുടുംബസ്വത്തിൽ നിന്നോ അച്ഛന്റെ സമ്പാദ്യങ്ങളിൽ നിന്നോ ഒരുരൂപ പോലും ഞങ്ങൾക്ക് വേണ്ടെന്നും ഭാഗ്യത്തിനുള്ള എല്ലാ അവകാശങ്ങളും ഉപേക്ഷിക്കുന്നുവെന്നും കാണിച്ച് സ്റ്റാമ്പ് പേപ്പറിൽ അപ്പോൾ തന്നെ എഴുതി ഒപ്പിട്ടു കൊടുത്തു. ഒരുപക്ഷേ, ഒരു തലമുറയ്ക്ക് കഴിഞ്ഞു കൂടാനുള്ള വസ്തുവഹകളുടെ അവകാശം ആണ് ഒരുപാധിയുമില്ലാതെ സന്തോഷപൂർവ്വം അന്ന് നിരസിച്ചത്. ജീവിതത്തിൽ നന്മകളുടെയും ഉണ്മകളുടെയും ആയ ശീലങ്ങൾ പാലിക്കണമെന്ന എന്റെ അച്ഛന്റെ ഉപദേശം പൂർണ്ണമായും ഞങ്ങൾ പ്രാവർത്തികമാക്കുകയായിരുന്നു. പോകാനൊരുങ്ങിയപ്പോൾ ബന്ധുവിനോട് ഒരു ചോദ്യം ചോദിച്ചു. "നിങ്ങൾക്ക് വേണ്ടതും അതിനപ്പുറവും ഞങ്ങൾ തന്നു കഴിഞ്ഞു. ഒരു മകളുടെ അവകാശമായ അച്ഛന്റെ മൃതദേഹത്തിൽ പ്രണാമം അർപ്പിക്കാനുള്ള സൗകര്യം ഇനി നിങ്ങൾക്ക് തരാനാവുമോ?" വിഷണ്ണനായുള്ള ബന്ധുവിന്റെപോക്കും ദുഃഖിതനായുള്ള അനിയന്റെ മുഖഭാവവും ഇന്നും മനസ്സിൽ മായാതെ നില്പുണ്ട്. പക്ഷേ, അതോടുകൂടി പുറംതള്ളിയിരുന്ന മകളെ അംഗീകരിക്കുവാനും വീട്ടിലേക്കു ക്ഷണിക്കുവാനും കുടുംബം തയ്യാറായി.

ഒരുമാസം പിന്നിട്ടപ്പോൾ മറ്റൊരു പരീക്ഷണം കൂടി ഞങ്ങൾക്ക് നേരിടേണ്ടി വന്നു. മുപ്ലി പ്രൊജക്റ്റിനു സെൻട്രൽ വാട്ടർ ആൻഡ് പവർ കമ്മീഷനിൽ നിന്ന് നിർമ്മാണ അംഗീകാരം ലഭിക്കുക പ്രയാസകരമായതിനാൽ ഞങ്ങളുടെ സബ് ഡിവിഷൻ പ്രവർത്തനം അവസാനിപ്പിക്കാൻ ജലസേചന വകുപ്പും സർക്കാരും തീരുമാനിച്ചു. ഞങ്ങളെ രണ്ടു പേരെയും തൃശൂരിലുള്ള ഇറിഗേഷൻ സെൻട്രൽ സർക്കിളിലേക്കാണ് ഉചിതമായ നിയമനത്തിനായി അനുവദിച്ച് ഉത്തരവായത്. ഞങ്ങളെ അടുത്തറിയാവുന്ന ആദ്യം ഞങ്ങൾക്ക് കണ്ണൂരിൽ ജോലി തന്ന കെ കെ എൻ നമ്പ്യാരായിരുന്നു അന്ന് ഇറിഗേഷൻ സെൻട്രൽ സർക്കിൾ സൂപ്രണ്ടിങ് എഞ്ചിനീയർ. രണ്ടുപേർക്കും ഒരിടത്ത് നല്കാൻ അദ്ദേഹം മാർഗ്ഗങ്ങൾ തേടി. പീച്ചിയിലെ കേരള എഞ്ചിനീയറിങ് റിസർച്ച് ഇൻസ്റ്റിറ്റ്യൂട്ടിൽ ആണ് രണ്ടു ഒഴിവുകൾ ഉണ്ടായിരുന്നത്. ക്വാർട്ടേഴ്സ് ഉള്ളതുകൊണ്ട് രണ്ടു ചെറിയ കുട്ടികളെയും കൊണ്ടുള്ള താമസത്തിനും ഓഫീസ് അതേ പരിസരത്ത് തന്നെയായതിനാൽ പ്രവൃത്തിക്കും സൗകര്യമായിരിക്കുമെന്നും നമ്പ്യാർ സാർ സന്തോഷത്തോടെ പറഞ്ഞു. ഉത്തരവ് ഇറങ്ങുന്നതിനുമുമ്പ് തന്നെ ഈ നിർദ്ദേശം അട്ടിമറിക്കപ്പെട്ടു. ആ സമയത്ത് കെ ഇ ആർ ഐ പീച്ചി ഡിവിഷനിലെ എക്സിക്യൂട്ടീവ് എഞ്ചിനീയർ സാത്വികനായ ലക്ഷ്മണ അയ്യരായിരുന്നു. മൂന്നു സബ്ഡിവിഷനിലെ അസിസ്റ്റന്റ് എഞ്ചിനീയർമാർ രാമകൃഷ്ണ അയ്യർ, ഗണപതി അയ്യർ, സഹസ്രനാമ അയ്യർ എന്നിവരായിരുന്നു. മൊത്തമായി ഒരു ബ്രാഹ്മണ മേധാവിത്തം നിലനിന്നിരുന്നു. അവർ കൂടിയാലോചിച്ച് തീരുമാനിച്ചു. 'ഇവൻ നമ്മുടെ കുലത്തേയും സമുദായത്തെയും അപമാനിച്ചവനാണ്.

ഇവനെ ഇവിടെ വേണ്ട' അങ്ങനെ ആ നിർദ്ദേശം അലസിപ്പോയപ്പോൾ നമ്പ്യാർ സാർ മറ്റു വഴികൾ ചിന്തിച്ചു. പാലക്കാട് ജില്ലയിലെ കാഞ്ഞിരപ്പുഴ ഇറിഗേഷൻ പ്രൊജക്റ്റ് ഡിവിഷനിൽ ഒരൊഴിവ് ഉണ്ട്. ഒരു ജൂനിയർ എഞ്ചിനീയർ 15 ദിവസത്തെ ലീവിൽ പ്രവേശിച്ചിട്ടുണ്ട്. സ്നേഹ സമ്പന്നനായ നമ്പ്യാർ സാർ ഈ അവസരം ഉപയോഗപ്പെടുത്തിക്കൊണ്ട് ഞങ്ങളെ രണ്ടു പേരെയും കാഞ്ഞിരപ്പുഴ ഡിവിഷനിലേക്കു നിയമിച്ചു.

മൂന്ന്

കാഞ്ഞിരപ്പുഴ

(1974 - 1979)

പാലക്കാട് ജില്ലയിൽ പാലക്കാടുനിന്ന് 38 കിലോമീറ്റർ അകലെ കാഞ്ഞിരപ്പുഴ ഗ്രാമപഞ്ചായത്തിലെ കാഞ്ഞിരപ്പുഴയിൽ, ഭാരതപ്പുഴയുടെ പോഷകനദിയായ കുന്തിപ്പുഴയുടെ കൈവഴിയായ കാഞ്ഞിരപ്പുഴയ്ക്കു കുറുകെ നിർമ്മിച്ചിരിക്കുന്ന അണക്കെട്ടാണ് കാഞ്ഞിരപ്പുഴ അണക്കെട്ട്. മണ്ണാർക്കാട് വഴി 10 കി മീ സഞ്ചരിച്ചാലും കാഞ്ഞിരപ്പുഴയിലെത്താം. 1896 മീറ്റർ മണ്ണണയും 232 മീറ്റർ കല്ലണയും ചേർന്ന് 2128 മീറ്റർ ആണ് മൊത്തം അണക്കെട്ടിന്റെ നീളം. പാലക്കാട് ജില്ലയിലെ മണ്ണാർക്കാട്, ഒറ്റപ്പാലം, പാലക്കാട് താലൂക്ക് എന്നിവിടങ്ങളിലൂടെ 9713 ഹെക്ടർ (24000 ഏക്കർ) സ്ഥലത്തു ജലസേചനം നടത്തുന്ന പദ്ധതിയാണ് ഇത്. ഇതിനായി 61.74 കിലോമീറ്റർ നീളമുള്ള ഇടതുകര കനാലും 9.36 കിലോമീറ്റർ നീളമുള്ള വലതുകര കനാലും ആണ് നിർദ്ദേശിക്കപ്പെട്ടിരുന്നത്. ഈ പ്രവർത്തനങ്ങൾ നടത്തുകയാണ് കാഞ്ഞിരപ്പുഴ ഇറിഗേഷൻ ഡിവിഷന്റെ ചുമതല.

കാഞ്ഞിരപ്പുഴ ഇറിഗേഷൻ ഡിവിഷന്റെ കീഴിലുള്ള കാഞ്ഞിരപ്പുഴ കനാൽ സബ് ഡിവിഷനിലെ കനാൽ സെക്ഷൻ 1 ൽ എനിക്കും കനാൽ സെക്ഷൻ 2 ൽ ഭാഗ്യലക്ഷ്മിക്കും നിയമനം ലഭിച്ചു. സബ്ഡിവിഷൻ ഓഫീസും സെക്ഷൻ ഓഫീസും പ്രവർത്തിച്ചിരുന്നത് കാഞ്ഞിരപ്പുഴയിൽ നിന്ന് 10 കിലോമീറ്റർ അകലെ തച്ചമ്പാറയിലായിരുന്നു. ആ ഓഫീസിൽ 1974 സെപ്തംബർ മാസത്തിൽ ഞങ്ങൾ ജോലിയിൽ ചേരുമ്പോൾ കാഞ്ഞിരപ്പുഴയിലും കല്ലടിക്കോടും ക്വാർട്ടേഴ്സുകൾ ഒന്നും ഒഴിവുണ്ടായിരുന്നില്ല. രണ്ടു ചെറിയ കുട്ടികളോടൊത്തുള്ള താമസത്തിനു പറ്റിയ ഒരു വീട് കണ്ടെത്താൻ ഏറെ വിഷമിച്ചു. കല്ലടിക്കോട് പ്രസിദ്ധ തറവാട്ടുകാരായ വടക്കേപ്പുറത്തെ രണ്ടാമത്തെ മകൻ പാലക്കാട് ജില്ലാ

കോ-ഓപ്പറേറ്റീവ് ബാങ്കിലെ ഉദ്യോഗസ്ഥനായിരുന്ന കുട്ടൻ തറവാട്ട് വീടിന്റെ സമീപത്തായി പുതിയതായി നിർമ്മിച്ച ഭവനം ഒഴിഞ്ഞുകിടന്നിരുന്നു. ഞങ്ങളുടെ അഭ്യർത്ഥന അദ്ദേഹം സ്വീകരിക്കുകയും യാതൊരു വ്യവസ്ഥയും കൂടാതെ നാമമാത്രമായ ഒരു വാടകയ്ക്ക് വീട് താമസത്തിനായി വിട്ടു തരികയും ചെയ്തു. അദ്ദേഹത്തിന്റെ അമ്മയും സഹോദരങ്ങളായ കെ ശ്രീകുമാരനുണ്ണിയും മുരളിയും ഈ താമസക്കാലത്ത് ഏറെ സഹായം ചെയ്തവരാണ്. തൊട്ടടുത്ത് താമസിച്ചിരുന്ന അദ്ധ്യാപകനായ ശുപ്പൻ മാഷും അദ്ദേഹത്തിന്റെ ഭാര്യ മണിയമ്മയും മക്കളായ അശോകൻ, അനിൽകുമാർ, വസന്ത, രേണുക എന്നിവരടങ്ങുന്ന കുടുംബവും ഞങ്ങൾക്ക് നല്കിയ സ്നേഹത്തിന് അതിരുകളുണ്ടായിരുന്നില്ല. ഓഫീസിൽ ഞങ്ങളുടെ സഹപ്രവർത്തകനായിരുന്ന പി മുഹമ്മദും അദ്ദേഹത്തിന്റെ സഹോദരൻ പി ഹുസ്സനാരും അടങ്ങുന്ന കുടുംബവും ഞങ്ങൾക്ക് ഏറെ കരുതലും സ്നേഹവും നല്കിയിരുന്നു. നാട്ടിൻപുറത്തിന്റെ നന്മയും വിശുദ്ധിയും മമതയും ഏറെ അനുഭവിച്ച സമയമായിരുന്നു ആ കാലം.

ഭാഗ്യത്തിന്റെ അമ്മയും അനിയനും ഏറെ ഇഷ്ടത്തോടെ ഹൃദയത്തിൽ ചേർത്ത് നിർത്തി ഞങ്ങളെ അംഗീകരിച്ചെങ്കിലും അനിയത്തിക്കും അമ്മാവന്മാർക്കും മറ്റു ബന്ധുക്കൾക്കും ആ അംഗീകാരം നല്കാൻ മനസ്സ് അനുവദിച്ചിരുന്നില്ല. അനിയത്തിക്ക് ഇഷ്ടക്കേടില്ലെങ്കിലും തന്റെ ഭാവിയെയും കല്യാണത്തേയും ഒക്കെ ഈ ബന്ധം അപകടമാക്കുമോ എന്നുള്ള ഭീതിയായിരുന്നു. ഭാഗ്യത്തിന് അമ്മയുടെ സഹോദരന്മാരായി നാല് അമ്മാവന്മാരാണുണ്ടായിരുന്നത്. പി എസ് ഗണപതി അയ്യർ, പി എസ് മണി അയ്യർ, പി എസ് രാമ അയ്യർ, പി എസ് വൈത്തിശ്വര അയ്യർ ഇതിൽ രാമ അയ്യർ രോഗിയും എല്ലാ കാര്യത്തിലും ത്രാണിക്കുറവുമുള്ള ആളായതിനാൽ ഒരഭിപ്രായവും പറയാത്ത ആളായിരുന്നു. മണി അയ്യർ വളരെ സാത്വികനായ മനുഷ്യനായിരുന്നു. അദ്ദേഹത്തിന് ഞങ്ങളെ ഇഷ്ടമായിരുന്നു. അംഗീകരിക്കണമെന്ന് ആഗ്രഹവുമുണ്ടായിരുന്നു. പക്ഷേ, കുടുംബത്തിന്റെ ചുക്കാൻ പിടിച്ചിരുന്നതും കച്ചവടങ്ങളെല്ലാം നടത്തിയിരുന്നതും ഗണപതി അയ്യരും വൈത്തിശ്വര അയ്യരും ചേർന്നായിരുന്നു. അതിനാൽ അവരുടെ അഭിപ്രായത്തിനു മാത്രമേ ആ വീട്ടിൽ സ്ഥാനമുണ്ടായിരുന്നുള്ളു. മറ്റു നിവൃത്തികൾ ഇല്ലാത്തതുകൊണ്ട് മാത്രമാണ് അമ്മാവന്മാരും മറ്റു ബന്ധുക്കളും പുറമേക്ക് ഞങ്ങളെ അംഗീകരിച്ചതായി ഭാവിച്ചിരുന്നത്. സ്വത്തിൽ ഒരവകാശവും വേണ്ട എന്ന് ഭാഗ്യം എഴുതിക്കൊടുത്തത് അറിഞ്ഞ പലരും അമ്മാവന്മാരോട് ശത്രുത അവസാനിപ്പിക്കാനും സമവായത്തിനും വേണ്ടി ഉപദേശിച്ചിരുന്നു. എന്നാൽ അവരുടെ ഉള്ളിന്റെ ഉള്ളിൽ അപ്പോഴും കത്തിയെരിഞ്ഞിരുന്നത് എന്നോടുള്ള ഒടുങ്ങാത്ത പകയുടെയും പ്രതികാരത്തിന്റെയും തീയും ചൂടും പുകയുമായിരുന്നു. എന്നാൽ ഭാഗ്യത്തിന്റെ അച്ഛന്റെ പെൻഷൻ, ബാങ്ക് അക്കൗണ്ട്, പിന്തുടർച്ചാവകാശ പത്രം, മറ്റു കാര്യങ്ങൾ, സ്ഥലങ്ങളു

ടെയൊക്കെ വില്പന എന്നിവയിൽ സമൂഹ ബന്ധങ്ങൾ വഴി എനിക്കേറെ സഹായിക്കാൻ കഴിയുമെന്നത് കൊണ്ടുള്ള താല്ക്കാലിക വെടി നിർത്തൽ മാത്രമായിരുന്നു അവർ ചെയ്തിരുന്നത്. അവർക്കു ഒരിക്കലും അവരിലൊരാളായി എന്നെ അംഗീകരിക്കാനുള്ള മാനസിക വലുപ്പം ഉണ്ടായിരുന്നില്ല.

നാല് മാസങ്ങൾക്കുള്ളിൽ പിന്തുർച്ചാവകാശ സർട്ടിഫിക്കറ്റ് ലഭിച്ച് എല്ലാ കാര്യങ്ങളും വരുതിയിലാക്കി. അപ്പോഴാണ് ഭാഗ്യത്തിന്റെ അനിയത്തി സരോജയ്ക്കു ഒരു കല്യാണ ആലോചന വന്നത്. ഇരിഞ്ഞാലക്കുടയിലെ പ്രശസ്തമായ കുറുമ്പയിൽ എന്ന ഉല്പതിഷ്ണുക്കളായ ഒരു ബ്രാഹ്മണകുടുംബത്തിലെ ബാങ്ക് മാനേജരായ ബാലൻ എന്ന കെ എസ് സുബ്രഹ്മണ്യനായിരുന്നു പ്രതിശ്രുത വരൻ. ബാലനും ബന്ധുക്കളും അമ്മാവന്മാരുടെ തറവാട്ട് ഗൃഹമായ വലിയ മഠത്തിൽവന്നു സരോജയെ കണ്ടു, ഇഷ്ടപ്പെട്ടു, തീരുമാനം അറിയിച്ചു. ഈ പരിപാടിയിലേക്ക് ഞങ്ങളെ ക്ഷണിച്ചില്ല. ഞങ്ങൾക്കതിൽ പരാതിയോ പരിഭവമോ ഒന്നും തോന്നിയില്ല. എങ്ങനെയെങ്കിലും അനിയത്തിയുടെ വിവാഹം നല്ല നിലയിൽ നടക്കണം എന്ന ആഗ്രഹം മാത്രമാണ് ഞങ്ങൾക്കുണ്ടായിരുന്നത്. കല്യാണം ഉറപ്പിക്കുകയും കല്യാണം പഴയന്നൂരിൽ അമ്മാവന്മാരുടെ വീട്ടിൽ വെച്ച് നടത്താൻ തീരുമാനം എടുക്കുകയും ചെയ്തതിനു ശേഷം അമ്മയും അനിയത്തിയും അനിയനുംകൂടി കല്ലടിക്കോട് ഞങ്ങൾ താമസിക്കുന്നിടത്തെത്തി. കല്യാണത്തിന് എല്ലാവിധ സഹായങ്ങളുമുണ്ടാവണമെന്നും എല്ലാറ്റിനും മുന്നിൽ തന്നെ ഉണ്ടാവണമെന്നും അപേക്ഷിച്ചു. ഒപ്പമുണ്ടെന്നും എന്ത് സഹായം വേണമെന്ന് പറഞ്ഞാൽ മതിയെന്നും അറിയിച്ചു. തുടർന്ന് പണം സ്വരൂപിക്കാൻ പനമണ്ണയിലുണ്ടായിരുന്ന 5 ഏക്കർ സ്ഥലം നല്ല വിലയ്ക്കു തന്നെ വില്ക്കാനുള്ള ഏർപ്പാട് ചെയ്തു കൊടുത്തു. കല്യാണത്തിന് വേണ്ട സ്വർണ്ണവും വസ്ത്രങ്ങളുമെല്ലാം എടുക്കാൻ നേതൃത്വം നല്കിയത് ഭാഗ്യവും ഞാനുമായിരുന്നു. രണ്ടു ചെറിയ കുട്ടികളുടെ പരിപാലനവും ജോലിയുടെ തിരക്കുകളുമൊക്കെ മാറ്റിവെച്ച് എത്രയോ ദിവസങ്ങൾ അവരുടെ കൂടെ എല്ലാ കാര്യങ്ങൾക്കും സഹായികളായി ഭാഗ്യവും ഞാനും ഉണ്ടായിരുന്നു. രണ്ടു ചെറിയ കുട്ടികൾ ഉള്ളതിനാൽ കല്യാണ ദിവസം അതിരാവിലെയാണ് ഞങ്ങൾ പഴയന്നൂരിലെ വലിയ മഠത്തിൽ എത്തിയത്. കല്യാണം അതിന്റെ എല്ലാ സാമ്പ്രദായിക ചടങ്ങുകളോടെയും അതിഗംഭീരമായി നടന്നു. കല്യാണ സമയത്ത് ആകെയുള്ള ഒരു സഹോദരിക്ക് നല്കേണ്ട ഒരു പരിഗണനയും ഭാഗ്യത്തിന് അമ്മാവന്മാരുടെ നേതൃത്വത്തിൽ ബ്രാഹ്മണ സമൂഹം നല്കിയില്ല. ഏതോ അപരിചിതയെ പോലെ ദൂരെ മാറി നിന്ന് വിവാഹച്ചടങ്ങുകൾ വീക്ഷിക്കേണ്ട ഗതികേടിലായിരുന്നു. കല്യാണം ഭംഗിയായി നടത്താൻ ഏറ്റവും കൂടുതൽ ബുദ്ധിമുട്ടിയ ഏക സഹോദരി. അതിലും ഞങ്ങൾക്ക് പരാതിയില്ലായിരുന്നു. പക്ഷേ, തകർന്നു പോയത് വിവാഹം കഴിഞ്ഞ് ഇരിഞ്ഞാലക്കുടയിലേക്കു

വരനും വധുവും സംഘവും പോകാൻ തയ്യാറെടുക്കുന്നത് വരെ ഭാഗ്യത്തെയും എന്നെയും മക്കളെയും വരന് ഒന്ന് പരിചയപ്പെടുത്താനുള്ള സാമാന്യ മര്യാദപോലും അവർ കാണിച്ചില്ല എന്നുള്ളതാണ്. അവർ പോയിക്കഴിഞ്ഞ ശേഷം അവരെ കൂട്ടിക്കൊണ്ടു വരാൻ ഇരിഞ്ഞാലക്കുടയിലേക്കു പോകേണ്ട സംഘത്തെ നിശ്ചയിച്ചപ്പോഴും ഭാഗ്യത്തെ മനപ്പൂർവ്വം ഒഴിവാക്കുകയാണുണ്ടായത്. എന്തൊക്കെ ചെയ്താലും ഇവരുടെയൊക്കെ മനസ്സിൽ ജാതിയുടെ വിഷധൂമങ്ങൾ എരിയുന്നുണ്ടെന്നു പച്ചയായി മനസ്സിലാക്കിയ ദിവസമായിരുന്നു അത്. മനസ്സിലേറ്റ ആഴമേറിയ മുറിവുമായി ഞങ്ങൾ അപ്പോൾതന്നെ അമ്മയോടും അനിയനോടും മാത്രം യാത്ര പറഞ്ഞുകൊണ്ട് മടങ്ങിപ്പോന്നു.

ജീവിത കാലം മുഴുവൻ ഒരിക്കലും ഉണങ്ങാത്ത ആഴത്തിലുള്ള മുറിവാണ് ഹൃദയത്തിൽ സൃഷ്ടിക്കപ്പെട്ടതെങ്കിലും ഞങ്ങളത് പുറത്ത് കാട്ടാതെ ജീവിച്ചു. ഒരു മാസം കഴിഞ്ഞപ്പോൾ നവദമ്പതികളെയും കൂട്ടി അമ്മയും അനിയനും ഞങ്ങളെ കാണാൻ വന്നു. ഒന്നും സംഭവിക്കാത്ത മട്ടിൽ ഞങ്ങൾ അവരെ സ്വീകരിച്ചു സൽക്കരിച്ചു. അമ്മയ്ക്കും അനിയനും കല്യാണദിവസം നടന്നതിലെല്ലാം അടക്കാനാവാത്ത ദുഃഖമുണ്ടായിരുന്നു. പക്ഷേ, ബ്രാഹ്മണ സമൂഹത്തിൽ വിധവയുടെയും പറക്കമുറ്റാത്ത മകന്റെയും അഭിപ്രായങ്ങൾക്ക് യാതൊരു വിലയുമില്ലെന്നു അവർക്ക് നല്ല ബോദ്ധ്യമുള്ളതിനാൽ മൗനം പാലിക്കുകയെ നിവർത്തിയുണ്ടായിരുന്നുള്ളു. അമ്മാവന്മാരുടെ അഭിപ്രായത്തിനു വിലകൊടുക്കാതെ നിർബ്ബന്ധമായും മദിരാശിയിലെ വീട്ടിൽ ഇടയ്ക്കിടെ വരണമെന്ന് നിർബ്ബന്ധിച്ചിട്ടാണ് അവർ പോയത്.

ഇതൊക്കെയായിട്ടും അവരുടെ കുടുംബാംഗമെന്ന നിലയിൽ എന്നെ അംഗീകരിക്കാനും സമൂഹത്തിൽനിന്ന് ബഹിഷ്കൃത എന്ന നിലയിൽ നിന്ന് ഭാഗ്യത്തെ വീണ്ടെടുക്കാനും അവരുടെ സമൂഹത്തിലുള്ള ഒരാൾക്ക് നല്കുന്ന അവകാശങ്ങൾ നല്കാനും ബ്രാഹ്മണ സമൂഹത്തിലെ ചിതലരിച്ച വിശ്വാസങ്ങളും കെട്ടിപ്പിടിച്ചുറക്കം നടിക്കുന്ന ബന്ധുക്കൾക്കാവുമായിരുന്നില്ല. അതുകൊണ്ട് ചടങ്ങുകളിൽനിന്ന് ഭാഗ്യത്തെ അകറ്റി നിർത്തുന്ന പ്രവൃത്തികൾ അനിയന്റെ കല്യാണത്തിലും അമ്മയുടെ ചരമാനന്താ ചടങ്ങുകളിലും അനിയന്റെയും അനിയത്തിയുടെയും പെൺമക്കളുടെ കല്യാണത്തിലും ആവർത്തിക്കപ്പെട്ടു. അതിലേറ്റവും രസകരമായ സംഗതി അനിയന്റെ കല്യാണം പാലക്കാട് വെച്ച് നടന്നപ്പോൾ അതിന്റെ എല്ലാ കാര്യങ്ങളും ഏർപ്പാടാക്കിയത് ഞങ്ങളാണെന്നതാണ്. അവിടെപ്പോലും ചടങ്ങുകളിൽ നിന്ന് ഭാഗ്യത്തെ മാറ്റി നിർത്തി ബ്രാഹ്മണ സമൂഹത്തിന്റെ അഭിമാനം കാക്കാനാണ് ബന്ധുക്കൾ ശ്രമിച്ചത്. മനം മടുപ്പിക്കുകയും ഹൃദയം തകരുകയും ചെയ്യുന്ന നടപടികളാണിവയെങ്കിലും മാനവികമായ ചിന്ത മനസ്സിലുള്ളതിനാൽ എല്ലാം സഹിച്ച് ഒരു പുഞ്ചിരിയോടെ എല്ലാ കുത്സിത പ്രവൃത്തികളെയും അനായാസം നേരിടാനുള്ള മനസ്സാന്നിദ്ധ്യം ഭാഗ്യം കാണിച്ചത് അനിതര

സാധാരണമായ മെയ്‌വഴക്കത്തോടെയായിരുന്നു.

കാലം എത്രവേഗമാണ് മാറി മറയുന്നതും പ്രതികാരം വീട്ടുന്നതെന്നും പിന്നീടുള്ള ദിനങ്ങൾ തെളിയിച്ചു. ഞങ്ങൾ ആലത്തൂരിൽ താമസിച്ചിരുന്നപ്പോൾ അവിടെ ജോലി കിട്ടി വന്ന ബാലൻ ഞങ്ങളുടെ കാർട്ടേഴ്സിലാണ് താമസിച്ചിരുന്നത്. പാലക്കാട് ഞങ്ങൾ വീട് വെച്ച് താമസമാക്കി സമൂഹത്തിൽ ഏറെ അറിയപ്പെടുന്ന എഞ്ചിനീയർമാരായി മാറിയപ്പോൾ ഞങ്ങളെ ഏറ്റവും കൂടുതൽ ദ്രോഹിച്ച രണ്ട് അമ്മാവന്മാരും അവിടുത്തെ സന്ദർശകരായി. ഭാഗ്യം ഞങ്ങളുടെ മരുമകളാണെന്നും അജയൻ ഞങ്ങളുടെ മരുമകനാണെന്നും എല്ലാവരോടും വീമ്പു പറഞ്ഞു നടന്നു. എന്റെ ബന്ധങ്ങൾ ഉപയോഗപ്പെടുത്തി കാര്യങ്ങൾ നേടുന്നതിനായി ശുപാർശയുമായി എത്തി. മക്കളുടെ കച്ചവടത്തിനായുള്ള കെട്ടിടത്തിന്റെ പണി നടത്തുന്ന ആളെ കണ്ടെത്താനും മേൽനോട്ടം വഹിക്കാനുമുള്ള ചുമതല എന്നെ നിർബ്ബന്ധമായി ഏല്പിച്ചു. കുടുംബത്തിൽ പ്രശ്നങ്ങൾ ഉടലെടുത്തപ്പോഴൊക്കെ ഏവരുമായി സംസാരിച്ച് രമ്യതയിലെത്തിക്കാനുള്ള ചുമതല വരെയും എന്നിൽ അർപ്പിക്കപ്പെട്ടു. ഒരു പുഞ്ചിരിയോടെ ഞാൻ എല്ലാം മറന്നുവെന്നു അവരെ ബോദ്ധ്യപ്പെടുത്തിക്കൊണ്ട് എന്നാൽ ഇടയ്ക്ക് ചിലതൊക്കെ ഇപ്പോഴും എന്നെ വേദനിപ്പിക്കുന്നുണ്ടെന്നു ഓർമ്മിപ്പിച്ചുകൊണ്ടും സൗമ്യമായി പെരുമാറാൻ ശ്രദ്ധിച്ചിരുന്നു. ഒരു കാര്യം എനിക്ക് ബോദ്ധ്യമായി, സമൂഹത്തിൽ നിങ്ങൾക്ക് നല്ലൊരു സ്ഥാനമുണ്ടെങ്കിൽ, ജനങ്ങൾ നിങ്ങളെ സ്നേഹിക്കുകയും ബഹുമാനിക്കുകയും ചെയ്യുന്നുവെങ്കിൽ ജാതിയും മതവും ഒന്നും ഒരു പ്രശ്നമേയല്ല. എത്ര ജാതിവെറിയുള്ള മനുഷ്യരും പിന്നെ നിങ്ങളെ സ്വന്തമാക്കാനാണ് ശ്രമിക്കുക.

കാഞ്ഞിരപ്പുഴ ജലസേചന പദ്ധതിയുടെ ഇടതുകര പ്രധാന കനാലിന്റെ 15 കിലോമീറ്റർ വരെയുള്ള ഭാഗത്തിന്റെയും അതിനിടയിലുള്ള ജലവിതരണ ചെറു കനാലുകളായ തച്ചമ്പാറ, കാരാക്കുറിശ്ശി, പൊമ്പ്ര ഡിസ്ട്രിബ്യൂട്ടറികളുടെയും നിർമ്മാണവും പരിപാലനുമായിരുന്നു എനിക്കുള്ള ചുമതല. പ്രധാന കനാലിന്റെ പ്രവൃത്തികൾ ഏറക്കുറെ കഴിഞ്ഞിരുന്നു. പക്ഷേ, ചില ചതുപ്പു നിലങ്ങളിൽ കനാൽ ആകെ ഇടിഞ്ഞുപൊളിഞ്ഞ് ജലപ്രവാഹം തടസ്സപ്പെടും വിധം ഇരുവശങ്ങളും ഇടിഞ്ഞു കിടന്നിരുന്നു. ഇത് നേരെയാക്കാൻ പരീക്ഷണമെന്ന നിലയിൽ കേരളത്തിലാദ്യമായി വിപരീത അരിപ്പ (Inverted Filter) പ്രാവർത്തികമാക്കിയത് ഇടതു പ്രധാന കനാലിന്റെ രണ്ടാം കിലോമീറ്ററിലുള്ള 100 മീറ്റർ ദൂരത്തായിരുന്നു. കനാലിന്റെ തടത്തിലും ഇരു പാർശ്വങ്ങളിലും ഏറ്റവും താഴെ മണലും അതിനു മുകളിലായി 20 മില്ലിമീറ്റർ കരിങ്കൽ ചീളുകളും അതിനും മുകളിൽ 40 മില്ലിമീറ്റർ കരിങ്കൽ ചീളുകളും 15 സെന്റീമീറ്റർ കനത്തിൽ വിരിച്ചതിനുശേഷം ഏറ്റവും മുകളിൽ 45 സെന്റീമീറ്റർ കനത്തിൽ ചെത്തിയെടുത്ത കരിങ്കല്ലുംപാകി കനാൽതടത്തിനു

ബലമേകിക്കൊണ്ടും ഇരുവശങ്ങളിൽനിന്നുംവന്നിരുന്ന ജലത്തെ കനാലിലേക്ക് ആവാഹിച്ചു കൊണ്ടും തീർത്ത ഈ പരീക്ഷണം വലിയ വിജയമായിരുന്നു. പല സ്ഥലങ്ങളിലും ഇത്തരം പ്രവൃത്തികൾ പിന്നീട് അരങ്ങേറുകയുണ്ടായി. ആറു മാസം കൊണ്ട് ഏറെ പ്രയാസങ്ങൾ നേരിട്ടുകൊണ്ട് പൂർത്തീകരിച്ച ഈ പണിക്കു ഏറെ അഭിനന്ദനങ്ങൾ അന്ന് ലഭിക്കുകയുണ്ടായി. നാലു കൊല്ലം ഈ സെക്ഷനിൽ പണിയെടുത്ത് തച്ചമ്പാറ, കാരാക്കുറിശ്ശി എന്നീ ചെറുകനാലുകൾ മുഴുവനും പൊമ്പ്ര ചെറുകനാലിന്റെ ഭൂരിഭാഗവും പൂർത്തിയാക്കാനും കഴിഞ്ഞിരുന്നു. അതുവരെ അന്വേഷണ വിഭാഗത്തിൽ മാത്രം ജോലി ചെയ്തതിനുശേഷം ആദ്യമായി നിർവ്വഹണ വിഭാഗത്തിൽ ജോലി ചെയ്യേണ്ടിവന്നപ്പോൾ ഒട്ടേറെ കാര്യങ്ങൾ മനസ്സിലാക്കേണ്ടിയിരുന്നു. എഞ്ചിനീയറിങ് കോളേജിൽ പഠിച്ചതൊന്നുമല്ല പ്രവർത്തിപഥത്തിൽ ചെയ്യേണ്ടിയിരുന്നത്. വകുപ്പിലെ നിയമങ്ങളും ചിട്ടകളും ആചാരങ്ങളും പാലിക്കേണ്ടിയിരുന്നു. വളരെ മിതഭാഷിയും സാത്ത്വികനുമായിരുന്ന കെ സി ജോർജ്ജ് ആയിരുന്നു അസിസ്റ്റന്റ് എഞ്ചിനീയർ. ഭാഗ്യലക്ഷ്മിയെ കൂടാതെ എഞ്ചിനീയർമാരായ എ കെ ദേവസ്സി, കെ ശ്രീധരൻ, ടി അച്യുതാനന്ദൻ, ഓവർസീയർമാരായ സദാനന്ദൻ, ശങ്കരനാരായണൻ, ഉണ്ണികൃഷ്ണൻ, വർഗ്ഗീസ്, ഹെഡ് ക്ലാർക്ക് ദാക്ഷായണി, ക്ലാർക്ക്മാരായ എൻ കെ രാജഗോപാലൻ, മുഹമ്മദ് കുട്ടി, ടൈപ്പിസ്റ്റ് സോമൻ, ഓഫീസ് അസിസ്റ്റന്റ് പി മുഹമ്മദ് എന്നിവരായിരുന്നു സഹപ്രവർത്തകർ. ഒരു കുടുംബം പോലെ കഴിഞ്ഞിരുന്ന ഈ ഓഫീസ് സംവിധാനമാണ് ഒരു പക്ഷേ, എനിക്ക് ആദ്യമായി നിർവ്വഹണത്തിനുള്ള ആവേശവും ആത്മവിശ്വാസവും നല്കിയത്.

അന്നത്തെ എക്സിക്യൂട്ടീവ് എഞ്ചിനീയർ ജലസേചനവകുപ്പിലെ ചീഫ് എഞ്ചിനീയർ ആയി വിരമിച്ച ടി എസ് മണി ഒരുപാട് ഉപദേശങ്ങളും പുതിയ അറിവുകളും നല്കി എന്നെ അനുഗ്രഹിച്ച അസാമാന്യമായ ദീർഘവീക്ഷണമുള്ള പച്ച മനുഷ്യനായിരുന്നു.

ഒരുവർഷം കല്ലടിക്കോട്ടെ താമസത്തിനുശേഷം 1975 ൽ കാഞ്ഞിരപ്പുഴയിൽ ഡിവിഷൻ പരിസരത്ത് ക്വാർട്ടേഴ്സ് അനുവദിച്ചുകിട്ടിയതോടെ താമസം അങ്ങോട്ട് മാറ്റി. എന്റെ ജീവിതത്തെ പാടെ മാറ്റിമറിച്ച മനസ്സിന് ഏറെ അടുപ്പമുള്ള ഇപ്പോഴും ഹൃദയം പങ്കിടുന്ന നിരവധി സുഹൃത്തുക്കളെ സമ്മാനിച്ചതായിരുന്നു കാഞ്ഞിരപ്പുഴ ക്വാർട്ടേഴ്സ് സമുച്ചയത്തിലെ നാലുവർഷത്തെ താമസം. എഞ്ചിനീയർമാരുടെ ഒത്തൊരുമ, മറ്റു ഓഫീസ് സഹപ്രവർത്തകരുമായുള്ള ഇഴയടുപ്പം, കാഞ്ഞിരപ്പുഴ ക്വാർട്ടേഴ്സ് റിക്രിയേഷൻ ക്ലബ്ബിന്റെ പ്രവർത്തനം, ഒപ്പം പദ്ധതി പെട്ടെന്ന് പൂർത്തീകരിക്കാൻ വേണ്ടിയുള്ള കൂട്ടായ പരിശ്രമം എന്നിവയുടെ സമഞ്ജസമായ സമ്മേളനമായിരുന്നു. രാവിലെ എട്ടു മണി മുതൽ പ്രവൃത്തി കേന്ദ്രങ്ങളിലെ കഠിനമായ ജോലിക്കുശേഷം എല്ലാവരും വലിപ്പ ചെറുപ്പമില്ലാതെ റിക്രിയേഷൻ ക്ലബ്ബിൽ ഒത്തുകൂടുമായിരുന്നു. വൈകുന്നേരം

ബോൾ ബാഡ്മിന്റൺ, ചെസ്സ്, കേരംസ്, ചീട്ടുകളി എന്നിവയോടൊപ്പം ആനുകാലികങ്ങളുടെ വായനയും ചർച്ചകളും അവിടെ നടക്കുമായിരുന്നു. ക്ലബ്ബിന്റെ വാർഷികം വിവിധ കലാ സാഹിത്യ മത്സരങ്ങളും കലാപരിപാടികളുടെയും നാടകങ്ങളുടെയും അവതരണം കൊണ്ട് ശ്രദ്ധേയമാക്കാൻ കൂട്ടായി എല്ലാവരും ശ്രമിച്ചിരുന്നു. ഏഴരമണിയോടെ ക്ലബ്ബിൽ നിന്നിറങ്ങിയാൽ എല്ലാദിവസവും അവിവാഹിതർ താമസിച്ചിരുന്ന ക്വാർട്ടേഴ്സിന് മുന്നിൽ എല്ലാ എഞ്ചിനീയർമാറും ഒത്തുകൂടി ഒമ്പതരമണിവരെ സൗഹൃദ സംഭാഷണങ്ങൾ നടത്തുമായിരുന്നു. ഈ കാലഘട്ടത്തിലാണ് അസോസിയേഷൻ ഓഫ് എഞ്ചിനീയേഴ്സിന്റെ കേരള സംസ്ഥാന നിർവ്വാഹക സമിതി അംഗമായും കേരള ഗ്രാജുവേറ്റ് എഞ്ചിനീയേഴ്സ് അസോസിയേഷന്റെ പാലക്കാട് ജില്ലാ സെക്രട്ടറി ആയും തെരഞ്ഞെടുക്കപ്പെട്ടത്. ആ നാലു കൊല്ലം. ടി എസ് മണി, ഓ എം സദാനന്ദൻ, സത്യനേശൻ എന്നീ എക്സിക്യൂട്ടീവ് എഞ്ചിനീയർമാർ, സി വി ശങ്കരനാരായണൻ, കെ പി നാരായണൻകുട്ടി, കെ രവീന്ദ്രക്കുറുപ്പ്, ജോർജ് സക്കറിയ, ചെന്താമരാക്ഷൻ, എം ബാലകൃഷ്ണൻ, പട്ടാഭിരാമൻ, പി വി പൗലോസ്, എം സുധാകരൻ എന്നീ അസിസ്റ്റന്റ് എഞ്ചിനീയർമാർ, കെ വി അശോകൻ, കെ ജി ബാബു, പി ഐ മുഹമ്മദ്, ബഷീർ, കെ ജാഫർ ഖാൻ, എ എം കേശവനുണ്ണി, ടി അച്യുതാനന്ദൻ, കെ പി രാജഗോപാലൻ, കെ ടി അബ്ദുൽഖാദർ, കെ കേശവനുണ്ണി, പി എം ഗോവിന്ദൻ നമ്പീശൻ, വി ചന്ദ്രശേഖര ഷേണായ്, ജോൺസൺ, കെ സുഗതൻ, എബ്രഹാം ചാക്കോ, സുബൈർകുഞ്ഞ്, എം ഡി വിമല എന്നീ ജൂനിയർ എഞ്ചിനീയർമാർ, രാധാകൃഷ്ണൻ നായർ, സുകുമാരി, ഫ്രാൻസിസ്, രത്നാബായി തുടങ്ങിയ ഡ്രാഫ്ട്സ്മാൻമാർ, രാജ്കുമാർ എന്ന ജൂനിയർ സൂപ്രണ്ട്, വട്ടവിള ജയകുമാർ, വെളിയം ശിവദാസൻ, ഉണ്ണികൃഷ്ണൻ എന്നീ ക്ലർക്കുമാർ, പരമേശ്വര അയ്യർ, ലൂക്കോസ്, കെ വി രാമകൃഷ്ണൻ, പരമേശ്വരൻ നായർ എന്നീ ഓവർസീയർമാർ, മെക്കാനിക്കൽ വർക്ക്ഷോപ്പ് ജോലിക്കാരായ കെ എസ് നാരായണൻ നായർ (ഇദ്ദേഹത്തിന്റെ മകൻ പി ശിവദാസാണ് പിന്നീട പ്രമുഖ കോൺഗ്രസ് നേതാവും കേരള പബ്ലിക് സർവ്വീസ് കമ്മിഷൻ അംഗവുമായത്), ഇബ്രാഹിം, ഉണ്ണികൃഷ്ണൻ, പ്രഭാകരൻ, സുലൈമാൻ, ടൈപ്പിസ്റ്റ് സരോജം, ഡ്രൈവർ കമാൽ, ഓഫീസ് അസിസ്റ്റന്റുമാരായ രാമൻകുട്ടി നായർ, അപ്പു, ഗോവിന്ദൻകുട്ടി നായർ, കെ കൃഷ്ണൻകുട്ടി എന്നിവരെല്ലാം മനസ്സിന് സുഗന്ധം നല്കി ഇന്നും ഓർമ്മകളിൽ നിറഞ്ഞു നില്ക്കുന്നു.

കാഞ്ഞിരപ്പുഴ ജീവിതകാലത്ത് എല്ലാ എഞ്ചിനീയർ കുടുംബങ്ങളുമായി കറയറ്റ സൗഹൃദവും സാഹോദര്യവും പുലർത്തിയിരുന്നുവെങ്കിലും ഏറ്റവും ഇഴയടുപ്പമുള്ള ഹൃദയ ദാർഢ്യമുള്ള കറയറ്റ സുഹൃത്ബന്ധം പുലർത്തിയത് പില്ക്കാലത്ത് ചീഫ് എഞ്ചിനീയർ ആയി പൊതുമരാമത്ത് വകുപ്പിൽനിന്ന് വിരമിച്ച സി വി ശങ്കരനാരായണനുമായിട്ടാ

യിരുന്നു. ഭാര്യ ഹൈമാവതിയും മക്കൾ മീരയും മിരാജുമടങ്ങിയ അദ്ദേഹത്തിന്റെ കുടുംബവുമായി ആർക്കും പിരിക്കാൻ കഴിയാത്ത വിധത്തിലുള്ള ദൃഢമായ ഒരാത്മബന്ധം ഞങ്ങൾക്കുണ്ടായി. പിന്നീട് ഇന്ന് വരെയുള്ള ഞങ്ങളുടെ ജീവിതത്തിൽ ശ്രുതി ചേർന്ന് ഇണങ്ങിയ കണ്ണികളായി അവർ മാറി. പാലക്കാട് അദ്ദേഹം വീട് വെക്കാൻ തീരുമാനിച്ചപ്പോൾ അത് ഞങ്ങളുടെ വീടിനു തൊട്ടടുത്ത് തന്നെ വേണമെന്നും നിർബ്ബന്ധം പിടിച്ച് പ്രാവർത്തികമാക്കി. ഇന്നും ആ ബന്ധം ഒരു മുറിവുമേല്ക്കാതെ സുദൃഢം തുടരുന്നു.

1978 ൽ കാഞ്ഞിരപ്പുഴ ഇറിഗേഷൻ പ്രൊജക്റ്റ് ഡാം സെക്ഷൻ 1 ലേക്ക് മാറ്റമായി. കല്ലണയുടെ പ്രവൃത്തിയുടെ മേൽനോട്ടമായിരുന്നു ചുമതല. പി വി പൗലോസ് ആയിരുന്നു അസിസ്റ്റന്റ് എഞ്ചിനീയർ. ഏകദേശം ഒരുവർഷം പിന്നിട്ടപ്പോൾ പ്രിയസുഹൃത്തായിരുന്ന അസിസ്റ്റന്റ് എഞ്ചിനീയർ കെ ബി ഹരിദാസ് ഒരു നിർദ്ദേശവുമായി വന്നു. ഇനി കുറച്ചുകാലം റോഡ്സ് ആൻഡ് ബിൽഡിങ്സ് വിഭാഗത്തിൽ ജോലി ചെയ്യാൻ താല്പര്യമുണ്ടോ എന്നായിരുന്നു ചോദ്യം. അദ്ദേഹത്തിന്റെ കുടുംബവുമായി അന്ന് ഏറെ സ്നേഹബന്ധം സ്ഥാപിച്ചിരുന്നു. യാക്കരയിലുള്ള അവരുടെ വീട്ടിൽ ആഴ്ചയിലൊരിക്കലെങ്കിലും പോവുകയും അമ്മ രുക്മിണിയമ്മയും ഭാര്യ ശശികലയും മക്കൾ ശ്രീകുമാറും ബിനുവും അടങ്ങിയവരെല്ലാം അടുത്ത സുഹൃത്തുക്കളായി മാറുകയും ചെയ്തിരുന്നു. രണ്ടുപേർക്കും കിട്ടുകയാണെങ്കിൽ ഒരു വിരോധവുമില്ലെന്നു ഞാൻ പറഞ്ഞു. വളരെ അടുത്ത സുഹൃത്തായി പില്ക്കാലത്ത് മാറിയ കെ പങ്കജാക്ഷനായിരുന്നു അന്ന് പൊതുമരാമത്ത് വകുപ്പ് മന്ത്രി. അദ്ദേഹത്തിന്റെ നിർദ്ദേശപ്രകാരം എന്നെ പൊതുമരാമത്ത് വകുപ്പ് റോഡ്സ് ആൻഡ് ബിൽഡിങ്സിന്റെ ആലത്തൂർ സെക്ഷനിലും ഭാഗ്യത്തെ റോഡ്സ് ആൻഡ് ബിൽഡിങ്സ് ഡിവിഷനിൽ ഹെഡ് ഡ്രാഫ്റ്റ്സ്മാനായും നിയമിച്ച് ഓർഡർ ലഭിച്ചത് അങ്ങനെയാണ്. അങ്ങനെയാണ് പൊതുമരാമത്ത് വകുപ്പിലേക്ക് പറിച്ചു നടപ്പെട്ടത്.

നാല്

ആലത്തൂർ കുഴൽമന്ദം

(1979 - 1981)

ആയിരത്തി തൊള്ളായിരത്തി എഴുപത്തിയൊൻപത് മെയ് മാസത്തിൽ ആലത്തൂരിൽ ജോലിയിൽ പ്രവേശിച്ചു. നിയമനം ലഭിച്ച് ആലത്തൂരിലേക്ക് പോകുന്നതിനു മുമ്പ് അച്ഛൻ പറഞ്ഞിരുന്നു, 'അവിടെ എത്തിയാൽ ഉടനെ സഖാവ് ആലത്തൂർ ആർ കൃഷ്ണനെ പോയി കാണണം. അച്ഛന്റെ ഏറ്റവും അടുത്ത സുഹൃത്തായ സഖാവാണ്. മുമ്പ് സൗത്ത് മലബാർ ജില്ലാ കമ്യൂണിസ്റ്റ് പാർട്ടി കമ്മിറ്റിയിലും പാലക്കാട് ജില്ലാ കമ്മിറ്റിയിലും അംഗങ്ങളായി ഏറെ കാലം പ്രവർത്തിച്ചിരുന്ന കുടുംബ സുഹൃത്താണ്' അതിനാൽ ചുമതലയേറ്റെടുത്ത് ആദ്യം പോയി കണ്ടത് സഖാവ് ആലത്തൂർ ആർ കെയെ ആയിരുന്നു (ബ്രിട്ടീഷ് മലബാറിലെ നിരവധി സാമൂഹ്യ പരിഷ്കരണ പ്രസ്ഥാനങ്ങൾക്ക് നേതൃത്വം നല്കിയ ആലത്തൂർ ആർ കൃഷ്ണൻ, പ്രാദേശിക ഭൂവുടമകളിൽ നിന്ന് കടുത്ത ചൂഷണവും അപമാനവും നേരിട്ട കർഷകരെയും തൊഴിലാളികളെയും സംഘടിപ്പിച്ചാണ് രാഷ്ട്രീയ രംഗത്ത് ലബ്ധപ്രതിഷ്ഠ നേടിയത്. തൊട്ടുകൂടായ്മയ്ക്കും ജാതിവ്യവസ്ഥയ്ക്കുമെതിരായ പോരാട്ടങ്ങളിൽ സജീവമായിരുന്ന അദ്ദേഹം സ്വാതന്ത്ര്യ സമരത്തിൽ പങ്കെടുത്ത് ഒരു പാട് ത്യാഗങ്ങൾ അനുഷ്ഠിച്ചിരുന്നു. കേരളത്തിൽ കമ്യൂണിസ്റ്റ് പാർട്ടി പ്രവർത്തനമാരംഭിച്ചപ്പോൾ അതിന്റെ മുന്നണിപ്പടയാളിയായി. രണ്ടര കൊല്ലത്തോളം തടവറയ്ക്കുള്ളിൽ തളയ്ക്കപ്പെട്ട അദ്ദേഹം കമ്യൂണിസ്റ്റ് പാർട്ടിയുടെ മലബാർ ജില്ലാ കമ്മിറ്റി, പാലക്കാട് ജില്ല രൂപീകരിച്ചപ്പോൾ ജില്ലാ കമ്മിറ്റി, തുടർന്ന് സി പി ഐ (എം) ജില്ലാ സെക്രട്ടേറിയറ്റ്, സംസ്ഥാന കമ്മിറ്റി എന്നീ ഘടകങ്ങളിൽ പ്രവർത്തിച്ചിരുന്നു. 1952 മുതൽ 1956 വരെ മദ്രാസ് നിയമസഭാംഗമായിരുന്നതിനു പുറമേ, അദ്ദേഹം 1957 മുതൽ 15 വർഷത്തേക്ക് കേരള നിയമസഭയിൽ

ആലത്തൂരിനെ പ്രതിനിധീകരിച്ചിരുന്നു. കേരള കർഷക സംഘത്തിന്റെ വർക്കിങ് കമ്മിറ്റി അംഗം, പാലക്കാട് ജില്ലാ കർഷക സംഘം പ്രസിഡന്റ് എന്നീ നിലകളിലും സേവനമനുഷ്ഠിച്ച ആർ കെ പാലക്കാട് ജില്ലയിലെ ഏറ്റവും ജനകീയനായ രാഷ്ട്രീയ പ്രവർത്തകനായിരുന്നു). വാത്സല്യ പൂർണ്ണവും സ്നേഹനിർഭരവുമായ സ്വീകരണമായിരുന്നു അദ്ദേഹത്തിൽ നിന്ന് ലഭിച്ചത്. മകൾ വത്സലയും മകൻ ദാസനും അവരുടെ കുട്ടികളും അടങ്ങുന്ന അദ്ദേഹത്തിന്റെ കുടുംബവുമായി അന്ന് അരക്കിട്ടുറപ്പിച്ച സ്നേഹബന്ധം ഇന്നും തുടരുന്നു. സഖാവിന്റെ മരണം വരെ എന്റെ പാലക്കാട്ടെ ഏറ്റവും വലിയ അഭ്യുദയകാംക്ഷിയും ഉപദേഷ്ടാവും അദ്ദേഹമായിരുന്നു. (ഇപ്പോഴത്തെ ആലത്തൂർ എം എൽ എ പ്രസേനൻ അദ്ദേഹത്തിന്റെ കൊച്ചുമകനാണ്). ആലത്തൂരിൽ ക്വാർട്ടേഴ്സ് ഉണ്ടായിരുന്നതിനാൽ താമസം അവിടെയാക്കുകയും ഭാഗ്യം എല്ലാ ദിവസവും പാലക്കാട് പോയി വരികയും ചെയ്യാൻ തീരുമാനിക്കുകയും ചെയ്തു.

ആലത്തൂർ താലൂക്കിലെ പാതകളുടെയും കെട്ടിടങ്ങളുടെയും നിർമ്മാണവും പരിപാലനവും ചുമതലയുള്ള ആലത്തൂർ റോഡ്സ് ആൻഡ് ബിൽഡിങ്സ് സബ് ഡിവിഷന്റെ കീഴിൽ റോഡ്സ് ആൻഡ് ബിൽഡിങ്സ് ആലത്തൂർ സെക്ഷൻ, റോഡ്സ് ആൻഡ് ബിൽഡിങ്സ് കുഴൽമന്ദം സെക്ഷൻ എന്നിങ്ങനെ രണ്ടു സെക്ഷനുകൾ ആണുണ്ടായിരുന്നത്. പ്രിയ സുഹൃത്ത് കെ ബി ഹരിദാസായിരുന്നു അസിസ്റ്റന്റ് എഞ്ചിനീയർ. എനിക്കുമുമ്പ് ആ സെക്ഷനിൽ ജൂനിയർ എഞ്ചിനീയർ ആയി ജോലി ചെയ്തിരുന്നത് മറ്റൊരു സുഹൃത്തായ ആർ ജെ സുബ്രഹ്മണ്യനായിരുന്നു. കുഴൽമന്ദം ജൂനിയർ എഞ്ചിനീയർ മറ്റൊരു സുഹൃത്തായ പി കെ പഴനപ്പനായിരുന്നു. ആലത്തൂർ, കാവശ്ശേരി, തരൂർ, പുതുക്കോട്, കണ്ണമ്പ്ര, വടക്കഞ്ചേരി, കിഴക്കഞ്ചേരി, വണ്ടാഴി, മേലാർകോട് എന്നീ പഞ്ചായത്തുകളിലെ പൊതുമരാമത്ത് പാതകളുടെയും കെട്ടിടങ്ങളുടെയും നിർമ്മാണവും പരിപാലനവുമായിരുന്നു ആലത്തൂർ റോഡ്സ് ആൻഡ് ബിൽഡിങ്സ് സെക്ഷന്റെ ചുമതലയായുണ്ടായിരുന്നത്. ഇത് കൂടാതെ ഹരിജൻ കോളനികളിലേക്കുള്ള റോഡുകളുടെ നിർമ്മാണവും ഉൾപ്പെട്ടിരുന്നു. യാത്രാസൗകര്യങ്ങൾ ഏറെ കുറവുള്ള ഗ്രാമീണമേഖലയാണിത്. ഉള്ള പൊതുമരാമത്ത് വകുപ്പ് റോഡുകൾക്ക് തന്നെ വേണ്ടവിധത്തിൽ പരിപാലിക്കാനോ പരിഷ്കരികാനോ വേണ്ട ഫണ്ട് അനുവദിച്ചു കിട്ടിയിരുന്നില്ല.

ജലസേചന വകുപ്പിൽനിന്ന് പൊതുമരാമത്തു വകുപ്പിലേക്കുള്ള മാറ്റം പ്രവൃത്തിയിലും ഏറെ പ്രയാസങ്ങളുണ്ടാക്കി. സ്കൂളുകളുടെ ഫിറ്റ്നസ് സർട്ടിഫിക്കറ്റ്, പാതകളുടെയും സർക്കാർ കെട്ടിടങ്ങളുടെയും പരിപാലനം, പുതിയ പാതകളുടെയും കെട്ടിടങ്ങളുടെയും ഹരിജൻ കോളനി റോഡുകളുടെയും നിർമ്മാണം എന്നിവ മനസ്സിലാക്കാനും പഠിച്ചെടുക്കാനും രണ്ടു മാസമെടുത്തു. കൃത്യമായി ജോലി ചെയ്യാൻ മടിയില്ലാത്ത

മോഹനൻ, രാജൻ, പി സി അച്ചൻ എന്നീ വർക്ക് സൂപ്രണ്ടുമാരുടെയും എൻ എം ആർ തൊഴിലാളികളുടെയും ക്ലർക്ക് മാധവൻ നായരുടെയും ഹെഡ് ക്ലാർക്ക് പുഷ്പരാജന്റെ നേതൃത്വത്തിലുള്ള സബ്ഡിവിഷൻ സ്റ്റാഫിന്റേയും സഹകരണം കാര്യങ്ങൾ എളുപ്പമാക്കി. ആർ കൃഷ്ണൻ എക്സ് എം എൽ എ, സി ടി കൃഷ്ണൻ എം എൽ എ, കെ ദാസൻ, ആലത്തൂർ പഞ്ചായത്ത് പ്രസിഡന്റ്, മോഹൻദാസ്, വടക്കഞ്ചേരി പഞ്ചായത്ത് പ്രസിഡന്റ്, മാധവൻ മാസ്റ്റർ, കിഴക്കഞ്ചേരി പഞ്ചായത്ത് പ്രസിഡന്റ്, സുകുമാരൻ മാസ്റ്റർ, കാവശ്ശേരി പഞ്ചായത്ത് പ്രസിഡന്റ്, കെ പി കലാധരൻ, രാഷ്ട്രീയ പ്രവർത്തകരായ കെ ഇ ഇസ്മായിൽ, വി സി കബീർ, സി കെ ഗോപാലൻ, സി കെ രാജേന്ദ്രൻ എന്നിവരുടെയും മറ്റു പൊതു പ്രവർത്തകരുടെയും സഹകരണവും സഹായവും ഏറെയുണ്ടായി. അന്ന് പൂർത്തിയാക്കിയ പുതിയ പാതകളാണ് ഇരട്ടക്കുളം വാണിയമ്പാറ റോഡ്, കുണ്ടുകാട് മൂലങ്കോട് റോഡ്, അനക്കപ്പാറ മുടപ്പല്ലൂർ റോഡ്, വടക്കഞ്ചേരി പാടൂർ റോഡ്, ആലത്തൂർ പുതിയങ്കം റോഡ് എന്നിവ. പ്രവൃത്തികളുടെ ഗുണനിലവാരത്തിലും സമയബന്ധിതമായ പൂർത്തീകരണത്തിലും ഏറെ ശ്രദ്ധിച്ചിരുന്നതിനാൽ പെട്ടെന്ന് ജനപ്രിയനാവാൻ കഴിഞ്ഞത് എന്റെ ഭാഗ്യം.

ഒരു ജനപ്രതിനിധി എങ്ങനെയാണ് പ്രശ്നങ്ങളിൽ പ്രായോഗികമായി ഇടപെടേണ്ടത് എന്ന് ആലത്തൂരിലെ എന്റെ ഒരനുഭവം തെളിയിച്ചു. 1980 ഫെബ്രുവരി മാസത്തിൽ ആലത്തൂർ എം എൽ എ സി ടി കൃഷ്ണൻ അടിയന്തരമായി കണിമംഗലത്തെത്തണം എന്ന് എന്നോടാവശ്യപ്പെടുന്നു. ഞാനും എന്റെ വർക്ക് സൂപ്രണ്ട് മോഹനുമായി അദ്ദേഹത്തിന്റെ ചെറുകുന്നത്തുള്ള വീട്ടിലെത്തുന്നു. അദ്ദേഹം ഞങ്ങളെ കൊണ്ടുപോയത് ഒരു മരണ വീട്ടിലേക്കാണ്. ഒരാഴ്ച മുമ്പ് പാമ്പുകടിയേറ്റു മരിച്ച ഒരു ദരിദ്ര കർഷകന്റെ വീട്ടിൽ. ദുഃഖം തളംകെട്ടിനിന്നിരുന്നു. എം എൽ എ എന്നോട് പറഞ്ഞത് യാത്ര ചെയ്യാൻ ഒരു റോഡ് ഉണ്ടായിരുന്നെങ്കിൽ ഈ മരണം സംഭവിക്കുമായിരുന്നില്ല എന്നാണ്. ഇതിനൊരു ശാശ്വത പരിഹാരം ഉണ്ടാവണം. 8 മീറ്റർ വീതിയിൽ സ്ഥലം വിട്ടു തരികയാണെങ്കിൽ പൊതുമരാമത്ത് വകുപ്പ് റോഡ് ഏറ്റെടുക്കാനുള്ള നിർദ്ദേശം സർക്കാരിലേക്ക് സമർപ്പിക്കാം എന്ന് ഞാൻ പറഞ്ഞു. ഒരാഴ്ച കഴിഞ്ഞപ്പോൾ എം എൽ എയുടെ വിളി വീണ്ടും വന്നു. സ്ഥലം റെഡി. പഞ്ചായത്തിന്റെ സ്ഥലം വിട്ടു തരുന്ന സർട്ടിഫിക്കറ്റും മറ്റു രേഖകളും ഏല്പിച്ചതിനുശേഷം സ്ഥലം മുഴുവൻ കൂടെ നടന്നു കാണിച്ചു തരികയും ചെയ്തു. മൂന്നു ദിവസത്തിനകം ആവശ്യമായ എല്ലാ രേഖകളും റഫ് കോസ്റ്റ് എസ്റ്റിമേറ്റുമായി കണിമംഗലം കരിങ്കയം മംഗലം ഡാം റോഡിന്റെ 10 കിലോമീറ്റർ ദൂരം ഏറ്റെടുക്കാനുള്ള നിർദ്ദേശം പൊതുമരാമത്ത് വകുപ്പിലേക്കയച്ചു. എം എൽ എയുടെ ശക്തമായ ഇടപെടൽ മൂലം മെയ് മാസത്തിൽ തന്നെ ഈ റോഡ് പൊതുമരാമത്ത് വകുപ്പ് ഏറ്റെടുത്ത് വികസിപ്പിക്കാനുള്ള

ഉത്തരവ് വന്നു. ഇന്ന് ഏറെ തിരക്കുള്ള ഒരു പൊതുമരാമത്ത് പാതയായി ഇത് മാറിയിട്ടുണ്ട്.

വനം, പിന്നോക്ക വിഭാഗ വികസന വകുപ്പുമന്ത്രി ആയ കുഴൽമന്ദം എം എൽ എ എം കെ കൃഷ്ണന്റെ സമ്മർദ്ദവും ഇടപെടലും മൂലം ആലത്തൂർ താലൂക്കിലെ പല പഞ്ചായത്തുകളിലായി ഒട്ടേറെ ഹരിജൻ കോളനി റോഡുകൾ അനുവദിച്ചു വന്നത് അപ്പോഴാണ്. അതിലൊന്നായിരുന്നു ആലത്തൂർ പഞ്ചായത്തിലുള്ള വാനൂർ ഹരിജൻ കോളനി റോഡ്. വളരെ പെട്ടെന്ന് തന്നെ അതിന്റെ സ്ഥലപരിശോധനയും അലൈൻമെന്റും എസ്റ്റിമേറ്റും പൂർത്തിയാക്കി സമർപ്പിച്ചു. 300 മീറ്റർ നീളമുള്ള ഒരു ചെറിയ റോഡ് ആയിരുന്നു. പഴയ പഞ്ചായത്ത് റോഡിന്റെ വികസനത്തോടൊപ്പം അവസാന ഭാഗത്ത് വാനൂരിലെ പ്രമാണി കുടുംബത്തിന്റെ കൃഷിനിലത്തു കൂടിയുള്ള 150 മീറ്റർ പുതിയ റോഡുമായിരുന്നു നിർദ്ദേശം. ഏറ്റവും നീളം കുറഞ്ഞതും ചെലവ് കുറഞ്ഞതുമായ അലൈൻമെന്റ് അംഗീകാരത്തിനായി സമർപ്പിച്ചപ്പോൾ എൻ എസ് എസിന്റെ നേതാവായിരുന്ന സ്ഥലമുടമസ്ഥൻ എക്സിക്യൂട്ടീവ് എഞ്ചിനീയർ നാരായണ മേനോന് പരാതി നല്കി. തന്റെ സ്ഥലത്തിന്റെ അരികിലൂടെ മാത്രമേ കൊണ്ടുപോകാൻ പാടുള്ളൂവെന്നും ഇപ്പോഴത്തെ അലൈൻമെന്റ് തന്നെ മനപ്പൂർവം ഉപദ്രവിക്കാൻ വേണ്ടിയുള്ളതാണെന്നും അദ്ദേഹം ആക്ഷേപിച്ചു. എക്സിക്യൂട്ടീവ് എഞ്ചിനീയറുടെ നിർദ്ദേശപ്രകാരം പഞ്ചായത്ത് അധികൃതരുടെയും സ്ഥലമുടമയുടെയും കോളനി നിവാസികളുടെയും ഒരു യോഗം വിളിച്ചു. കാര്യങ്ങൾ വിശദമാക്കിക്കൊണ്ട് ഇപ്പോഴുള്ള അലൈൻമെന്റ് ആണ് ഏറ്റവും യോഗ്യവും ചെലവ് കുറഞ്ഞത് എന്നും സ്ഥലമുടമ ആവശ്യപ്പെട്ടതുപോലെ മാറ്റുകയാണെങ്കിൽ റോഡിന്റെ മൊത്തം നീളം 150 മീറ്റർ കൂടി 450 മീറ്റർ ആകുമെന്നും ചെലവ് 50% വർദ്ധിക്കുമെന്നും ചിത്രങ്ങൾ അവതരിപ്പിച്ചുകൊണ്ട് കാര്യകാരണസഹിതം ഞാൻ സമർത്ഥിച്ചു. സ്ഥലമുടമയും ആദ്ദേഹത്തിന്റെ ഒന്നോ രണ്ടോ പിണിയാളുകളൊഴികെ എം എൽ എ, പഞ്ചായത്ത് പ്രസിഡന്റ്, വിവിധ രാഷ്ട്രീയ കക്ഷികളുടെ നേതാക്കൾ, ഹരിജൻ കോളനി നിവാസികൾ എല്ലാം എന്റെ നിർദ്ദേശത്തെ അംഗീകരിച്ച് പ്രവൃത്തി ആരംഭിക്കണമെന്ന് തീരുമാനിച്ചു. ഈ സർവ്വകക്ഷി തീരുമാനം ഡിവിഷൻ ഓഫീസിൽ എത്തിയപ്പോൾ എക്സിക്യൂട്ടീവ് എഞ്ചിനീയർ എം നാരായണ മേനോൻ എന്നെയും അസിസ്റ്റന്റ് എഞ്ചിനീയർ ഹരിദാസിനെയും വിളിച്ചു. എന്തിനാണ് സ്ഥലത്തെ ഒരു പൗരമുഖ്യനുമായി കൊമ്പു കോർക്കാൻ പോകുന്നതെന്നും അദ്ദേഹത്തിന്റെ പരാതി അംഗീകരിക്കണമെന്നും ആവശ്യപ്പെട്ടു. ഒപ്പം മറ്റൊരു കാര്യം കൂടി അദ്ദേഹം സൂചിപ്പിച്ചു. താനീ കാര്യം സൂപ്രണ്ടിങ് എഞ്ചിനീയർ രാജശേഖരൻ നായരുമായി ചർച്ച ചെയ്തുവെന്നും അദ്ദേഹത്തിനും പരാതിക്കാരനെ സഹായിക്കണമെന്ന തോന്നലുണ്ടെന്നും അദ്ദേഹം പറഞ്ഞു. മേലുദ്യോഗസ്ഥന്മാർ പറയുന്നതിനെ ഒരിക്കലും ഖണ്ഡിക്കാൻ

ധൈര്യം കാണിക്കാത്ത എന്റെ ഏറ്റവും അടുത്ത സുഹൃത്ത് കൂടിയായിരുന്ന അസിസ്റ്റന്റ് എഞ്ചിനീയർ കെ ബി ഹരിദാസ് മൗനം പാലിച്ചു. ഒരു കാരണവശാലും അത് അംഗീകരിക്കാൻ കഴിയില്ലെന്നു ഞാനും ശഠിച്ചു. എന്നാൽ പരിണത ഫലങ്ങൾ അനുഭവിച്ചോളു എന്നൊരു ഭീഷണിയാണ് പിന്നീടുണ്ടായത്. ജനങ്ങൾ ഒപ്പമുള്ളതു കൊണ്ട് എന്തും അനുഭവിക്കാൻ ഞാൻ തയ്യാറാണെന്ന് വിനയത്തോടെ മറുപടിയേകുകയും ചെയ്തു. എഞ്ചിനീയർമാരുടെ ജനറൽ ട്രാൻസ്ഫ റിന്റെ സമയമായിരുന്നു. ഒരു കൊല്ലം മാത്രം ആലത്തൂരിൽ പൂർത്തിയാ ക്കിയ എന്നെ ആ സെക്ഷനിൽ നിന്ന് പാലക്കാട് ബ്രിഡ്ജസ് സെക്ഷനിലേക്കു മാറ്റിക്കൊണ്ട് ഉത്തരവിറങ്ങി. ഇത് ഒരു ഗൂഢാലോ ചനയുടെ പരിണതഫലമാണെന്നു തിരിച്ചറിഞ്ഞ ആർ കൃഷ്ണൻ എക്സ് എം എൽ എ, സി ടി കൃഷ്ണൻ എം എൽ എ, സി വാസുദേവ മേനോൻ എം എൽ എ, പഞ്ചായത്ത് പ്രസിഡന്റുമാർ എന്നിവർ ഉടൻ ഇടപെട്ടു. അന്ന് സഖാവ് ഇ കെ നായനാരാണ് മുഖ്യമന്ത്രി. അച്ഛന്റെ അടുത്ത സുഹൃത്തും എന്നോട് ഒരു മകനെപ്പോലെ വാത്സല്യവുമുള്ള പച്ച മനുഷ്യൻ. കാര്യങ്ങൾ അറിഞ്ഞപ്പോൾ അദ്ദേഹം സ്ഥലം മാറ്റം ക്യാൻസൽ ചെയ്യാനുള്ള നിർദ്ദേശം സൂപ്രണ്ടിങ് എഞ്ചിനീയർക്കു നല്കണമെന്ന് പൊതുമരാമത്ത് വകുപ്പ് മന്ത്രി വഴി ചീഫ് എഞ്ചിനീയർ ക്കു നല്കി. ഒരുദിവസം എന്നെയും അസിസ്റ്റന്റ് എഞ്ചിനീയർ ഹരിദാസിനെയും സൂപ്രണ്ടിങ് എഞ്ചിനീയർ രാജശേഖരൻ നായർ വിളിപ്പിക്കുന്നു. അദ്ദേഹം എക്സിക്യൂട്ടീവ് എഞ്ചിനീയർ. തന്നെ തെറ്റിദ്ധരിപ്പിച്ചതാണെന്നും ഇങ്ങനെയൊക്കെ ഉണ്ടായതിൽ തനിക്ക് ഖേദമുണ്ടെന്നും പറഞ്ഞു. ഏതായാലും ഉത്തരവ് ഇറങ്ങിയതിനാൽ അത് റദ്ദാക്കിയാൽ തന്റെ പ്രതിച്ഛായയ്ക്കും അധികാരത്തിനും ഏറെ കോട്ടം ചെയ്യുമെന്നും അതിനാൽ അതിനു നിർബ്ബന്ധിക്കരുതെന്നും അദ്ദേഹം പറഞ്ഞു. പകരം ചോദിക്കുന്ന ഏതു സെക്ഷനിലേക്കും മാറ്റം നല്കാമെന്ന് അദ്ദേഹം സമ്മതിച്ചു. ഏതു സ്ഥലത്തും ജോലി ചെയ്യാൻ എനിക്ക് സമ്മതമാണെന്നും തർക്കമുള്ള ഹരിജൻ കോളനി റോഡിന്റെ അലൈൻമെന്റ് ഞാൻ നിർദ്ദേശിച്ച പ്രകാരം തന്നെ പ്രാവർത്തികമാക്ക ണമെന്നും ആലത്തൂരിൽ ക്വാർട്ടേഴ്സ് സൗകര്യമുള്ളതിനാൽ അതിനുള്ള സ്ഥലം അനുവദിക്കണമെന്നും ഞാൻ പ്രതിവചിച്ചു. അസിസ്റ്റന്റ് എഞ്ചി നീയർ ഹരിദാസാണ് കുഴൽമന്ദം റോഡ്സ് ആൻഡ് ബിൽഡിങ്സ് സെക്ഷനിലേക്ക് പോസ്റ്റ് ചെയ്യാമെന്ന നിർദ്ദേശം മുന്നോട്ട് വെച്ചത്. ഞാൻ പറഞ്ഞ മൂന്നു കാര്യങ്ങളും സൂപ്രണ്ടിങ് എഞ്ചിനീയർ അംഗീകരിച്ചു. ഹരിജൻ കോളനി റോഡ് അലൈമെന്റിനു അംഗീകാരം നല്കി. എന്നെ കുഴൽമന്ദം റോഡ്സ് ആൻഡ് ബിൽഡിങ്സ് സെക്ഷനിലേക്ക് പോസ്റ്റ് ചെയ്തു ഉത്തരവിറക്കി. പാലക്കാട് നഗരത്തിൽ ഭാഗ്യത്തിന്റെ പേരിൽ ക്വാർട്ടേഴ്സ് അനുവദിക്കാനുള്ള നിർദ്ദേശവും നല്കി.

നമ്മെ ഉപദ്രവിക്കാൻ വേണ്ടി ചിലർ നടത്തുന്ന ഗൂഢാലോചനകളും

ദുഷ്പ്രവൃത്തികളും പലപ്പോഴും ഉർവ്വശീശാപം ഉപകാരമാവുന്നതു പോലെ നമുക്ക് ഗുണകരമാവും എന്ന് തെളിയിക്കുന്നതായിരുന്നു ആലത്തൂരിൽ നിന്ന് പാലക്കാട്ടേക്കുള്ള താമസ മാറ്റം. ഒരുപക്ഷേ, ആലത്തൂർ തന്നെ ഞാൻ തുടർന്നിരുന്നുവെങ്കിൽ എന്റെ ജീവിത വിജയത്തിന്റെ അടിത്തറയിട്ടുതരികയും ജീവിതകാലം മുഴുവൻ താങ്ങും തണലുമാവുകയും ചെയ്ത വ്യക്തിബന്ധങ്ങളും രാഷ്ട്രീയബന്ധങ്ങളും സമൂഹബന്ധങ്ങളും സാംസ്കാരികബന്ധങ്ങളും എനിക്കുണ്ടാവുമായിരുന്നില്ല. പൊതുമരാമത്ത് വകുപ്പിലെ ഒരു ശരാശരി എഞ്ചിനീയർ മാത്രമായി ഞാൻ ഒതുങ്ങുമായിരുന്നു. പാലക്കാട്ടേക്ക് താമസം മാറ്റിയപ്പോൾ കമ്യൂണിസ്റ്റ് പാർട്ടി ഓഫ് ഇന്ത്യയുടെ ജില്ലാ സെന്ററുമായി നിരന്തരം ബന്ധപ്പെടാനുള്ള അവസരം ലഭിച്ചു. എനിക്കുള്ള പരിമിതമായ കഴിവുകൾ മനസ്സിലാക്കി അവ വികസിപ്പിക്കാനുള്ള അവസരങ്ങൾ ഒരുക്കിത്തന്നു പ്രോത്സാഹിപ്പിക്കുകയും എപ്പോഴും കൂടെ നിർത്തി തണലേകുന്ന കരുതൽ നല്കുകയും ചെയ്തതിന് നേതൃത്വം നല്കിയത് പാർട്ടിയുടെ അന്നത്തെ സെക്രട്ടേറിയറ്റ് അംഗവും തുടർന്ന് ജില്ലാ സെക്രട്ടറിയും ആയ ടി ശിവദാസ മേനോൻ ആയിരുന്നു. അദ്ദേഹത്തോടൊപ്പം അന്ന് സെക്രട്ടേറിയറ്റിൽ പി പി കൃഷ്ണൻ, ആലത്തൂർ ആർ കൃഷ്ണൻ, സി വാസുദേവ മേനോൻ, ഓങ്ങല്ലൂർ സി അച്യുതൻ, കെ പി ഉണ്ണി, എ സി നാരായണൻ, സി ജി പണിക്കർ തുടങ്ങിയവരായിരുന്നു, ഇവരെല്ലാം എന്നെ മനസ്സിലാക്കുകയും ഏറെ പ്രോത്സാഹിപ്പിക്കുകയും ചെയ്ത സഖാക്കളായിരുന്നു. ഈ കൂട്ടത്തിലേക്ക് പിന്നീട് വന്നുചേർന്ന എം ചന്ദ്രൻ, സി ടി കൃഷ്ണൻ, ഇ പത്മനാഭൻ, പി ഉണ്ണി, എ കെ ബാലൻ, സി കെ രാജേന്ദ്രൻ, കെ വി രാമകൃഷ്ണൻ, എൻ എൻ കൃഷ്ണദാസ്, എം ബി രാജേഷ്, ടി ചാത്തു, ടി കെ മാരായണദാസ്, ആർ ചിന്നക്കുട്ടൻ, ടി എൻ കണ്ടമുത്തൻ, പി മമ്മിക്കുട്ടി, വി ചെന്താമരാക്ഷൻ എന്നിവരെല്ലാം എന്റെ അടുത്ത സുഹൃത്തുക്കളായി മാറുകയും ചെയ്തു. കൂടാതെ പാലക്കാട്ടെ സാംസ്കാരിക രംഗത്ത് അന്ന് നിറഞ്ഞു നിന്നിരുന്ന ഒളപ്പമണ്ണ, മുണ്ടൂർ കൃഷ്ണൻകുട്ടി, മുണ്ടൂർ സേതുമാധവൻ, ഇയ്യങ്കോട് ശ്രീധരൻ, പി നരേന്ദ്രനാഥ്, എൻ രാധാകൃഷ്ണൻ നായർ, പി എ വാസുദേവൻ, ജോയ് ശാസ്താംപടിക്കൽ, കാളിദാസ് പുതുമന എന്നിവരുമായി അടുത്തിടപെടാനും സുഹൃദ്ബന്ധം സ്ഥാപിക്കാനും അവരുടെ പ്രവർത്തനങ്ങളിൽ പങ്കാളിയാവാനും സാധിച്ചു.

1980 ജൂൺ മാസത്തിൽ കുഴൽമന്ദം റോഡ്സ് ആൻഡ് ബിൽഡിങ് സെക്ഷനിൽ ജൂനിയർ എഞ്ചിനീയർ ആയി ജോലിയിൽ പ്രവേശിച്ചു. ഈ സമയത്താണ് ജൂനിയർ എഞ്ചിനീയർ തസ്തിക അസിസ്റ്റന്റ് എഞ്ചിനീയർ എന്നും അസിസ്റ്റന്റ് എഞ്ചിനീയർ തസ്തിക അസിസ്റ്റന്റ് എക്സിക്യൂട്ടീവ് എഞ്ചിനീയർ എന്നും പുനർനാമകരണം ചെയ്തത്. കുഴൽമന്ദം, മാത്തൂർ, കോട്ടായി, പെരിങ്ങോട്ടുകുറിശ്ശി, തരൂർ, എരിമയൂർ, തേങ്കുറിശ്ശി എന്നീ പഞ്ചായത്തുകളിലെ പൊതുമരാമത്ത് പാതക

ളുടെയും കെട്ടിടങ്ങളുടെയും നിർമ്മാണവും പരിപാലനവുമായിരുന്നു കുഴൽമന്ദം റോഡ്സ് ആൻഡ് ബിൽഡിങ്സ് സെക്ഷന്റെ ചുമതലയായുണ്ടായിരുന്നത്. ഇത് കൂടാതെ ഹരിജൻ കോളനികളിലേക്കുള്ള റോഡുകളുടെ നിർമ്മാണവും ഉൾപ്പെട്ടിരുന്നു. അന്നത്തെ വനം, പിന്നോക്കക്ഷേമ വകുപ്പ് മന്ത്രി എം കെ കൃഷ്ണനായിരുന്നു കുഴൽമന്ദം എം എൽ എ. പിന്നീട് ആലത്തൂർ എം എൽ എയും ജില്ലാ കോൺഗ്രസ് കമ്മിറ്റി പ്രസിഡന്റുമായ എ വി ഗോപിനാഥ്, കർഷക സംഘം നേതാവ് കെ വേലുണ്ണി, കെ അപ്പുണ്ണി, എ വി ബലരാമൻ, സി വി രാമഅയ്യർ എന്നിവർ പഞ്ചായത്ത് പ്രസിഡന്റുമാരായിരുന്നു. സ്വന്തം നിയോജക മണ്ഡലം പരിപാലിക്കുന്നതിന്റെ ഉത്തമ മാതൃകയായി മന്ത്രി എം കെ കൃഷ്ണൻ പട്ടികജാതി കോളനികളിലേക്കുള്ള യാത്രാസൗകര്യം സുഗമമാക്കുന്നതിന് വേണ്ടി എല്ലാ പഞ്ചായത്തുകളിലും ഒട്ടേറെ റോഡുകളുടെ പ്രവൃത്തിക്കുള്ള അംഗീകാരം നല്കിയിരുന്നു. വ്യക്തിപരമായി എന്നെ അടുത്തറിയാവുന്നതുകൊണ്ട് പെട്ടെന്ന് പൂർത്തീകരിക്കണമെന്ന നിർദ്ദേശവും അദ്ദേഹം നല്കിയിരുന്നു. പിന്നീട് എം എൽ എ ആയി വന്ന ടി കെ അറുമുഖൻ ഈ പ്രവൃത്തികൾ സമയബന്ധിതമായി നടത്താൻ ഏറെ സമ്മർദ്ദം ചെലുത്തുകയും ചെയ്തു. ഏറെ പ്രയാസപ്പെട്ടിട്ടാണ് പ്രധാന പ്രവൃത്തികളെല്ലാം പൂർത്തിയാക്കിയത്. സ്ഥലം ലഭ്യമാക്കാൻ ജനപ്രതിനിധികളുടെ നല്ല സഹകരണമുണ്ടായിരുന്നു. ഈ സമയത്ത് പൂർത്തിയാക്കിയതാണ് പുടൂർ കോട്ടായി റോഡ്, അമ്പാട് ആനിക്കോട് റോഡ് എന്നിവ. അന്നത്തെ എക്സിക്യൂട്ടീവ് എഞ്ചിനീയർ ആർ ശങ്കരരാമൻ, അസിസ്റ്റന്റ് എക്സിക്യൂട്ടീവ് എഞ്ചിനീയർ ഹരിദാസ്, ക്ലർക്ക് മാധവൻ നായർ, ഓവർസീയർമാരായ രാമദാസ്, രാമകൃഷ്ണൻ, ഓഫീസ് അസിസ്റ്റന്റ് വെള്ള എന്നിവരുടെ സഹായ സഹകരണങ്ങൾ ഏറെ കൃതജ്ഞതയോടെ രേഖപ്പെടുത്തുന്നു. ആലത്തൂരിലും കുഴൽമന്ദത്തും ഗുണനിലവാരം ഉറപ്പാക്കി ഞങ്ങളുടെ നിർദ്ദേശങ്ങൾ നടപ്പിലാക്കി സമയബന്ധിതമായി പ്രവൃത്തികൾ പൂർത്തിയാക്കിത്തന്നിരുന്ന എം വി മാധവൻ, മുത്തു, പി കെ സുബ്രഹ്മണ്യൻ, ഇ ശ്രീധരൻ, യു ടി ടി ശിവശങ്കരൻ നായർ, കുനിശ്ശേരി രാജൻ, ഇ കൃഷ്ണൻ, കണ്ടൻകുട്ടി, യുസഫ് റാവുത്തർ എന്നീ കരാറുകാരുടെ സഹായവും ഓർക്കാതെ വയ്യ.

രണ്ടുവർഷത്തെ ആലത്തൂർ സബ്ഡിവിഷനിലെ ജോലിക്കിടയിൽ കുടുംബ സമേതം ഏറ്റവും കൂടുതൽ സന്ദർശിച്ചിട്ടുള്ള വീടുകളിലൊന്ന് ഹരിദാസ് സാറിന്റെ യാക്കരയിലുള്ള വീടായിരുന്നു. കത്തി നില്ക്കുന്ന ഒരു നിലവിളക്കുപോലെ തോന്നിക്കുമായിരുന്ന അദ്ദേഹത്തിന്റെ അമ്മ രുഗ്മിണിയമ്മ കാണുമ്പോഴെല്ലാം എന്നോടും ഭാഗ്യത്തോടും പറയുന്ന ഒരു കാര്യമുണ്ടായിരുന്നു, "നിങ്ങൾ പാലക്കാട് വീട് വെച്ച് താമസമാക്കണം, കഴിയുമെങ്കിൽ ഈ വീടിനടുത്ത് തന്നെ വേണം." ആദ്യമൊന്നും ഞാനത് കാര്യമായെടുത്തില്ല. പിന്നെ നിർബ്ബന്ധം കൂടിക്കൂടി വരികയും

അവർ തന്നെ തൊട്ടടുത്ത സ്ഥലം കണ്ടെത്തുകയും ചെയ്തു. അങ്ങനെയാണ് യാക്കരയിൽ ഹരിദാസ് സാറിന്റെ വീടിനു തൊട്ടു മുന്നിലായി 17 സെന്റ് സ്ഥലം 1200 രൂപ സെന്റിന് വിലകൊടുത്ത് 1980 അവസാനം വാങ്ങിയത്. സുഹൃത്ത് അലക്സ് ജോണിനെയാണ് വീട് പണി ഏല്പിച്ചത്. രണ്ടു കൊല്ലമെടുത്തു അത് പൂർത്തിയാവാൻ. ഒരു സ്വീകരണമുറി, ഓഫീസ് മുറി, മൂന്നു കിടപ്പുമുറികൾ, ഒരു അടുക്കള, സ്റ്റോർ മുറി, നാല് സിറ്റ് ഔട്ടുകൾ എന്നിവയടങ്ങുന്ന 3000 ചതുരശ്ര അടി വിസ്തീർണ്ണമുള്ള ആ വീടാണ് 'ജോഷില' എന്ന പേരിൽ വാസസ്ഥലമായതും എന്റെ ജീവിതത്തിന്റെ ഉയർച്ച താഴ്ചകൾക്കും സുഖദുഃഖങ്ങൾക്കും ഒക്കെ കേന്ദ്രസ്ഥാനമായി മാറിയതും. കേരളത്തിലെ രാഷ്ട്രീയ സാമൂഹ്യ സാംസ്കാരിക കലാ മേഖലകളിലെ എല്ലാ പ്രധാന നേതാക്കളുടെയും നായകന്മാരുടെയും സന്ദർശനംകൊണ്ടും ആശീർവാദംകൊണ്ടും 'ജോഷില' ധന്യമായിരുന്നു. മമ്മൂട്ടി, മോഹൻലാൽ, തിലകൻ, ജനാർദ്ദനൻ, മേനക, റഹ്മാൻ, ബാലൻ കെ നായർ, ശ്രീവിദ്യ, നദിയ മൊയ്തു, ഗീത, ലാലു അലക്സ് എന്നിവർ അഭിനയിക്കുകയും ജോൺ, സാജൻ, ഹരിഹരൻ എന്നിവർ സംവിധാനം ചെയ്യുകയും ചെയ്ത *വെളിച്ചമില്ലാത്ത വീഥി, കണ്ടു കണ്ടറിഞ്ഞു, വരന്മാരെ ആവശ്യമുണ്ട്* എന്നീ മൂന്നു ചലച്ചിത്രങ്ങൾ ഇവിടെ വെച്ച് ചിത്രീകരിച്ചിരുന്നു. മുപ്പത്തി രണ്ടുവർഷം ഏറ്റവും താഴെക്കിടയിലുള്ള തൊഴിലാളി സുഹൃത്തുക്കൾ മുതൽ ഉദ്യോഗസ്ഥരും ഭരണാധികാരികളും വരെ ഉള്ളവർക്ക് ആതിഥ്യമരുളാൻ 'ജോഷില'യ്ക്കു കഴിഞ്ഞുവെന്നത് ഏറെ കൃതാർത്ഥത നല്കുന്നുണ്ട്. 2014 ൽ അച്ഛന്റെ എഴുപതാം പിറന്നാൾ ദിനത്തിൽ ഒരു ജന്മദിനസമ്മാനമെന്ന നിലയിൽ മകൻ സമ്മാനിച്ച തേനൂരിലെ 'കിനാവി'ലേക്കു താമസം മാറ്റിയെങ്കിലും 'ജോഷില'യോടുള്ള ഇഷ്ടം ഇന്നും ഹൃദയത്തിൽ നിലനില്ക്കുന്നുണ്ട്.

അഞ്ച്

ബ്രിഡ്ജസ് സബ്ഡിവിഷൻ പാലക്കാട്

(1981 - 1985)

ആയിരത്തി തൊള്ളായിരത്തി എൺപത്തിയൊന്ന് ഒക്ടോബറിൽ ഉടൻ അസിസ്റ്റന്റ് എക്സിക്യൂട്ടീവ് എഞ്ചിനീയർ ആയി പ്രമോഷൻ ലഭിക്കുമെന്ന് മനസ്സിലായി. കുടുംബത്തോടൊപ്പം നില്ക്കണമെങ്കിൽ പാലക്കാട് തന്നെ ഏതെങ്കിലും സബ്ഡിവിഷനിൽ നിയമനം ലഭിക്കണം. സുഹൃത്തായിരുന്ന നാഷണൽ ഹൈവേ എക്സിക്യൂട്ടീവ് എഞ്ചിനീയർ തലശ്ശേരിക്കാരനായ കെ പി കുമാരൻ ഒരു ഉപദേശം തന്നു. പാലക്കാട് ബ്രിഡ്ജസ് സബ്ഡിവിഷൻ അസിസ്റ്റന്റ് എക്സിക്യൂട്ടീവ് എഞ്ചിനീയർ എൻ വി ചന്ദ്രശേഖരൻ നായർക്ക് എക്സിക്യൂട്ടീവ് എഞ്ചിനീയർ ആയി പ്രമോഷൻ ലഭിക്കുമെന്നും ആ ഒഴിവിലേക്ക് ശ്രമിക്കണമെങ്കിൽ കോഴിക്കോട് സ്പെഷ്യൽ ബിൽഡിങ്സ് ഡിവിഷൻ എക്സിക്യൂട്ടീവ് എഞ്ചിനീയർ പി എൻ ശിവരാമപിള്ളയുടെ ആശീർവാദം ഉണ്ടായാൽ മാത്രമേ കഴിയൂ എന്നും പറഞ്ഞുകൊണ്ട് കുമാരൻ സാർ ശിവരാമ പിള്ള സാറിന് എന്നെ പരിചയപ്പെടുത്തിക്കൊണ്ട് ഒരു കത്ത് തന്നു. ഞാൻ കത്തുമായി ശിവരാമ പിള്ള സാറിനെ കാണുന്നു. എന്റെ നല്ല കാലത്തിനു അദ്ദേഹത്തിന് എന്നെ ഇഷ്ടമാവുന്നു.. അദ്ദേഹം പ്രാഥമിക സംസാരത്തിനുശേഷം ആർക്കൊക്കെയോ ഫോൺ ചെയ്തു. അതിനുശേഷം എന്നോട് പറഞ്ഞു, “അന്നത്തെ പൊതുമരാമത്ത് വകുപ്പ് മന്ത്രി പി എം അബൂബക്കറിന്റെ പാലക്കാട്ട് താമസമാക്കിയ ഒരു ക്ലാസ്മേറ്റ് ഈ ഒഴിവിലേക്ക് ശ്രമിക്കുന്നുണ്ട്. സാരമില്ല. ഇനി അജയനെ എന്റെ ഡിവിഷന്റെ കീഴിലുള്ള ഈ ഒഴിവിലേക്ക് നിയമിപ്പിക്കേണ്ടത് എന്റെ ചുമതലയാണ്. ധൈര്യമായി പൊയ്ക്കോളൂ.” ഞാൻ തിരിച്ചു പോന്നു. അദ്ദേഹം എന്തൊക്കെ ചെയ്തു എന്നെനിക്കറിയില്ല. പക്ഷേ, ഒരാഴ്ചയ്ക്കകം എന്നെ പാലക്കാട് ബ്രിഡ്ജസ് സബ്ഡിവിഷനിൽ നിയമിച്ചുകൊണ്ട് ഉത്തരവിറങ്ങി.

ഈ ഉത്തരവ് പ്രകാരം കോഴിക്കോട് സ്പെഷ്യൽ ബിൽഡിങ്സ് ഡിവിഷന്റെ കീഴിലുള്ള പാലക്കാട് ബ്രിഡ്ജസ് സബ്ഡിവിഷനിൽ അസിസ്റ്റന്റ് എക്സിക്യൂട്ടീവ് എഞ്ചിനീയർ ആയി 1981 നവംബർ മാസത്തിൽ ചുമതലയേറ്റു.

പാലക്കാട് ജില്ല മുഴുവനുമായിരുന്നു അധികാര പരിധി. അന്നത്തെ എസ്റ്റിമേറ്റ് തുക അഞ്ചു ലക്ഷം രൂപയ്ക്കു മുകളിലുള്ള പ്രധാന പാലങ്ങളുടെയും കെട്ടിടങ്ങളുടെയും നിർമ്മാണ ചുമതലയായിരുന്നു വഹിക്കേണ്ടത്. സബ്ഡിവിഷനു കീഴിൽ പാലക്കാട് തന്നെയുള്ള രണ്ട് സെക്ഷനുകൾ ആണുണ്ടായിരുന്നത്. ഔദ്യോഗിക ജീവിതത്തിൽ എന്റെ പ്രിയശിഷ്യന്മാരായി തീരുകയും പിന്നീട് മുറിച്ചുമാറ്റാനാവാത്തവിധം സുഹൃത്തുക്കളുമായ എം വി അബ്ദുൽ റഹിമാൻ മൂപ്പനും പി ഹരിദാസുമായിരുന്നു അസിസ്റ്റന്റ് എഞ്ചിനീയർമാർ. രണ്ടുകൊല്ലം കഴിഞ്ഞ് പ്രവൃത്തികളുടെ എണ്ണം കൂടിയപ്പോൾ മൂന്നാമതൊരു സെക്ഷൻ കൂടി രൂപീകൃതമായി. പുതിയ നിയമനം ലഭിച്ച കെ കെ പ്രഹ്ലാദനായിരുന്നു ആ സെക്ഷനിലെ അസിസ്റ്റന്റ് എഞ്ചിനീയർ. പാലക്കാട് സിവിൽ സ്റ്റേഷൻ കെട്ടിടത്തിന് പുറകെ ഒട്ടും സൗകര്യമില്ലാത്ത ഷീറ്റ് മേഞ്ഞ പഴയ കെട്ടിടത്തിലായിരുന്നു ഓഫീസ്. ചുമതലയേല്ക്കുമ്പോൾ കാര്യമായ പ്രവൃത്തികൾ കുറവായിരുന്നു. കണിയാമ്പുറം പാലത്തിന്റെ നിർമ്മാണം, പാലക്കാടിനും കൊടുമ്പിനും ഇടയ്ക്കുള്ള പാലത്തിന്റെ നിർമ്മാണം, പാലക്കാട് ജില്ലാ ആശുപത്രിയിലെ ഇ ആൻഡ് എഫ് ബ്ലോക്കുകളുടെ നിർമ്മാണം എന്നിവയായിരുന്നു നടന്നുകൊണ്ടിരുന്ന പണികൾ.

എൻ വി ചന്ദ്രശേഖരൻ നായരിൽനിന്ന് ചുമതലയേറ്റ് കോഴിക്കോട് സ്പെഷ്യൽ ബിൽഡിങ്സ് ഡിവിഷൻ ഓഫീസിൽ ആദ്യമായി ചെന്ന ദിനം ഇന്നും മനസ്സിൽ പച്ചപിടിച്ചു കിടപ്പുണ്ട്. എന്റെ എഞ്ചിനീയറിങ് ജീവിതത്തെയും മനോഭാവത്തെയും നിർവ്വഹണ കാര്യസ്ഥതയെയും പാടെ മാറ്റിമറിച്ച ജീവിതകാലം മുഴുവൻ നീണ്ടുനിന്ന അനിർവ്വചനീയമായ ഒരു ഗുരുശിഷ്യബന്ധത്തിന്റെ പ്രാരംഭമായിരുന്നു എക്സിക്യൂട്ടീവ് എഞ്ചിനീയർ ശിവരാമപിള്ളസാറുമായുള്ള ആ കൂടിക്കാഴ്ച. പൊതുവെ സബ്ഡിവിഷനിലെ പ്രവൃത്തികൾ അവലോകനം ചെയ്ത ശേഷം അദ്ദേഹം പറഞ്ഞു:

> പാലക്കാട് ബ്രിഡ്ജസ് സബ് ഡിവിഷൻ അതിന്റെ അപാരമായ വികസന പ്രവർത്തന സാദ്ധ്യതകൾ ഒരിക്കലും ഉപയോഗിക്കാത്ത സബ് ഡിവിഷനാണ്. പാലക്കാട് ജില്ലയിലെ പ്രധാന പൊതുമരാമത്ത് പ്രവൃത്തികൾക്ക് രൂപം നല്കുകയും പ്രാവർത്തികമാക്കുകയും അങ്ങനെ വികസനത്തിന്റെ പതാകാവാഹകരാവുകയും ചെയ്യാൻ നമുക്ക് കഴിയണം. ഇതിന് അപാരമായ ദീർഘവീക്ഷണം, കിടയറ്റ മുന്നൊരുക്കം, കറകളഞ്ഞ ആത്മാർത്ഥത,

സ്വന്തം പ്രവൃത്തിയിലുള്ള അർപ്പണ മനോഭാവം, അതിരറ്റ സംഘാടന പാടവം, സഹപ്രവർത്തകരുമായുള്ള ഇഴയടുപ്പവും അവരെക്കൊണ്ട് പണിയെടുപ്പിക്കാനുള്ള ആജ്ഞാശക്തിയും അനിവാര്യമാണ്. ഇവയെല്ലാം അജയനുണ്ടെന്നു എഞ്ചിനീയർ കുമാരനും പാലക്കാട്ടെ എന്റെ മറ്റു എഞ്ചിനീയർ സുഹൃത്തുക്കളും എന്നോട് പറഞ്ഞിട്ടുണ്ട്. അടുത്ത മൂന്നു കൊല്ലം നമുക്കൊന്നിച്ച് ഈ സബ്ഡിവിഷൻ കേരളത്തിലെ ഒന്നാം നമ്പർ സബ്ഡിവിഷനായി ഉയർത്തണം. എനിക്ക് മലബാർ മുഴുവൻ അധികാര പരിധിയുള്ളതിനാൽ പ്രത്യേക സന്ദർഭങ്ങളിലൊഴികെ രണ്ടാഴ്ചയിൽ ഒരിക്കൽ മാത്രമേ പ്രവൃത്തി പരിശോധനയ്ക്കായി പാലക്കാട് എത്താൻ കഴിയുകയുള്ളു. പക്ഷേ, എല്ലാദിവസവും നാം അന്യോന്യം ബന്ധപ്പെട്ട ദൈനംദിന കാര്യങ്ങൾ അറിയിക്കണം. ഇന്ന് ഞാൻ വിളിച്ചാൽ നാളെ അജയൻ എന്നെ വിളിക്കണം. പ്രവൃത്തികളുടെ കാര്യത്തിൽ നിനക്ക് എക്സിക്യൂട്ടീവ് എഞ്ചിനീയർ എന്ന നിലയിലുള്ള എന്റെ അധികാരം എന്നെ അറിയിച്ചു കൊണ്ട് വിനിയോഗിക്കാം. ഞാൻ ചീഫ് എഞ്ചിനീയറുടെ അധികാരം അനുവാദം വാങ്ങി വിനിയോഗിച്ച് കൊള്ളാം. Proof of the pudding is eating of it എന്ന് കേട്ടിട്ടില്ലേ. പ്രവൃത്തികൾ ഗുണനിലവാരം ഉയർത്തിപ്പിടിച്ചുകൊണ്ട് സമയബന്ധിതമായി പൂർത്തിയാക്കാൻ കഠിനമായി നാമൊന്നിച്ച് യത്നിക്കാം. നാം തമ്മിൽ അതിലൊരു സമവാക്യം ഉണ്ട്. അത് നമുക്ക് തെളിയിക്കണം. ബഡ്ജറ്റിൽ നിരവധി പ്രവൃത്തികൾക്കുള്ള നിർദ്ദേശവും വിഹിതവും ഉണ്ട്. ഉടനെ അവയുടെ എല്ലാം റഫ് കോസ്റ്റ് എസ്റ്റിമേറ്റ് അയച്ച് ഭരണാനുമതി വാങ്ങാനുള്ള പ്രവർത്തനം ആരംഭിക്കണം.

പുതിയ സ്ഥലത്ത് എത്തിയ ഒരാൾക്ക് ഇതിലേറെ ആത്മവിശ്വാസം നല്കാൻ ആർക്കും കഴിയില്ല. അന്ന് കിട്ടിയ ആത്മവിശ്വാസവും ഊർജ്ജവും കരുത്തും ജീവിതകാലം മുഴുവൻ നീണ്ടുനിന്നു.

ബ്രിഡ്ജസ് സബ്ഡിവിഷനിലെ നാല് വർഷത്തെ സേവന കാലത്ത് ഒരുപാട് പ്രവൃത്തികൾ സ്തുത്യർഹമായി പൂർത്തിയാക്കാൻ കഴിഞ്ഞിരുന്നു. പാലക്കാട് താലൂക്കിനെ ആലത്തൂർ താലൂക്കുമായി ബന്ധിപ്പിക്കുന്ന മേലാമുറി പുടൂർ കോട്ടായി റോഡിലെ പുടൂർ പാലം, ഒറ്റപ്പാലത്തെ കണ്ണിയാമ്പുറം പാലം, പാലക്കാട് ചിറ്റൂർ റോഡിലെ പാലക്കാടിനും കൊടുമ്പിനും ഇടയ്ക്കുള്ള പാലം, മംഗലം മുരുക്കമ്പറ്റ റോഡിലെ മുളഞ്ഞൂർ തോട് പാലം, വെട്ടത്തൂർ അലനെല്ലൂർ റോഡിലെ ചാവാളിത്തോട് പാലം, കൊടുമ്പ് പഞ്ചായത്തിലെ കൊടുമ്പ് കോസ്‌വേ, നല്ലേപ്പുള്ളി ഇരട്ടക്കുളം റോഡിലെ വണ്ടിത്തോട് പാലം, മുണ്ടൂർ ചെർപ്പുളശ്ശേരി റോഡിലെ കാക്കത്തോട് പാലം എന്നീ പാലങ്ങളും വടക്കന്തറ പൊലീസ് ക്വാർട്ടേഴ്സ്, കുന്നത്തൂർമേട് പൊലീസ് ക്വാർട്ടേഴ്സ്, പാലക്കാട് ജില്ലാ

ആശുപത്രിയിലെ ഇ ആൻഡ് എഫ് ബ്ലോക്ക്, ഗവണ്മെന്റ് വിക്ടോറിയ കോളേജിലെ ലൈബ്രറി ബ്ലോക്ക്, കോമേഴ്സ് ബ്ലോക്ക്, സുവോളജി ബ്ലോക്ക്, സ്റ്റാഫ് ക്വാർട്ടേഴ്സ്, ലേഡീസ് ഹോസ്റ്റലിന്റെ പുതിയ ബ്ലോക്ക്, ചെമ്പൈ സ്മാരക സംഗീത കോളേജിന്റെ മെൻസ് ഹോസ്റ്റൽ, പാലക്കാട് ജില്ലാ ഹോമിയോ ഹോസ്പിറ്റൽ, പാലക്കാട് ഇ എസ് ഐ ഹോസ്പിറ്റൽ, പാലക്കാട് ഗവണ്മെന്റ് പോളിടെക്നിക്കിന്റെ മെയിൻ ബ്ലോക്ക്, വർക്ക് ഷോപ്പ് ബ്ലോക്ക്, പറമ്പിക്കുളം കുരിയാർകുട്ടി സ്കൂൾ സ്റ്റാഫ് ക്വാർട്ടേഴ്സ്, അട്ടപ്പാടി ആനവായിലെ സ്കൂൾ സ്റ്റാഫ് ക്വാർട്ടേഴ്സ്, പാലക്കാട് ജില്ലാ പൊലീസ് കാര്യാലയത്തിന്റെ പിറകിലെ ബ്ലോക്ക്, മുട്ടിക്കുളങ്ങര കെ എ പി 2 ബറ്റാലിയനിലെ പുതിയ ബാരക്കുകൾ എന്നിവയാണ് ഈ സമയത്ത് സമയ ബന്ധിതമായി പൂർത്തീകരിച്ച പ്രധാന പ്രവൃത്തികൾ. വിചാരിച്ചത് നടപ്പിലാക്കാൻ കഴിയുന്ന എഞ്ചിനീയർ എന്ന പേര് എനിക്ക് ചാർത്തപ്പെട്ടതു ഈ പ്രവൃത്തികളിലൂടെയായിരുന്നു. മൂന്ന് ഗുഡ് സർവീസ് എൻട്രികൾ എനിക്ക് നേടിത്തന്നതും ഈ പ്രവൃത്തികളായിരുന്നു.

പൊലീസ് ഹൗസിങ് സ്കീമിന്റെ ഭാഗമായി കേന്ദ്രസർക്കാരിൽനിന്ന് ലഭിച്ച ധനസഹായം ഉപയോഗിച്ച് പൊലീസുകാർക്കുവേണ്ടി വടക്കന്തറയിലും പൊലീസ് ഓഫീസേഴ്സിനുവേണ്ടി കുന്നത്തൂർ മേടിലും താമസ സൗകര്യമൊരുക്കുന്ന പ്രവൃത്തി വളരെ വെല്ലുവിളികൾ നിറഞ്ഞ ഒന്നായിരുന്നു. രണ്ടു പ്രവൃത്തികളായാണ് ഇത് വിഭജിച്ച് കരാർ കൊടുത്തിരുന്നത്. 9 ബ്ലോക്കുകളിലായി 136 ക്വാർട്ടേഴ്സ് ഉള്ള ഒരു ഫ്ളാറ്റ് സമുച്ചയമാണ് പൊലീസുകാർക്ക് വേണ്ടി വടക്കന്തറ പണിയേണ്ടിയിരുന്നത്. എന്നോ വാങ്ങിയിട്ടിരുന്ന ഒന്നര ഏക്കർ സ്ഥലത്താണ് ഈ പ്രവൃത്തി ചെയ്യേണ്ടിയിരുന്നത്. 1964 ൽ എഞ്ചിനീയറിങ് ബിരുദമെടുത്ത, അതുവരെ റോഡ് പണികൾ മാത്രം ചെയ്തു പരിചയമുള്ള പി എം യോഹന്നാൻ ആയിരുന്നു പ്രവൃത്തിയുടെ കരാർ എടുത്തത്. പ്രവൃത്തിയുടെ പ്രാരംഭത്തിനുമുമ്പ് തന്നെ ശിവരാമ പിള്ള സാർ ഈ പ്രവൃത്തിയുമായി ബന്ധപ്പെട്ട എല്ലാ ഉദ്യോഗസ്ഥൻമാരെയും കരാറുകാരനെയും വിളിച്ച് വേണ്ട നിർദ്ദേശം നല്കുകയും ചെയ്തിരുന്നു. 24 മാസമാണ് ഈ പ്രവൃത്തിയുടെ പൂർത്തീകരണ കാലാവധിയെങ്കിലും 18 മാസം കൊണ്ട് പൂർത്തീകരിക്കാൻ വേണ്ട നടപടികൾ സ്വീകരിക്കണമെന്നും ഗുണനിലവാരത്തിൽ ഒരു വിട്ടുവീഴ്ചയ്ക്കും ആരും ഒരുങ്ങരുതെന്നും ഈ സ്കീമിൽ കേരളത്തിൽ ആദ്യമായി പൂർത്തീകരിക്കുന്ന പണി ഇതായിരിക്കണമെന്നും അദ്ദേഹം നിഷ്കർഷിച്ചു. പിന്നീട് യുദ്ധകാലാടിസ്ഥാനത്തിലുള്ള പ്രവൃത്തിയാണ് അവിടെ അരങ്ങേറിയത്. രാവിലെ ഏഴു മണിക്ക് തന്നെ അനുചരവൃന്ദത്തോടൊപ്പം പണിസ്ഥലത്തെത്താനും തന്റെ എഞ്ചിനീയറിങ് വൈദഗ്ദ്ധ്യം പൂർണ്ണമായും പ്രവൃത്തിയിൽ പുലർത്തി 15 ദിവസത്തേക്കുള്ള പരിപാടി തയ്യാറാക്കി പ്രയോഗികമാക്കാനും യോഹന്നാൻ ഏറെ ശ്രദ്ധിച്ചു. അദ്ദേഹത്തിന്റെ വേഗതയ്ക്കൊപ്പം വകുപ്പ് നല്കേണ്ടിയിരുന്ന സിമന്റും കമ്പിയും നല്കാൻ

ഞങ്ങൾ പ്രയാസപ്പെട്ടു. അന്ന് കൂടുതൽ സിമന്റ് കിട്ടണമെങ്കിൽ സർക്കാരിന്റെ പ്രത്യേക അനുമതി വേണമായിരുന്നു. അന്നത്തെ കോഴിക്കോട് പൊലീസ് ഡി ഐ ജി ചാലി സാറായിരുന്നു. പണിയുടെ പുരോഗതിയിൽ ഏറെ തൃപ്തനായിരുന്ന അദ്ദേഹത്തിന്റെ ശുപാർശയോടെ അന്നത്തെ ഇൻസ്പെക്ടർ ജനറൽ പി മധുസൂദനൻ സാറിനെ നേരിൽ കണ്ട് അപേക്ഷിച്ചതിനെത്തുടർന്ന് അദ്ദേഹം സ്പെഷ്യൽ ഓർഡർ വാങ്ങിതന്നിട്ടാണ് സിമന്റ് ലഭ്യമായത്. കരുണാകരൻ മന്ത്രിസഭയിൽ അന്ന് വയലാർ രവി ആയിരുന്നു ആഭ്യന്തര മന്ത്രി. പൊലീസ് ഹൗസിങ് സ്കീമുകൾ പൂർത്തിയാക്കാൻ അദ്ദേഹം ഏറെ ശ്രദ്ധ ചെലുത്തിയിരുന്നു. പ്രവൃത്തി നടക്കുന്നതിനിടയിൽ അദ്ദേഹം സ്ഥലം സന്ദർശിക്കുകയുണ്ടായി. പണിയെല്ലാം നോക്കി പുരോഗതിയിലുള്ള അദ്ദേഹത്തിന്റെ സന്തോഷത്തോടൊപ്പം അഭിനന്ദനവും രേഖപ്പെടുത്തിയതിനു ശേഷം അദ്ദേഹം എക്സിക്യൂട്ടീവ് എഞ്ചിനീയറോടും എന്നോടുമായി പറഞ്ഞു, 136 കുടുംബങ്ങൾ താമസിക്കേണ്ട പാർപ്പിട സമുച്ചയമാണ്. ഒട്ടേറെ കുട്ടികളുണ്ടാവും. അവർക്കായി ഒരു നഴ്സറി സ്കൂൾ അനിവാര്യമാണ്. അതിനായി ഒരു കെട്ടിടം കൂടി നിർമ്മിക്കുന്നത് അഭികാമ്യമായിരിക്കും. ശിവരാമപിള്ള സാർ പറഞ്ഞു, ഇപ്പോൾതന്നെ എസ്റ്റിമേറ്റ് തുകയ്ക്കുള്ള പണികൾ നടന്നു കഴിഞ്ഞു. എങ്കിലും ഞങ്ങൾ പരമാവധി ശ്രമിക്കാം. അസാദ്ധ്യമായി യാതൊന്നുമില്ലെന്നു ജീവിതം കൊണ്ട് തെളിയിച്ച അദ്ദേഹം മന്ത്രി പോയിക്കഴിഞ്ഞ ഉടനെ എസ്റ്റിമേറ്റ് ഒന്നുകൂടി പരിശോധിച്ച് ഒരു സ്ഥലം കണ്ടെത്തി അപ്പോൾ തന്നെ ഒരു പ്ലാൻ തയ്യാറാക്കി പണി തുടങ്ങിക്കോളൂ എന്ന് അനുമതിയും നല്കിയാണ് കോഴിക്കോട്ടേക്ക് പോയത്. രണ്ടുമാസത്തിനകം ആ പണിയടക്കം എല്ലാ പ്രവൃത്തിയും പൂർത്തിയായി. 24 മാസത്തിൽ പൂർത്തിയാവേണ്ട നിർമ്മാണപ്രവർത്തനം വെറും 11 മാസം കൊണ്ടാണ് പൂർത്തിയായത്. കേരളത്തിൽ ഈ സ്കീമിൽ ആദ്യം പൂർത്തിയാവുന്ന പൊലീസ് താമസ സമുച്ചയവും ഇതായി. സൂപ്രണ്ടിങ് എഞ്ചിനീയർ പാലക്കാട്ടുകാരനായ ടി എം കാസിമിന്റെ ഉപദേശങ്ങളും ശിവരാമപിള്ള സാറിന്റെ കർശന നിർദ്ദേശങ്ങളും അസിസ്റ്റന്റ് എഞ്ചിനീയർ എം വി അബ്ദുൾറഹിമാൻ മൂപ്പന്റെ സ്ഥിരോത്സാഹവും പുഷ്ക്കരൻ, അബ്ദുൽ കാസിം എന്നീ വർക്ക് സൂപ്രണ്ടുമാരുടെ ആത്മാർത്ഥതയും യോഹന്നാന്റെ കഠിനാദ്ധ്വാനവും ദീർഘവീക്ഷണവും കൂടെ പൊലീസ് വകുപ്പിന്റെ കറകളഞ്ഞ സഹകരണവുമാണ് ഈ വിജയത്തിന് പിന്നിൽ. ജനപ്രതിനിധികളും പൗരമുഖ്യരും ഉദ്യോഗസ്ഥരും പൊതുജനങ്ങളുമടങ്ങിയ വലിയൊരു യോഗത്തിൽ വെച്ച് മുഖ്യമന്ത്രി കെ കരുണാകരൻ താമസ സമുച്ചയത്തിന്റെ ഉദ്ഘാടനവും ആഭ്യന്തര വകുപ്പ് മന്ത്രി വയലാർ രവി നഴ്സറി സ്കൂളിന്റെ ഉദ്ഘാടനവും നിർവ്വഹിച്ചു. ആ വേദിയിൽ വെച്ച് തന്നെ മുഖ്യമന്ത്രി ശിവരാമ പിള്ളസാറിനും എനിക്കും മൂപ്പനും വിശിഷ്ട സേവാ സർട്ടിഫിക്കറ്റും യോഹന്നാന് പാരിതോഷികവും പ്രഖ്യാപിച്ചു. രണ്ടു ഡി വൈ

എസ് പി മാർക്കടക്കം 24 പേർക്കുള്ള വസതി സമുച്ചയം കുന്നത്തൂർ മേടിക്കും ഇതോടൊപ്പം പൂർത്തിയാക്കി. മായൻകുട്ടി മൂപ്പനായിരുന്നു അതിന്റെ കോൺട്രാക്ടർ.

പാലക്കാട് ജെയിൻമേടിലുള്ള ഇ എസ് ഐ ഹോസ്പിറ്റലിന്റെ പ്രധാന കെട്ടിടത്തിന്റെ നിർമ്മാണം ഏറെ സന്തോഷം നല്കിയ ഒന്നായിരുന്നു. കേരളത്തിലെ എല്ലാ ഇ എസ് ഐ ഹോസ്പിറ്റലുകളുടെയും നിർമ്മാണം ഇ എസ് ഐ കോർപ്പറേഷൻ കേരള പൊതുമരാമത്ത് വകുപ്പിനെയായിരുന്നു ഏല്പിച്ചിരുന്നത്. ഒന്നാം ഘട്ടത്തിൽ നാല് ഹോസ്പിറ്റലും രണ്ടാം ഘട്ടത്തിൽ മൂന്നു ഹോസ്പിറ്റലും ആണ് നിർമ്മിക്കേണ്ടിയിരുന്നത്. പാലക്കാട്ടെ പ്രവർത്തനം രണ്ടാം ഘട്ടത്തിലായിരുന്നു. പക്ഷേ, കേരളത്തിൽ ആദ്യം പൂർത്തിയായത് പാലക്കാട്ടെ ഇ എസ് ഐ ഹോസ്പിറ്റലായിരുന്നു. സാത്വികനായ പഴയ കോളേജ് അദ്ധ്യാപകൻ ടി സി മത്തായിയായിരുന്നു കരാറുകാരൻ. കേന്ദ്രമന്ത്രി തന്നെ വന്നു ഉദ്ഘാടനം ചെയ്ത ഈ പ്രവൃത്തിക്കും കേന്ദ്രസർക്കാരിന്റെ അഭിനന്ദന സർട്ടിഫിക്കറ്റ് ലഭിച്ചിരുന്നു.

പാലക്കാട് ഗവണ്മെന്റ് വിക്ടോറിയ കോളേജിന്റെ വികസനത്തിനായി ഒരു മാസ്റ്റർ പ്ലാൻ ഉണ്ടാക്കി സർക്കാരിന് സമർപ്പിക്കണമെന്ന് നിർദ്ദേശം നല്കിയത് കേരള സർക്കാരിന്റെ ഉപദേശകനായിരുന്ന പഴയ ചീഫ് സെക്രട്ടറി ചന്ദ്രഭാനു സാറാണ്. അന്ന് വിക്ടോറിയ കോളേജിന്റെ പ്രിൻസിപ്പൽ നിപുണയായ ഭരണസാരഥിയാണെങ്കിലും പെരുമാറ്റത്തിൽ സൗമ്യതയും കുലീനതയും പുലർത്തിയിരുന്ന പ്രൊഫ. ആർ സുമംഗലാദേവി ആയിരുന്നു. പിന്നീട് തദ്ദേശ സ്വയംഭരണ വകുപ്പ് മന്ത്രിയായ സി എം സുന്ദരമായിരുന്നു പാലക്കാട് എം എൽ എ. ഇവരും കോളേജിലെ വകുപ്പ് മേധാവികളുമായി ആലോചിച്ച് എന്തൊക്കെയാണ് അവരുടെ പ്രവർത്തനപരമായ ആവശ്യകതകൾ എന്ന് മനസ്സിലാക്കി സൈറ്റ് പ്ലാനിൽ ഇവയെല്ലാം രേഖപ്പെടുത്തി പൊതുമരാമത്ത് വകുപ്പിലെ ചീഫ് ആർക്കിടെക്റ്റിന്റെ നിർദ്ദേശപ്രകാരമുള്ള ഒരു മാസ്റ്റർ പ്ലാൻ തയ്യാറാക്കി കോളേജ് അധികൃതർക്കും സർക്കാരിലേക്കും സമർപ്പിക്കാൻ കഴിഞ്ഞതിൽ ഏറെ കൃതാർത്ഥത അനുഭവപ്പെട്ടിരുന്നു. സാറാ ജോസഫ്, പി എ വാസുദേവൻ, കെ മോഹൻദാസ്, സി എ ഹൈദ്രോസ്, ജോൺ മാത്യു, സെബാസ്റ്റ്യൻ, ഗീതാ നായർ, ഉഷാ നായർ, പി മുരളി, ബി രാജീവൻ, സഹദേവൻ, സേതുമാധവൻ, മരക്കാർകുട്ടി, കുഞ്ഞികൃഷ്ണൻ, വേണുഗോപാലൻ, രാമസ്വാമി, സരസ്വതി എന്നീ അദ്ധ്യാപകരുമായി അടുത്ത സൗഹൃദമുണ്ടായിരുന്നതിനാൽ അദ്ധ്യാപകർക്ക് താമസ സൗകര്യമുണ്ടാക്കേണ്ടത് അനിവാര്യതയാണെന്നു മനസ്സിലാക്കിയിരുന്നു. മാസ്റ്റർപ്ലാനിൽ അതിനായി നിശ്ചയിച്ചിരുന്ന സ്ഥലത്ത് അദ്ധ്യാപകർക്കുള്ള 18 ക്വാർട്ടേഴ്സുകളുടെ പ്ലാനും എസ്റ്റിമേറ്റും ഉണ്ടാക്കി ഭരണാനുമതിക്കായി സമർപ്പിച്ചു, അപ്പോഴാണ് സാങ്കേതികപ്രശ്നം ഉയർന്നു വന്നത്. സംസ്ഥാന ബജറ്റിൽ നൂറു രൂപയുടെ നാമമാത്രമായ

നീക്കിയിരുപ്പ് മാത്രമുള്ള പ്രവൃത്തികൾക്ക് ഭാരണാനുമതി നല്കാൻ പാടില്ലെന്ന ഉത്തരവാണ് തടസ്സമായി നിന്നത്. ശിവരാമ പിള്ള സാറും ചീഫ് എഞ്ചിനീയർ ടി എം കാസിമും നേരിട്ട് സർക്കാരിൽ സമ്മർദ്ദം ചെലുത്തുകയും മലബാറിൽ ഉന്നത വിദ്യാഭ്യാസമേഖലയിൽ ബജറ്റിൽ അതേ അക്കൗണ്ട് ഹെഡിൽ വേണ്ടത്ര തുകയുണ്ടായിട്ടും ആരംഭിക്കാത്ത ചില പ്രവൃത്തികളിൽനിന്ന് വിക്ടോറിയ കോളേജ് സ്റ്റാഫ് ക്വാർട്ടേഴ്സ് നിർമ്മാണത്തിന് വേണ്ട തുകയായ 30 ലക്ഷം രൂപ വഴിതിരിച്ച് ഉത്തരവാക്കി ഭരണാനുമതി ലഭ്യമാക്കുകയും ടെൻഡർ വിളിക്കുകയും ചെയ്തു. എഞ്ചിനീയർ പി എം യോഹന്നാൻ ഈ പ്രവൃത്തിയുടെ കരാറെടുക്കുകയും 18 മാസത്തിനുള്ളിൽ പണി പൂർത്തിയാക്കി താമസത്തിനു തുറന്നു കൊടുക്കുകയും ചെയ്തു. നിശ്ചയദാർഢ്യവും അർപ്പണ മനോഭാവവും ഫലപ്രാപ്തിക്കുവേണ്ടിയുള്ള കഠിനമായ തപസ്യയുമുണ്ടെങ്കിൽ വേണമെങ്കിൽ ചക്ക വേരിലും കായ്ക്കാമെന്നു പൊതുമരാമത്ത് തെളിയിച്ച ഈ പ്രവൃത്തി ഏറെ ചാരിതാർത്ഥ്യമേകിയ ഒന്നാണ്.

മുണ്ടൂർ ചെർപ്പുളശ്ശേരി റോഡിലെ കാക്കത്തോട് പാലത്തിന്റെ പുനർനിർമ്മാണം ഗൗരവതരമായ ചില സംഭവങ്ങൾക്കു കാരണമായി മാറി. പാലക്കാട് നഗരത്തിൽ നിന്നും 42 കിലോമീറ്റർ അകലെ ചെർപ്പുളശ്ശേരിക്കടുത്തുള്ള ഈ പാലം വളരെ പഴയതും കേടുപാടുകൾ വന്നതുമായിരുന്നു. ഏതു സമയത്തുവേണമെങ്കിലും തകർന്നു വീഴാൻ സാദ്ധ്യതയുള്ള ഒന്നാണീ പാലമെന്ന് പൊതുമരാമത്ത് വകുപ്പ് കണ്ടെത്തിയിരുന്നു. ഇതിന്റെ പുനർനിർമ്മാണം അനിവാര്യമാണെന്ന് എന്റെ ശ്രദ്ധയിൽ പെടുത്തിയതും പുനർനിർമ്മാണത്തിനു വേണ്ട ബജറ്റ് നിർദ്ദേശം വരുത്തിച്ചതും ഭരണാനുമതി ലഭ്യമാക്കിയതും അന്നത്തെ ശ്രീകൃഷ്ണപുരം എം എൽ എ ആയിരുന്ന ഇ പത്മനാഭൻ ആയിരുന്നു. അച്ഛൻ കമ്യൂണിസ്റ്റ് പാർട്ടിയുടെ പൊന്നാനി താലൂക്ക് സെക്രട്ടറി ആയിരുന്ന കാലത്ത് കഴിവുകൾ മനസ്സിലാക്കി പാർട്ടിയിലേക്ക് കൊണ്ടുവന്ന സഖാവെന്ന നിലയിലും ചേട്ടന്റെ ഉത്തമസുഹൃത്ത് എന്ന നിലയിലും എൻ ജി ഒ യൂണിയന്റെ സംസ്ഥാന നേതാവെന്ന നിലയിലും സർവ്വീസിൽനിന്ന് വിരമിച്ചശേഷം സി ഐ ടി യുവിന്റെ ജില്ലാ സെക്രട്ടറി എന്ന നിലയിലും ഏറെ വ്യക്തിബന്ധവും കുടുംബബന്ധവും പുലർത്തിയിരുന്ന ഒരാളായിരുന്നു ഇ പത്മനാഭൻ. സാങ്കേതിക അനുമതി ലഭിച്ച് ടെൻഡർ വിളിച്ചപ്പോൾ എഞ്ചിനീയർ കോൺട്രാക്ടറായ സി എം സഹദേവനാണ് കരാർ എടുത്തത്.. പ്രവൃത്തി വളരെ ഗുണനിലവാരത്തോടെ സമയബന്ധിതമായി പൂർത്തിയായി. ഏറെ സന്തുഷ്ടരായ നാട്ടുകാർ അന്നത്തെ ചെർപ്പുളശ്ശേരി അർബൻ ബാങ്ക് പ്രസിഡന്റായിരുന്ന പി എ ഉമ്മറിന്റെ നേതൃത്വത്തിൽ എം എൽ എയെ കാണുകയും ഉദ്ഘാടനം പൊതുമരാമത്ത് വകുപ്പ് മന്ത്രി കെ അവുക്കാദർകുട്ടി നഹയെക്കൊണ്ട് നിർവ്വഹിപ്പിക്കണമെന്നു അപേക്ഷിക്കുകയും ചെയ്തു. മന്ത്രി സമ്മതിച്ചതിനെ തുടർന്ന് വിശദമായ പരിപാടി തയ്യാറാക്കി ശിവരാമ പിള്ള സാറും ഞാനും

മന്ത്രിയെ കണ്ടു ചർച്ച ചെയ്തു. ഈ പ്രവൃത്തിക്ക് വേണ്ടി ഏറ്റവും കൂടുതൽ പരിശ്രമിച്ച ആൾ എന്ന നിലയിൽ ഇ പത്മനാഭൻ എം എൽ എ അദ്ധ്യക്ഷത വഹിക്കുന്നതാണ് ഉചിതം എന്ന് ഞങ്ങൾ രണ്ടുപേരും പറഞ്ഞു. അങ്ങനെയാവട്ടെ എന്ന് മന്ത്രിയുടെ സമ്മതം കിട്ടി ഉദ്ഘാടന പരിപാടിയുമായി മുന്നോട്ടു പോയി. മന്ത്രി ഉദ്ഘാടനം നിർവ്വഹിക്കുന്ന ചടങ്ങിൽ എം എൽ എ അദ്ധ്യക്ഷത വഹിക്കുകയും വി എസ് വിജയരാഘവൻ എം പി അടക്കമുള്ള മറ്റു ജനപ്രതിനിധികൾ ആശംസകൾ അർപ്പിക്കുകയും ചെയ്യുന്ന വിധത്തിലാണ് പരിപാടി തീരു മാനിച്ചിരുന്നത്. ഉദ്ഘാടനം ആ നാടിന്റെ ഉത്സവമെന്നപോലെ വലിയ ജനസഞ്ചയത്തിന്റെ സാന്നിദ്ധ്യത്തിൽ നടന്നു. രണ്ടുദിവസം കഴിഞ്ഞ പ്പോൾ വി എസ് വിജയരാഘവൻ എം പി സർക്കാരിലേക്ക് ഒരു കത്തയച്ചു. കാക്കത്തോട് പാലത്തിന്റെ ഉദ്ഘാടന പരിപാടിയുടെ സംഘാടനത്തിൽ ഗുരുതരമായ പ്രോട്ടോകോൾ ലംഘനമുണ്ടായിട്ടു ണ്ടെന്നും പ്രോട്ടോകോളിൽ ഒരേ നമ്പറിൽ എ പദവിയുള്ള എം പി ആയ തന്നെ തഴഞ്ഞുകൊണ്ട് അതേ നമ്പറിലെ ബി പദവിക്കാരനായ എം എൽ എയെക്കൊണ്ട് അദ്ധ്യക്ഷത വഹിപ്പിച്ചത് അതീവ ഗുരുതരമായ നിയമ ലംഘനവും എം പി എന്ന പദവിയോടുള്ള അനാദരവും അവകാശ ലംഘനവുമാണതിൽ പ്രതിഫലിക്കുന്നതെന്നും അദ്ദേഹം ആരോപിച്ചു. മാത്രമല്ല ഈ പ്രവൃത്തിയുടെ മേൽനോട്ടം വഹിച്ച അസിസ്റ്റന്റ് എക് സിക്യൂട്ടീവ് എഞ്ചിനീയർ പരസ്യമായി പ്രവർത്തിക്കുന്ന മാർക്സിസ്റ്റു കാരനാണെന്നും അയാളാണ് ഈ പ്രോട്ടോകോൾ ലംഘനത്തിന്റെ പ്രധാന കണ്ണിയെന്നും അയാളെ സസ്പെൻഡ് ചെയ്തു പ്രശ്നത്തിന് പരിഹാരമുണ്ടാക്കണമെന്നും ആവശ്യപ്പെട്ടിരുന്നു. പൊതുഭരണ വകുപ്പ് ഈ കത്ത് പരിശോധിക്കുകയും പൊതുമരാമത്ത് വകുപ്പ് മന്ത്രിയുടെ അഭിപ്രായത്തിനും നിർദ്ദേശത്തിനുമായി സമർപ്പിക്കുകയും ചെയ്തു. പ്രവൃത്തികൾ സമയബന്ധിതമായി തീർക്കുന്ന, കാര്യക്ഷമമായി ചുമതലകൾ നിർവ്വഹിച്ചു വകുപ്പിന് നല്ല പേരുണ്ടാക്കുന്ന എഞ്ചിനീയ റാണെന്നു മേലുദ്യോഗസ്ഥന്മാരും പൊതുജനങ്ങളും മന്ത്രിയെ പല തവണ ധരിപ്പിച്ചിരുന്നതു കൊണ്ടും ഒട്ടേറെ പരിപാടികളിലൂടെ അദ്ദേഹം അത് നേരിട്ട് അറിഞ്ഞതുകൊണ്ടും മന്ത്രിക്കു എന്നെ ഏറെ ഇഷ്ടമാ യിരുന്നു. ഈ പ്രവൃത്തിയുടെ ഉദ്ഘാടന പരിപാടി താൻ നിർദ്ദേശിച്ചതു പോലെയും തന്റെ അറിവോടും കൂടിയാണ് നടന്നതെന്നും അതിനാൽ അതിന്റെ പൂർണ്ണ ഉത്തരവാദിത്വം താൻ ഏറ്റെടുക്കുന്നുവെന്നും മറ്റാർക്കുമെതിരെ നടപടി സ്വീകരിക്കേണ്ട കാര്യമില്ലെന്നും അദ്ദേഹം ഫയലിൽ കുറിച്ചു. അതേ ഫയലിൽ അദ്ദേഹം മറ്റൊരു കാര്യം കൂടി നിർദ്ദേശിച്ചു. കേരളത്തിൽ എം എൽ എ മാരാണ് നിർമ്മാണ പ്രവർത്ത നങ്ങൾക്ക് വേണ്ടി സമ്മർദ്ദം ചെലുത്തുന്നതും നടപ്പിലാക്കാൻ യത്നി ക്കുന്നതും. അതിനാൽ സംസ്ഥാനത്തെ പ്രവർത്തനങ്ങളുടെ ഉദ്ഘാടന പരിപാടികളിൽ എം എൽ മാർക്ക് മുൻഗണനന നല്കണം. കേന്ദ്ര പദ്ധതി

കളുടെ കാര്യത്തിൽ എം പി മാർക്ക് മുൻഗണനന നല്കാം. ഇത്തരത്തിൽ ഒരു ഉത്തരവ് വന്നാൽ ഇപ്പോൾവന്നതുപോലെയുള്ള പ്രോട്ടോകോൾ ലംഘന ആരോപണങ്ങൾ ഒഴിവാക്കാം. ഈ കുറിപ്പിന്റെ അടിസ്ഥാന ത്തിൽ പൊതു ഭരണവകുപ്പ് ഉത്തരവിറക്കി. അതാണ് ഇപ്പോഴും പാലി ക്കപ്പെടുന്നത്. അങ്ങനെ കാക്കത്തോട് പാലത്തിന്റെ ഉദ്ഘാടനം സംസ്ഥാന പ്രോട്ടോകോൾ നിയമങ്ങളിൽ പുതിയ മാറ്റത്തിനു വഴിവെച്ചു.

ഇതേ പോലെ ജീവിതത്തിൽ ഏറെ അഭിമാനം തോന്നിയ ഒരു പ്രവൃ ത്തിയായിരുന്നു വെട്ടത്തൂർ അലനല്ലൂർ റോഡിലെ ചാവാളിത്തോട് പാല ത്തിന്റെ നിർമ്മാണം. ഒരുദിവസം എക്സിക്യൂട്ടീവ് എഞ്ചിനീയർ ശിവരാമ പിള്ളസാർ വിളിച്ച് നാളെ പാലക്കാട് ജില്ലയുടെ അതിർത്തി പ്രദേശമായ അലനെല്ലൂരിൽ അദ്ദേഹം എത്തുമെന്നും അസിസ്റ്റന്റ് എഞ്ചിനീയറുമായി അവിടെ എത്തണമെന്നും അറിയിച്ചു. ഞങ്ങളെ അദ്ദേഹം കൊണ്ടു പോയത് വെട്ടത്തൂർ അലനല്ലൂർ റോഡിലെ ജില്ലാതിർത്തിയിലുള്ള ചാവാളിത്തോടിന്റെ കരയിലേക്കാണ്. പാലക്കാട് നിന്ന് 72 കിലോമീറ്റർ അകലെ വെട്ടത്തൂർ അലനല്ലൂർ റോഡിന്റെ മലപ്പുറം പാലക്കാട് ജില്ല കളെ വേർതിരിക്കുന്ന പുഴയാണ് ചാവാളി തോട്. ഈ റോഡിന്റെ വിക സന പരിഷ്കരണ പ്രവർത്തങ്ങൾ മലപ്പുറം റോഡ്സ് ഡിവിഷന്റെ കീഴിൽ തുടങ്ങി 75% പൂർത്തിയായിരുന്നു. അപ്പോഴാണ് ചാവാളിത്തോടിന് കുറുകെ ഒരുപാലം കെട്ടിയാൽ മാത്രമേ ഈ റോഡുകൊണ്ടുള്ള പ്രയോ ജനം പൊതുജനത്തിന് ലഭ്യമാവൂ എന്ന തിരിച്ചറിവുണ്ടായത്. ആ പ്രവൃത്തി പാലക്കാട് ബ്രിഡ്ജസ് സബ്ഡിവിഷനെ ഏല്പിക്കണമെന്ന് ചീഫ് എഞ്ചിനീയറും സൂപ്രണ്ടിങ് എഞ്ചിനീയറും എക്സിക്യൂട്ടീവ് എഞ്ചിനീയറും കൂടിയാലോചിച്ചു തീരുമാനിച്ചു. ഈ തീരുമാനം അറി യിക്കാനും സ്ഥല പരിശോധനയ്ക്കുമാണ് എക്സിക്യൂട്ടീവ് എഞ്ചിനീയർ ശിവരാമപിള്ള സാർ എത്തിയത്. റോഡിന്റെ പണി പൂർത്തിയാവാൻ ആറു മാസമെടുക്കുമെന്നും അതോടുകൂടി പാലവും നിർമ്മാണം പൂർത്തിയാക്കി തുറന്നു കൊടുക്കാൻ കഴിയുംവിധം അടിയന്തരമായി കാര്യങ്ങൾ നീക്കണമെന്നും അദ്ദേഹം ആവശ്യപ്പെട്ടു. ഈ പ്രത്യേക പരിതസ്ഥി തിയിൽ ടെൻഡർ നടപടികൾ ഒഴിവാക്കി വകുപ്പ് നേരിട്ട് പീസ് വർക്ക് സിസ്റ്റത്തിൽ പണിനടത്താനുള്ള ഉത്തരവ് ചീഫ് എഞ്ചിനീയർ നല്കു മെന്നറിയിച്ചിട്ടുണ്ടെന്നും അദ്ദേഹം കൂട്ടിച്ചേർത്തു. അടുത്ത ദിവസം തന്നെ വിവര ശേഖരണവും അത്യാവശ്യ അന്വേഷണവും സൈറ്റ് സർവേയും നടത്തി. ഒരാഴ്ചയ്ക്കകം ശേഖരിച്ച വിവരങ്ങൾ വെച്ച് ശിവരാമപിള്ള സാർ നിർദ്ദേശിച്ചത് പ്രകാരമുള്ള പ്ലാനും എസ്റ്റിമേറ്റും തയ്യാറാക്കി ചീഫ് എഞ്ചിനീയർക്കു സമർപ്പിച്ചു. പത്തു ദിവസത്തിനകം പ്രവൃത്തിക്കുള്ള സാങ്കേതികാനുമതിയും നേരിട്ട് പ്രവൃത്തി ചെയ്യാനുള്ള ഉത്തരവും ലഭിച്ചു. ലഘു ദർഘാസ് വിളിച്ച് ഓരോ ഇനത്തിനുമുള്ള ചുരുങ്ങിയ നിരക്ക് ലഭ്യമാക്കി. ഈ നിരക്കിൽ പ്രവൃത്തി ചെയ്യാൻ എഞ്ചിനീയറും കരാറുകാരനുമായ പി എം യോഹന്നാനെ ചുമതലപ്പെടുത്തി.

തീവ്രവേഗതയിൽ ഒരുദിവസം പോലും നഷ്ടപ്പെടുത്താതെ തുടർച്ചയായ പ്രവൃത്തിയിലൂടെ പാലത്തിന്റെ പ്രവൃത്തി നാലുമാസം കൊണ്ട് റോഡ് പണി മുഴുവിക്കുന്നതിനു മുമ്പ് തന്നെ പൂർത്തിയാക്കാൻ കഴിഞ്ഞു. പൊതുമരാമത്ത് വകുപ്പിനും പണിയിലേർപ്പെട്ട ഞങ്ങൾക്കെല്ലാവർക്കും ഏറെ സംതൃപ്തി നല്കിയ ഒന്നായിരുന്നു ഈ നിർമ്മാണ പ്രവർത്തനം.

കോഴിക്കോട് സ്പെഷ്യൽ ബിൽഡിങ്സ് ഡിവിഷനിലെ ഒരു കോൺഫറൻസിൽവെച്ചാണ് പാലക്കാട് അഡീഷണൽ ബിൽഡിങ്സ് സബ് ഡിവിഷന്റെ കീഴിലുണ്ടായിരുന്ന ആനവായി സർക്കാർ എൽ പി സ്കൂൾ സ്റ്റാഫ് ക്വാർട്ടേഴ്സ് നിർമ്മാണം, കുരിയാർകുട്ടി ട്രൈബൽ എൽ പി സ്കൂളിലെ സ്റ്റാഫ് ക്വാർട്ടേഴ്സ് നിർമ്മാണം എന്നീ രണ്ടു പ്രവൃത്തികൾ നിർബ്ബന്ധമായും പാലക്കാട് ബ്രിഡ്ജസ് സബ്ഡിവിഷൻ ഏറ്റെടുത്ത് നിർവ്വഹിക്കണമെന്നു എക്സിക്യൂട്ടീവ് എഞ്ചിനീയർ ശിവരാമപിള്ള സാർ നിർദ്ദേശിച്ചത്. മറ്റുള്ളവരുടെ അധികാര പരിധിയിലുള്ള പ്രവൃത്തികൾ ചെയ്യുന്നതിൽ നിന്ന് എന്നെ ഒഴിവാക്കണമെന്നു ഞാൻ അദ്ദേഹത്തോട് അഭ്യർത്ഥിച്ചു. രണ്ടു പ്രവൃത്തികളും ആദിവാസി മേഖലയിൽ നടത്തേണ്ട അനിവാര്യമായ പ്രവൃത്തികളാണെന്നും കഴിഞ്ഞ രണ്ടു കൊല്ലമായി ടെൻഡർ വിളിച്ച് ആരെയും കിട്ടാതെ വഴിമുട്ടി നില്ക്കുകയാണെന്നും അതിനാൽ വ്യക്തി വിഷമങ്ങൾ കാര്യമാക്കാതെ ഈ പ്രവൃത്തികൾ നടത്തിയേ പറ്റൂ എന്നും അദ്ദേഹം ഉത്തരവിറക്കി.

പാലക്കാട് നിന്ന് 100 കിലോമീറ്ററും പറമ്പിക്കുളത്ത് നിന്ന് 8 കിലോമീറ്ററും അകലെ കുരിയാർകുട്ടി ആദിവാസി കോളനിയിലാണ് കുരിയാർകുട്ടി ട്രൈബൽ സ്കൂൾ. അതിനടുത്താണ് അദ്ധ്യാപകർക്കായുള്ള 6 സ്റ്റാഫ് ക്വാട്ടേഴ്സുകൾ പണിയേണ്ടിയിരുന്നത്. ടെൻഡർ വിളിച്ച് എഞ്ചിനീയർ കോൺട്രാക്ടറായ സി എം സഹദേവനായിരുന്നു പ്രവൃത്തി ഏറ്റെടുത്തിരുന്നത്. പ്രവർത്തനത്തിനുള്ള കല്ല്, മണൽ, സിമന്റ്, കമ്പി, യന്ത്രസാമഗ്രികൾ എന്നിവയും വിദഗ്ദ്ധ തൊഴിലാളികളെയും താഴെ നിന്ന് തന്നെ കൊണ്ടുവരണം. വന്യമൃഗസങ്കേതമായതിനാൽ സമയത്തിനും ക്ലിപ്തതയുണ്ടായിരുന്നു. വളരെ പ്രയാസം പിടിച്ച ഒരു പണിയായി അങ്ങനെ ഈ നിർമ്മാണം മാറി. പ്രവൃത്തി ആരംഭിക്കാൻ അസ്തിവാരവാനം കീറി കോൺക്രീറ്റ് ചെയ്യാൻ നിശ്ചയിച്ചതിന്റെ തലേന്ന് രാത്രി ക്യാമ്പ് ഷെഡിലെ കാവല്ക്കാരനായ കുട്ടിക്കൃഷ്ണനെ കാട്ടാനയെത്തി ചവിട്ടിക്കൊന്നത് ഏറെ ദുഃഖമുണ്ടാക്കിയ സംഭവമായിരുന്നു. കാട്ടാനകളുടെ ഈ കടന്നാക്രമണം വീണ്ടും രണ്ടു തവണയുണ്ടായി. എങ്കിലും 8 മാസത്തിനുള്ളിൽ ഏറെ കഠിനമായ സന്ദർഭങ്ങൾക്കും മനഃപ്രയാസങ്ങൾക്കും ശേഷം ഈ പ്രവൃത്തി പൂർത്തിയാക്കി വിദ്യാഭ്യാസ വകുപ്പിന് കൈമാറ്റം ചെയ്യാൻ കഴിഞ്ഞത് അതിരറ്റ സന്തോഷം നല്കി.

പാലക്കാട് നഗരത്തിൽനിന്നും 77 കിലോമീറ്റർ അകലെയുള്ള ഒരു ആദിവാസി ഊരായ ആനവായിലെ ഏക വിദ്യാഭ്യാസ സ്ഥാപനമാണ് ആനവായ് സർക്കാർ ട്രൈബൽ എൽ പി സ്കൂൾ. ഹെഡ് മാസ്റ്ററടക്കം

എല്ലാ അദ്ധ്യാപകരും അട്ടപ്പാടിക്ക് താഴെ സമതലത്തിൽ നിന്ന് എത്തിയവരായിരുന്നു. അവരുടെ താമസത്തിന് യാതൊരു സൗകര്യവും ആ ഊരിലുണ്ടായിരുന്നില്ല. ഈ വിഷമം പരിഹരിക്കാനാണ് സർക്കാർ സ്റ്റാഫ് ക്വാർട്ടേഴ്സ് നിർമ്മാണത്തിനു ഉത്തരവാക്കിയിരുന്നത്. പക്ഷേ, അനുമതി ലഭിച്ച് രണ്ടരവർഷം കഴിഞ്ഞിട്ടും ടെൻഡർ വിളിച്ച് കരാറുകാരനെ കണ്ടെത്താൻ കഴിയാത്തതുകൊണ്ട് പ്രവൃത്തി ആരംഭിച്ചിരുന്നില്ല. അന്ന് അവിടെയുണ്ടായിരുന്ന അദ്ധ്യാപകർ സ്കൂളിൽ തന്നെയാണ് താമസിച്ചിരുന്നത്. മുക്കാളിയിൽനിന്ന് സൈലന്റ് വാലിയിലേക്ക് പോകുന്ന വഴിയിൽ ചിണ്ടക്കിയിൽ നിന്ന് തിരിഞ്ഞ് 9 കിലോമീറ്റർ സഞ്ചരിച്ചാലാണ് ആനവായി ഊരിൽ ചെന്നെത്താൻ കഴിയുക. ആനവായി ഊര് എത്തണമെങ്കിൽ പുഴ കടക്കേണ്ടതായിട്ടുണ്ട്. യാത്രാ സൗകര്യത്തിനനുയോജ്യമായ പാതയായിരുന്നില്ല. കല്ല്, മണൽ, കമ്പി, സിമന്റ് എന്നിവ എത്തിക്കാൻ ഒരു വഴിയുമുണ്ടായിരുന്നില്ല. വിദഗ്ദ്ധ തൊഴിലാളികളെയും മണ്ണാർക്കാട് നിന്ന് കൊണ്ടുവരേണ്ടതായിട്ടുണ്ടായിരുന്നു.. ഈ പരാധീനതകൾ കൊണ്ടാണ് ഈ പ്രവൃത്തി ആരും എടുക്കാതിരുന്നത്. ഒരുദിവസം എക്സിക്യൂട്ടീവ് എഞ്ചിനീയർ ശിവരാമപിള്ള സാറിനോടൊപ്പം പ്രവൃത്തിയുടെ സ്ഥലം സന്ദർശിച്ചു. പിന്നീട് ചീഫ് എഞ്ചിനീയർ ടിറ്റി ജോർജ്ജ് സാറുമായി ആലോചിച്ച് ഈ പ്രവൃത്തി വകുപ്പ് നേരിട്ട് ചെയ്യാൻ ഉത്തരവാക്കി. പണി എഞ്ചിനീയർ കോൺട്രാക്ടറായ യോഹന്നാനെ പീസ് വർക്ക് സിസ്റ്റത്തിൽ ഏല്പിക്കാനും തീരുമാനിച്ചു. നിർമ്മാണ സാമഗ്രികൾ കടത്തിയെത്തിക്കാൻ കോയമ്പത്തൂരിൽ നിന്ന് 75 കഴുതകളെ വാടകയ്ക്കെടുക്കാനും തീരുമാനിച്ചു.

കരിങ്കൽ പാളികൾ കടത്താൻ കഴുകൾക്കു ഏറെ പ്രയാസമായതിനാൽ പ്രവൃത്തി സ്ഥലത്തുനിന്ന് തന്നെ ഇത് പൊട്ടിച്ചെടുക്കാൻ സാധിക്കുമോ എന്നാലോചിക്കാൻ അദ്ദേഹം പറഞ്ഞു. സൈലന്റ് വാലിയുടെ പ്രാന്തപ്രദേശമായതിനാൽ പാറ പൊട്ടിക്കാൻ അനുമതിയില്ലാത്ത സ്ഥലമായിരുന്നു ഇത്. അന്നത്തെ സൈലന്റ് വാലി ഡിവിഷൻ ഫോറസ്റ്റ് ഓഫീസർ വളരെ സത്യസന്ധനും തന്റെ പ്രവൃത്തി മണ്ഡലത്തിൽ ഒരു വിട്ടുവീഴ്ചയ്ക്കും വഴങ്ങാത്ത ഉണ്ണിക്കൃഷ്ണനായിരുന്നു. അദ്ദേഹത്തിന്റെ മുന്നിൽ ഞാൻ ഈ പ്രശ്നം അവതരിപ്പിച്ചു. സമൂഹത്തിന്റെ ഏറ്റവും താഴെക്കിടയിലുള്ള ആദിവാസിക്കുട്ടികളുടെ പ്രാഥമിക വിദ്യാഭ്യാസത്തിന്റെ പ്രശ്നമാണെന്നും മാനവികമായി ഈ പ്രശ്നത്തെ കാണണമെന്നും മനുഷ്യന്റെയും പ്രകൃതിയുടെയും പാരസ്പര്യം ഏറ്റവും കൂടുതൽ തിരിച്ചറിഞ്ഞ ഉദ്യോഗസ്ഥനെന്ന നിലയിൽ അങ്ങേക്ക് അങ്ങയുടെ വിവേചനാധികാരം ഉപയോഗിച്ച് ശബ്ദമുണ്ടാക്കാതെ ഈ പണിക്കാവശ്യമായ കരിങ്കൽ പാളികൾ പൊട്ടിക്കാനുള്ള ഉത്തരവ് നല്കിയാൽ കുട്ടികളോടുള്ള അങ്ങയുടെ കരുതലായി അത് മാറുമെന്നും ഞാൻ പറഞ്ഞു. ഏറെ നേരത്തെ ആലോചനയ്ക്ക് ശേഷം അദ്ദേഹം സമ്മതിക്കുകയും ഉത്തരവ് തരികയും ചെയ്തു. അങ്ങനെയാണ്

സാമഗ്രഹികൾ ഒന്നും എത്താത്ത സ്ഥലത്ത് നാലുമാസം കൊണ്ട് 6 ക്വാട്ടേഴ്സുകൾ പണിതീർക്കാൻ കഴിഞ്ഞത്. ഈ പ്രവൃത്തിയുടെ ഉദ്ഘാടനം ചീഫ് എഞ്ചിനീയർ നിർവ്വഹിച്ചപ്പോൾ ആനവായി ഊരിലെയും അടുത്ത ഊരുകളിലെയും മുഴുവൻ ആദിവാസികളും അവിടെ സന്നിഹിതരായി സന്തോഷം അറിയിച്ചിരുന്നു. ചീഫ് എഞ്ചിനീയർക്കു ഊരു മൂപ്പൻ അവരുടെ ഗോത്രസ്വത്വത്തെ പ്രകടിപ്പിക്കുന്ന ഉപഹാരം സമർപ്പിച്ചത് ഏറെ ശ്രദ്ധിക്കപ്പെട്ടിരുന്നു. ഈ പ്രവൃത്തിയുടെ പൂർത്തീകരണം എനിക്ക് ഏറെ പ്രശംസാ വചനങ്ങളും എനിക്കും അസിസ്റ്റന്റ് എഞ്ചിനീയർ അബ്ദുൾറഹിമാൻ മൂപ്പനും ഗുഡ് സർവ്വീസ് എൻട്രിയും ലഭിക്കുകയും ചെയ്തു.

കൊടുമ്പ് പഞ്ചായത്തിലെ കൊടുമ്പ് കോസ്‌വേ നിർമ്മാണവും ഏറെ വെല്ലുവിളിനിറഞ്ഞ പ്രവൃത്തിയായിരുന്നു. ഭാരതപ്പുഴയുടെ പോഷകനദിയായ ചിറ്റൂർ പുഴയ്ക്ക് കുറുകെയുള്ള ഈ പാലം പൊതുമരാമത്ത് റോഡിലായിരുന്നില്ല നിർമ്മിക്കേണ്ടത്. ഒരു പഞ്ചായത്തിനെ പുഴ രണ്ടായി വിഭജിച്ചിരുന്നു. പഞ്ചായത്ത് ഓഫീസിലേക്കും പാലക്കാട് നഗരത്തിലേക്കും പുഴയ്ക്കക്കരെയുള്ളവർക്കെത്തണമെങ്കിൽ എത്രയോ കൂടുതൽ കിലോമീറ്റർ സഞ്ചരിക്കേണ്ടിയിരുന്നു. ഇതിനു പരിഹാരമെന്ന നിലയിലാണ് കൊടുമ്പ് പഞ്ചായത്ത് വർഷങ്ങൾക്കു മുമ്പ് ഒരു നിർദ്ദേശം മുന്നോട്ടു വെച്ചത്. അന്നത്തെ നിയമം അനുസരിച്ച് പഞ്ചായത്ത് റോഡിൽ പൊതുമരാമത്ത് വകുപ്പ് ഒരു പാലം കെട്ടണമെങ്കിൽ എസ്റ്റിമേറ്റ് തുകയുടെ 20 % പഞ്ചായത്ത് സർക്കാരിലേക്ക് കെട്ടിവെക്കണം. ഈ നിയമം അനുസരിച്ച് എസ്റ്റിമേറ്റ് തുക അറിയിച്ചാൽ കെട്ടാൻ തയ്യാറാണെന്ന് കൊടുമ്പ് പഞ്ചായത്തധികൃതർ സർക്കാരിനെ അറിയിച്ചു. പൊതുമരാമത്ത് വകുപ്പ് എസ്റ്റിമേറ്റ് തുക 5 ലക്ഷമാണെന്നു അറിയിച്ചതിനെ തുടർന്ന് കൊടുമ്പ് പഞ്ചായത്ത് ഒരുലക്ഷം രൂപ 1971 ൽ സർക്കാരിലേക്ക് നിക്ഷേപിക്കുന്നു. പക്ഷേ, വർഷങ്ങളോളം ഈ പദ്ധതി നടപ്പിലാക്കാൻ പൊതുമരാമത്ത് താല്പര്യം കാണിച്ചതേയില്ല. 1980 ൽ പഞ്ചായത്ത് ഈ കാര്യങ്ങൾ ഓർമ്മപ്പെടുത്തിയപ്പോൾ ഇപ്പോൾ എസ്റ്റിമേറ്റ് തുക 25 ലക്ഷം രൂപയാണെന്നും അതിനാൽ 5 ലക്ഷം രൂപ പഞ്ചായത്ത് അടയ്ക്കണമെന്നുമാണ് പൊതുമരാമത്ത് വകുപ്പ് നിർദ്ദേശിച്ചത്. ഈ കാര്യങ്ങൾ 1982 ൽ ഞാൻ സ്ഥലം സന്ദർശിച്ചപ്പോൾ പഞ്ചായത്ത് പ്രസിഡന്റ് വേലപ്പൻ എന്റെ ശ്രദ്ധയിൽ പെടുത്തി. അടുത്ത സംസ്ഥാനതല കോൺഫറൻസിൽ ഞാൻ ഈ വിഷയം അവതരിപ്പിക്കുകയും പഞ്ചായത്തിന്റേതല്ലാത്ത കുറ്റത്തിന് അവരെയും പൊതുജനങ്ങളെയും ശിക്ഷിക്കുന്നത് ഒട്ടും ശരിയായ നടപടിയല്ലെന്നും അനിവാര്യമായ ഈ പ്രവൃത്തി ഉടൻ ഭരണാനുമതി നല്കി പ്രാവർത്തികമാക്കണമെന്നും അപേക്ഷിക്കുകയും ചെയ്തു. അന്നത്തെ എം എൽ എ സി എം സുന്ദരവും സർക്കാരിൽ സമ്മർദ്ദം ചെലുത്തി. അതിനെ തുടർന്ന് കൊടുമ്പ് കോസ്‌വേ നിർമ്മാണത്തിന് അനുമതി ലഭിച്ച് ടെൻഡർ വിളിച്ചു. എഞ്ചിനീയർ കരാറുകാ

രനായ പി എം യോഹന്നാനാണ് കരാറെടുത്തത്. പത്തു മാസം കൊണ്ട് പ്രവൃത്തി പൂർത്തിയാക്കി ഗതാഗതത്തിനു തുറന്നുകൊടുത്തപ്പോൾ ഒരു ഗ്രാമം മുഴുവൻ കൃതജ്ഞതയോടെയും സന്തോഷത്തോടെയും അവിടെയുണ്ടായിരുന്നു. നിയമങ്ങൾ അവയുടെ അക്ഷരാർത്ഥത്തിൽ പ്രയോഗിക്കാനുള്ളതല്ലെന്നും പൊതുജനത്തിന്റെ നന്മയ്ക്കും പ്രയോജനത്തിനും വേണ്ടി വ്യാഖ്യാനിക്കാനുള്ളതാണെന്നും കേരള സമൂഹത്തിനു മുമ്പിൽ തെളിയിക്കാൻ ഇതുപകരിച്ചു. ഈ പ്രവൃത്തിക്കും എനിക്കും അസിസ്റ്റന്റ് എഞ്ചിനീയർ പി ഹരിദാസിനും ഗുഡ് സർവ്വീസ് എൻട്രി ലഭിക്കുകയുണ്ടായി.

ബ്രിഡ്ജസ് സബ്ഡിവിഷനിലെ പ്രവർത്തനകാലത്ത് മനസ്സിന് ഏറെ സന്തോഷം തോന്നുന്ന രണ്ടു പ്രവൃത്തികൾക്ക് കൂടി ചുക്കാൻ പിടിക്കാൻ കഴിഞ്ഞുവെന്നത് ഓർക്കുന്നു. അതിലൊന്ന് ഓഫീസ് നിർമ്മാണമായിരുന്നു. വളരെ പഴയ തീരെ സൗകര്യമില്ലാത്ത ഒരു ഓഫീസായിരുന്നു ഞാൻ ചുമതലയേല്ക്കുമ്പോൾ ബ്രിഡ്ജസ് സബ്ഡിവിഷനു ഉണ്ടായിരുന്നത്. റവന്യു വകുപ്പിൽനിന്ന് പഴയ ഓഫീസിനു അരികെ തന്നെ ഒരു സ്ഥലം അനുവദിച്ചു വാങ്ങുകയും അവിടെ കൂടുതൽ സൗകര്യമാർന്ന ഒരു കെട്ടിടം പാലക്കാട് പോളിടെക്നിക് സമുച്ചയത്തിന്റെ പ്രവൃത്തികളുടെ ക്യാമ്പ് ഓഫീസ് എന്ന നിലയിൽ പണിയുകയും അവിടേക്കു ഓഫീസ് മാറ്റുകയും ചെയ്യാൻ കഴിഞ്ഞുവെന്നത് സംതൃപ്തി പകരുന്ന ഒന്നായിരുന്നു. മറ്റൊന്ന് അസിസ്റ്റന്റ് എഞ്ചിനീയർമാർക്കുള്ള ക്വാട്ടേഴ്സ് നിർമ്മാണമായിരുന്നു. സബ്ഡിവിഷനിലെ രണ്ട് അസിസ്റ്റന്റ് എഞ്ചിനീയർമാരും വലിയ വാടക കൊടുത്ത് സ്വകാര്യ വീടുകളിലാണ് താമസിച്ചിരുന്നത്. ഇതിനൊരറുതി വരുത്താൻ എക്സിക്യൂട്ടീവ് എഞ്ചിനീയർ ശിവരാമ പിള്ള സാറിന്റെ പ്രായോഗിക ബുദ്ധി കാണിച്ചുതന്ന ഉപദേശം സ്വീകരിച്ചു നടപ്പിലാക്കിയ ഒരുപദ്ധതിയാണ് രണ്ടു ക്വാർട്ടേഴ്സുകളുടെ നിർമ്മാണത്തിൽ കലാശിച്ചത്. പാലക്കാട് നഗരത്തിന്റെ ഹൃദയഭാഗത്ത് ഒഴിഞ്ഞു കിടന്നിരുന്ന ജലസേചന വകുപ്പിന്റെ ക്വാട്ടേഴ്സ് കോമ്പൗണ്ടിലുള്ള 10 സെന്റ് സ്ഥലം ഇതിനായി അനുവദിച്ചുതരണമെന്നു അപേക്ഷിച്ചു. അന്ന് എന്റെ പഴയ എക്സിക്യൂട്ടീവ് എഞ്ചിനീയർ ആയിരുന്ന ആർ ശങ്കരരാമനായിരുന്നു ശിരുവാണി പ്രൊജക്റ്റ് സൂപ്രണ്ടിങ് എഞ്ചിനീയർ. അദ്ദേഹം ഈ സ്ഥലം അനുവദിച്ചു തന്നതിനെ തുടർന്ന് പൂടൂർ പാലത്തിന്റെയും വടക്കന്തറ പൊലീസ് ക്വാർട്ടേഴ്സിന്റെയും ക്യാമ്പ് ഓഫീസ് എന്ന നിലയിൽ ക്വാർട്ടേഴ്സുകൾ പൂർത്തീകരിച്ച് രണ്ടു അസിസ്റ്റന്റ് എഞ്ചിനീയർമാരെയും താമസിപ്പിക്കാൻ കഴിഞ്ഞതും വലിയ ഒരു നേട്ടമായി ഞാൻ കണ്ടിരുന്നു. ഒരു നല്ല ലക്ഷ്യത്തിന്റെ പൂർത്തീകരണത്തിന് വേണ്ടി നിയമത്തിന്റെ ചില ചിലന്തിവലകൾ മുറിച്ചുകടക്കാമെന്നു ഈ പ്രവൃത്തികൾ തെളിയിച്ചു.

ബ്രിഡ്ജസ് സബ് ഡിവിഷനിലെ നാല് വർഷത്തെ പ്രവർത്തന

കാലം വ്യക്തിപരമായി എനിക്കേറെ അനുഭവങ്ങളും പാഠങ്ങളും വിജയങ്ങളും നേടിത്തന്നതാണ്. വിജയങ്ങൾക്കെല്ലാം കാരണം പ്രവർത്തിക്കാൻ കഴിയുന്ന വലിയൊരു കൂട്ടായ്മ സൃഷ്ടിക്കാൻ കഴിഞ്ഞതാണ്. അതിന്റെ നായകൻ എക്സിക്യൂട്ടീവ് എഞ്ചിനീയർ ശിവരാമപിള്ള സാർ തന്നെയായിരുന്നു. ഞാൻ കണ്ടതിൽവെച്ച് ഏറ്റവും കർത്തവ്യനിരതനും കർമ്മകുശലനും ആയ സാങ്കേതിക വൈദഗ്ദ്ധ്യവും പ്രായോഗിക വിജ്ഞാനവും പ്രവർത്തന ചിട്ടയും ഒത്തിണങ്ങിയ എഞ്ചിനീയർ അദ്ദേഹമായിരുന്നു. പ്രവൃത്തികളിലുള്ള സൂക്ഷ്മതലമായ ഇടപെടലുകൾ അദ്ദേഹത്തിന്റെ പ്രത്യേകതയായിരുന്നു. പ്രശ്നങ്ങളും പ്രതിബന്ധങ്ങളും മുൻകൂട്ടിക്കാണാനും അതിനെ മറികടക്കാൻവേണ്ട തീരുമാനങ്ങൾ ശീഘ്രഗതിയിൽ എടുക്കാനും സമയബന്ധിതമായി അവ പ്രായോഗികമാക്കാനും അദ്ദേഹം കാണിച്ച ധൈര്യവും സ്ഥൈര്യവും എനിക്ക് ഏറെ പ്രയോജനപ്പെട്ടിരുന്നു. ഉറങ്ങിപ്പോവുന്നവരെ ഉണർത്തുന്ന, ഓടിനടന്ന് പ്രവർത്തിച്ച് ക്ഷീണിച്ചവർക്ക് ആശ്വാസം പകരുന്ന, വീശിയടിക്കുന്ന കാറ്റായിരുന്നു ശിവരാമപിള്ള സാർ. പ്രവൃത്തികളുടെ സമയബന്ധിതവും ഗുണനിലവാരത്തിലും അളവുരൂപത്തിലുമുള്ള തൃപ്തികരമായ പൂർത്തീകരണത്തിനുവേണ്ടി കാലഹരണപ്പെട്ട നിയമങ്ങളുടെ ഗോർഡൻ കെട്ടുകൾ മുറിച്ചെറിയാൻ അദ്ദേഹം മടിച്ചിരുന്നില്ല, ആര് അനുമതി നല്കിയ എസ്റ്റിമേറ്റ് വ്യവസ്ഥയായാലും പണി നടക്കുന്നസ്ഥലത്ത് അദ്ദേഹം പരിശോധന നടത്തുമ്പോൾ മാറ്റം അനിവാര്യമാണെന്ന് അദ്ദേഹത്തിന് ബോദ്ധ്യപ്പെട്ടാൽ അപ്പോൾതന്നെ ചെയ്യേണ്ട കാര്യങ്ങൾ വരച്ചു നല്കുകയും മുകളിൽ നിന്നുള്ള അനുവാദത്തിനു കാത്ത് നില്ക്കാതെ തന്നെ പണി നടത്താനുള്ള സമ്മതം അവിടെ വെച്ചുതന്നെ അദ്ദേഹം നല്കുകയും ചെയ്തിരുന്നു. ഇത് പ്രവൃത്തികൾ സമയബന്ധിതമായി തീർക്കാൻ ഏറെ സഹായിക്കുകയും എല്ലാ കീഴുദ്യോഗസ്ഥർക്കും തീരുമാനമെടുത്ത് നടപ്പിലാക്കാൻ ആത്മവിശ്വാസം നല്കുകയും ചെയ്തിരുന്നു. ഏവർക്കും മാതൃകാപരമായ അദ്ദേഹത്തിന്റെ ഇച്ഛാശക്തിയും ചെയ്യുന്ന പ്രവൃത്തികളിലെല്ലാം പൂർണ്ണത വേണമെന്ന നീതിബോധവും ഏറെ പ്രകീർത്തിക്കപ്പെട്ടതായിരുന്നു. സൗഹൃദങ്ങൾ നിലനിർത്താൻ അദ്ദേഹം കാണിച്ചിരുന്ന അനിതര സാധാരണമായ പാടവം അവിസ്മരണീയമായിരുന്നു. മാത്രമല്ല എന്നെ പോലുള്ള സഹപ്രവർത്തകരുമായി ഗാഢമായ കുടുംബ ബന്ധം പുലർത്താനും ആവശ്യമായ കരുതലും സ്നേഹവും സഹായവും നല്കാനും അദ്ദേഹം കാണിച്ചിരുന്ന കാരുണ്യത്തിന് കണക്കുണ്ടായിരുന്നില്ല. അദ്ദേഹം എന്നിൽചൊരിഞ്ഞ സ്നേഹവും വാത്സല്യവും കരുതലും അളവറ്റതായിരുന്നു. എപ്പോഴൊക്കെ നല്ല പ്രകടനം കാഴ്ചവെച്ചിട്ടുണ്ടോ അപ്പോഴെല്ലാം അഭിനന്ദിക്കാനും അത് മേലധികാരികൾക്കും സർക്കാരിലേക്കും അറിയിച്ച് അർഹിക്കുന്ന അംഗീകാരങ്ങൾ നേടിത്തരാനും ശിവരാമപിള്ള സാർ മുൻകൈ എടുത്തിരുന്നു. അദ്ദേഹത്തിന്റെ കുടുംബാംഗങ്ങളായ

പ്രിയപത്നി രാധാമണി, മക്കളായ സജീവ്, രഞ്ജിത്ത്, അനുരാധ എന്നിവരുമായി അടുപ്പമേറെയുണ്ടായിരുന്നു. എന്റെ കുടുംബാംഗങ്ങൾക്കും അദ്ദേഹം ഏറെ പ്രിയമുള്ള അടുത്ത ബന്ധുപോലെയായിരുന്നു. എക്സിക്യൂട്ടീവ് എഞ്ചിനീയറായ അദ്ദേഹത്തിന്റെ കീഴിൽ 4 കൊല്ലവും അദ്ദേഹം സൂപ്രണ്ടിങ് എഞ്ചിനീയറായപ്പോൾ മറ്റൊരു നാലു കൊല്ലവും അദ്ദേഹത്തിന്റെ പ്രിയശിഷ്യനാവാൻ കഴിഞ്ഞത് എഞ്ചിനീയർ എന്ന നിലയിലുള്ള എന്റെ പ്രവർത്തനങ്ങൾക്ക് നല്കിയ ശക്തിയും ഊർജ്ജവും എത്രയെന്നു പറയാൻ കഴിയില്ല.

ശിവരാമപിള്ള സാർ മറ്റൊരു മഹത്തായ കാര്യം കൂടി എനിക്കുവേണ്ടി ചെയ്തു തന്നിരുന്നു. അത് അദ്ദേഹത്തിന്റെ കോഴിക്കോട്ടെ വലിയ സുഹൃദ്വൃന്ദത്തിലെത്താനുള്ള താക്കോൽ കൂടി എന്നെ ഏല്പിച്ചുവെന്നുള്ളതാണ്. എല്ലാ ആഴ്ചയിലും ഔദ്യോഗിക കാര്യങ്ങൾക്കായി കോഴിക്കോടെത്തുമ്പോൾ ഓഫീസ് ജോലി കഴിഞ്ഞാൽ അദ്ദേഹത്തിന്റെ സുഹൃത്തുക്കളുമായുള്ള പാതിരാവരെ നീണ്ടു നില്ക്കുന്ന ഒരു കൂടിച്ചേരൽ അദ്ദേഹം ഒരുക്കുമായിരുന്നു. അങ്ങനെയാണ് എന്റെ ജീവിതത്തിലെ ഏറ്റവും അടുത്ത സുഹൃത്തുക്കളായി ഇന്നും തുടരുന്ന ചിലരുമായുള്ള ആത്മബന്ധം രൂപപ്പെടുന്നത്. പ്രശസ്ത എഞ്ചിനീയർമാരായ ഇ കൃഷ്ണൻ, എ കെ നാരായണൻ, ഗണപതി അയ്യർ, നാരായണ മേനോൻ, വിശ്വനാഥ അയ്യർ, ഇ എ റഷീദ്, പി വിജയൻ, എൻ കെ മുഹമ്മദ്, സതീശ്, ഇ എസ് മേനോൻ, എൻ എസ് സുധി, കെ നാരായണൻ, പി കുഞ്ഞിമുഹമ്മദ്, എൻ ടി ദാമോദരൻ, കെ അബുബക്കർ, ജോയ് തോമസ്, ഭാസി മലാപ്പറമ്പ്, രാമചന്ദ്രൻ എൻ എന്നിവരൊക്കെ ഈ കൂട്ടായ്മയിൽ പങ്കുചേർന്നിരുന്നു. ഈ കൂട്ടത്തിൽ ഇ എ റഷീദ്, സതീശൻ, എൻ കെ മുഹമ്മദ്, എ കെ നാരായണൻ, കെ നാരായണൻ, കെ അബുബക്കർ, പി വിജയൻ എന്നിവരുമായുള്ള അടുപ്പവും കുടുംബബന്ധവും ഇന്നും അഭംഗുരം തുടരുന്നു.

പൊതുമരാമത്ത് വകുപ്പിൽ എന്നെ ഒരുപാട് സ്വാധീനിച്ച മറ്റൊരു അതികായനായിരുന്നു ഈ കാലത്ത് ചീഫ് എഞ്ചിനീയർ ആയിരുന്ന ടി റ്റി ജോർജ്. പുറം കഠോരമെന്നു തോന്നുമെങ്കിലും അകം ഇളനീരുപോലെ മധുരതരമായിരുന്ന പച്ചമനുഷ്യനായിരുന്നു ടി റ്റി സാർ. അന്തിമഫല പ്രാപ്തിക്കുവേണ്ടിയുള്ള അദമ്യമായ ആഗ്രഹവും കറകളഞ്ഞ ആത്മാർത്ഥതയും അദ്ദേഹത്തിന്റെ പ്രവർത്തനങ്ങളുടെ മുഖമുദ്രയായിരുന്നു. സൂക്ഷ്മതല അവലോകനാപാടവവും നിതാന്തജാഗ്രതയും പ്രശ്നങ്ങളിൽ ഇടപെടാനും അവ പരിഹരിക്കാനുമുള്ള ഇച്ഛാശക്തിയും അദ്ദേഹത്തിന്റെ പ്രത്യേകതകളായിരുന്നു. പ്രവൃത്തികളുടെ ഗുണനിലവാരത്തിൽ യാതൊരു വിട്ടുവീഴ്ചയുമില്ലാത്ത കർക്കശസ്വഭാവക്കാരനായിരുന്ന അദ്ദേഹം പലപ്പോഴും മറ്റുള്ളവർക്ക് മാതൃകയാക്കാവുന്ന മുന്നൊരുക്കങ്ങൾ സൃഷ്ടിച്ചിരുന്നു. പൊതുമരാമത്ത് വകുപ്പിന്റെ പ്രവർത്തനമേഖലയിൽ ഗുണനിലവാരം ഉയർത്താൻ ചീഫ് എഞ്ചിനീയർ

എന്ന നിലയിൽ പ്രത്യേകം ശ്രദ്ധിച്ചിരുന്നു. പേരുകേട്ട സംഘാടകനായിരുന്ന അദ്ദേഹം എഞ്ചിനീയറിങ് സർവ്വീസിൽനിന്ന് വിരമിച്ചതിനു ശേഷം കേരളാ ടൂറിസം ഡെവലപ്പ്മെന്റ് കോർപറേഷൻ ചെയർമാൻ ആയി സ്തുത്യർഹമായ സേവനം നിർവ്വഹിക്കുകയുണ്ടായി. ഏറ്റവും അടുത്ത കുടുംബബന്ധം അദ്ദേഹവുമായി ഉണ്ടായിരുന്നു. കവടിയാറിലെ ആർ പി ലെയിനിലുള്ള റിട്രീറ്റ് എന്ന അദ്ദേഹത്തിന്റെ ഭവനം ഞങ്ങളുടെയൊക്കെ അഭയകേന്ദ്രമായിരുന്നു. പ്രിയ പത്നി രാജി ചേച്ചി, മക്കളായ ജയൻ, വിനു, സാജൻ, ബിജു, ബിനോയ്, റാണി എന്നിവരൊക്കെയുമായി ഏറെ അടുപ്പമുണ്ടായിരുന്നു. എല്ലാ മക്കളുടെയും കല്യാണത്തിൽ എവിടെ വെച്ച് നടന്നാലും ഞങ്ങൾ കുടുംബസമേതം പങ്കെടുത്തിരുന്നു. ഏക മകൾ റാണി ഞങ്ങളുടെ മക്കളുടെ ഏറ്റവും അടുത്ത കൂട്ടുകാരിയായി മാറുകയും ചെയ്തിരുന്നു. അസുഖം ബാധിച്ച് മെഡിക്കൽ കോളേജ് ആശുപത്രിയിൽ കിടന്ന അവസാനനാളുകൾ അദ്ദേഹത്തിന് താങ്ങാവുന്നതിലേറെയായിരുന്നു. ആജ്ഞാശക്തിയുടെ പ്രതിരൂപമായിരുന്ന, ഒന്നിനും മറ്റുള്ളവരെ ആശ്രയിക്കാതെ ജീവിച്ചിരുന്ന അദ്ദേഹത്തിന് എല്ലാ കാര്യങ്ങൾക്കും പരാശ്രയം വേണമെന്ന നിലവന്നത് മാനസികമായി ഏറെ തളർത്തിയിരുന്നു. അതിനാൽതന്നെ ആരെയും കാണാൻ അദ്ദേഹം കൂട്ടാക്കിയിരുന്നില്ല. ഞാനും ഭാഗ്യവും ഹോസ്പിറ്റലിൽ കാണാൻ ചെന്നപ്പോഴും ആദ്യം അദ്ദേഹം മടിച്ചു. പക്ഷേ, എന്നെ കാണാതെ വിടാൻ അദ്ദേഹത്തിന് കഴിയുമായിരുന്നില്ല. ആ അവസാന കാഴ്ചയിൽ എന്നും ജീവിതത്തെ വെല്ലുവിളിയോടെ നേരിട്ടിരുന്ന ടി റ്റിസാറിന്റെ കണ്ണുകളിൽ നിസ്സഹായതയുടെ കണ്ണുനീർ കണ്ടപ്പോൾ ഞങ്ങളാകെ തളർന്നു പോയിരുന്നു. അധികം താമസിക്കാതെ അദ്ദേഹം അന്തരിക്കുകയും ചെയ്തു. ഏറെ നാൾ കഴിയുന്നതിനു മുമ്പ് അദ്ദേഹത്തിന്റെ രണ്ടുമക്കളായ എഞ്ചിനീയർ സാജൻ ദുബായിൽവെച്ചും നടനും വ്യവസായിയുമായിരുന്ന ജയൻ ബാംഗ്ലൂരിൽ വെച്ചും അന്തരിച്ചു.. ഐശ്വര്യത്തിന്റെ ആൾരൂപമായ അദ്ദേഹത്തിന്റെ പ്രിയപത്നി രാജിച്ചേച്ചിയുമായും ജീവിച്ചിരിക്കുന്ന മക്കളുമായും ഇന്നും ആ സ്നേഹബന്ധം തുടരുന്നു.

ഈ കാലഘട്ടത്തിൽ സൂപ്രണ്ടിങ് എഞ്ചിനീയറും ചീഫ് എഞ്ചിനീയറുമായിരുന്ന പ്രഗത്ഭനാണ് പാലക്കാട്ടുകാരനായ ടി എം കാസിം സാർ. മുളഞ്ഞൂർ തോട് പാലവും അതിനെ റോഡിലേക്ക് ബന്ധിപ്പിക്കുന്ന രണ്ടു ഹെയർപിൻ വളവുകളുടെ നിർമ്മാണവുമടക്കം ഒട്ടേറെ പണികൾ അദ്ദേഹം മുൻകൈ എടുത്ത് അനുവദിച്ചതാണ്. സൂപ്രണ്ടിങ് എഞ്ചിനീയർ പി വി കൃഷ്ണവാര്യർ സാർ ഏറെ സഹായവും പ്രോത്സാഹനവും നല്കിയിരുന്നു. രണ്ടുപേരും ഇന്നില്ല. എന്നെ സഹോദരതുല്യം സ്നേഹിച്ച് വാത്സല്യമരുളിയവരായിരുന്നു രണ്ടുപേരും.

ഈ കാലയളവിൽ കളക്ടർമാരായിരുന്ന ടി സി ബാലകൃഷ്ണൻ നായർ, പി ആർ സോമൻ, ഐ ജി മധുസൂദനൻ, കോഴിക്കോട് ഡി ഐ

ജിയായിരുന്ന ജോസഫ് ചാലി, ജില്ലാ പൊലീസ് സൂപ്രണ്ടുമാരായിരുന്ന രമേശ് ചന്ദ്ര ഭാനു, കെ ജെ ജോർജ് എന്നിവർ പണികളുടെ പുരോഗതിക്കായി വേണ്ടതെല്ലാം ചെയ്തു തന്നിരുന്നു.

ഇവിടെ വെച്ചുതന്നെയാണ് എന്റെ ജീവിതത്തിൽനിന്ന് ഒരിക്കലും പറിച്ചുമാറ്റാൻ പറ്റാത്തവിധം അടിയുറപ്പുള്ള ദൃഢമായ സ്നേഹവിശ്വാസങ്ങൾ അസ്തിവാരമിട്ട ഒട്ടേറെ സ്നേഹബന്ധങ്ങൾക്കു തുടക്കം കുറിച്ചത്.

ആലുവ സ്വദേശിയായ അസിസ്റ്റന്റ് എഞ്ചിനീയർ എം വി അബ്ദുൾ റഹിമാൻ മൂപ്പൻ കർമ്മകുശലനായ എഞ്ചിനീയറായി ഈ നാലുകൊല്ലവും പണികളെല്ലാം സമയബന്ധിതമായി പൂർത്തിയാക്കാൻ കഠിന പ്രയത്നം ചെയ്തിരുന്നു. എത്ര പ്രയാസമുള്ള ജോലിയും ഒരു പുഞ്ചിരിയോടെ ഏറ്റെടുക്കാനും നടപ്പിലാക്കാനും മൂപ്പൻ തയ്യാറായിരുന്നു. ഒരു വല്ലാത്ത ആത്മബന്ധം ഞങ്ങൾ തമ്മിലുടലെടുത്തിരുന്നു. കുടുംബങ്ങൾ തമ്മിലും ഏറെ ഇഴയടുപ്പം സൃഷ്ടിക്കപ്പെട്ടിരുന്നു. മൂപ്പന്റെ പ്രിയതമ സൗദയും മക്കൾ ഷിനുവും ഷാനുവും ഞങ്ങളുടെ പ്രിയപ്പെട്ട കുടുംബാംഗങ്ങളായി മാറിയിരുന്നു. ഇന്നും പല സ്ഥലങ്ങളിലാണെങ്കിലും ആ സുഹൃദ്ബന്ധം കണ്ണി മുറിയാതെ തുടരുന്നു. അതേപോലെ എനിക്ക് പ്രിയമുള്ളവനായിരുന്നു തൃശൂർകാരനായ പി ഹരിദാസ്. കർത്തവ്യനിരതനായ എഞ്ചിനീയർ എന്ന നിലയിൽ ഒരുപാട് പ്രവൃത്തികൾ ഈ കാലഘട്ടത്തിൽ പൂർത്തിയാക്കാൻ ഹരിദാസ് ശ്രദ്ധയോടെ മേൽനോട്ടം വഹിച്ചിട്ടുണ്ട്. സ്പോർട്സ്മാനും സംഗീതപ്രേമിയും ഗായകനുമായ ഹരിദാസും എന്റെ ഉറ്റ ചങ്ങാതിയായി മാറിയിരുന്നു. പ്രിയഭാര്യ സുമയും മക്കൾ ദീപുവും ദിനുവും അങ്ങനെ കുടുംബത്തിന്റെ ഭാഗമായി മാറി. ഞങ്ങളുടെ മൂന്നു കുടുംബങ്ങളും ചേർന്ന് ഇന്ത്യയുടെ വിവിധ ഭാഗങ്ങളിൽ ഒന്നിച്ചു നടത്തിയ ഒട്ടേറെ വിനോദയാത്രകൾ ബന്ധങ്ങളുടെ ആഴം വർദ്ധിപ്പിച്ചിരുന്നു.

സാധാരണ കോൺട്രാക്ടർമാരിൽനിന്ന് വ്യത്യസ്തമായി എഞ്ചിനീയർ ബിരുദധാരികളായ രണ്ടു കോൺട്രാക്ടർമാരാണ് പ്രധാനമായും ഈ സബ് ഡിവിഷനിലെ പ്രവൃത്തികളിൽ ഭൂരിഭാഗവും എടുത്തിരുന്നത്. പ്രവൃത്തികളെക്കുറിച്ചുള്ള സാങ്കേതിക വിജ്ഞാനവും എഞ്ചിനീയർ എന്ന നിലയിലുള്ള മാനേജ്മെന്റ് കഴിവും ഗുണനിലവാരം നിലനിർത്താനുള്ള ഇവരുടെ ആത്മാർത്ഥമായ ശ്രമവും എന്നെ ഏറെ സഹായിച്ചിരുന്നു.

എഞ്ചിനീയർ കോൺട്രാക്ടറായ പി എം യോഹന്നാൻ ഈ മേഖലയിൽ പ്രമുഖനായിരുന്ന കോൺട്രാക്ടർ പി എം മത്തായിയുടെ മകനാണ്. കോലഞ്ചേരിയിൽ നിന്ന് പാലക്കാടെത്തി നാഷണൽ ഹൈവേ പ്രവൃത്തികളിൽ പ്രശംസാർഹമായ രീതിയിൽ പൂർത്തിയാക്കിയ സമയത്താണ് ബ്രിഡ്ജസ് സബ്ഡിവിഷനിലെ പ്രധാന പ്രവൃത്തികൾ കരാറെടുത്ത് നടത്താൻ യോഹന്നാൻ എത്തുന്നത്. ദീർഘവീക്ഷണത്തോടെയുള്ള

മുന്നൊരുക്കങ്ങളിലൂടെ, ചിട്ടയായ പ്ലാനിങ്ങോടെ, കണിശമായ സമയ വിനിമയത്തിലൂടെ, കൃത്യതയുള്ള ഗുണനിലവാരത്തോടെ പ്രവൃത്തികൾ ചെയ്തു തീർക്കാൻ 1964 ൽ എഞ്ചിനീയറിങ് ബിരുദം കരസ്ഥമാക്കിയ യോഹന്നാൻ ഏറെ ശ്രദ്ധിച്ചിരുന്നു. ആ സ്വഭാവ വിശേഷം കൊണ്ട് ഏറ്റെടുത്ത പണികളെല്ലാം സമയത്തിന് മുമ്പ് തന്നെ തീർക്കാൻ അദ്ദേഹത്തിന് കഴിഞ്ഞിരുന്നു. ഒട്ടേറെ പണികൾ ഒന്നിച്ച് ചെയ്തതിനാൽ ഞങ്ങൾ അടുത്ത കൂട്ടുകാരായി. കാലത്തിനോ സമൂഹത്തിനോ ഭേദിക്കാനാവാത്ത വിധം അടിയുറച്ച ഒരാൾക്ക് മറ്റേയാൾ തുണ എന്ന് ആത്മാർത്ഥമായി വിശ്വസിച്ച ഒരു സുഹൃദ് ബന്ധം ഞങ്ങൾ തമ്മിലുണ്ടായി. പ്രവൃത്തികളുടെ ഗുണനിലവാരത്തിൽ ഒരു വിട്ടുവീഴ്ചയുമില്ലാതെ ഉദ്യോഗകാര്യങ്ങളിൽ വ്യക്തിബന്ധം കൂട്ടിക്കുഴയ്ക്കാതെ എങ്ങനെ ഹൃദയബന്ധം ഉടലെടുക്കാമെന്നും തഴച്ചു വളർന്നു പന്തലിക്കാമെന്നും കാണിച്ചുതന്ന അനിർവ്വചനീയമായ സൗഹൃദമായി അത് മാറി. എഞ്ചിനീയറായി അജയനും കോൺട്രാക്ടറായി യോഹന്നാനും ഒന്ന് ചേർന്നാൽ ഏതു പ്രയാസമുള്ള പ്രവർത്തിയും ക്ഷിപ്രസാദ്ധ്യമാവുമെന്നും സമയബന്ധിതമായി പൂർത്തീകരിക്കുമെന്നും പൊതുജനവും പൊതുമരാമത്ത് വകുപ്പിലെ ഉന്നത ഉദ്യോഗസ്ഥരും വിധിയെഴുതി. എന്റെ വ്യക്തിജീവിതത്തിലും ഔദ്യോഗിക ജീവിതത്തിലും സാമൂഹ്യ ജീവിതത്തിലും എന്നും നിഴലിനെ പോലെ കൂടെ നില്ക്കുകയും എല്ലാ സന്ദിഗ്ദ്ധ സന്ദർഭങ്ങളിലും കൂട്ടായി നിന്ന് സന്തോഷവും സന്താപവും പങ്കിടുകയും ചെയ്ത ഉത്തമ സുഹൃത്തായി യോഹന്നാൻ മാറുകയും ചെയ്തിരുന്നു. വല്ലാത്തൊരു വ്യക്തിബന്ധവും കുടുംബബന്ധവും അത് മൂലം ഉടലെടുത്തു. അദ്ദേഹത്തിന്റെ ഭാര്യ രഞ്ജിനിയും കവിത, ആശ, പ്രിയ, മിത്തു എന്നീ നാല് പെൺമക്കളും, അളിയൻ ജോസുമടങ്ങുന്ന കുടുംബം ഞങ്ങൾക്കേറെ പ്രിയപ്പെട്ടതായിരുന്നു. ഇന്നും ആ വ്യക്തിബന്ധം അഭംഗുരം തുടരുന്നു.

ഇത്തരത്തിലുള്ള മറ്റൊരു എഞ്ചിനീയർ കോൺട്രാക്ടറാണ് വണ്ടാഴിയിലെ പ്രസിദ്ധ കോൺട്രാക്ടറും പൗരമുഖ്യനുമായിരുന്ന സി വി മുത്തുവേലന്റെ ഏറ്റവും ഇളയ പുത്രനായ സി എം സഹദേവൻ. ഒരുപാട് പാലങ്ങളും കെട്ടിടങ്ങളും ബ്രിഡ്ജസ് സബ്ഡിവിഷനിൽ ഈ കാലത്ത് സഹദേവൻ പൂർത്തിയാക്കിയിരുന്നു. കറകളഞ്ഞ ആത്മാർത്ഥയും നല്ല സംഘടനാപാടവവുമുള്ള വളരെ സൗമ്യനും ശാന്തശീലനുമായ പ്രിയ സുഹൃത്തായിരുന്നു അദ്ദേഹം. എല്ലാം തുറന്നു പറയുന്ന വ്യക്തിപരമായ തീരുമാനങ്ങൾക്ക് പോലും പലപ്പോഴും ഉപദേശം തേടുന്ന വിധത്തിൽ ഞങ്ങൾ അടുത്തിരുന്നു. പ്രവൃത്തി സ്ഥലങ്ങളിൽ കോൺക്രീറ്റ് ഉള്ള ദിവസങ്ങളിലെല്ലാം പൂർണ്ണസമയം ഒന്നിച്ചുണ്ടായിരുന്നതിനാൽ ഈ ബന്ധം കൂടുതൽ ദൃഢമായി മാറിയിരുന്നു. ആയിടയ്ക്കാണ് പാലക്കാടിന്റെ ഹൃദയഭാഗത്ത് സഹദേവൻ മാനേജിങ് ഡയറക്ടറായുള്ള മുത്തുവേലൻ സൺസ് ഇന്ദ്രപ്രസ്ഥ എന്ന പാലക്കാട്ടെ ആദ്യത്തെ സ്റ്റാർ ഹോട്ടൽ

പൂർത്തിയാക്കി പ്രവർത്തനമാരംഭിച്ചത്. ആത്മസുഹൃത്തെന്ന നിലയിൽ ആ സ്ഥാപനത്തിൽ ഒട്ടേറെ സ്വാതന്ത്ര്യം എനിക്കനുവദിച്ചു തന്നിരുന്നു. എന്റെ സുഹൃത്തുക്കളുടെയും മേലുദ്യോഗസ്ഥരുടെയും ഒത്തുചേരലെല്ലാം അവിടെ വെച്ചായി മാറി. എന്റെ നേതൃത്വത്തിൽ എത്രയോ സൗഹൃദ കൂട്ടായ്മകളും സാഹിത്യ സാംസ്കാരിക പരിപാടികളും ഹോട്ടൽ ഇന്ദ്രപ്രസ്ഥയിൽ നടന്നിട്ടുണ്ട്. ഹോട്ടൽ ജനകീയമായതോടുകൂടി ഏകദേശം പൂർണ്ണസമയവും അതിന്റെ മേൽനോട്ടത്തിൽ ശ്രദ്ധ കേന്ദ്രീകരിച്ചതിനാൽ കരാർ പണികളിലുള്ള പഴയ താല്പര്യം സഹദേവന് കുറഞ്ഞു വന്നു. രണ്ടും ഒന്നിച്ചുകൊണ്ടുപോവണമെന്നും കരാർ പ്രവൃത്തി മേഖലയിൽ നേടിയ വിജയം വെച്ച് ആ മേഖല കുറേക്കൂടി വിപുലമാക്കണമെന്നും ഞാൻ എപ്പോഴും പറഞ്ഞുകൊണ്ടിരുന്നു. കരാർ പണി തുടർന്നെങ്കിലും അതിലുള്ള ശ്രദ്ധയില്ലായ്മ വളരെ പ്രകടമായിരുന്നു. സ്ഥാപനം ഒരു കൂട്ടുകുടുംബത്തിന്റെ പേരിലായതിനാൽ അവിടെ ചില താല്പര്യങ്ങൾ ഉടലെടുക്കുകയും എതിരഭിപ്രായങ്ങൾ ഉയർന്നുവരികയും ചെയ്തു. അതിനെത്തുടർന്ന് ഇന്ദ്രപ്രസ്ഥയെന്ന സ്ഥാപനം പടുത്തുയർത്തുന്നതിൽ തന്റെ കഴിവും സമൂഹത്തിലുള്ള സ്ഥാനവും സ്വാധീനവും പൂർണ്ണമായി ഉപയോഗിച്ച് അതിനെ വലിയൊരു വ്യവസായ സംരംഭമാക്കി മാറ്റിയ സഹദേവനെ തന്റെ ഓഹരി മൂല്യം നല്കിക്കൊണ്ട് ഒഴിവാക്കുന്ന ദുര്യോഗമാണുണ്ടായത്. അപ്പോഴും ഞാൻ സഹദേവനോട് പറഞ്ഞു വീണ്ടും കരാർ പ്രവൃത്തിയിൽ സജീവമായാൽ നഷ്ടപ്പെട്ടതെല്ലാം വീണ്ടെടുക്കാം. പക്ഷേ, സഹദേവന്റെ മനസ്സിൽ ഹോട്ടൽ വ്യവസായമാണ് നല്ലത് എന്ന് ചിലർ നല്കിയ ഉപദേശം രൂഢമൂലമായിരുന്നു. അങ്ങനെ മലമ്പുഴയിൽ ഒരേക്കറോളം സ്ഥലം വാങ്ങുകയും ഹോട്ടൽ ഗോവർദ്ധൻ എന്ന പേരിൽ ഒരു ഹോട്ടൽ പ്രവർത്തനനിരതമാക്കാൻ വേണ്ട നിർമ്മാണ പ്രവൃത്തികൾ ആരംഭിച്ചു. കൈയിലുണ്ടായിരുന്ന മൂലധനം മുഴുവൻ തീർന്നപ്പോൾ ബ്ലേഡ് പലിശക്കാരിൽ നിന്ന് പണം കടമെടുത്താണ് പ്രവൃത്തി പൂർത്തീകരിച്ചത്. ഹോട്ടൽ തുറന്നിട്ടും ബാർ ലൈസൻസ് കിട്ടാൻ താമസിച്ചതിനാൽ കടം തിരിച്ചടയ്ക്കാൻ കഴിയാത്ത കടക്കെണിയിൽ പെടുന്നത് ദുഃഖത്തോടെ കാണാനേ കഴിഞ്ഞുള്ളു. ചില ദിവസങ്ങളിൽ പലിശയടയ്ക്കാൻ കഴിയാതെ സഹായം അഭ്യർത്ഥിച്ച് എത്തുന്ന പ്രിയ സുഹൃത്തിനെക്കണ്ട ഞാൻ അന്തം വിട്ടു നിന്നിട്ടുണ്ട്. അപ്പോഴെല്ലാം കഴിയും വിധം സഹായിച്ചിട്ടുമുണ്ട്. പക്ഷേ, കടം കൊടുത്തവരുടെ സമ്മർദ്ദം സഹിക്കാനാവാതെ ആകെ തകർന്ന് സഹദേവൻ ഒരു മാനസിക വിഷാദ രോഗിയായി മാറി. ഒരു സമയത്ത് സമൂഹത്തിൽ ഏറെ അംഗീകാരം ഉണ്ടായിരുന്ന അടുത്ത സുഹൃത്തിന്റെ പതനം എന്നെ ഒട്ടൊന്നുമല്ല ഉലച്ചത്. ഒന്നും ചെയ്യാൻ കഴിയാതെ നോക്കിനില്ക്കാനേ കഴിഞ്ഞുള്ളു. ഒരുദിവസം ഞങ്ങൾ സുഹൃത്തുക്കളെയെല്ലാം ഞെട്ടിച്ചുകൊണ്ട് സഹദേവൻ ആത്മഹത്യ ചെയ്തപ്പോൾ ഏറെ വർഷത്തെ സ്നേഹബന്ധമുള്ള

ഏറ്റവും അടുത്ത സുഹൃത്തിനെയാണ് നഷ്ടപ്പെട്ടത്. ആ ചിരിക്കുന്ന മുഖം ദുഃഖത്തോടെ ഒരു മുത്തു പോലെ ഞാൻ ഇന്നും മനസ്സിൽ സൂക്ഷിക്കുന്നു.

ബ്രിഡ്ജസ് സബ്ഡിവിഷനിൽ ചുമതലയേല്ക്കുമ്പോൾ രണ്ടു സെക്ഷനുകൾ മാത്രമാണുണ്ടായിരുന്നത്. പക്ഷേ, രണ്ടു വർഷത്തിനുള്ളിൽ പ്രവൃത്തികൾ ഏറെയായപ്പോൾ ഒരു സെക്ഷൻ കൂടി അനുവദിച്ചു. ആ സെക്ഷനിലേക്കു പുതിയ പി എസ് സി നിയമനവുമായി എത്തിയതായിരുന്നു തൃശൂർകാരനായ അസിസ്റ്റന്റ് എഞ്ചിനീയർ കെ കെ പ്രഹ്ലാദൻ. കാര്യങ്ങൾ പെട്ടെന്ന് മനസ്സിലാക്കി പ്രാവർത്തികമാക്കാനും ഗുണനിലവാരത്തോടെ മേലുദ്യോഗസ്ഥരുടെ നിർദ്ദേശത്തിൽ സമയബന്ധിതമായി പ്രവൃത്തികൾ പൂർത്തീകരിക്കാനും പ്രഹ്ലാദൻ വേഗം പഠിച്ചു. കളിമണ്ണിന്റെ ഒരു ശില്പി നല്ലൊരു പ്രതിമയാക്കി മാറ്റുന്നതു പോലെ

പ്രഹ്ലാദനെ ചിട്ടയായി പ്രവർത്തിക്കുന്ന ഒരെഞ്ചിനീയർ ആക്കാനുള്ള പ്രാഥമിക അറിവുകൾ നല്കിയത് ഫലവത്തായി എന്ന് പിന്നീട് മനസ്സിലാക്കാൻ കഴിഞ്ഞത് ഇപ്പോഴും സന്തോഷം നല്കുന്നു. പാലക്കാട് പോളിടെക്നിക്കിലെ പ്രധാന പണികളുടെയെല്ലാം മേൽനോട്ടം വഹിച്ചത് പ്രഹ്ലാദനായിരുന്നു.

ഈ സബ് ഡിവിഷനിലെ ഹെഡ് ക്ലാർക്ക് ആയിരുന്ന സ്നേഹസമ്പന്നനും മൃദു ഹൃദയനും ആയ പി എം ഗോവിന്ദൻകുട്ടി അന്നുമുതൽ എന്റെ ജീവിതത്തിന്റെ ഭാഗമായി മാറിയ സുഹൃത്താണ്. ഇത്ര ആത്മാർത്ഥമായി പണിയെടുക്കുന്ന ചുരുക്കം ചില ആളുകളെ മാത്രമേ എന്റെ ജീവിതത്തിൽ കണ്ടിട്ടുള്ളു. പറഞ്ഞേല്പിച്ച പണികൾ വളരെ കൃത്യതയോടെ സമയബന്ധിതമായി തീർത്തുതരാൻ ഗോവിന്ദൻകുട്ടി ബദ്ധശ്രദ്ധ പുലർത്തിയിരുന്നു. ഡ്രായിങ് വിഭാഗത്തിലെയും ഭരണവിഭാഗത്തിലെയും മുഴുവൻ സഹപ്രവർത്തകരെയും ഒരു കണ്ണിയിലെന്ന പോലെ അണിചേർത്ത് പ്രവർത്തിപ്പിക്കാൻ ഗോവിന്ദൻകുട്ടിക്കു അസാമാന്യമായ പ്രാവീണ്യമുണ്ടായിരുന്നു. മറ്റു സബ് ഡിവിഷനുകളിൽ ഉള്ള പ്രവൃത്തികളുടെ എത്രയോ മടങ്ങ് പണികൾ ഉണ്ടായിട്ടും രാവും പകലും പ്രവർത്തിച്ച് ആർക്കും ഒരു മുറുമുറുപ്പും ഇല്ലാത്ത വിധം കാര്യങ്ങൾ നിർവ്വഹിച്ച് എന്റെ മനസ്സിന്റെ മറ്റൊരു ഭാഗമായി മാറിയിരുന്നു. ഉദ്യോഗ സമയത്തും പൊതുമരാമത്ത് വകുപ്പിൽ അഡ്മിനിസ്ട്രേറ്റീവ് അസിസ്റ്റന്റ് ആയി വിരമിച്ചതിനുശേഷവും എന്റെ എല്ലാ പ്രവർത്തനങ്ങളുടെയും ഭാഗമായി ഗോവിന്ദൻ കുട്ടിയുണ്ടായിരുന്നു. അദ്ദേഹം മരിക്കുന്നതുവരെ ആ ആത്മബന്ധം കൂടുതൽ കരുത്തോടെ തുടരുകയും ചെയ്തു.

അന്ന് ഓഫീസിലുണ്ടായിരുന്ന ക്ലർക്കുമാരായ പി ചന്ദ്രശേഖരനും പി സി ഗോപാലനും ടൈപ്പിസ്റ്റ് രാജമ്മയും പിന്നീട് എത്രയോ വർഷം പലയിടങ്ങളിലായായി എന്റെ കൂടെ ഏറെ ആത്മാർത്ഥതയോടെ പ്രവർത്തിച്ചിരുന്നു. ഇന്നും അവർ എന്റെ അടുത്ത സുഹൃത്തുക്കളായി

തുടരുന്നു. അവിടെ ക്ലാർക്ക് ആയിരുന്ന പ്രഭകുമാരൻ, ഡ്രാഫ്റ്റ്സ്മാന്മാരായിരുന്ന വേണുഗോപാലൻ, പ്രേമലത, ജയസൂര്യ, ഓവസീയർമാരായിരുന്ന വിശ്വനാഥൻ നായർ, സുധാകരൻ, മോഹനൻ, രാമകൃഷ്ണൻ, പൊന്നപ്പൻ, പുഷ്കരൻ, മോഹൻ ദാസ്, എം എ ദേവസ്സി, സുകുമാരൻ, ജീപ്പ് ഡ്രൈവർ ഉണ്ണികൃഷ്ണൻ എന്നിവരും പ്രവൃത്തികൾ കൃത്യനിഷ്ഠയോടെ പൂർത്തിയാക്കാൻ ഏറെ സഹായിച്ചവരാണ്. സബ്ഡിവിഷനിലെ മറ്റു കോൺട്രാക്ടർമാരായ മായൻകുട്ടി മൂപ്പൻ, ടി സി മത്തായി, അയ്യപ്പൻ, എം എം ജോൺ, എം എം വർഗ്ഗീസ്, എം വി മാധവൻ എന്നിവരുടെയും സഹായം കൃതജ്ഞതയോടെ ഓർക്കുന്നു.

ആറ്

റോഡ്സ് സബ് ഡിവിഷൻ
ചിറ്റൂർ

(1985 - 1987)

ആയിരത്തി തൊള്ളായിരത്തി എൺപത്തിയഞ്ച് മെയ് മാസത്തിലെ പൊതുമരാമത്ത് വകുപ്പ് എഞ്ചിനീയർമാരുടെ പൊതു സ്ഥലം മാറ്റ ഉത്തരവ് പ്രകാരം എന്നെ ചിറ്റൂർ റോഡ്സ് സബ് ഡിവിഷൻ അസിസ്റ്റന്റ് എക്സിക്യൂട്ടീവ് എഞ്ചിനീയർ ആയി നിയമിച്ചു. എന്റെ പ്രിയ സുഹൃത്തും മുൻമേലുദ്യോഗസ്ഥനും അയൽക്കാരനുമായ കെ ബി ഹരിദാസിൽ നിന്നാണ് ചുമതല ഏറ്റെടുത്തത്. 1985 ആദ്യത്തിൽ പൊതുമരാമത്ത് വകുപ്പിലെ പാതകളും കെട്ടിടങ്ങളും രണ്ടു വിഭാഗങ്ങളായി വിഭജിച്ചിരുന്നതിനാൽ ചിറ്റൂർ താലൂക്കിലെ പാതകളുടെ പരിപാലനവും പരിഷ്കരണവും വികസനവും പുതിയ പാതകളുടെ നിർമ്മാണവുമായിരുന്നു ചുമതല. ചിറ്റൂർ കാവിനടുത്തുള്ള പഴയ കെട്ടിടത്തിലായിരുന്നു ഓഫീസ്. തൊട്ടു തന്നെ അസിസ്റ്റന്റ് എക്സിക്യൂട്ടീവ് എഞ്ചിനീയർക്കുള്ള ക്വാർട്ടേഴ്സ്. എനിക്ക് മുമ്പുണ്ടായിരുന്ന ഹരിദാസ് സാറിന് ക്വാർട്ടേഴ്സ് ആവശ്യമില്ലാതിരുന്നതിനാൽ അസിസ്റ്റന്റ് എഞ്ചിനീയർ വി എ രാമചന്ദ്രൻ നായരായിരുന്നു കുടുംബ സമേതം അവിടെ താമസിച്ചിരുന്നത്. എനിക്കും താമസസൗകര്യം ആവശ്യമില്ലാത്തതിനാൽ ഇപ്പോഴുള്ളത് തുടരട്ടെ എന്ന് തീരുമാനിച്ചു. ചിറ്റൂർ, നെന്മാറ, കൊഴിഞ്ഞാമ്പാറ എന്നിവിടങ്ങളിൽ അസിസ്റ്റന്റ് എഞ്ചിനീയർമാരുടെ കീഴിൽ മൂന്നു സെക്ഷൻ ഓഫീസുകൾ. അന്ന് ചിറ്റൂർ സെക്ഷനിൽ വി എ രാമചന്ദ്രൻ നായരായിരുന്നു അസിസ്റ്റന്റ് എഞ്ചിനീയർ. ഞാൻ ആവശ്യപ്പെട്ടതനുസരിച്ച് കൊഴിഞ്ഞാമ്പാറയിൽ പ്രിയ ശിഷ്യൻ എം വി അബ്ദുൾറഹിമാൻ മൂപ്പനെയും നെന്മാറയിൽ എഞ്ചിനീയർമാരുടെ അസോസിയേഷൻ പ്രവർത്തനങ്ങൾവഴി പ്രിയ സുഹൃത്തായിരുന്ന ഇ കെ ഹസ്സൻകുട്ടിയെയും അസിസ്റ്റന്റ് എഞ്ചിനീയർമാരായി നിയമിച്ചു കിട്ടിയിരുന്നു. പാലക്കാട് റോഡ്സ് ഡിവിഷനിൽ

അന്ന് ഇഷ്ട സുഹൃത്തായ പി ഇ ദാമോദരനായിരുന്നു എക്സിക്യൂട്ടീവ് എഞ്ചിനീയർ. ശിവരാമ പിള്ള സാർ ഉദ്യോഗക്കയറ്റം ലഭിച്ച് കോഴിക്കോട് റോഡ്സ് സൈക്കിളിൽ സൂപ്രണ്ടിങ് എഞ്ചിനീയറായി ചുമതലയേറ്റിരുന്നു. ടി റ്റി ജോർജ് സാർ ചീഫ് എഞ്ചിനീയർ ആയി തുടരുന്നുമുണ്ടായിരുന്നു. അങ്ങനെ മൊത്തത്തിൽ ഊർജ്ജസ്വലരായ ഒരു എഞ്ചിനീയർ സംഘം ഏതു അത്യാഹിതത്തെയും ആകസ്മിതയെയും നേരിടുന്ന വിധത്തിൽ സജ്ജമായിരുന്നു.

സ്റ്റേറ്റ് ഹൈവേ, പ്രധാന ജില്ലാ പാതകൾ, മറ്റു ജില്ലാതല പാതകൾ എന്നിവയിലുൾപ്പെട്ട 360 കിലോമീറ്റർ പാതകളാണ് ഈ സബ്ഡിവിഷന്റെ കീഴിൽ ഉണ്ടായിരുന്നത്. പറമ്പിക്കുളം, നെല്ലിയാമ്പതി എന്നിങ്ങനെ പ്രവർത്തിക്കാൻ ഏറെ ബുദ്ധിമുട്ടുള്ള രണ്ടു മലമ്പ്രദേശങ്ങൾ ഉൾക്കൊള്ളുന്നതായിരുന്നു അധികാര പരിധി. അന്തർസംസ്ഥാന പാതകളായ പാലക്കാട്-തത്തമംഗലം-പൊള്ളാച്ചി, പാലക്കാട്-ഗോപാലപുരം-പൊള്ളാച്ചി, തത്തമംഗലം-നാട്ടുകൽ, നാട്ടുകൽ-വേലന്താവളം, മംഗലം-ഗോവിന്ദാപുരം എന്നീ സംസ്ഥാന രാജപാതകൾ ഇതിൽ ഉൾപ്പെട്ടിരുന്നു. ഇവയിൽ മംഗലം ഗോവിന്ദാപുരം റോഡ് ആകെ തകർന്ന നിലയിലുമായിരുന്നു. ചുമതലയേറ്റ് റോഡുകളുടെ അവസ്ഥ മനസ്സിലാക്കാനും അവ പരിപാലിക്കുന്നതിനും പരിഷ്കരിക്കുന്നതിനും വേണ്ടിയുള്ള നിർദ്ദേശങ്ങൾക്ക് ഏകദേശ രൂപം നല്കാനും രണ്ടു മാസമെടുത്തു.

ഇതിനിടയിൽ കൊഴിഞ്ഞാമ്പാറയ്ക്കടുത്തുള്ള നാട്ടുകല്ലിലുള്ള അങ്കരാത്ത് തറവാടിന്റെ മുന്നിൽ വെച്ചുണ്ടായ ഒരു സംഭവം ചിറ്റൂർ മേഖലയുടെ തമിഴ്നാടിനോട് ചേർന്ന് കിടക്കുന്ന പഞ്ചായത്തുകളിൽ ഇപ്പോഴും നടമാടുന്ന താൻ പ്രമാണിത്തവും ജന്മി മുതലാളിത്തവും അഹന്തയും അനാവരണം ചെയ്യുന്നതായിരുന്നു. പാതകളുടെ പരിശോധനയുടെ ഭാഗമായി നാട്ടുകൽ ജങ്ഷനിൽ പൊരിവെയിലത്ത് നിന്നിരുന്ന എന്നെയും അസിസ്റ്റന്റ് എഞ്ചിനീയറെയും വീട്ടിൽ കയറി ഒരു ചായ കുടിച്ചിട്ടു പോകണമെന്ന അഭ്യർത്ഥനയോടെ അങ്കരാത്ത് കുടുംബത്തിലെ ഒരംഗം അദ്ദേഹത്തിന്റെ വീട്ടിലേക്കു കൂട്ടിക്കൊണ്ടുപോയി. അഞ്ചു മിനിറ്റ് കഴിഞ്ഞപ്പോൾ അവിടേക്കു മൂന്നു കാറുകളുടെ അകമ്പടിയോടെ ഒരാൾ കയറിവന്നു. വീട്ടുകാരുടെ ഭയ ബഹുമാനങ്ങളൊക്കെ കണ്ടപ്പോൾ ഒരു പൗരമുഖ്യനാണെന്നു മനസ്സിലായി. എരുത്തേമ്പതിയിലെ കിരീടം വെക്കാത്ത രാജാവാണ് ഒട്ടേറെ സ്ഥാവര ജംഗമ വസ്തുക്കളുടെ ഉടമയായ പൊന്നുസ്വാമി കൗണ്ടറെന്നും മുഖ്യമന്ത്രി കരുണാകരനും ആഭ്യന്തര വകുപ്പുമന്ത്രി വയലാർ രവിയും അടക്കമുള്ള കേരളത്തിലെയും തമിഴ്നാട്ടിലെയും പ്രമുഖ രാഷ്ട്രീയ നേതാക്കളെല്ലാം ഇദ്ദേഹത്തിന്റെ വീട്ടിൽ ഇടയ്ക്കിടെ എത്താറുണ്ടെന്നും പറഞ്ഞുകൊണ്ടാണ് ഗൃഹനാഥൻ അദ്ദേഹത്തെ പരിചയപ്പെടുത്തിയത്. ഞങ്ങളെ അദ്ദേഹത്തിന് പരിചയപ്പെടുത്തിയപ്പോൾ എന്നെ അത്ഭുതപ്പെടുത്തിക്കൊണ്ട് അദ്ദേഹം പറഞ്ഞു. സാധാരണ ചിറ്റൂരിൽ ഒരെഞ്ചിനീയർ

ചുമതലയേറ്റാൽ എന്നെ വന്നു കാണാറുണ്ട്. നിങ്ങൾ ഇത് വരെ വന്നില്ല. ആർക്കും ഒരിക്കലും വഴങ്ങാൻ തയ്യാറാവാതിരുന്ന അച്ഛന്റെ സത്യസന്ധമായ മുഖം എന്റെ മനസ്സിലേക്കെത്തുകയും അദ്ദേഹത്തിന്റെ രക്തം എന്റെ സിരകളിൽ നിറഞ്ഞു പൊന്തുകയും ചെയ്തു. ഒട്ടും ശബ്ദമുയർത്താതെ ആ മുഖത്തേക്ക് തറപ്പിച്ചു നോക്കി ഞാൻ മറുപടി പറഞ്ഞു "ഇത്തരം ആചാരങ്ങളിലൊന്നും തീരെ വിശ്വാസമില്ലാത്ത ഒരുദ്യോഗസ്ഥനാണ് ഞാൻ. എനിക്ക് ശമ്പളം തരുന്നത് കേരള സർക്കാരാണ്. സർക്കാരിനോടും പൊതുജനങ്ങളോടുമല്ലാതെ മറ്റാരോടും എനിക്ക് വിധേയത്വമില്ല. അതിനാൽ എന്നിൽനിന്ന് അങ്ങ് അത് പ്രതീക്ഷിക്കരുത്. നമുക്ക് നല്ല സുഹൃത്തുക്കളാവാം" ഒരു പുതിയ മനുഷ്യനെ കാണുന്നത് പോലെ അദ്ദേഹം എന്നെ നോക്കി, എന്നെ മനസ്സിലാക്കി. പിന്നീട് ഞങ്ങൾ നല്ല സുഹൃത്തുക്കളാവുകയും ചെയ്തു.

ജൂലൈ മാസത്തിൽ കേരളമാകെ ഏകദേശം പതിനഞ്ചു ദിവസത്തോളം ഇടതടവില്ലാതെ, ധാര മുറിയാതെ തിമിർത്തു പെയ്ത കാലവർഷം ഏറ്റവും കൊടിയ കെടുതികൾ സൃഷ്ടിച്ചത് ചിറ്റൂർ താലൂക്കിലായിരുന്നു. നെന്മാറ-നെല്ലിയാമ്പതി, പറമ്പിക്കുളം-സേതുമട എന്നീ രണ്ടു മലമ്പാതകളും മണ്ണിടിച്ചിൽ മൂലം ഗതാഗതം തടസ്സപ്പെട്ടു. നെല്ലിയാമ്പതിയിലേക്കും പറമ്പിക്കുളത്തിലേക്കും എത്തിച്ചേരാൻ ഈ രണ്ടു റോഡുകൾക്കും പകരമായി മറ്റു മാർഗ്ഗങ്ങൾ ഇല്ലായെന്നത് കാര്യങ്ങൾ കൂടുതൽ പ്രയാസകരമാക്കി. പറമ്പിക്കുളം റോഡിലെ മാർഗ്ഗതടസ്സങ്ങൾ രണ്ടു ദിവസത്തെ കഠിനപ്രയത്നം കൊണ്ട് ഒഴിവാക്കി ഗതാഗതത്തിനു തുറന്നു കൊടുത്തു. പക്ഷേ, നെന്മാറ-നെല്ലിയാമ്പതി റോഡിലെ അവസ്ഥ വളരെ ഭീകരമായിരുന്നു. ഏകദേശം 10 കിലോമീറ്റർ ദൂരം ഉരുൾപൊട്ടലുകൾ കൊണ്ടും മണ്ണിടിഞ്ഞ് റോഡിൽ വീണതുകൊണ്ടും വൻ മരങ്ങൾ കടപുഴകി വീണതുകൊണ്ടും സൈക്കിൾ യാത്രപോലും അസാദ്ധ്യമായ സ്ഥിതിവിശേഷമാണ് സംജാതമായത്. ഇതോടൊപ്പം മരപ്പാലം എന്ന് വിളിച്ചിരുന്ന പഴയ പാലം തകരുകയും ചെയ്തു. മഴ തുടരുന്നതുകൊണ്ട് പുനരുദ്ധാരണ പ്രവർത്തനങ്ങളുടെ വേഗത വർദ്ധിപ്പിക്കാനും കൂടുതൽ ആളുകളെ പണിക്കു നിർത്താനും കഴിയാതെ വന്നു. വണ്ടിയെത്തുന്ന സ്ഥലത്ത് നിന്ന് 10 കിലോമീറ്റർ നടന്നാൽ മാത്രമേ എല്ലാ പ്രവൃത്തി സ്ഥലത്തുമെത്താൻ പറ്റൂ. തിരിച്ചും അത്രയും നടക്കണം. ഓരോ ദിവസം കഴിയും തോറും അവശ്യസാധനങ്ങളുടെവില നെല്ലിയാമ്പതിയിലെ സാധാരണക്കാരന് താങ്ങാവുന്നതിലധികമായി. പത്ത് ദിവസത്തെ രാവും പകലുമുള്ള നിരന്തരമായ കൂട്ടായ പ്രവർത്തനത്തിന്റെ ഫലമായാണ് വീണ മരങ്ങൾ വെട്ടി താഴോട്ട് തള്ളുകയും ഇടിഞ്ഞു വീണ മണ്ണും കല്ലും എല്ലാം എടുത്തുമാറ്റുകയും ആവശ്യമായ സ്ഥലങ്ങളിൽ മണ്ണും കല്ലുമിട്ട് താല്ക്കാലികമായി റോഡ് ഗതാഗതം പുനഃസ്ഥാപിച്ചത്. ഈ ദിവസങ്ങളിലെല്ലാം നെന്മാറ സെക്ഷൻ അസിസ്റ്റന്റ് എഞ്ചിനീയർ ഹസ്സൻകുട്ടി, അദ്ദേഹത്തിന്റെ ഓവസീയർമാരായിരുന്ന രാമദാസ്, മുഹമ്മദ് കെണി,

ബാലകൃഷ്ണൻ, പുനരുദ്ധാന പ്രവർത്തനം ഏറ്റെടുത്തിരുന്ന പി എം യോഹന്നാനും അദ്ദേഹത്തിന്റെ തൊഴിലാളികളും എന്നിവരോടൊപ്പം ഞാനും ഏറെ ബുദ്ധിമുട്ടിയിരുന്നു. ഒപ്പം നടന്നും തൊഴിലാളികൾ ഉണ്ടാക്കുന്ന അവർക്കു വേണ്ടിയുള്ള ഭക്ഷണം പങ്കിട്ടും ഒരു വലിയ കൂട്ടായ്മ സൃഷ്ടിച്ചതിന്റെ വിജയമായിരുന്നു ഏറ്റവും ചുരുങ്ങിയ സമയം കൊണ്ടുള്ള ഈ ഗതാഗത പുനഃസ്ഥാപനം. ഈ റോഡിലുള്ള ചെറുനെല്ലി എസ്റ്റേറ്റ് ഉടമയുടെ ക്യാമ്പ് ഓഫീസാണ് ഇടയ്ക്കു ഒന്ന് ഇരിക്കാനും വിശ്രമിക്കാനുമുള്ള ഇടമായി ലഭിച്ചത്. ചില ദിവസങ്ങളിൽ ഉടമ ദേവസ്യാച്ചനും അദ്ദേഹത്തിന്റെ അച്ഛനും എത്തുമ്പോൾ അവരുടെ അടുക്കളയിൽ ഉണ്ടാക്കുന്ന കഞ്ഞിയും പയറും ഞങ്ങൾക്ക് മധുരാഹാരമായി തോന്നിയിരുന്നു.

നെന്മാറ-നെല്ലിയാമ്പതി റോഡിലെ ഗതാഗതം പുനഃസ്ഥാപിച്ചതിനു അടുത്ത ദിവസം തന്നെ അന്നത്തെ പാലക്കാട് ജില്ലയുടെ ചുമതല വഹിച്ചിരുന്ന തദ്ദേശ സ്വയംഭരണ വകുപ്പ് മന്ത്രി സി എം സുന്ദരം, കൊല്ലങ്കോട് എം എൽ എ സി വാസുദേവ മേനോൻ, ആലത്തൂർ എം എൽ എ സി ടി കൃഷ്ണൻ, ചീഫ് എഞ്ചിനീയർ ടിറ്റി ജോർജ്, സൂപ്രണ്ടിങ് എഞ്ചിനീയർ ശിവരാമ പിള്ള, എക്സിക്യൂട്ടീവ് എഞ്ചിനീയർ പി ഇ ദാമോദരൻ, ജില്ലാ കളക്ടർ ശാഹുൽ ഹമീദ് എന്നിവർ സ്ഥലം സന്ദർശിച്ച് കെടുതികളുടെ പൂർണ്ണരൂപം വിശദമായി പരിശോധിക്കുകയും ഏറ്റവും ചുരുങ്ങിയ സമയത്തിനുള്ളിൽ ഗതാഗതം പുനഃസ്ഥാപിച്ച പൊതുമരാമത്ത് വകുപ്പുദ്യോഗസ്ഥരെ അഭിനന്ദിക്കുകയും ചെയ്തു. നിർബ്ബന്ധമായി ചെയ്തിരിക്കേണ്ടതകർന്നുപോയ മരപ്പാലത്തിന്റെ പുനർനിർമ്മാണം, ഉരുൾ പൊട്ടലിൽ കേടുവന്ന കലുങ്കുകളുടെ നിർമ്മാണം, മഴവെള്ളവും ഉരുൾപൊട്ടലും വന്നാൽ അത് താഴേക്ക് പോകാൻ വേണ്ടിയുള്ള പുതിയ കലുങ്കുകളുടെ നിർമ്മാണം, വീതികുറഞ്ഞ സ്ഥലങ്ങളിൽ പാർശ്വഭിത്തി നിർമ്മാണം, ഉപരിതലപരിഷ്കരണം എന്നീ അടിയന്തരപ്രവൃത്തികൾ നിർബ്ബന്ധമായും ചെയ്യാനുള്ള തീരുമാനങ്ങൾ ഉണ്ടായി. ഇതിനാവശ്യമായ ഫണ്ട് കാലവർഷക്കെടുതികളിൽ ഉൾപ്പെടുത്തി അനുവദിക്കുമെന്ന് മന്ത്രി ഉറപ്പു നല്കി.

ചിറ്റൂർ താലൂക്കിലെ മറ്റു റോഡുകൾക്ക് വന്ന കേടുപാടുകൾ വിലയിരുത്താനായി ചീഫ് എഞ്ചിനീയറും സംഘവും അന്ന് തന്നെ പ്രധാന പാതകൾ സന്ദർശിച്ചു. മംഗലം-ഗോവിന്ദാപുരം റോഡ്, തത്തമംഗലം-നാട്ടുകൽ റോഡ്, പാലക്കാട്-ഗോപാലപുരം-പൊള്ളാച്ചി റോഡ്, നാട്ടുകൽ-വേലന്താവളം റോഡ്, കേടുവന്ന വേലന്താവളം പാലം എന്നിവ സന്ദർശിച്ചതിനുശേഷം ചിറ്റൂർ സബ് ഡിവിഷൻ ഓഫീസിൽ ചേർന്ന യോഗം വിശദമായ കെടുതികളുടെ ഒരേകദേശ വ്യാപ്തി വിലയിരുത്തി. എല്ലാപാതകളും കുഴികളെല്ലാം നികത്തി അടിയന്തരമായും പൂർണ്ണ ഗതാഗതയോഗ്യമാക്കലാണ് അടിയന്തര കടമ എന്ന് ചീഫ് എഞ്ചിനീയർ പറഞ്ഞു. മഴക്കാലക്കെടുതികളുടെ പരിഹാരപ്പണികൾക്കു പുറമെ

പാതകളുടെ ഉപരിതലപരിഷ്കരണത്തിനും ശാക്തീകരണത്തിനും മഴവെള്ളം ഒഴുകിപ്പോവാൻ പാർശ്വചാലുകളുടെ നിർമ്മാണത്തിനും പ്രാധാന്യം നല്കണമെന്ന് ആ യോഗം തീരുമാനിച്ചു. ഒപ്പം സംസ്ഥാനത്തിന്റെ അതിർത്തിയിലുള്ള കേടുവന്ന വേലന്താവളം പാലവും കാലാവർഷക്കെടുതി പരിഹാരപ്പണികളിൽ ഉൾപ്പെടുത്തി പുനർനിർമ്മിക്കണമെന്നു തീരുമാനിച്ചു. ചിറ്റൂർ റോഡ്സ് സബ്ഡിവിഷനിലെയും മൂന്നു സെക്ഷനിലെയും മുഴുവൻ സഹപ്രവർത്തകരുടെയും രാവും പകലുമുള്ള പതിനഞ്ചു ദിവസത്തെ കഠിന പ്രയത്നത്തിന്റെ ഫലമായി എല്ലാ വിവരശേഖരണവും എസ്റ്റിമേറ്റുകളും തയ്യാറാവുകയും മറ്റൊരു മാസംകൊണ്ട് പണികളുടെ ടെൻഡർ പൂർത്തിയാക്കി കരാർ ഉറപ്പിക്കുകയും ചെയ്തു. തുടർന്നുള്ള ഒരു വർഷം എന്റെ ഔദ്യോഗിക ജീവിതത്തിലെ ഏറ്റവും തിരക്കേറിയ ഏറ്റവും സമ്മർദ്ദം നിറഞ്ഞ ഏറെ പ്രതിസന്ധികൾ രൂപമെടുത്ത എന്നാൽ ഞാൻ ഏറ്റവും കൂടുതൽ ആസ്വദിക്കുകയും എനിക്ക് പ്രവർത്തന തൃപ്തി ലഭിക്കുകയും ചെയ്തിരുന്ന കാലഘട്ടമായിരുന്നു.

രാവിലെ ഏഴരമണിക്കു യാക്കരയിലെ വീട്ടിൽ നിന്നിറങ്ങുകയും രാത്രി 8 മണിയോടെ മടങ്ങിയെത്തുന്ന ഒരു ദിനചര്യയായിരുന്നു. ഒരു ദിവസം രാവിലെ കൊടുവായൂർ-കൊല്ലങ്കോട്-നെന്മാറ വഴി നെല്ലിയാമ്പതി വരെ പോയി പ്രവൃത്തികളുടെ മേൽനോട്ടം വഹിക്കുകയും വൈകുന്നേരം നാലുമണിയോടെ ചിറ്റൂരിൽ ഓഫീസിലെത്തുകയും ഏഴുമണി വരെ ഓഫീസ് പ്രവൃത്തികൾ പൂർത്തിയാക്കുകയും ചെയ്യുന്നതായിരുന്നു പതിവ്. അടുത്ത ദിവസം ചിറ്റൂർ, കൊഴിഞ്ഞാമ്പാറ, വേലന്താവളം, ഗോപാലപുരം എന്നിവിടങ്ങളിലൂടെ സഞ്ചരിച്ച് പ്രവൃത്തികൾ പരിശോധിച്ചു കഴിഞ്ഞ ശേഷം നാലുമണിയോടെ ഓഫീസിലെത്തും. ആഴ്ചയിൽ ഒരിക്കൽ സേതുമട-പറമ്പിക്കുളം റോഡിലെ പ്രവൃത്തികൾ പരിശോധിക്കും. ഒട്ടും വിശ്രമമില്ലാത്ത ഒട്ടേറെ മാനസിക സമ്മർദ്ദങ്ങളും ആകസ്മിക സംഭവങ്ങളും നിറഞ്ഞ ഈ കാലഘട്ടം അവിസ്മരണീയമായ ഒട്ടേറെ അനുഭവങ്ങൾ നല്കിയതായിരുന്നു.

നെന്മാറ-നെല്ലിയാമ്പതി റോഡിലെ 15 കിലോമീറ്റർ ദൂരത്തിൽ മരപ്പാലത്തിന്റെ പുനർനിർമ്മാണമടക്കം 16 പ്രവൃത്തികൾ ആണ് ദർഘാസ് വിളിച്ച് കരാറിൽ ഏർപ്പെട്ടിരുന്നത്. ഉരുൾപൊട്ടലിൽ ഏറ്റവും കൂടുതൽ മഴവെള്ളം പ്രവഹിച്ചിരുന്ന എല്ലാ സ്ഥലത്തും 8 മീറ്റർ ചുരുങ്ങിയ വീതിയും രണ്ടു മുതൽ നാല് മീറ്റർ വീതിയിൽ ജലനിർഗ്ഗമന മാർഗ്ഗവുമുള്ള 40 കലുങ്കുകളുടെ നിർമ്മാണവും ആവശ്യമായ ഇടങ്ങളിലെല്ലാം പാർശ്വഭിത്തികളുടെ പ്രവൃത്തിയും ക്രമീകരിച്ചിരുന്നു. വെള്ളം തടുത്തു നിർത്താതെ കിനിഞ്ഞ് ഒഴുകിപ്പോകും വിധം സിമന്റ് ഉപയോഗിക്കാതെ പാറക്കല്ലുകൾ നിശ്ചിത അളവിൽ കെട്ടിയുറപ്പിക്കുകയും 3 മീറ്റർ ഇടവിട്ട് ലംബമായും തിരശ്ചീനമായും 30 സെന്റിമീറ്റർ കനത്തിൽ അവയെ ബന്ധിപ്പിക്കുന്ന കോൺക്രീറ്റ് ബെൽറ്റുകൾ ഒരുക്കുകയും ചെയ്യുന്ന ദേശീയ പാതാ നിലവാരത്തിലുള്ള പാർശ്വഭിത്തികളുടെ നിർമ്മാണം സൂപ്രണ്ടിങ്

എഞ്ചിനീയർ ശിവരാമപിള്ള സാറിന്റെ നിർദ്ദേശ പ്രകാരം ആദ്യം നടപ്പിലാക്കിയത് ഈ പ്രവൃത്തികളിലായിരുന്നു. പിന്നീട് പൊതുമരാമത്ത് വകുപ്പിൽ മുഴുവൻ ഇത്തരം പാർശ്വഭിത്തി നിർമ്മാണം നടപ്പിലാക്കാൻ ചീഫ് എഞ്ചിനീയർ ടിറ്റി ജോർജ് സാർ ഉത്തരവിറക്കി.

മരപ്പാലത്തിന് പകരമുള്ള പാലത്തിന്റെയും 20 കലുങ്കുകളുടെയും പ്രവൃത്തികൾ പി എം യോഹന്നാനും ബാക്കി 20 കലുങ്കുകളുടെ പ്രവൃത്തികൾ എം സജീവൻ, എം സുനിൽ, സേതുമാധവൻ, എം വി മാധവൻ, ചാലക്കുടിക്കാരനായ ഔസേപ്പ്, ഭരതൻ എന്നിവരുമായിരുന്നു കരാറെടുത്തിരുന്നത്. പ്രവൃത്തികൾ ആരംഭിച്ചപ്പോൾ വനം വകുപ്പ് ചില തടസ്സവാദങ്ങളുമായി മുന്നോട്ടു വന്നു. വനം വകുപ്പിന്റെ അധികാര പരിധിയിൽ തങ്ങളുടെ അനുവാദമില്ലാതെ ഒരു പ്രവൃത്തിയും ചെയ്യാൻ സമ്മതിക്കില്ല എന്നാണ് ജോർജ്ജ് വർഗ്ഗീസ് എന്ന നെന്മാറ ഫോറസ്റ്റ് റെയ്ഞ്ചറുടെ നേതൃത്വത്തിൽ ഭീഷണി മുഴക്കിയത്. 15 ദിവസം തുടർച്ചയായി കനത്ത മഴപെയ്തപ്പോഴും ഉരുൾപൊട്ടി പാറയും മണ്ണും കടപുഴകിയതും ഒടിഞ്ഞുവീണതും ആയ ഒട്ടേറെ വൃക്ഷങ്ങളും കൊണ്ട് 10 ദിവസം ഗതാഗതം അസാദ്ധ്യമായപ്പോഴും തിരിഞ്ഞു നോക്കാത്ത വനം വകുപ്പിലെ ഏമാന്മാർ കോൺട്രാക്ടർമാരെ ഭീഷണിപ്പെടുത്തി പണം കൈക്കലാക്കാനുള്ള മാർഗ്ഗങ്ങൾ തേടി. ഇതിനു ഒരിക്കലും വഴങ്ങരുതെന്ന് ഞങ്ങൾ ഒന്നിച്ച് ആലോചിച്ച് തീരുമാനിച്ചു. ഈ തീരുമാനം അനുസരിച്ച് വനം വകുപ്പുദ്യോഗസ്ഥരുടെ ആവശ്യം നിഷേധിക്കപ്പെട്ടപ്പോൾ എന്നാൽ നിങ്ങളെ ഒരു പാഠം പഠിപ്പിച്ചേ അടങ്ങൂ എന്ന മട്ടിൽ പണി നിർത്തിവെക്കാനുള്ള അറിയിപ്പ് ഞങ്ങൾക്ക് നല്കി. നടക്കുന്ന പ്രവൃത്തികളെല്ലാം കേരള സർക്കാർ അതിവർഷക്കെടുതി പരിഹാര പരിപാടികളിൽ ഉൾപ്പെടുത്തി യുദ്ധകാലാടിസ്ഥാനത്തിൽ തീർക്കാനുള്ളതാണെന്നും നിയമാനുസൃതമല്ലാതെ ഒരു പ്രവൃത്തിയും അവിടെ നടക്കുന്നില്ലെന്നും നിലവിലുള്ള റോഡിന്റെ പരിഷ്കരണത്തിന് വനംവകുപ്പിന്റെ യാതൊരു അനുവാദവും ആവശ്യമില്ലെന്നും കാണിച്ച് ഞാൻ മറുപടി എഴുതി. എന്നിട്ടും പണികൾ നിർത്തിവെക്കാനുള്ള നോട്ടീസ് പിൻവലിക്കാൻ അവർ തയ്യാറായില്ല. മാത്രമല്ല തികഞ്ഞ പ്രതികാരദാഹത്തോടെ പണിയുടെ സുഗമമായ നടത്തിപ്പിനായി പലയിടങ്ങളിലായി ഓലകൊണ്ട് കെട്ടിയിരുന്ന താല്ക്കാലിക ഷെഡ്ഡുകളും സിമന്റ് ഷെഡ്ഡുകളും ഒരു രാത്രിയിൽ വനം വകുപ്പുകാർ തീയിട്ടു നശിപ്പിച്ചു. വനം വകുപ്പിന്റെ അനാവശ്യമായ ഈ ഇടപെടൽ വികസനവിരുദ്ധവും ദുരുദ്ദേശ്യപരവും ആണെന്ന് ജനപ്രതിനിധികളും മാധ്യമങ്ങളും പൊതുജനങ്ങളും മനസ്സിലാക്കുകയും ആയിരത്തോളം പേര് പങ്കെടുത്ത ഒരു പ്രതിഷേധയോഗം നെന്മാറ ഫോറസ്റ്റ് റേഞ്ച് ഓഫീസിനു മുന്നിൽ നടക്കുകയുമുണ്ടായി. കൊല്ലങ്കോട് എം എൽ എ സി വാസുദേവ മേനോൻ, ആലത്തൂർ എം എൽ എ സി ടി കൃഷ്ണൻ, നെന്മാറയിലെയും നെല്ലിയാമ്പതിയിലെയും പഞ്ചായത്തു പ്രസിഡന്റുമാർ, എല്ലാ പ്രധാന രാഷ്ട്രീയ പാർട്ടികളുടെ നേതാക്കന്മാർ

എന്നിവരെല്ലാം ഈ പരിപാടിയിൽ പങ്കെടുത്തു സംസാരിച്ചു. ഒരു കാരണവശാലും പണി നിർത്തിവെക്കരുതെന്നു അവരെല്ലാം അഭ്യർത്ഥിക്കുകയും ചെയ്തു. വനം വകുപ്പ് നല്കിയ നിർത്തിവെക്കൽ നോട്ടീസിനെ അവഗണിച്ച് കൊണ്ട് പ്രവൃത്തികൾ ശീഘ്രഗതിയിൽ മുന്നോട്ടുപോയി. പൊതുജനങ്ങളുടെ കൂട്ടായ പ്രതിഷേധത്തിൽ ഇളിഭ്യരായി തല്ക്കാലം നിശ്ശബ്ദരായ വനം വകുപ്പ് ഉദ്യോഗസ്ഥർ ഇതിനുപ്രതികാരം ചെയ്തത് എനിക്കും അസിസ്റ്റന്റ് എഞ്ചിനീയർ ഹസ്സൻകുട്ടിക്കും കോൺട്രാക്ടർ പി എം യോഹന്നാനുമെതിരെ മരങ്ങൾ മുറിച്ച് സർക്കാരിന് നഷ്ടമുണ്ടാക്കി എന്ന് കാണിച്ച് 37 കേസുകൾ പാലക്കാട് ഫസ്റ്റ് ക്ലാസ് ജുഡീഷ്യൽ മജിസ്ട്രേട്ട് കോടതിയിൽ ചാർജ് ചെയ്തുകൊണ്ടാണ്. മഴക്കെടുതികളിൽ വീണ ആയിരക്കണക്കിന് മരങ്ങൾ വനം വകുപ്പിന്റെ അനുവാദമില്ലാതെ മുറിച്ച് താഴോട്ട് തള്ളി ഓരോ കേസിലും പതിനായിരക്കണക്കിന് രൂപയുടെ നഷ്ടമുണ്ടായിട്ടുണ്ടെന്നും അനുവാദംകൂടാതെ വനം വകുപ്പിന്റെ അധീനതയിലുള്ള സ്ഥലത്ത് പ്രവൃത്തികൾ ചെയ്യുകയാണെന്നും രണ്ടും വലിയ നിയമലംഘനമാണെന്നും ശിക്ഷാർഹമാണെന്നുമായിരുന്നു വനം വകുപ്പിന്റെ വാദം. ഉപദ്രവിക്കണം എന്ന വിധത്തിൽ ഞങ്ങളുടെ ഔദ്യോഗിക നാമത്തിലല്ല ടി ആർ അജയൻ, ഇ കെ ഹസ്സൻകുട്ടി, പി എം യോഹന്നാൻ എന്നീ പേരുകളിലാണ് കേസുകൾ ചാർജ് ചെയ്തത്. മാത്രമല്ല ഒരൊറ്റ കേസ് ആയി കൊടുക്കുന്നതിനു പകരം 37 കേസുകൾ കൊടുത്തത് പ്രവൃത്തിയുടെ വേഗത കുറയ്ക്കാനായി ഞങ്ങളെ കോടതിയിൽ തളച്ചിടുക എന്ന ദുരുദ്ദേശ്യത്തോടെയായിരുന്നു. സഹൃദയനും പൊതുകാര്യങ്ങളിൽ ഏറെ തല്പരനും കാര്യങ്ങൾ വ്യക്തമായി മനസ്സിലാക്കി വിധി രേഖപ്പെടുത്തുന്ന നല്ല ന്യായാധിപനുമായ എം ആർ ബാലചന്ദ്രൻ നായരായിരുന്നു അന്ന് പാലക്കാട് ഫസ്റ്റ് ക്ലാസ് ജുഡീഷ്യൽ മജിസ്ട്രേട്ട്. അദ്ദേഹം കേസ് കോടതിയിൽ വന്ന ആദ്യ ദിവസം തന്നെ ചെയ്തത് എല്ലാ കേസുകളും സമാനമായതിനാൽ ഒന്നിച്ച് വാദം കേട്ടാൽ മതിയെന്നാണ്. ഒപ്പം കേസ് വിസ്താരവേളയിൽ കോടതിയിൽ ഹാജരാവുന്നതിൽ നിന്ന് ഞങ്ങളെ ഒഴിവാക്കി ഉത്തരവാക്കുകയും ചെയ്തു. ഞങ്ങളുടെ സമയം വൃഥാവിലാക്കി പ്രവൃത്തിയുടെ വേഗത തടയുമെന്ന വനം വകുപ്പിന്റെ അതിബുദ്ധിക്കു കിട്ടിയ കനത്ത തിരിച്ചടിയായിരുന്നു അത്. വനം വകുപ്പിന്റെയും ഞങ്ങളുടെ അഭിഭാഷകനായിരുന്ന പി വേലായുധന്റെയും വാദങ്ങൾ കേട്ടശേഷം മുഴുവൻ കേസുകളും തള്ളിക്കൊണ്ടാണ് മജിസ്ട്രേട്ട് വിധിന്യായം പ്രഖ്യാപിച്ചത്. വിധിന്യായത്തിൽ അദ്ദേഹം ഇങ്ങനെ പറഞ്ഞു.

> ടി ആർ അജയൻ, ഇ കെ ഹസ്സൻകുട്ടി, പി എം യോഹന്നാൻ എന്നിവരുടെ പേരിൽ വ്യക്തിപരമായാണ് കേസുകൾ ചാർജ് ചെയ്തിരിക്കുന്നത്. എന്നാൽ ഇവർ അവിടെ പോയിട്ടുള്ളതും പണി നടത്തിയിട്ടുള്ളതും വ്യക്തികൾ എന്ന നിലയിലല്ല. അസിസ്റ്റന്റ് എക്സിക്യൂട്ടീവ് എഞ്ചിനീയർ, അസിസ്റ്റന്റ് എഞ്ചിനീയർ, സർക്കാ

> രുമായി കരാറിലേർപ്പെട്ട കരാറുകാരൻ എന്നീ നിലകളിൽ തങ്ങളിൽ നിക്ഷിപ്തമായ ഔദ്യോഗിക ചുമതലകൾ നിർവ്വഹിക്കുന്നതിന് വേണ്ടിയാണ്. അവരുടെ പേരിൽ കേസ് എടുക്കണമെങ്കിൽ സർക്കാരിന്റെ അനുവാദം അനിവാര്യമാണ്. ആ അനുവാദം വാങ്ങിയിട്ടില്ലെന്ന് മാത്രമല്ല വ്യക്തിപരമായി അവരെ ഉപദ്രവിക്കാനാണ് വ്യക്തിപരമായി കേസ് ചാർജ് ചെയ്തിരിക്കുന്നത്. ആയിരക്കണക്കിന് പൊതുജനങ്ങൾക്ക് ഉപകാരപ്രദമാകുന്ന പ്രവൃത്തികളാണ് രാപ്പകൽ അവർ ചെയ്തുകൊണ്ടിരിക്കുന്നത്. അതിനാൽ ഈ കേസുകൾ നിയമപരമായി നിലനില്ക്കാത്തതിനാൽ എല്ലാവരെയും കുറ്റവിമുക്തരാക്കി ഡിസ്മിസ് ചെയ്യുന്നു. മറ്റൊരു കാര്യം കൂടിയുണ്ട്. ഈ കേസിൽ സർക്കാരിന് നഷ്ടമുണ്ടായിട്ടുണ്ടെന്നു വനം വകുപ്പ് കണ്ടെത്തിയിട്ടുണ്ട്. ആ നഷ്ടം വനം വകുപ്പുദ്യോഗസ്ഥരുടെ അശ്രദ്ധ കൊണ്ടായതിനാൽ അവരുടെ കൈയിൽനിന്ന് ആ തുക ഈടാക്കേണ്ടതാണ്.

പ്രവൃത്തികൾക്ക് ഏറെ ഊർജ്ജം പകർന്നു കിട്ടിയ വിധിയായിരുന്നു അത്. 8 മാസങ്ങൾക്കുള്ളിൽ നെന്മാറ-നെല്ലിയാമ്പതി റോഡിലെ പാലമടക്കമുള്ള എല്ലാ പ്രവൃത്തികളും പൂർത്തിയാക്കി ഗതാഗതം മുമ്പുണ്ടായിരുന്നതിനേക്കാൾ ഒട്ടേറെ സുഗമമാക്കാൻ കഴിഞ്ഞത് ഏറെ കൃതാർത്ഥത നല്കിയിരുന്നു.

പക്ഷേ, രാവും പകലുമുള്ള വിശ്രമമില്ലാത്ത ഈ ഓട്ടം ആരോഗ്യത്തെ ഏറെ ബാധിച്ചിരുന്നു. പ്രവൃത്തികളിലുള്ള തീവ്രമായ ഇടപെടലും ശുഷ്കാന്തിയും മേൽനോട്ടവും മൂലം രക്തസമ്മർദ്ദം വല്ലാതെ ഉയർന്നിരുന്നു. സമയക്ലിപ്തതയില്ലാത്ത ഭക്ഷണക്രമവും ആരോഗ്യത്തെ തളർത്തിയിരുന്നു. ഒരുദിവസം നെല്ലിയാമ്പതിയിലെ പണിസ്ഥലത്ത് രക്തസമ്മർദ്ദം കൂടി തലചുറ്റി വീണു. പിറ്റേദിവസം തന്നെ യോഹന്നാനും ഹസ്സൻകുട്ടിയും കൂടി പെരിന്തൽമണ്ണയിലെ അൽഷിഫ ഹോസ്പിറ്റലിൽ കൊണ്ട് പോയി. കോഴിക്കോട് മെഡിക്കൽ കോളേജിലെ ന്യൂറോ മെഡിസിൻ പ്രൊഫസർ വളരെ വിശദമായി പരിശോധിച്ചു. 4 തവണ ഉപകരണം മാറ്റിക്കൊണ്ട് അദ്ദേഹം രക്തസമ്മർദ്ദത്തിന്റെ അളവെടുത്തു. അദ്ദേഹത്തിന്റെ മുഖത്ത് ഒരു പരിഭ്രമം പ്രത്യക്ഷപ്പെട്ടിരുന്നു. ഒരു ചെറു പുഞ്ചിരിയോടെ അദ്ദേഹം എന്നോട് പറഞ്ഞു, 'എഞ്ചിനീയർ താങ്കൾ ഇപ്പോൾ ജീവിച്ചിരിക്കുന്നത് തന്നെ വലിയ അത്ഭുതമാണ്. നിങ്ങളുടെ പ്രായത്തിൽ 130/90 ആണ് വേണ്ടത്. എന്നാൽ ഇപ്പോൾ അത് 196/109 ആണ്. ഏതു നിമിഷവും ഒരു പക്ഷാഘാതം സംഭവിക്കാവുന്ന വിധം അപകടകരം.. മരുന്നു കഴിച്ച് സാധാരണ നിലയിലെത്തിക്കണം.' തുടർന്ന് അദ്ദേഹം എന്നോട് ചോദിച്ചു, 'എന്തൊക്കെയാണ് ശീലങ്ങൾ? മദ്യപാനവും പുകവലിയുമുണ്ടോ?' ഞാൻ പറഞ്ഞു, 'ജീവിതത്തിൽ മദ്യം തൊട്ടിട്ടില്ല. പക്ഷേ, ഒരു ദിവസം 30 സിഗരറ്റ് വലിക്കും, 30 ചായയും കുടിക്കും.' ഡോക്ടർ

പറഞ്ഞു, 'സിഗരറ്റിന്റെ എണ്ണം കുറയ്ക്കണം. ചായ കുടിക്കാം. പാൽ ഒഴിവാക്കണം.' ഞാൻ പ്രതിവചിച്ചതിങ്ങനെയായിരുന്നു, 'ഡോക്ടർ സിഗരറ്റിന്റെ എണ്ണം കുറയ്ക്കാൻ കഴിയില്ല. ഞാൻ സിഗരറ്റു വലി തന്നെ നിർത്താം.' ഡോക്ടർ അത്ഭുതത്തോടെ ചോദിച്ചു, 'ഇത്രയധികം വലിക്കുന്ന ആൾക്ക് ധൂമപാനം പെട്ടെന്ന് നിർത്താൻ കഴിയുമോ?' ഞാൻ പറഞ്ഞു, 'അത് ഞാൻ തീരുമാനിക്കുകയല്ലേ വേണ്ടൂ ഡോക്ടർ. തീരുമാനിച്ചാൽ നടപ്പിലാക്കാനുള്ള മാനസികമായ അച്ചടക്കവും മനഃസ്ഥൈര്യവും ഇച്ഛാശക്തിയും എനിക്കുണ്ടെന്നാണെന്റെ ധാരണ.' എന്നാൽ ശരി. ധൂമപാനവും പാലും ഒഴിവാക്കുക. മരുന്നുകൾ കൃത്യമായി കഴിക്കുക. കഴിയുന്നത്ര കൃത്യസമയത്ത് ആഹാരം കഴിക്കുവാൻ ശ്രദ്ധിക്കുക എന്നീ ഉപദേശങ്ങളോടെയാണ് ഡോക്ടർ മരുന്നുകൾ കുറിച്ചുതന്ന് യാത്രയാക്കിയത്. അന്ന് ഉപേക്ഷിച്ചതാണ് സിഗറ്റിനെയും പാലിനെയും. കട്ടൻ ചായയും രക്തസമ്മർദ്ദത്തിനുള്ള മരുന്നുകളും കഴിക്കൽ ആരംഭിച്ചതും അന്ന് മുതലാണ്. ഇന്നും അത് തുടരുന്നു.

വളരെ ഗതാഗതാധിക്യമുള്ള സംസ്ഥാന രാജപാതയായ മംഗലം–ഗോവിന്ദാപുരം–പൊള്ളാച്ചി റോഡിന്റെ 12 കിലോമീറ്റർ മുതൽ 29 കിലോമീറ്റർ വരെയുള്ള 17 കിലോമീറ്റർ ദൂരമാണ് ചിറ്റൂർ സബ്ഡിവിഷനിൽ ഉണ്ടായിരുന്നത്. നെന്മാറ, കൊല്ലങ്കോട്, മുതലമട എന്നീ പ്രധാന പ്രദേശങ്ങളും ഈ പാതയോരത്തായിരുന്നു. പോത്തുണ്ടി, മീങ്കര, ചുള്ളിയാർ എന്നീ അണക്കെട്ടുകളും കൊല്ലങ്കോട് കൊട്ടാരവും നെല്ലിയാമ്പതി വിനോദ സഞ്ചാരകേന്ദ്രവും സന്ദർശിക്കാനുള്ള ഒട്ടേറെ യാത്രികർ ഈ പാത ഉപയോഗിച്ചിരുന്നു. പളനിയിലെ ശ്രീമുരുക ക്ഷേത്രത്തിലേക്ക് മദ്ധ്യകേരളത്തിൽ നിന്നെത്തുന്ന തീർത്ഥാടകരെല്ലാം ഈ പാതയിലൂടെയാണ് സഞ്ചരിച്ചിരുന്നത്. മഴയ്ക്ക് മുമ്പ് തന്നെ ഈ രാജപാത ആകെ തകർന്ന നിലയിലായിരുന്നു. കൂനിന്മേൽ കുരുവെന്നപോലെ വന്നുചേർന്ന അതിവർഷം പാതയെ ഒട്ടും ഗതാഗതയോഗ്യമല്ലാത്ത വിധം നശിപ്പിച്ചിരുന്നു. പാതയുടെ അസ്തിവാരത്തിലെ മണ്ണിന്റെ ശക്തികുറവും ഏറെയുള്ള വാഹനാധിക്യം താങ്ങാനുള്ള ഉപരിതലത്തിലെ കനക്കുറവും മഴവെള്ളം സ്വീകരിക്കാനും ഒഴുക്കി വിടാനുമുള്ള പാർശ്വചാലുകളുടെ അഭാവവുമാണ് ഈ റോഡിന്റെ നിരന്തരമായ തകർച്ചയ്ക്ക് കാരണമെന്നു മനസ്സിലാക്കി അവ പരിഹരിക്കാനുള്ള സത്വര നടപടികളാണ് പ്ലാൻ ചെയ്തു എസ്റ്റിമേറ്റ് തയ്യാറാക്കിയത്. ഇതിൽ വാഹനാധിക്യത്തിനനുസൃതമായ ഉപരിതലത്തിലെ കനം കൂട്ടലും പരിഷ്കരണവും, പാർശ്വതല അഴുക്കുചാൽ നിർമ്മാണം, ആവശ്യമുള്ളിടത്തെല്ലാം പുതിയ കലുങ്കുകളുടെ നിർമ്മാണം, നെന്മാറ, കൊല്ലങ്കോട് എന്നീ ചെറുനഗരങ്ങളിലെ പ്രശ്നങ്ങൾക്കുള്ള പരിഹാരം എന്നിവ ഉൾപ്പെട്ടിരുന്നു. ഇവയെല്ലാം കണക്കിലെടുത്ത് 5 പ്രവൃത്തികൾക്ക് രൂപം നല്കി മഴക്കെടുതിയിൽ ഉൾപ്പെടുത്തി നടപ്പിലാക്കുകയാണുണ്ടായത്.

സംസ്ഥാനത്തിന്റെ അതിർത്തിയിൽ സ്ഥിതി ചെയ്യുന്ന വേലന്താവളം

പാലം ഏതുസമയവും തകർന്നു വീഴാവുന്നതാണെന്നു നേരത്തെ പൊതുമരാമത്ത് വകുപ്പ് സർക്കാരിലേക്ക് റിപ്പോർട്ട് സമർപ്പിച്ച ഒന്നായിരുന്നു. മഴവെള്ളപ്പാച്ചിലിൽ അത് കുറേക്കൂടി അപകടകരമാവുകയും ചെയ്തു. ചിറ്റൂർ എം എൽ എ കെ കൃഷ്ണൻകുട്ടിയും വാടകരപ്പതി പഞ്ചായത്ത് പ്രസിഡന്റ് ശെൽവകുമാരസ്വാമിയും മറ്റു രാഷ്ട്രീയകക്ഷി നേതാക്കളും ഈ പാലത്തിന്റെ പുനർനിർമ്മാണം അടിയന്തരമായി നിർവ്വഹിക്കണമെന്നു സമ്മർദ്ദം ചെലുത്തിയിരുന്നു. അതിവർഷക്കെടുതിയിൽ ഉൾപ്പെടുത്തി വേലന്താവളം പാലത്തിന്റെ പുനർനിർമ്മാണവും ദർഘാസ് വിളിക്കുകയും എഞ്ചിനീയർ കോൺട്രാക്ടറായ സി എം സഹദേവൻ പ്രവൃത്തി ഏറ്റെടുത്ത് ആരംഭിക്കുകയും ചെയ്തു. പഴയ വീതികുറഞ്ഞ പാലത്തിനു പകരം ദേശീയപാതാ നിലവാരത്തിലുള്ള വീതിയും ശക്തിയുമൊക്കെയുള്ള ഒരു പാലമാണ് നിർമ്മിക്കപ്പെട്ടത്. ചിട്ടയായ പ്രവർത്തനത്തിലൂടെ സഹദേവൻ ഒരു കൊല്ലംകൊണ്ട് പാലത്തിന്റെ പ്രവൃത്തി പൂർത്തീകരിച്ചെങ്കിലും തമിഴ്നാട് ഭാഗത്തെ സമീപന പാതയുടെ സ്ഥലം കൈമാറ്റത്തെ ചൊല്ലിയുള്ള അനാവശ്യ തർക്കം മൂലം ഉദ്ഘാടനത്തിന് 6 മാസം കാത്തിരിക്കേണ്ടിവന്നു. തമിഴ്നാട്ടിലെ അന്നത്തെ ഭരണ കക്ഷിയായിരുന്ന എ ഐ എ ഡി എം കെയുടെ ജില്ലാ നേതാവിന്റെയായിരുന്നു സമീപന പാതയ്ക്കായി ഏറ്റെടുക്കേണ്ട സ്ഥലം. വിലകൂട്ടിക്കിട്ടാനുള്ള പ്രധാന കളികളെല്ലാം അദ്ദേഹം കളിച്ചു. സമ്മർദ്ദ തന്ത്രങ്ങൾ വിലപ്പോവാതായപ്പോൾ ഗുണ്ടായിസവും ഭീഷണിയും പ്രയോഗിച്ചു. അച്ഛനിൽനിന്ന് ജന്മസിദ്ധമായി ലഭിച്ച പോരാട്ട വീര്യം നിലനിർത്തിക്കൊണ്ട് ഭീഷണികളെ നേരിട്ടു. അവസാനം പാലക്കാട് ജില്ലയിലെയും കോയമ്പത്തൂർ ജില്ലയിലെയും കളക്ടർമാരുടെ സംയുക്ത യോഗത്തിൽ നിശ്ചയിച്ച വിലയ്ക്ക് സ്ഥലം നല്കാൻ അദ്ദേഹത്തിന് വഴങ്ങേണ്ടി വന്നു. സ്ഥലം കിട്ടി സമീപന പാത പൂർത്തിയാക്കി പാലം ഗതാഗതത്തിനു തുറന്നു കൊടുത്തപ്പോൾ യുദ്ധം ജയിച്ച യോദ്ധാവിന്റെ ചരിതാർത്ഥ്യമാണാനുഭവപ്പെട്ടത്.

അന്തർസംസ്ഥാന പാതകളായ തത്തമംഗലം-നാട്ടുകൽ റോഡ്, പാലക്കാട്-തത്തമംഗലം-പൊള്ളാച്ചി റോഡ്, പാലക്കാട്-കൊഴിഞ്ഞാമ്പാറ-ഗോപാലപുരം-പൊള്ളാച്ചി റോഡ്, നാട്ടുകൽ-നടുപ്പുണി റോഡ് എന്നിവയെല്ലാം വളരെ മോശപ്പെട്ട നിലയിലായിരുന്നു. ഇവയുടെയെല്ലാം ഉപരിതല ശാക്തീകരണവും പരിഷ്കരണവും അതിവർഷക്കെടുതി പരിഹാര പ്രവൃത്തികളിൽ ഉൾപ്പെടുത്തി നടപ്പിലാക്കാൻ ദർഘാസ് വിളിച്ചു. ഇത്തരം ടാർ പ്രവൃത്തികൾ നടക്കുന്നിടത്തെല്ലാം കഴിയുന്നത്ര സമയം ചെലവഴിക്കാനും ഗുണനിലവാരം ഉറപ്പാക്കാനും റോഡ് നിർമ്മാണത്തിൽ നിർബ്ബന്ധമായും നടപ്പിലാക്കേണ്ട, ക്യാമ്പർ സൂപ്പർ എലിവേഷൻ, ഡ്രൈനേജ് എന്നിവ കൃത്യമായി പാലിക്കാനും ശ്രമിച്ചിരുന്നു. അങ്ങനെ ചുട്ടുപൊള്ളുന്ന വെയിലത്ത് നിന്ന് ടാർ പണികളുടെ മേൽനോട്ടം വഹിക്കുന്ന ഒരു അസിസ്റ്റന്റ് എക്സിക്യൂട്ടീവ് എഞ്ചിനീയറെയും അത്

വരെ കാണാതിരുന്ന പൊതുജനത്തിന് അതൊരപൂർവ്വ ദൃശ്യമായിരുന്നു. പക്ഷേ, പണികളിൽ അന്ന് കാണിച്ച ഈ ശുഷ്കാന്തിക്കു ഏറെ ഫലമുണ്ടായി. വെറും 20 മില്ലിമീറ്റർ കനത്തിൽ മാത്രം ബിറ്റുമിൻ ചിപ്പിങ് കാർപെറ്റ് ചെയ്ത പ്രധാന റോഡുകളെല്ലാം 10 കൊല്ലത്തോളം ഒരു കേടുപാടും കൂടാതെ നിലനിന്നു. ഈ പണിയെല്ലാം കഴിഞ്ഞ് 25 വർഷങ്ങൾക്ക് ശേഷം കേരള അസംബ്ലിയിൽ ചിറ്റൂർ എം എൽ എ കെ അച്യുതൻ കാലവർഷക്കെടുതികളുടെ ഭാഗമായി പൊതുമരാമത്ത് വകുപ്പ് പാതകൾക്കു വന്ന നാശങ്ങളെക്കുറിച്ചുള്ള ചർച്ചയിൽ പങ്കെടുത്തുകൊണ്ട് നടത്തിയ പ്രസംഗം എനിക്കേറെ അഭിമാനം നല്കിയിരുന്നു. അദ്ദേഹം ഇങ്ങനെയാണ് അന്ന് പ്രതികരിച്ചത്:

> കഴിഞ്ഞ വർഷം ചെയ്ത പൊതുമരാമത്ത് പാതകൾ പോലും ഈ വർഷത്തെ കാലവർഷത്തിൽ ഒലിച്ചു പോവുകയും ഗതാഗത യോഗ്യമല്ലാതായിത്തീരുകയും ചെയ്തതിനെക്കുറിച്ചാണ് ആദരണീയരായ എം എൽ എമാരെല്ലാം ഇവിടെ സംസാരിച്ചത്. എന്നാൽ കൃത്യമായി ചേരുവകൾ ചേർക്കുന്നിടത്ത് നിഷ്കർഷ പാലിക്കുകയും മുഴുവൻ സമയവും പ്രവൃത്തിയിൽ മേൽനോട്ടം വഹിക്കുകയും ചെയ്താൽ മൂന്ന് വർഷങ്ങൾക്കുപകരം 10 വർഷമെങ്കിലും യാതൊരു കേടുപാടും കൂടാതെ പാതകൾ നിലനില്ക്കുമെന്ന് എനിക്കെന്റെ അനുഭവത്തിൽ നിന്ന് പറയാൻ കഴിയും. എന്റെ നിയോജകമണ്ഡലത്തിലെ തത്തമംഗലം നാട്ടുകൽ റോഡ്, പാലക്കാട് തത്തമംഗലം-പൊള്ളാച്ചി റോഡ്, പാലക്കാട്-കൊഴിഞ്ഞാമ്പാറ-ഗോപാലപുരം-പൊള്ളാച്ചി റോഡ് എന്നിവ 1986 ൽ കാലവർഷക്കെടുതികളിൽ ഉൾപ്പെടുത്തി പരിഷ്കരിച്ചിരുന്നു. 10 കൊല്ലത്തോളം ഇവ കാര്യമായ കേടുപാടുകളൊന്നുമില്ലാതെ നിലനിന്നു. ഇത് സാധിച്ചത് അന്നത്തെ അസിസ്റ്റന്റ് എക്സിക്യൂട്ടീവ് എഞ്ചിനീയർ ടി ആർ അജയൻ പ്രവൃത്തിയിൽ കാണിച്ച ശുഷ്കാന്തിയും ആത്മാർത്ഥയും മേൽനോട്ടത്തിലുള്ള വിട്ടുവീഴ്ചയില്ലാത്ത മനോഭാവവും കീഴുദ്യോഗസ്ഥന്മാരെ നിയന്ത്രിച്ച് കൃത്യമായ ഫലം അവരിൽനിന്ന് ലഭ്യമാക്കാനുമുള്ള അളവില്ലാത്ത സംഘടനാ പാടവവുമാണ്. അത്തരം എഞ്ചിനീയർമാർ കേരളത്തിലെങ്ങുമുണ്ടായാൽ പൊതുജനങ്ങൾക്കു അതൊരു വരമാവും.

ഇത്തരം നല്ല വാക്കുകൾ ആ കാലഘട്ടത്തിലും അന്നത്തെ ചിറ്റൂർ എം എൽ എ കെ കൃഷ്ണകുട്ടിയിൽനിന്നും കൊല്ലങ്കോട് എം എൽ എ സി വാസുദേവമേനോനിൽനിന്നും പഞ്ചായത്ത് പ്രസിഡന്റുമാരിൽനിന്നും പൊതു പ്രവർത്തകരിൽനിന്നും ലഭിച്ചിരുന്നു. 1985-86 വർഷത്തിൽ കാലവർഷക്കെടുതികൾ നേരിടുന്നതിലും കേരളത്തിൽ ഏറ്റവും അധികം പൂർത്തീകരിക്കുന്നതിലും കാണിച്ച ശുഷ്കാന്തിയെ അടിസ്ഥാനമാക്കി

എനിക്ക് ഒരു ഗുഡ് സർവ്വീസ് എൻട്രിയും അഡ്വാൻസ് ഇൻക്രിമെന്റി നുള്ള ശുപാർശയും എന്റെ സഹ എഞ്ചിനീയർമാരായിരുന്ന ഇ കെ ഹസ്സൻകുട്ടി, എം വി അബ്ദുൽ റഹിമാൻ മൂപ്പൻ, വി എ രാമചന്ദ്രൻ നായർ എന്നിവർക്ക് ഗുഡ് സർവ്വീസ് എൻട്രിയും ചീഫ് എഞ്ചിനീയർ നല്കുകയുണ്ടായി.

കാലവർഷക്കെടുതി നിവാരണ പ്രവൃത്തികൾക്ക് പുറമെ ബഡ്ജറ്റി ലുള്ള പ്രവൃത്തികളായ നല്ലേപ്പുള്ളി-എരട്ടക്കുളം റോഡ് പരിഷ്കരണം, പട്ടഞ്ചേരി റോഡ് പരിഷ്കരണം, കൊഴിഞ്ഞാമ്പാറ-വേലന്താവളം റോഡ് പരിഷ്കരണം, മുതലമട-ചെമ്മണാമ്പതി റോഡ് പരിഷ്കരണം, ചിറ്റൂർ-വണ്ടിത്താവളം റോഡ് പരിഷ്കരണം, മുതലമട-നന്ദിയോട് റോഡ് പരിഷ് കരണം, നെന്മാറ-കുനിശ്ശേരി റോഡ് പരിഷ്കരണം എന്നിവയുടെ പ്രവൃ ത്തികൾ ഈ കാലഘട്ടത്തിൽ പൂർത്തിയാക്കിയിരുന്നു. കൂടാതെ ഒട്ടേറെ പഞ്ചായത്തുകളിൽ ഹരിജൻ കോളനികളിലേക്കുള്ള പാതകളുടെ നിർ മ്മാണവും പൂർത്തിയാക്കിയിരുന്നു. ആദിവാസി സമൂഹത്തിന് ഏറെ ഉപ യോഗപ്രദമാവും വിധം പറമ്പിക്കുളത്തുനിന്ന് കുരിയാർകുട്ടി വരെയുള്ള 8 കിലോമീറ്റർ ദൂരത്തിൽ പുതിയ റോഡ് നിർമ്മിക്കാൻ കഴിഞ്ഞത് വലി യൊരു നേട്ടമായിരുന്നു. പാതകളുടെ പരിപാലനത്തിന് അതുവരെ യില്ലാത്ത പുതിയ ചില മാർഗ്ഗരേഖകൾ കൊണ്ട് വരാൻ കഴിഞ്ഞതും പരീക്ഷിച്ച് വിജയിപ്പിക്കാൻ കഴിഞ്ഞതും ഏറെ സന്തോഷം നല്കിയി രുന്നു.

നടപ്പിലാക്കണം എന്ന് ഏറെ ആഗ്രഹമുണ്ടായിരുന്നെങ്കിലും പ്രാവർ ത്തികമാക്കാനോ അംഗീകാരം ലഭിക്കാനോ കഴിയാതിരുന്ന രണ്ടു റോഡു കളുടെ നിർദ്ദേശം ഒരു ദുഃഖം പോലെ ഇന്നും മനസ്സിലുണ്ട്. പറമ്പിക്കുളം, കുരിയാർകുട്ടി തുടങ്ങിയ ആദിവാസികൾ തിങ്ങിപ്പാർക്കുന്ന മേഖലകൾ പാലക്കാട് ജില്ലയിലെ മുതലമട പഞ്ചായത്തിന്റെ ഭാഗമായിരുന്നു. പക്ഷേ, അവിടെ എത്തണമെങ്കിൽ തമിഴ്നാട്ടിൽ പൊള്ളാച്ചി റോഡിലൂടെ സഞ്ചരിച്ച് അമ്പ്രാം പാളയത്തുനിന്ന് തിരിഞ്ഞ് ആനമല വഴി സേതു മടയിലെത്തി സേതുമട-പറമ്പിക്കുളം റോഡ് വഴി മാത്രമേ കഴിയൂ. ഇതിനു പരിഹാരമായി മുതലമട-ചെമ്മണാമ്പതി റോഡ് അവസാനി ക്കുന്നിടത്ത് നിന്ന് പറമ്പിക്കുളം ടൈഗർ റിസർവ്വിലുള്ള തേക്കടിയിലേക്കു ഒരു മലമ്പാത വികസിപ്പിച്ചെടുത്താൽ കേരളത്തിൽ തന്നെയുള്ള ഒരുപാടു ദൂരവും സമയവും രണ്ടു ചെക്ക് പോസ്റ്റുകളുടെ ഉപദ്രവവും കുറയ്ക്കാൻ കഴിയും. പ്രാഥമിക സർവ്വേയും റിപ്പോർട്ടും എസ്റ്റിമേറ്റും തയ്യാറായപ്പോൾ വനം വകുപ്പ് ഈ പദ്ധതിക്ക് അനുവാദം നല്കുക യില്ലെന്നുള്ള വാശിയിൽ തല്ക്കാലം ഉപേക്ഷിക്കപ്പെട്ടു. പക്ഷേ, കേരളം നിർബ്ബന്ധമായും നടപ്പിലാക്കേണ്ട പദ്ധതിയാണ് ചെമ്മണാമ്പതി-തേക്കടി -പറമ്പിക്കുളം റോഡ്. മറ്റൊരു പദ്ധതി നെല്ലിയാമ്പതി-പറമ്പിക്കുളം റോഡ് വികസനമാണ്. അതിവർഷക്കെടുതികളുടെ ഭാഗമായി നെല്ലി യാമ്പതിയിലെ സാധാരണ ജനങ്ങളുടെ ദുരിതം കണ്ടു മനസ്സിലാക്കിയ

തിൽനിന്നാണ് ഈ പദ്ധതി മുന്നോട്ട് വെക്കാൻ പ്രേരിതമായത്. എന്തെങ്കിലും കാരണവശാൽ നെല്ലിയാമ്പതിയിലേക്കുള്ള സാധാരണ മാർഗ്ഗം തടസ്സപ്പെട്ടാൽ ഇതര ആഗമന മാർഗ്ഗം എന്ന നിലയിലാണ് ഇത് ആലോചനാഗോചരമായത്. അവിടെയുള്ള ഫോറസ്റ്റ് റോഡ് വികസിപ്പിച്ച് പരിഷ്കരിക്കുകയേ വേണ്ടിയിരുന്നുള്ളൂ. പക്ഷേ, വനം വകുപ്പിന്റെ കാർക്കശ്യം മൂലം ഈ പദ്ധതിയും തടസ്സപ്പെട്ടു.

ചിറ്റൂർ റോഡ്സ് സബ്ഡിവിഷനിലെ പ്രവർത്തന കാലയളവിൽ പൊതുജനങ്ങളിൽനിന്നും ജനപ്രതിനിധികളിൽനിന്നും പൊതുമരാമത്ത് വകുപ്പിൽനിന്നും ഏറെ പ്രശംസാവചനങ്ങൾ ലഭിക്കുകയുണ്ടായി. ഈ നേട്ടങ്ങളൊന്നും എന്റേതായിരുന്നില്ല. ആദരണീയനായ ചീഫ് എഞ്ചിനീയർ ടിറ്റി ജോർജിന്റെ ഉപദേശത്തിൽ ആരാദ്ധ്യനായ സൂപ്രണ്ടിങ് എഞ്ചിനീയർ പി എൻ ശിവരാമപിള്ളയുടെ നേതൃത്വത്തിൽ പ്രിയ സുഹൃത്ത് എക്സിക്യൂട്ടീവ് എഞ്ചിനീയർ പി ഇ ദാമോദരന്റെ കാർമ്മികത്വത്തിൽ പ്രിയശിഷ്യന്മാരായ ഇ കെ ഹസ്സൻകുട്ടി, എം വി അബ്ദുൾറഹിമാൻ മൂപ്പൻ, വി എ രാമചന്ദ്രൻ നായരുടെ ഊർജ്ജസ്വലതയിൽ രാമദാസ്, ബാലകൃഷ്ണൻ, മുഹമ്മദ് കെണി, വിശ്വനാഥൻ, മുരുഗേശൻ, ദാമോദരൻ, ജബ്ബാർ, രാധാകൃഷ്ണൻ, ഗോവിന്ദൻകുട്ടി, അടിയോടി, ചന്ദ്രശേഖരൻ എന്നീ ഓവർസീയർമാരുടെ കർമ്മകുശലതയിൽ, സെക്ഷനുകളിലെ ക്ലർക്കുമാരായ ചന്ദ്രൻ, കമറുദ്ദീൻ, ഹരിഹരൻ എന്നിവരുടെയും സബ് ഡിവിഷനിലെ ഹെഡ് ക്ലാർക്ക് ചെല്ലമ്മ, ക്ലർക്കുമാരായ മുസ്തഫ, ഗംഗാധരൻ, അബ്ബാസ്, അറുമുഖം, മാധവൻ, ബാലസുബ്രഹ്മണ്യം, ടൈപ്പിസ്റ്റായ മരയ്ക്കാർ, ഡ്രാഫ്റ്റ്സ്മാന്മാരായ ചെന്താമരാക്ഷൻ, വത്സല, എൽചാർ ഓഫീസ് അസിസ്റ്റന്റുമാരായ അരുണാചലം, പളനി എന്നിവരുടെയും റോഡ്സ് ഡിവിഷനിലെ ഡിവിഷണൽ ആക്കൗണ്ടന്റ് പി എം പരമേശ്വരൻ, ജൂനിയർ സൂപ്രണ്ട് പി ഐ ശങ്കരനാരായണൻ, ടെക്നിക്കൽ അസിസ്റ്റന്റ് പി വി ഭാഗ്യലക്ഷ്മി, ഹെഡ് ഡ്രാഫ്റ്റ്സ്മാന്മാരായ കെ എസ് സുരേന്ദ്രനാഥ്, വി എസ് രാമൻ, ഡ്രാഫ്റ്റ്സ്മാന്മാരായ നബീസ, എബ്രഹാം, അറുമുഖൻ, എ കെ ജോയ്, ക്ലർക്കുമാരായ ഡി. പട്ടമ്മാൾ, ടി എ സുഭാഷ്, ടി എ ജയരാജൻ, കെ എ അശോകൻ എന്നിവരുടെയും കൂട്ടായ അശ്രാന്ത പരിശ്രമത്തിന്റെ അന്തിമ ഫലമായിരുന്നു ഈ വിജയം. പ്രധാന കരാറുകാരായ പി എം യോഹന്നാൻ, സി എം സഹദേവൻ, എം സജീവൻ, എം സുനിൽ, ടി വി ബാലകൃഷ്ണൻ, കെ സി ബാലകൃഷ്ണൻ, ടി ബി രഘു, എം വി മാധവൻ, കെ സേതുമാധവൻ, തീത്തുണ്ണി, ഭരതൻ, ചാത്തുക്കുട്ടി, ഔസേപ്പ്, അയ്യപ്പൻ, സുബ്ബയ്യ ഗൗണ്ടർ എന്നിവരുടെയും ഇടത്തരം കരാറുകാരായ ശിവരാമകൃഷ്ണൻ, തങ്കപ്പൻ, യുസഫ് റാവുത്തർ, എൻ വി മാത്യു, മോഹൻദാസ്, സുന്ദരൻ, രാജമാണിക്കൻ, ഗോപാലകൃഷ്ണൻ, ദിനേശൻ, ദിനേശ് ഭാസ്കർ, ഇ വി ജോസ്, ഫ്രാൻസിസ്, പൗലോസ്, നാരായണൻകുട്ടി, അറുമുഖൻ, അസീസ്, ചന്ദ്രൻ, ഉദയകുമാർ എന്നിവരുടെയും ജാഗ്രതയും പ്രയത്

നവും ഏറെ വിലപ്പെട്ടതായിരുന്നു. അന്ന് പാലക്കാട് ജില്ലാ കളക്ടർമാരായിരുന്ന ശാഹുൽ ഹമീദ്, സി ചന്ദ്രൻ എന്നിവരുടെ നിസ്സീമമായ സഹകരണവും ഉണ്ടായിരുന്നു. ഈ പ്രയത്നങ്ങളെയെല്ലാം കൂട്ടിയിണക്കുന്ന ഒരു ചാലക ശക്തി മാത്രമായാണ് ഞാൻ പ്രവർത്തിച്ചിരുന്നത്.

എക്സിക്യൂട്ടീവ് എഞ്ചിനീയർ പി ഇ ദാമോദരൻ വർഷങ്ങളായി ഏറെ അടുപ്പമുള്ള സുഹൃത്തായിരുന്നു. ഭാഗ്യലക്ഷ്മി പാലക്കാട് റോഡ്സ് സെക്ഷനിൽ അസിസ്റ്റന്റ് എഞ്ചിനീയറായി പ്രവർത്തിക്കുമ്പോൾ അസിസ്റ്റന്റ് എക്സിക്യൂട്ടീവ് എഞ്ചിനീയറായിരുന്നു അദ്ദേഹം. എഞ്ചിനീയറിങ് മേഖലയിൽ നല്ല വിജ്ഞാനത്തിനുടമയായ അദ്ദേഹം സൗമ്യനും മിതഭാഷിയുമായിരുന്നു. എന്നാൽ പ്രവൃത്തികളുടെ മേൽനോട്ടത്തിലും ക്രമീകരണത്തിലും നിർവ്വഹണത്തിലും തികഞ്ഞ ചിട്ട വേണമെന്ന് നിർബ്ബന്ധമുണ്ടായിരുന്നു. ഒരു ജ്യേഷ്ഠസഹോദരന്റെ വാത്സല്യവും സ്നേഹവും അദ്ദേഹം എന്നും എനിക്കേകിയിരുന്നു. ചിറ്റൂർ സബ് ഡിവിഷനിലെ പ്രയാസമേറിയ പ്രവൃത്തികൾ സമയബന്ധിതമായി പൂർത്തീകരിക്കുന്ന കാര്യത്തിൽ അദ്ദേഹം നല്കിയ സഹകരണവും നിർദ്ദേശങ്ങളും ഓർമ്മിക്കാതെ വയ്യ. ഭാര്യ സാവിത്രി, മക്കളായ ബിന്ദു, ബിജു, ബിനു എന്നിവരടങ്ങിയ അദ്ദേഹത്തിന്റെ കുടുംബവുമായി വളരെ അടുപ്പമുണ്ടായിരുന്നു. ശരീരം വളർന്നെങ്കിലും മനസ്സ് വളരാത്ത അപൂർവ്വരോഗം ബാധിച്ച ബിനുവിനു എന്നെ ഏറെ ഇഷ്ടമായിരുന്നു. അവന്റെ അകാലത്തിലുള്ള നിര്യാണം എനിക്കേറെ ദുഃഖം നല്കിയതായിരുന്നു. (വിദേശത്തു എഞ്ചിനീയരായ ബിജുവും ഊട്ടിയിലേക്ക് വിവാഹിതയായി ചെറുപ്പത്തിലേ വിധവയായ ബിന്ദുവും ഇന്നും നല്ല സുഹൃത്തുക്കളായി തുടരുന്നു).

അസിസ്റ്റന്റ് എഞ്ചിനീയർമാർ മൂന്നുപേരും സമയ തീരങ്ങളുടെ ബന്ധനമില്ലാതെ രാപ്പകൽ പണിയെടുക്കാൻ തയ്യാറായ ഉദ്യോഗസ്ഥരായിരുന്നു. എം വി അബ്ദുൽ റഹിമാൻ മൂപ്പൻ ഇതിനുമുമ്പുള്ള നാലു കൊല്ലം എന്റെ കൂടെ പ്രവർത്തിച്ച് ശേഷിയും ശേമുഷിയും തെളിയിച്ച എഞ്ചിനീയറായിരുന്നു. കൊഴിഞ്ഞാമ്പാറ സെക്ഷനിൽ അനതിസാധാരണമായ പ്രവർത്തന മികവ് മൂപ്പൻ കാട്ടിയിരുന്നു. വേലന്താവളം പാല നിർമ്മാണത്തിലും കൊഴിഞ്ഞാമ്പാറ-വേലന്താവളം എന്ന പുതിയ റോഡിന്റെ നിർമ്മാണത്തിലും പറമ്പിക്കുളം-കുരിയാർകുട്ടി റോഡിന്റെ പരിഷ്കരണത്തിലും മൂപ്പൻ കാണിച്ച മെയ്വഴക്കവും ജാഗ്രതയും അർപ്പണ മനോഭാവവും അന്യാദൃശമായിരുന്നു.

ഇ കെ ഹസ്സൻകുട്ടി 1974 മുതൽ ഗ്രാജുവേറ്റ് എഞ്ചിനീയേഴ്സ് അസോസിയേഷന്റെ സംസ്ഥാന നേതാക്കൾ എന്ന നിലയിൽ ഒന്നിച്ചു പ്രവർത്തിച്ച സഹപ്രവർത്തകനായിരുന്നു. കോഴിക്കോട്ടെ എഞ്ചിനീയർ വൃന്ദവുമായി നേരത്തെ നല്ല ബന്ധം പുലർത്തി നിർവ്വഹണത്തിൽ ഏറെ അറിവ് നേടിയിരുന്ന ഹസ്സൻകുട്ടിക്ക് ഒരു പ്രവൃത്തി എങ്ങനെ നടപ്പിലാക്കണമെന്നുള്ള ദീർഘവീക്ഷണവും പ്രായോഗിക പരിജ്ഞാനവും ഉണ്ടാ

യിരുന്നു. പെട്ടെന്ന് പ്രതികരിച്ച് അനാവശ്യമായ ബഹളം വെക്കുമെന്ന തൊഴിച്ചാൽ ഒന്നാംതരം സംഘാടകനും നിർമ്മാണ മേൽനോട്ടത്തിൽ അഗ്രഗണ്യനുമായിരുന്നു. ജനപ്രതിനിധികളുമായും പൊതുജനങ്ങളു മായും നല്ല ബന്ധം സൂക്ഷിക്കാൻ അദ്ദേഹം ഏറെമിടുക്കനായിരുന്നു. ഓരോ പ്രവൃത്തിയുടെയും ഉദ്ദേശ്യലക്ഷ്യം പൂർണ്ണമായി മനസ്സിലാക്കി സമയബന്ധിതമായി അത് നടപ്പിലാക്കാൻ വേണ്ട മുന്നൊരുക്കങ്ങൾ എടുക്കാനും ഗുണനിലവാരം ഉറപ്പാക്കുംവിധം സഹപ്രവർത്തകരെ ക്കൊണ്ട് മേൽനോട്ടം നടത്തിക്കാനും ഹസ്സൻകുട്ടിക്കു കിടയറ്റ ഇച്ഛാശക്തി ഉണ്ടായിരുന്നു. പകൽ മുഴുവൻ പ്രവൃത്തി സ്ഥലത്തും രാത്രി അന്നത്തെ കാര്യങ്ങളിൽ വേണ്ട തുടർ നടപടികൾ ആലോചിച്ചും ഓഫീസ് പണികൾ പൂർത്തീകരിച്ച് ഒരു മാതൃകാ എഞ്ചിനീയറുടെ പ്രവർത്തനമാണ് ഹസ്സൻ കുട്ടിയുടേത്. ഓരോ ദിവസവും കഴിയുന്ന പ്രവൃത്തികളുടെ അളവുകൾ രേഖപ്പെടുത്തിവെക്കാനും പ്രവൃത്തി പൂർ ത്തീകരിച്ചാൽ അടുത്ത ദിവസം തന്നെ അവസാന ബിൽ സമർപ്പിക്കാനും ഹസ്സൻകുട്ടി കാഴ്ചവെച്ചിരുന്ന ഉത്തരവാദിത്വം തികച്ചും അനന്യമാ യിരുന്നു. തകർന്നു പോയ ഓഫീസ് കെട്ടിടത്തിന് പകരം മഴദുരിത നിവാരണ പ്രവൃത്തികളിൽ ഉൾപ്പെടുത്തി നെന്മാറ സെക്ഷന് പുതിയ ഓഫീസ് കെട്ടിടം പണിതത് ഹസ്സൻകുട്ടിയുടെ പ്രവർത്തനങ്ങളുടെ കിരീടത്തിലെ പൊൻതൂവൽ ആയി മാറിയിരുന്നു. രണ്ടു കൊല്ലത്തെ ഗാഢമായ ഗുരുശിഷ്യബന്ധം നേരത്തെ തന്നെ ദൃഢമായ ഞങ്ങളുടെ സ്നേഹബന്ധം ഒരിക്കലും വേർപെടുത്താനാവാത്ത ആത്മബന്ധമായി മാറിയിരുന്നു. എറണാകുളത്തുള്ള ഭാര്യ അയിഷയും മക്കളുമടങ്ങുന്ന കുടുംബവുമായും ഏറെ അടുപ്പമുണ്ടായിരുന്നു. ഇന്നും ആ ബന്ധം അതേ ദൃഢതയോടെ തുടരുന്നു.

മൂന്നാമനായ വി എ രാമചന്ദ്രൻ നായർ മറ്റു രണ്ടുപേരിൽനിന്നും വ്യത്യസ്തനായിരുന്നു. ഏറെ സൗമ്യ സ്വഭാവമുള്ള എല്ലാ കാര്യത്തിലും മൃദു സമീപനമുള്ള നല്ല മനുഷ്യനായിരുന്നു. പക്ഷേ, ഒരു എഞ്ചിനീയർ എന്നനിലയിൽ നിർബ്ബന്ധമായും വേണ്ട ആസൂത്രണ മനോഭാവത്തി ന്റെയും മുൻകൈയുടെയും സർഗ്ഗാത്മകതയുടെയും അഭാവം അദ്ദേഹ ത്തിന്റെ സ്വഭാവത്തിലുണ്ടായിരുന്നു.. ഇത് അദ്ദേഹത്തിന്റെ കുറ്റമായി രുന്നില്ല. കാര്യങ്ങൾ പഠിച്ച് വെല്ലുവിളികൾ ഏറ്റെടുത്ത് ചുമതലയോടെ പ്രാവർത്തികമാക്കേണ്ട ഒരു ചുറ്റുപാടിൽ അദ്ദേഹം മുമ്പ് ജോലി ചെയ് തിരുന്നില്ല. അതിനാൽ എന്തൊക്കെയാണ് ചെയ്യേണ്ടതെന്ന് രാമചന്ദ്രനെ നല്ല പോലെ പറഞ്ഞ് മനസ്സിലാക്കി കൊടുക്കേണ്ടി വന്നു. കുറച്ചു കൂടി ഊർജ്ജസ്വലത പ്രവൃത്തികളിലും പെരുമാറ്റത്തിലും അനിവാര്യമാ ണെന്നും ഓർമ്മപ്പെടുത്തി. വലിയ മാറ്റമാണത് രാമചന്ദ്രനിൽ വരു ത്തിയത്. പദ്ധതികളെ പൂർണ്ണ മനസ്സോടെ അഭിമുഖീകരിക്കാനും ചിട്ട യോടെ നടപ്പിലാക്കാനും സമയമാണ് ഏതു കരാറിന്റെയും കാതൽ എന്ന് മനസ്സിലാക്കി കരാറുകാരെക്കൊണ്ട് കൃത്യമായി പണിയെടു

പ്പിക്കാനും സദാസമയം ജാഗരൂകനായ കർമ്മകുശലനായ എഞ്ചിനീയറായി രാമചന്ദ്രൻ മാറി. അതിന്റെ പ്രതിഫലനം പ്രവൃത്തികളുടെ ഗുണനിലവാരത്തിലും വേഗതയിലും തെളിഞ്ഞു കണ്ടു. മാതൃകാപരമായ ഒട്ടേറെ പ്രവർത്തനങ്ങൾ ചിറ്റൂർ സെക്ഷനിൽ നടന്നു. വളരെ അടുത്ത വ്യക്തി ബന്ധത്തിന്റെയും ആഴമേറിയ സുഹൃദ് ബന്ധത്തിന്റെയും വേരോടൽ അവിടെ ആരംഭിച്ചു. ആ ഇഴയടുപ്പമേറിയ ആത്മബന്ധം രാമചന്ദ്രന്റെ മരണം വരെ തുടർന്നു. ക്വാർട്ടേഴ്സിൽ താമസിച്ചിരുന്ന അദ്ദേഹത്തിന്റെ പ്രിയപത്നി വർഷങ്ങൾക്കുശേഷം പാലക്കാട് മുനിസിപ്പൽ ചെയർ പേഴ്സൺ ആയി തെരഞ്ഞെടുക്കപ്പെട്ട അദ്ധ്യാപികയായ പി എ രമണി ബായ്, മക്കൾ ദീപുവും ദീപികയും അടങ്ങുന്ന കുടുംബവുമായും ഏറെ ഹൃദയാദാർഢ്യമുള്ള സുഹൃദ് ബന്ധം സ്ഥാപിച്ചത് ഇന്നും തുടരുന്നു.

രാഷ്ട്രീയ സാമൂഹ്യ സാംസ്കാരിക മണ്ഡലങ്ങളിലെ ഒരുപാടുപേരുമായും അടുത്തിടപഴുകുവാനും സുഹൃദ്ബന്ധം സ്ഥാപിക്കുവാനും ചിറ്റൂരിലെ ഔദ്യോഗിക ജീവിതത്തിലൂടെ കഴിഞ്ഞിരുന്നു. അതിൽ ഏറ്റവും പ്രധാനപ്പെട്ട മൂന്നുപേർ ചിറ്റൂരിന്റെ എം എൽ എമാരായി മാറി മാറി വന്ന കെ കൃഷ്ണൻ കുട്ടി, കെ അച്യുതൻ, കെ എ ചന്ദ്രൻ എന്നിവരായിരുന്നു. ചിറ്റൂരിലെ സേവനകാലത്ത് കെ കൃഷ്ണൻകുട്ടി ആയിരുന്നു എം എൽ എ. ശാസ്ത്രീയമായ കൃഷി സ്വയം ചെയ്ത് മാതൃകയായ ഒന്നാന്തരം കർഷകനായിരുന്നു അദ്ദേഹം. കർഷകരുടെ പ്രശ്നങ്ങളിൽ നിരന്തരം ഇടപെട്ടിരുന്നതുകൊണ്ട് പറമ്പിക്കുളം ആളിയാർ പദ്ധതിയെക്കുറിച്ച് ഏറ്റവും കൂടുതൽ പഠിച്ച വ്യക്തിയുമായിരുന്നു. സഹകരണമേഖലയിലും തന്റെ സേവനം സമർപ്പിച്ചിരുന്നു. പിന്നീട് അദ്ദേഹം ജനതാദളിന്റെ കേരള സംസ്ഥാന പ്രസിഡന്റും കേരള ജലവിഭവ വകുപ്പ് മന്ത്രിയുമായി പ്രവർത്തിച്ചു. വളരെ കുലീനമായ പെരുമാറ്റമുള്ള, എന്നാൽ പറയാനുള്ള കാര്യങ്ങൾ വെട്ടിത്തുറന്നു പറയുന്ന സ്വഭാവക്കാരനായിരുന്നു. ഒട്ടേറെ സഹായങ്ങൾ ഈ കാലഘട്ടത്തിൽ അദ്ദേഹത്തിൽനിന്ന് ലഭിച്ചിരുന്നു. അത് നല്ലൊരു വ്യക്തിബന്ധമായി വളരുകയും ചെയ്തു. ഇന്നും ആ സ്നേഹബന്ധത്തിന്റെ കണ്ണികൾ ഒരിക്കൽ പോലും മുറിയാതെ തുടരുന്നു.

ഈ കാലത്ത് എന്റെ പ്രവർത്തനങ്ങളിൽ എന്നോടൊപ്പം നില്ക്കുകയും പല പ്രശ്നപരിഹാരങ്ങൾക്കും നേതൃത്വം വഹിക്കുകയും ചെയ്ത വ്യക്തിയാണ് അന്ന് ചിറ്റൂർ തത്തമംഗലം മുനിസിപ്പൽ ചെയർമാൻ ആയിരുന്ന കെ അച്യുതൻ. അടിസ്ഥാനപരമായി കർഷകനും സഹകാരിയുമായ അച്യുതൻ മുന്നിൽ നിന്ന് പട നയിക്കുന്ന രാഷ്ട്രീയ നേതാവായിരുന്നു. 1996 മുതൽ 2016 വരെ ചിറ്റൂരിൽനിന്നുള്ള നിയമസഭാംഗമായ അദ്ദേഹം ചിറ്റൂരിന്റെ വികസനത്തിന് ഏറെ പ്രവർത്തിച്ചിട്ടുള്ള നേതാവായിരുന്നു. രാഷ്ട്രീയ അഭിപ്രായങ്ങൾ കണക്കിലെടുക്കാതെ വ്യക്തിബന്ധങ്ങൾ സൃഷ്ടിക്കാനും പരിപാലി

ക്കാനും അസാമാന്യമായ കഴിവ് അദ്ദേഹത്തിനുണ്ടായിരുന്നു. ഞാൻ കൈരളി ടി വിയുടെ എക്സിക്യൂട്ടീവ് ഡിറക്ടറായി തിരുവനന്തപുരത്തുള്ളപ്പോൾ ഒരുദിവസം അസംബ്ലി വാർത്തകൾ റിപ്പോർട്ട് ചെയ്യാൻ പോയ റിപ്പോർട്ടർ എന്നെ സഭാ സമുച്ചയത്തിൽ നിന്ന് വിളിക്കുന്നു. സാറിനെക്കുറിച്ച് നിയമസഭയിൽ ചിറ്റൂർ എം എൽ എ അച്യുതൻ സംസാരിക്കുന്നുവെന്നാണ് അദ്ദേഹം പറഞ്ഞത്. ഒരു വർഷം പൂർത്തിയാവും മുമ്പ് പൊതുമരാമത്ത് പാതകൾ തകർന്നു പോകുന്നുവെന്ന സബ്മിഷന്റെ ചർച്ചയിൽ പങ്കെടുത്തുകൊണ്ട് അച്യുതൻ ഇങ്ങനെ പറഞ്ഞത്രേ. "ഒരു കൊല്ലത്തിനുള്ളിൽ റോഡുകൾ തകർന്നു പോകുന്നതിനെക്കുറിച്ചാണ് നാം ചർച്ച ചെയ്യുന്നത്. കൃത്യമായ മേൽനോട്ടത്തോടെ കർത്തവ്യ നിരതയോടെ പണികൾ പ്രാവർത്തികമാക്കിയാൽ ഒരിക്കലും ഇങ്ങനെ സംഭവിക്കുകയില്ല. എന്റെ നിയോജകമണ്ഡലത്തിലെ തത്തമംഗലം നാട്ടുകൽ എന്ന സ്റ്റേറ്റ് ഹൈവേ ഇങ്ങനെ കർശനമായ നിലപാടോടെ എഞ്ചിനീയർ ടി ആർ അജയൻ നിന്ന് ചെയ്യിച്ചത് 10 കൊല്ലം വരെ ഒരു കേടുപാടും കൂടാതെ നിലനിന്നു. അതിനു മുമ്പും ശേഷവും ഒരു അസിസ്റ്റന്റ് എക്സിക്യൂട്ടീവ് എഞ്ചിനീയർ റോഡിൽ നിന്ന് ടാർ പണികൾക്ക് മേൽനോട്ടം വഹിക്കുന്നത് ഞാൻ കണ്ടിട്ടില്ല. അത്തരം അർപ്പണബുദ്ധിയുള്ള എഞ്ചിനീയർമാരുടെ അഭാവം ആണ് ഇന്നത്തെ പ്രശ്നം.' ചിറ്റൂരിൽ നിന്ന് തുടങ്ങിയ ആ വ്യക്തിബന്ധം ഇന്നും അവിഘ്നം കൂടുതൽ ദൃഢമായി തുടരുന്നു.

അവിടെനിന്ന് തന്നെ ലഭിച്ചതാണ് കർഷകനും സഹകാരിയും ഗാന്ധിയനുമായ കെ എ ചന്ദ്രനുമായുള്ള അടുപ്പവും സ്നേഹ ബന്ധവും. ചിറ്റൂരിൽനിന്നും കൊല്ലങ്കോട്നിന്നും കേരള നിയമസഭയിൽ അംഗമായ അദ്ദേഹം ലാളിത്യത്തിന്റെയും സൗമ്യതയുടെയും ആൾരൂപമായിരുന്നു. കാണുമ്പോഴുള്ള അദ്ദേഹത്തിന്റെ പുഞ്ചിരിയും ഹൃദയത്തോട് ചേർത്തു നിർത്തിയുള്ള സംസാരവും സുഹൃദ്ബന്ധത്തിന് ഏറെ ചാരുത നല്കിയിരുന്നു. ഇന്നും ഏറെ ദൃഢതയോടെ ആ ബന്ധം തുടരുന്നു.

കൊല്ലങ്കോട് എം എൽ എ സി വാസുദേവ മേനോൻ, സി പി ഐ (എം) നേതാക്കളായ ടി ചാത്തു, എ അറുമുഖൻ, ചിന്നക്കുട്ടൻ, അസീസ്, കെ വിശ്വൻ, കോൺഗ്രസ് നേതാക്കളായിരുന്ന കെ പി ഗംഗാധര മേനോൻ, മയിൽ സ്വാമി, പി ബാലചന്ദ്രൻ, ഗോപാലസ്വാമി, ജനതാദൾ നേതാവ് എസ് വാസുദേവൻ എന്നിവരുടെ സഹായം ഈ കാലത്തെ പ്രവർത്തനങ്ങൾക്കുണ്ടായിരുന്നു. കവിയും പുരോഗമന കലാസാഹിത്യ സംഘം നേതാവുമായിരുന്ന ഇയ്യങ്കോട് ശ്രീധരൻ, നാടകകൃത്ത് കാളിദാസ് പുതുമന, ചിത്രകാരനും ശില്പിയുമായിരുന്ന ഷഡാനനൻ ആനിക്കത്ത്, കർഷകസംഘത്തിന്റെയും പുരോഗമന കലാസാഹിത്യ സംഘത്തിന്റെയും നേതാവും നാടൻപാട്ട് ഗവേഷകനുമായ കെ വിശ്വം, ജനശക്തി ഫിലിംസിന്റെ മാനേജിങ് ഡയറക്ടറും അഡ്വക്കേറ്റുമായ പി ജയപാലമേനോൻ, കർഷകസംഘം നേതാവായിരുന്ന അമ്പാട്ട് ശേഖര

മേനോൻ, അഡ്വക്കേറ്റ് പി ഗോവിന്ദൻ (മുൻ എം പി എൻ എൻ കൃഷ്ണ ദാസിന്റെ പ്രിയപത്നി പ്രൊഫ. ഗീതയുടെ പിതാവ്) എന്നിവരുമായി വ്യക്തിബന്ധം സ്ഥാപിച്ചതും ഈ കാലഘട്ടത്തിലായിരുന്നു.

സൗമ്യവും സൗഹൃദപരമായ പെരുമാറ്റത്തിലൂടെയും ഏതു പ്രതി സന്ധിഘട്ടത്തിലും സഹായഹസ്തവുമായി മുന്നിട്ടിറങ്ങുന്ന മനോഭാവ ത്തിലൂടെയും എന്റെ മനസ്സിലേക്ക് കടന്നു വരികയും പിന്നീട് ജീവിത ത്തിന്റെ തന്നെ അടർത്താനാവാത്ത ഭാഗമായിത്തീരുകയും ചെയ്ത രണ്ടു ചെറുപ്പക്കാരായിരുന്നു എം സജീവനും എം സുനിലും. പട്ടഞ്ചേരി പഞ്ചാ യത്ത് പ്രസിഡന്റും പൊതുകാര്യപ്രസക്തനുമായിരുന്ന മാധവന്റെ മക്ക ളായിരുന്നു ഇവർ. അമ്മാവനും ചിറ്റൂർ തത്തമംഗലം മുനിസിപ്പാലിറ്റിയുടെ മുൻ വൈസ് ചെയർമാനും പ്രമുഖനും കരാറുകാരനുമായ ടി വി ബാല കൃഷ്ണന്റെ സത്യസന്ധമായ കരാർ പ്രവൃത്തികളിൽ ആസക്തരായി ആ മേഖല തങ്ങളുടെ തൊഴിലായി സ്വീകരിച്ചവരായിരുന്നു ഈ യുവാ ക്കൾ. ഏറ്റെടുക്കുന്ന പണി കൃത്യമായ ഗുണനിലവാരത്തോടെ പൂർണ്ണ അളവുകളോടെ സമയബന്ധിതമായി തീർക്കുകയും വളരെ വിനയാന്വി തമായി പെരുമാറുകയും ചെയ്യുന്ന അവരുടെ എളിമയാണ് എനിക്കേറെ ഇഷ്ടപ്പെട്ടത്. ഇഷ്ടപ്പെട്ടവരെ ഹൃദയത്തോട് ചേർത്ത് പിടിക്കാനും അവർക്കു തങ്ങളുടെ കഴിവുകൾ പൂർണ്ണമായി പുറത്തെടുക്കാനുള്ള അവ സരങ്ങൾ സൃഷ്ടിച്ച് കൊടുക്കുകയും അവരെ പ്രോത്സാഹിപ്പിക്കുകയും ചെയ്യണമെന്നുള്ള എന്റെ സ്വഭാവം അവർക്ക് ഏറെ പണികൾ നേടി ക്കൊടുത്തു. അവയെല്ലാം അവർ ഏവർക്കും തൃപ്തികരമായ വിധത്തിൽ സ്തുത്യർഹമായി പൂർത്തിയാക്കി. അങ്ങനെ ഞങ്ങൾ തമ്മിൽ വല്ലാത്ത മാനസിക അടുപ്പവും സുഹൃദ് ബന്ധവും ഉടലെടുത്തു. അവരുടെ അച്ഛനുമമ്മയും സഹോദരങ്ങളുമൊക്കെയായുള്ള കുടുംബബ ന്ധത്തിലേക്കു അത് വികസിച്ചു. സജിയുടെയും സുനിലിന്റേയും ഭാര്യ മാരായ ദീപ, ബീന എന്നിവരോടും മക്കളായ പ്രേനത്ത്, പ്രദു, സുശീൽ എന്നിവരോടും അഭേദ്യമായ കുടുംബ ബന്ധത്തിനും അത് തുടക്കം കുറിച്ചു. പിന്നീട് എന്റെ ജീവിതത്തിലുണ്ടായ ഓരോ സംഭവത്തിലും അവരെല്ലാം എന്റെ കൂടെയുണ്ടായിരുന്നു. ഇന്നും അടരാനാവാതെ ആ സ്നേഹപ്രവാഹം അനുസ്യൂതം തുടരുന്നു.

ഏഴ്

റോഡ്സ് സബ്ഡിവിഷൻ
പാലക്കാട്

(1987 - 1990)

പ്രഗത്ഭനായ അദ്ധ്യാപകൻ, വിശ്രുതനായ അദ്ധ്യാപക നേതാവ്, കേൾവിക്കാരെ തന്നിലേക്ക് വലിച്ചടുപ്പിക്കുന്ന അനുപമമായ പ്രസംഗ ശൈലിയുടെ ഉടമയായ പ്രഭാഷകൻ, പാലക്കാട് ജില്ലയിലെ പുരോഗമന പ്രസ്ഥാനത്തിന്റെ വളർച്ചയിൽ അപാരമായ സംഭാവനകൾ നല്കിയ രാഷ്ട്രീയ നേതാവ് എന്നീ നിലകളിൽ നാമെല്ലാവരും സ്നേഹിക്കുകയും ബഹുമാനിക്കുകയും ചെയ്യുന്ന നേതാവായിരുന്നു മാഷ് എന്ന് ഏവരും സ്നേഹാദരപൂർവ്വം വിളിച്ചിരുന്ന ടി ശിവദാസ മേനോൻ. ഞാൻ പാലക്കാട് താമസമാക്കിയ കാലത്ത് എനിക്കുള്ള പരിമിതമായ കഴിവുകൾ മനസ്സിലാക്കി അവ വികസിപ്പിക്കാനുള്ള അവസരങ്ങൾ ഒരുക്കിത്തന്നു പ്രോത്സാഹിപ്പിക്കുകയും എപ്പോഴും കൂടെനിർത്തി തണലേകുന്ന കരുതൽ നല്കുകയും ചെയ്തതിന് നേതൃത്വം നല്കിയത് പാർട്ടിയുടെ അന്നത്തെ സെക്രട്ടേറിയറ്റ് അംഗവും തുടർന്ന് ജില്ലാ സെക്രട്ടറിയും ആയ ടി ശിവദാസ മേനോൻ ആയിരുന്നു. രാഷ്ട്രീയ സംഘടനാ പ്രവർത്തനങ്ങളിലൂടെ അച്ഛന്റെയും ചേട്ടന്റെയും സുഹൃത്തായിരുന്നു ശിവദാസ മേനോൻ. കൂടാതെ മുമ്പ് ഹെഡ് മാസ്റ്റേഴ്സ് അസോസിയേഷന്റെ ജില്ലാ പ്രസിഡന്റ് ആയിരുന്നപ്പോൾ ഭാഗ്യലക്ഷ്മിയുടെ അച്ഛൻ തൃത്താല ഹൈസ്കൂൾ ഹെഡ് മാസ്റ്റർ പി ആർ വെങ്കിടാചലമായിരുന്നു ജില്ലാ സെക്രട്ടറി. അതിനാൽ ഞങ്ങളെ രണ്ടുപേരെയും അദ്ദേഹത്തിന് ഏറെ ഇഷ്ടമായിരുന്നു. പരിചയപ്പെടുന്നവരെയൊക്കെ തന്നിലേക്കടുപ്പിക്കുന്ന അപാരമായ ഒരു കാന്തിക വലയം സൃഷ്ടിക്കാൻ അദ്ദേഹത്തിന് കഴിയുമായിരുന്നു. വളരെ ചെറുപ്പത്തിൽ മണ്ണാർക്കാട്ടെ കെ ടി എം ഹൈസ്കൂളിൽ ഹെഡ് മാസ്റ്റർ ആയ അദ്ദേഹം അദ്ധ്യാപക യൂണിയനുകൾ സംഘടിപ്പിക്കുന്നതിൽ സജീവമായ പങ്കു വഹിച്ച മാതൃകാദ്ധ്യാപകനായിരുന്നു.

മലബാറിലെ പ്രൈവറ്റ് ഹൈസ്കൂൾ ടീച്ചേഴ്സ് യൂണിയന്റെ സ്ഥാപക അംഗം, കേരള പ്രൈവറ്റ് ടീച്ചേഴ്സ് ഫെഡറേഷന്റെ മലബാർ റീജിയണൽ പ്രസിഡന്റ്, 1975 മുതൽ 1980 വരെ കെ പി ടി യു ജനറൽ സെക്രട്ടറി എന്നീ നിലകളിൽ പ്രവർത്തിച്ച ശിവദാസ് മേനോൻ ജോലി രാജിവെച്ച് പൂർണ്ണ സമയ പാർട്ടി പ്രവർത്തകനായി മാറി മാതൃക സൃഷ്ടിച്ച നേതാവാണ്. പരന്ന വായനയിലൂടെ ലഭിച്ച വിജ്ഞാനം മസ്തിഷ്കത്തിൽ സൂക്ഷിക്കാനും പ്രസംഗത്തിൽ ആവശ്യമുള്ളിടത്തെല്ലാം ഉദ്ധരണികളും കവിതകളും പ്രയോഗിച്ച് കേൾവിക്കാരെ സന്തോഷിപ്പിക്കാനുമുള്ള അദ്ദേഹത്തിന്റെ കഴിവ് അനുപമമായിരുന്നു. എല്ലാ ശ്രോതാക്കളെയും തന്റെ പ്രസംഗത്തിലേക്കു ആകർഷിക്കാൻ ഫലിത കഥകളും അദ്ദേഹം ഇടയ്ക്കിടെ പുറത്തെടുക്കുമായിരുന്നു. ശിവദാസ് മേനോൻ പ്രസംഗിക്കുന്നുവെന്നു അറിഞ്ഞാൽ അന്ന് ജനങ്ങൾ ഒഴുകിയെത്തുമായിരുന്നു. 1980 മുതൽ 1987 ൽ മന്ത്രിയാവുന്നതുവരെ കോളേജ് റോഡിലുള്ള അദ്ദേഹത്തിന്റെ 'നെസ്റ്റ്' എന്ന ഭവനത്തിൽ ആഴ്ചയിൽ ഒരിക്കലെങ്കിലും ഒരു മണിക്കൂർ സംഭാഷണ പ്രിയനായ അദ്ദേഹത്തോടൊപ്പം ചെലവാക്കുമായിരുന്നു. ഇത് ഞങ്ങൾ തമ്മിലുള്ള സുഹൃദ് ബന്ധം അരക്കിട്ടുറപ്പിക്കാൻ ഇടയാക്കിയിരുന്നു.

1987 ൽ മലമ്പുഴ നിയോജകമണ്ഡലത്തിൽ നിന്ന് കേരള സംസ്ഥാന നിയമസഭയിലേക്കു തിരഞ്ഞെടുക്കപ്പെട്ട ശിവദാസ മേനോൻ ഇ കെ നായനാർ മന്ത്രിസഭയിലെ വിദ്യുച്ഛക്തി, ഗ്രാമവികസന വകുപ്പ് മന്ത്രിയായി ചുമതലയേറ്റിരുന്നു. വികസനം തികച്ചും അനിവാര്യമായ ഒരു മേഖലയായിരുന്ന മലമ്പുഴ നിയോജക മണ്ഡലത്തിലെ പാതകൾ മുഴുവൻ പാലക്കാട് റോഡ്സ് സബ്ഡിവിഷൻന്റെ ചുമതലയിലായിരുന്നു. പാലക്കാട്ടെത്തിയ ഒരുദിവസം ശിവദാസ മേനോൻ എന്നോട് പറഞ്ഞു.

> മലമ്പുഴ നിയോജക മണ്ഡലത്തിലെ പാതകളിൽ പലതും നിർബ്ബന്ധമായും പരിഷ്കരിക്കേണ്ടതും വികസിപ്പിക്കേണ്ടതുമാണ്. മാത്രമല്ല നിയമസഭാ സാമാജികൻ എന്ന നിലയിലുള്ള എന്റെ ആദ്യത്തെ അവസരമാണ്. നിയോജക മണ്ഡലത്തിലെ വികസന പ്രവർത്തനങ്ങളിൽ മാതൃകാപരമായ ഒരു കുതിച്ചു ചാട്ടം ഉണ്ടാവണം. കാര്യങ്ങൾ കൃത്യമായി മനസ്സിലാക്കി സമയബന്ധിതമായി പ്രവൃത്തികൾ നിർവ്വഹിക്കുകയും കർശനമായി മേൽനോട്ടം നിർവ്വഹിക്കുകയും ചെയ്യുന്ന ഒരെഞ്ചിനീയറെ മാത്രമേ ഈ പ്രവൃത്തി ഏല്പിക്കാൻ കഴിയൂ. നീ ചിറ്റൂരിൽ മൂന്നു കൊല്ലം പൂർത്തിയായിട്ടില്ലെന്നു എനിക്കറിയാം. പക്ഷേ, എനിക്ക് കൃത്യമായ തരംഗദൈർഘ്യത്തോടെ ഇടപെടണമെങ്കിൽ നീ തന്നെ വേണം. അതിനാൽ നിന്നെ പാലക്കാട് റോഡ് സബ്ഡിവിഷനിൽ പോസ്റ്റ് ചെയ്യാൻ ഞാൻ ചീഫ് എഞ്ചിനീയറോട് ആവശ്യപ്പെടാൻ പോവുകയാണ്.

അങ്ങനെയാണ് 1987 മെയ് മാസത്തിൽ എഞ്ചിനീയർമാരുടെ പൊതു സ്ഥലംമാറ്റ ഉത്തരവിലൂടെ പാലക്കാട് റോഡ്സ് സബ് ഡിവിഷനിൽ ഞാൻ നിയമിതനാകുന്നത്.

എഞ്ചിനീയറിങ് കോളേജിലെ എന്റെ സഹപാഠിയും പ്രിയ സുഹൃത്തുമായിരുന്ന പി ഐ മുഹമ്മദിൽ നിന്നാണ് ചുമതലയേറ്റത്. ഞങ്ങളുടേത് പരസ്പരമുള്ള സ്ഥലം മാറ്റമായിരുന്നു. പാലക്കാട് താലൂക്കിലെ പാതകളുടെ വികസനവും പരിഷ്കരണവും പുതിയ പാതകളുടെ നിർമ്മാണവുമായിരുന്നു ചുമതല. മലമ്പുഴ, പാലക്കാട് എന്നീ നിയമസഭാ മണ്ഡലങ്ങൾ മുഴുവനും കുഴൽമന്ദം, ശ്രീകൃഷ്ണപുരം, ഒറ്റപ്പാലം എന്നീ നിയോജകമണ്ഡലങ്ങളുടെ കുറച്ചു ഭാഗം വീതവും ഈ സബ് ഡിവിഷന്റെ പരിധിയിൽ വരുമായിരുന്നു. പാലക്കാട് മുനിസിപ്പാലിറ്റിക്ക് പുറമെ, കൊടുമ്പ്, കണ്ണാടി, പിരായിരി, പറളി, മങ്കര, മണ്ണൂർ, കേരളശ്ശേരി, കോങ്ങാട്, മുണ്ടൂർ, പുതുപ്പരിയാരം, അകത്തേത്തറ, മലമ്പുഴ, മരുതറോഡ്, പുതുശ്ശേരി, എലപ്പുള്ളി, പൊൽപ്പുള്ളി, പെരുവെമ്പ് എന്നീ പഞ്ചായത്തുകളുമായിരുന്നു ചുമതലയുള്ള പ്രദേശം. പിന്നീട് ദേശീയ പാതയായി പ്രഖ്യാപിച്ച കോഴിക്കോട്-പാലക്കാട് റോഡ്, പാലക്കാട്-പൊന്നാനി റോഡ്, പാലക്കാട്-ഗോപാലപുരം-പൊള്ളാച്ചി റോഡിന്റെ ആദ്യ ഭാഗം, പാലക്കാട്-തത്തമംഗലം-പൊള്ളാച്ചി റോഡിന്റെ ആദ്യഭാഗം എന്നീ സംസ്ഥാന രാജപാതകളടക്കം 220 കിലോമീറ്റർ റോഡുകളുടെ പരിപാലനമാണ് നിർവ്വഹിക്കേണ്ടിയിരുന്നത്. പാലക്കാട് റോഡ്സ് സെക്ഷൻ 1, പാലക്കാട് റോഡ്സ് സെക്ഷൻ 2 എന്നീ രണ്ടു സെക്ഷനുകളാണ് സബ് ഡിവിഷന്റെ കീഴിൽ പ്രവർത്തിച്ചിരുന്നത്. ഒന്നാം സെക്ഷനിൽ കെ പി അച്യുതനും രണ്ടാം സെക്ഷനിൽ എം വി അബ്ദുൾ റഹിമാൻ മൂപ്പനും എന്നോടൊപ്പം ചുമതലയേറ്റു.

ചുമതലയേറ്റ് ഒരാഴ്ച കഴിഞ്ഞപ്പോൾ മന്ത്രി ശിവദാസമേനോൻ വീണ്ടും എന്നോട് പറഞ്ഞു:

> ഞാൻ മലമ്പുഴയിൽ നിന്ന് അസംബ്ലിയിലേക്ക് മത്സരിക്കുമ്പോൾ ഏറ്റവും കൂടുതൽ ആവശ്യം ഉയർന്ന രണ്ടു പ്രശ്നങ്ങളാണ് അകത്തേത്തറ പഞ്ചായത്തിലെ ആണ്ടിമഠം റോഡും എലപ്പുള്ളി പഞ്ചായത്തിലെ പാറ തേനാരി കമ്പിളിചുങ്കം റോഡും (കൊച്ചിൻ ഫ്രോണ്ടിയർ റോഡ്). ഈ രണ്ടു പാതകളും അടിയന്തരമായി പൊതുമരാമത്ത് വകുപ്പ് ഏറ്റെടുത്ത് പരിഷ്കരിക്കാനുള്ള നടപടികൾ ആരംഭിക്കണം. പാലക്കാടുനിന്ന് മലമ്പുഴയിലേക്കുള്ള നൂറടി റോഡ് വികസിപ്പിച്ച് സംസ്ഥാന രാജപാതാ നിലവാരത്തിലേക്കുയർത്തണം. മലമ്പുഴ നിയോജകമണ്ഡലത്തിലെ വിവിധ പഞ്ചായത്തുകളിലൂടെയുള്ള പൊതുമരാമത്ത് പാതകളുടെ വികസനം നീയുമായി ചർച്ചചെയ്യാൻ ശിവരാമദാസ് (മുണ്ടൂർ),

സി ബി കുഞ്ഞിപ്പ (പുതുപ്പരിയാരം), ഡി സദാശിവൻ (അകത്തേത്തറ), കെ ശിവരാമൻ (മലമ്പുഴ), എ പ്രഭാകരൻ (മരുതറോഡ്), എ ആറുച്ചാമി (പുതുശ്ശേരി), കെ വി വിജയദാസ് (എലപ്പുള്ളി), എം വേലായുധൻ (പൊൽപ്പുള്ളി), നൂറുദ്ദീൻ (പെരുവെമ്പ്) എന്നിവരെ ഞാൻ ചുമതലപ്പെടുത്തിയിട്ടുണ്ട്. അവരുമായി ചർച്ച ചെയ്തും വിശദമായ പരിശോധനയിലൂടെ നീ കണ്ടെത്തുന്നതുമായ പ്രവൃത്തികൾ അടുത്ത അഞ്ചുകൊല്ലം നടപ്പിലാക്കാൻ വേണ്ട മാസ്റ്റർ പ്ലാൻ തയ്യാറാക്കണം. എല്ലാ വർഷവും മുൻഗണനാക്രമം അനുസരിച്ച് നമുക്ക് പ്രവർത്തികമാക്കാം.

അദ്ദേഹത്തിന്റെ നിർദ്ദേശം പൂർണ്ണമായും നടപ്പിലാക്കാനുള്ള നെട്ടോട്ടമായിരുന്നു പിന്നീടുള്ള മൂന്നു വർഷം. ഓരോ പ്രവൃത്തിയുടെയും പ്രയോഗികതയിലേക്കു കടന്നു ചെല്ലുമ്പോൾ നിയമങ്ങളുടെ കുരുക്കുകളും മറ്റു പ്രശ്നങ്ങളും പലപ്പോഴും വിലങ്ങു തടിയായി നിന്നു. അതിനെയെല്ലാം ചിലപ്പോൾ നിയമക്കുരുക്കുകളുടെ ഗോർഡൻ കെട്ടുകളെ പൊട്ടിച്ചും മറ്റുചിലപ്പോൾ അവഗണിച്ചും കൊണ്ടല്ലാതെ പണികൾ സമയബന്ധിതമായി പൂർത്തിയാക്കാൻ കഴിയില്ലെന്ന് മനസ്സിലായപ്പോഴും ശിവദാസമേനോന്റെ പ്രായോഗിക നിർദ്ദേശങ്ങളും കൃത്യമായ ഇടപെടലുകളും കാവലിനും കരുതലിനും തണലിനും ഒരു മഹാമേരുവിന്റെ സംരക്ഷണം എപ്പോഴുമുണ്ടാവുമെന്ന വിശ്വാസവും ഊർജ്ജം പകരുകയും ഏതു പ്രതിസന്ധിയെയും തരണം ചെയ്യാനുള്ള ആർജ്ജവം പ്രദാനം ചെയ്യുകയും ചെയ്തു.

അകത്തേത്തറ പഞ്ചായത്തിലെ അകത്തേത്തറ ആണ്ടിമഠം കടുക്കാംകുന്നം റോഡ് ഏറ്റെടുക്കാനുള്ള സർക്കാർ ഉത്തരവ് നേരത്തെ വന്നിരുന്നു. അകത്തേത്തറയിലെ റെയിൽവേ ഗേറ്റ് അടയ്ക്കുമ്പോൾ മലമ്പുഴയ്ക്ക് പോകാൻ ഉപയോഗിക്കാവുന്ന മറ്റൊരു വഴിയെന്ന നിലയിലും ആണ്ടിമഠം പ്രദേശത്തേക്ക് ഗതാഗതസൗകര്യം എത്തിക്കാനുള്ള ഏകമാർഗ്ഗമെന്ന നിലയിലും ഈ പാതയ്ക്ക് ഏറെ പ്രാധാന്യമുണ്ടായിരുന്നു. ഒരു റോഡ് ഏറ്റെടുക്കുന്നതിന്റെ നിബന്ധനകളിൽ ഒന്നായ ഏറ്റവും ചുരുങ്ങിയത് 8 മീറ്റർ വീതി കിട്ടാത്തതിനാൽ മുൻഗാമികളായ ഉദ്യോഗസ്ഥർ ഇത് ഏറ്റെടുക്കാതെയിരിക്കയായിരുന്നു. അകത്തേത്തറ പഞ്ചായത്ത് പ്രസിഡന്റ് എം നാരായണൻ മാസ്റ്റർ, പ്രാദേശിക നേതാക്കളായിരുന്ന ഡി സദാശിവൻ, ടി കെ അച്യുതൻ എന്നിവരുടെ സഹകരണത്തോടെ സ്ഥലമുടമകളോട് നേരിട്ട് സംസാരിച്ച് അവർക്കു വേണ്ട സൗകര്യങ്ങളെല്ലാം ഒരുക്കിക്കൊടുക്കാമെന്നു ഉറപ്പു നല്കി. റോഡിനു വേണ്ട സ്ഥലം മുഴുവൻ ഒരാഴ്ചയ്ക്കകം ഏറ്റെടുത്ത് റോഡിന്റെ വികസനത്തിന് വേണ്ടിയുള്ള എസ്റ്റിമേറ്റ് തയ്യാറാക്കി സമർപ്പിച്ചു. ദർഘാസ് വിളിച്ച് രണ്ടു മാസത്തിനകം പ്രവൃത്തി ആരംഭിക്കുകയും എട്ടു

മാസത്തിനുള്ളിൽ പൂർത്തീകരിക്കുകയും ചെയ്തു. പ്രദേശത്തിന്റെ മുഴുവൻ ജനങ്ങളും പങ്കെടുത്ത ഉത്സവച്ഛായയുള്ള ഉദ്ഘാടന യോഗത്തിൽ മന്ത്രിയുടെ പ്രസംഗം ഇന്നും ചെവിയിൽ മുഴങ്ങുന്നുണ്ട്. "തിരഞ്ഞെടുപ്പ് യോഗത്തിൽ ജയിച്ചാലും തോറ്റാലും ആണ്ടിമഠം റോഡ് പ്രവർത്തികമാക്കുമെന്ന് ഞാൻ നിങ്ങളോട് പറഞ്ഞിരുന്നു. ഇന്ന് നിങ്ങളെന്നെ വിജയിപ്പിച്ച് ഒരു കൊല്ലത്തിനുള്ളിൽ എന്റെ വാഗ്ദാനം നിറവേറ്റിയെന്ന ചാരിതാർത്ഥ്യത്തോടെയാണ് ഞാൻ നിങ്ങളെ അഭിമുഖീകരിക്കുന്നത്. പൊതുമരാമത്ത് വകുപ്പിലെ ഉദ്യോഗസ്ഥരുടെ അർപ്പണ മനോഭാവത്തിന് നാം അവരോട് കടപ്പെട്ടിരിക്കുന്നു."

എലപ്പുള്ളി പഞ്ചായത്തിലെ പാറ തേനാരി കമ്പിളിച്ചുങ്കം റോഡ് (കൊച്ചിൻ ഫ്രോണ്ടിയർ റോഡ്) പാറയെ നല്ലേപ്പിള്ളിയുമായി ഘടിപ്പിക്കുന്ന ഏറ്റവും ദീർഘം കുറഞ്ഞ പാതയായിരുന്നു. ഈ പാത പൊതുമരാമത്ത് വകുപ്പ് ഏറ്റെടുത്തിരുന്നുവെങ്കിലും ഒരു വികസനപ്രവർത്തനവും നടന്നിരുന്നില്ല. തേനാരി ശ്രീരാമ ക്ഷേത്രം, തേനാരി യു പി സ്കൂൾ എന്നിവയിലെത്താനുമുള്ള ഏക മാർഗ്ഗവും ഇതായിരുന്നു. ഒട്ടും ഗതാഗതയോഗ്യമായിരുന്നില്ല ഈ പാത. ചില സ്ഥലങ്ങളിൽ ആവശ്യമായ വീതിയുമില്ലായിരുന്നു. പിന്നീട് ജില്ലാ പഞ്ചായത്ത് പ്രസിഡന്റും രണ്ടു തവണ കോങ്ങാട് എം എൽ എയുമായ കെ വി വിജയദാസ് തേനാരിക്കടുത്തുള്ള കാക്കത്തോട് നിവാസിയായിരുന്നു. അദ്ദേഹത്തിന്റെ നേതൃത്വത്തിൽ എലപ്പുള്ളി പഞ്ചായത്ത് പ്രസിഡന്റ് സഹദേവൻ, അന്നത്തെ പാർട്ടി നേതാക്കളായ അറുമുഖൻ, സുരേഷ് എന്നിവർ ചേർന്ന് ഓരോ സ്ഥല ഉടമയെയും നേരിട്ട് കണ്ട് അപേക്ഷിച്ചതുകൊണ്ട് മാത്രമാണ് ആവശ്യമായ സ്ഥലം സൗജന്യമായി വിട്ടുകിട്ടിയത്. നിലവിലുള്ള ഗ്രാമീണ റോഡിന്റെ ജ്യാമിതി പരിമിതികൾ ഇല്ലായ്മ ചെയ്യാനും വളവുകൾ കഴിയുന്നത്ര നിവർത്താനും ആവശ്യമായ സ്ഥലങ്ങളിൽ കലുങ്കുകളും അഴുക്കു ചാലുകളും പാർശ്വഭിത്തികളും കെട്ടാനും ഉപരിതലം ശാക്തീകരിച്ച് ടാർചെയ്യാനുമുള്ള വിശദമായ എസ്റ്റിമേറ്റ് തയ്യാറാക്കി രണ്ടുമാസംകൊണ്ട് തന്നെ പണി ആരംഭിച്ചു. ഈ പ്രവൃത്തിക്കൊപ്പം തന്നെ തേനാരിയിലെ കാക്കത്തോട് ഹരിജൻ കോളനിയിലേക്കുള്ള പാതയുടെ നിർമ്മാണവും ആരംഭിച്ചു. ഒരുകൊല്ലംകൊണ്ട് ഈ രണ്ടു പ്രവൃത്തികളും പൂർത്തിയാക്കി ഗതാഗതത്തിനു തുറന്നുകൊടുക്കാൻ മന്ത്രി ശിവദാസ മേനോൻ തന്നെ എത്തിയത് ഏറെ സന്തോഷകരമായിരുന്നു. ഈ പണികൾ നടത്താൻ നേതൃത്വം നല്കിയതിനുള്ള ജനങ്ങളുടെ കൃതജ്ഞതയാണ് എലപ്പുള്ളി പഞ്ചായത്തിലെ തേനാരി വാർഡിൽനിന്നുള്ള ഉപതിരഞ്ഞെടുപ്പിലെ കെ വി വിജയദാസിന്റെ ആദ്യത്തെ തിരഞ്ഞെടുപ്പ് വിജയം.

ഇതേപോലെ അന്ന് ഏറ്റെടുത്ത് പരിഷ്കരിച്ച റോഡാണ് വാളയാർ–

ചന്ദ്രാപുരം റോഡ്. വാളയാറിൽ നിന്ന് കോഴിപ്പാറയിലേക്കുള്ള ദൂരം ഏറെ കുറയ്ക്കുകയും ഒരു പ്രദേശത്തിന് മുഴുവൻ പുതിയ ഗതാഗത മാർഗ്ഗം തുറന്നു കൊടുക്കുകയും ചെയ്ത ഈ റോഡും സ്ഥലം കിട്ടാതെ തുട ങ്ങാൻ കഴിയാതിരുന്ന പ്രവൃത്തിയായിരുന്നു. പുതുശ്ശേരി പഞ്ചായത്ത് പ്രസിഡന്റ് വേലുസ്വാമി ഗൗണ്ടർ, വൈസ് പ്രസിഡന്റ് വിജയലക്ഷ്മി, പാർട്ടി നേതാവ് എ ആറുച്ചാമി എന്നിവരുടെ കൃത്യമായ ഇടപെടൽകൊ ണ്ടാണ് ആവശ്യമായ സ്ഥലം മുഴുവൻ പൊതുമരാമത്ത് വകുപ്പിന് സൗജ ന്യമായി ലഭിച്ചത്. പുതിയ കലുങ്കുകളും പാർശ്വഭിത്തികളും അഴുക്കു ചാലുകളും നിർമ്മിച്ച് ആവശ്യമായ ഘനത്തിൽ ഉപരിതലം ശക്തമാക്കി ഒരുവർഷംകൊണ്ട് പാത ഉദ്ഘാടനം ചെയ്യപ്പെട്ടു.

കേരളത്തിലെ ഏറ്റവും വലിയ വിനോദസഞ്ചാര കേന്ദ്രമായ മല മ്പുഴയിലേക്കു പാലക്കാടുനിന്ന് പോകുവാൻ പ്രധാനമായും ഉപയോഗിച്ചു കൊണ്ടിരുന്നത് ഒലവക്കോട്-അകത്തേത്തറ-മന്തക്കാട് വഴിയുള്ളതും പുത്തൂർ-മാട്ടുമന്ത-കടുക്കാംകുന്ന് വഴിയുള്ളതുമായ രണ്ടു പാതകളാ യിരുന്നു. പ്രതിവർഷം ഏകദേശം 15 ലക്ഷത്തിലേറെ വിനോദ സഞ്ചാരി കൾ മലമ്പുഴ സന്ദർശിച്ചിരുന്നു. ഇത് മൂലം ഉണ്ടാവുന്ന വാഹനാധിക്യം താങ്ങാവുന്ന തരത്തിലുള്ള വീതിയോ ഉപരിതല ശക്തിയോ ഉള്ള പാതകളായിരുന്നില്ല ഇവ രണ്ടും. മാത്രമല്ല ദൂരവും കൂടുതലായിരുന്നു. ഈ കുറവ് പരിഹരിക്കുന്നതിനുവേണ്ടി വിനോദ സഞ്ചാര വകുപ്പിന്റെ സഹായത്തോടെ ഉരുത്തിരിഞ്ഞ ആശയമാണ് വിക്ടോറിയ കോളേജ് പരിസരത്തു നിന്നാരംഭിച്ച് നേരെ മാട്ടുമന്തയിലേക്ക് നൂറടി വീതിയിൽ സ്ഥലമെടുത്ത് പുതിയ റോഡ് നിർമ്മിക്കുകയും മാട്ടുമന്തമുതൽ മലമ്പുഴ വരെ ഇപ്പോഴുള്ള പാതയും മലമ്പുഴയ്ക്ക് കുറുകെയുള്ള നിലമ്പതി പാലവും വീതി കൂട്ടി സംസ്ഥാന രാജപാതാ നിലവാരത്തിൽ വികസിപ്പി ച്ചെടുക്കുകയും ചെയ്യുക എന്നത്. ഞാൻ ചുമതലയേല്ക്കുമ്പോൾ അതിനു വേണ്ടിയുള്ള സ്ഥലമെടുപ്പും മാട്ടുമന്ത വരെയുള്ള റോഡ് നിർമ്മാണവും ഒന്നാം ഘട്ടമെന്ന നിലയിൽ പൂർത്തിയായിരുന്നു. പക്ഷേ, മലമ്പുഴയിലേക്കുള്ള വാഹനാധിക്യം കണക്കിലെടുത്തുള്ള വീതി റോഡി നുണ്ടായിരുന്നില്ല. അതിനാൽ ഈ ഭാഗം വീതികൂട്ടി ശാക്തീകരിക്കാനും മാട്ടുമന്തമുതൽ മലമ്പുഴ ഗസ്റ്റ് ഹൗസ് വരെയുള്ള ഭാഗം സംസ്ഥാനരാജ പാതാ നിലവാരത്തിൽ വികസിപ്പിച്ച് പരിഷ്കരിക്കാനും നിലമ്പതി വീതി കൂട്ടാനുമുള്ള മൂന്നു എസ്റ്റിമേറ്റുകൾ തയ്യാറാക്കി സമർപ്പിച്ചു.. ശിവദാസ മേനോന്റെ സമയോചിതമായ ഇടപെടൽ മൂലം വിനോദ സഞ്ചാര വകുപ്പിന്റെ കൂടെ സഹായത്തോടെ ഈ പദ്ധതി ഒന്നര കൊല്ലംകൊണ്ട് പൂർത്തിയായി. ഇന്ന് പാലക്കാട് മലമ്പുഴയ്ക്ക് പോകുന്ന എല്ലാ വിനോദ സഞ്ചാരികളും ഉപയോഗിക്കുന്നത് ഈ പാതയാണ്. ഔദ്യോഗിക ജീവിതത്തിൽ ഏറെ ചാരിതാർത്ഥ്യം നല്കിയ പ്രവൃത്തിയാണിത്.

മലമ്പുഴ നിയോജകമണ്ഡലത്തിൽ അടിയന്തര ശ്രദ്ധ വേണ്ടിയിരുന്ന മറ്റൊരു പാതയായിരുന്നു മുട്ടിക്കുളങ്ങര ധോണി റോഡ്. പൊതുമരാമത്ത് വകുപ്പ് പഞ്ചായത്തിൽ നിന്ന് നേരത്തെ ഏറ്റെടുത്തിരുന്നെങ്കിലും വികസന ശാക്തീകരണ പ്രവൃത്തികൾ ഒന്നും ചെയ്തിരുന്നില്ല. മാത്രമല്ല റോഡിനു കുറുകെ ഒഴുകിയിരുന്ന തോടിനു പാലവുമുണ്ടായിരുന്നില്ല. ചില സ്ഥലങ്ങളിൽ വീതിയുമുണ്ടായിരുന്നില്ല. ബസ് ഗതാഗതം ഇല്ലാത്തതിനാൽ ജനങ്ങൾ ഏറെ ബുദ്ധിമുട്ടിയിരുന്നു. ഇതിനു പൂർണ്ണമായ പരിഹാരം കാണത്തക്കവിധം കലുങ്കുകളും അഴുക്കുചാലുകളും തോടിനു കുറുകെ പാലവും ഉപരിതല ശാക്തീകരണവുമൊക്കെ ഉൾപ്പെടുത്തിയാണ് പ്രവൃത്തി ക്രമീകരിച്ചത്. ആവശ്യമുള്ളിടത്തെല്ലാം സ്ഥലം ലഭ്യമാക്കാൻ സി പി ഐ (എം) നേതാവ് സി ബി കുഞ്ഞിപ്പയുടെ നേതൃത്വത്തിൽ ഒരു സംഘം നാട്ടുകാർ കൂടെയുണ്ടായിരുന്നു. ഒരുകൊല്ലംകൊണ്ട് ജില്ലാതല റോഡിന്റെ നിലവാരത്തിൽ പൂർത്തിയാക്കി മന്ത്രി ശിവദാസ മേനോൻ വന്ന് ഉദ്ഘാടനം ചെയ്തതിനൊപ്പം ആദ്യത്തെ ബസ് കൂടി വന്നപ്പോൾ ജനങ്ങൾ അതൊരുത്സവമാക്കി മാറ്റിയത് ഇന്നും ഓർമ്മയിലുണ്ട്.

മരുതറോഡ് പഞ്ചായത്തിലെ കല്ലേപ്പുള്ളിയിൽ നിന്ന് വേനോലിയിലേക്കുള്ള പഞ്ചായത്ത് പാത ഒട്ടും ഗതാഗതയോഗ്യമായിരുന്നില്ല. പഞ്ചായത്ത് ഓഫീസും സ്കൂളുകളും അടക്കം ഒട്ടേറെ സ്ഥാപനങ്ങളും തിങ്ങി നിറഞ്ഞ ജനവാസ കേന്ദ്രങ്ങളും ഉണ്ടായിരുന്നതുകൊണ്ട് ഈ പാത പൊതുമരാമത്ത് വകുപ്പ് ഏറ്റെടുത്ത് വികസിപ്പിക്കണമെന്ന പൊതുജനാഭിപ്രായം ജനനേതാക്കളായ എ പ്രഭാകരനും വി കാർത്തികേയനും ശിവദാസ് മേനോന്റെ ശ്രദ്ധയിൽപെടുത്തിയിരുന്നു. ഇത് നടപ്പിലാക്കുമ്പോൾ പാതയ്ക്ക് വീതി കൂട്ടാനാവശ്യമായ എത്ര ഭൂമി വേണമെങ്കിലും സൗജന്യമായി നല്കാമെന്ന് അവർ വാഗ്ദാനം ചെയ്തിരുന്നു. മന്ത്രിയുടെ നിർദ്ദേശപ്രകാരം കല്ലേപ്പുള്ളി കൂട്ടുപാതയിൽ നിന്ന് ദേശീയ പാത 47 ലെ നരകംപള്ളി പാലത്തിനടുത്ത് വന്നു ചേരുന്ന കല്ലേപ്പുള്ളി വേനോലി റോഡ് ഏറ്റെടുത്ത് വികസിപ്പിക്കാനുള്ള ഉത്തരവ് വന്നു. തുടർന്ന് ആവശ്യമായ എല്ലാ പ്രവൃത്തികളും ഉൾപ്പെടുത്തി എസ്റ്റിമേറ്റ് തയ്യാറാക്കി ഭരണാനുമതി ലഭിച്ചതിനെ തുടർന്ന് ഒരു കൊല്ലം കൊണ്ടാണ് റോഡിന്റെ പരിഷ്കരണവും ശാക്തീകരണവും പൂർത്തീകരിച്ച് ഗതാഗതത്തിനു തുറന്നു കൊടുത്തത്.

പാലക്കാട് പൊള്ളാച്ചി റോഡിലെ കുന്നാച്ചിയിൽനിന്ന് തുടങ്ങി പാലക്കാട് ചിറ്റൂർ റോഡിലെ കല്ലുകൂട്ടിയാലിൽ ചെന്ന് ചേരുന്ന കുന്നാച്ചി കല്ലുകൂട്ടിയാൽ റോഡ് എലപ്പുള്ളി, പൊൽപ്പുള്ളി എന്നീ പഞ്ചായത്തുകളെ ബന്ധിപ്പിക്കുന്ന സാധാരണക്കാർക്കും കൃഷീവലന്മാർക്കും ഏറെ ഉപയോഗപ്രദമായ പാതയാണ്. തോടിനു കുറുകെയുള്ള വീതി

കുറഞ്ഞ പാലവും വർഷകാലത്ത് ഒഴുകിയെത്തുന്ന ജലം റോഡിന്റെ മറുഭാഗത്തേക്കു കടത്തിവിടാനുള്ള കലുങ്കുകളുടെ അഭാവവും പാർശ്വത്തിലെ മഴവെള്ളച്ചാലുകളുടെ അസാന്നിദ്ധ്യവും സർവ്വോപരി ഉപരിതലഘനക്കുറവും ഈ റോഡിന്റെ ശാപമായിരുന്നു. ഇവയെല്ലാം പരിഹരിക്കുന്ന തരത്തിലുള്ള ഒരു പ്രവൃത്തി മന്ത്രിയുടെ നിർദ്ദേശ പ്രകാരം ഭരണാനുമതി വാങ്ങി ഒന്നര വർഷം കൊണ്ട് പൂർത്തിയാക്കി. ഈ പ്രവൃത്തിയിൽ സ്ഥലം ലഭ്യമാക്കാൻ കെ വി വിജയദാസ്, എലപ്പുള്ളി പഞ്ചായത്ത് പ്രസിഡന്റ് സഹദേവൻ, പൊൽപ്പുള്ളി പഞ്ചായത്ത് പ്രസിഡന്റ് എം വേലായുധൻ എന്നിവരുടെ സഹായം ലഭിച്ചിരുന്നത് കൃതജ്ഞതയോടെ ഓർക്കുന്നു.

വിക്ടോറിയ കോളേജിന്റെ മുന്നിൽ നിന്ന് തുടങ്ങി കൽപ്പാത്തി വഴി ഒലവക്കോട് എത്തുന്ന ഗവൺമെന്റ് വിക്ടോറിയ കോളേജ് കൽപ്പാത്തി റോഡ് ഏറെ ഗതാഗതാധിക്യമുള്ള പാതയായിരുന്നെങ്കിലും ആവശ്യമായ വീതിയോ പാർശ്വചാലുകളോ ഉപരിതലഘനമോ ഇല്ലാത്തതിനാൽ ആകെ നശിച്ച നിലയിലായിരുന്നു. നഗരത്തിലെ ഏറ്റവും പ്രധാന റോഡുകളിൽ ഒന്നാണെന്നതിനാൽ ഇതിന്റെ പരിഷ്കരണവും ശാക്തീകരണവും അനിവാര്യമായിരുന്നു. അന്നത്തെ പാലക്കാട് എം എൽ എ മുൻ മന്ത്രി കൂടിയായിരുന്ന സി എം സുന്ദരത്തിനു ബ്രിഡ്ജസ്, ചിറ്റൂർ സബ്ഡിവിഷനുകളിലെ പ്രവൃത്തികളെ മുൻ നിർത്തിയും വ്യക്തിപരമായും എന്നെ ഏറെ ഇഷ്ടമായിരുന്നു. അദ്ദേഹം ഈ റോഡിന്റെ പരിഷ്കരണം കഴിയുന്നത്ര വേഗത്തിൽ നിർവ്വഹിക്കണമെന്നു ആവശ്യപ്പെട്ടിരുന്നു. അതിനെത്തുടർന്നാണ് ജലനിർഗ്ഗമനം ഉറപ്പാക്കുന്ന വിധം ഓടകൾ കെട്ടുകയും ഓടകൾക്കിടയിൽ ലഭ്യമായ മുഴുവൻ സ്ഥലവും വീതികൂട്ടി ഉപരിതല ശാക്തീകരണം നിർവ്വഹിക്കുകയും ചെയ്യുന്ന പ്രവൃത്തി നടപ്പിലാക്കിയത്. ഇവിടെ സംഭവിച്ചുകൊണ്ടിരുന്ന ഒരുപാട് അപകടങ്ങൾ ഇതൊഴിവാക്കി.

പഞ്ചായത്തിൽനിന്ന് പൊതുമരാമത്ത് വകുപ്പ് ഏറ്റെടുത്ത് കുറെകാലമായെങ്കിലും വികസിപ്പിച്ചു പരിഷ്കരിക്കാതെയുള്ള ഒരു പാതയായിരുന്നു പിരായിരി പഞ്ചായത്തിലെ ആത്തല്ലൂർ അഞ്ചാംമൈൽ റോഡ്. പഞ്ചായത്തിലെ പ്രധാന ഹൈസ്കൂൾ ഈ റോഡിലായിരുന്നു. ഒട്ടേറെ സാധാരണക്കാർ ഇടതിങ്ങി താമസിക്കുന്ന ഈ പ്രദേശത്തേക്ക് ബസ് സർവ്വീസ് അന്നുണ്ടായിരുന്നില്ല. നിരവധി വളവുകൾ കാഴ്ച ദൂരത്തെ വല്ലാതെ ബാധിച്ചിരുന്നു. ആവശ്യത്തിന് കലുങ്കുകൾ ഉണ്ടായിരുന്നില്ല. പദങ്ങളുള്ള ഭാഗത്ത് പാർശ്വഭിത്തികൾ ഒട്ടുമില്ലാതിരുന്നതുകൊണ്ട് പല സ്ഥലത്തും ഇരുവശവും ഇടിഞ്ഞ് അപകടങ്ങൾക്കു വഴിവെച്ചിരുന്നു. മാത്രമല്ല പാതയുടെ ഉപരിതലത്തിനു വേണ്ടത്ര ഘനവുമുണ്ടായിരുന്നില്ല. ഇവയ്ക്കെല്ലാം ശാശ്വത പരിഹാരമെന്ന

നിലയിലുള്ള ഒരു പ്രവൃത്തിക്ക് എസ്റ്റിമേറ്റ് തയ്യാറാക്കി ഭരണാനുമതി ലഭിക്കുകയും ഒരുവർഷം കൊണ്ട് പൂർത്തീകരിക്കുകയും ചെയ്തു. ഇതോടെ ബസ് ഗതാഗതവും ആരംഭിച്ചത് ഏറെ സന്തോഷം നല്കി.

ഇതേപോലെ സംതൃപ്തി നല്കിയ പ്രവൃത്തികളായിരുന്നു മുണ്ടൂർ-കോങ്ങാട് എന്നീ രണ്ടു പഞ്ചായത്തുകളെ ബന്ധിപ്പിക്കുന്ന എഴക്കാട്-വേലിക്കാട് റോഡിന്റെയും കാഞ്ഞിക്കുളം-കോങ്ങാട് റോഡിന്റെയും വികസന പരിഷ്കരണ പ്രവൃത്തികൾ. ഗ്രാമത്തിന്റെ ഉൾപ്രദേശങ്ങളിലുള്ള സാധാരണ ഞങ്ങളുടെ ഏക ഗതാഗത മാർഗ്ഗങ്ങളായ ഈ പാതകളുടെ നവീകരണം അനിവാര്യമാണെന്ന് അധികൃതരെ ബോദ്ധ്യപ്പെടുത്തി ഏറ്റവും കുറഞ്ഞ സമയം കൊണ്ട് ഈ രണ്ടു പണികളും പൂർത്തിയാക്കാൻ കഴിഞ്ഞത് എല്ലാവരുടെയും മുക്തകണ്ഠമായ പ്രശംസയ്ക്ക് പാത്രീഭൂതമായിരുന്നു.

പറളിയിൽ നിന്ന് കോട്ടയിലേക്കും കുഴൽമന്ദത്തേക്കും പോകുവാനുള്ള ഏറ്റവും എളുപ്പ വഴിയായിരുന്ന പറളി കോസ്‌വേ റോഡ് വളവുകളാൽ നിറഞ്ഞതും വീതി കുറഞ്ഞതുമായിരുന്നു. മാത്രമല്ല ഈ പാതയിലുള്ള പറളി കോസ്‌വേക്ക് വീതി കുറവായതിനാൽ ഒട്ടേറെ ബുദ്ധിമുട്ടുകളുടെ അനുഭവങ്ങളും അപകടങ്ങളും തുടർച്ചയായി സംഭവിച്ചുകൊണ്ടിരുന്നു. ഇതിനു പരിഹാരമായി പറളി കോസ്‌വേയുടെ വീതി കൂട്ടലും റോഡിന്റെ പരിഷ്കരണവും നടപ്പിലാക്കിയത് സംതൃപ്തിയേകിയ പ്രവൃത്തിയായിരുന്നു.

പാലക്കാട്-കോഴിക്കോട് പാത അന്ന് സംസ്ഥാന രാജപാതയായിരുന്നു. വാഹനാധിക്യം ഏറെ ഉണ്ടായിരുന്നെങ്കിലും പലസ്ഥലങ്ങളിലും അതിനാവശ്യമായ വീതിയുണ്ടായിരുന്നില്ല. അത് മൂലം ഈ പാതയിൽ പല തരത്തിലുള്ള അപകടങ്ങൾ നടക്കുന്നത് പതിവായിരുന്നു. ഇതിനു ശാശ്വത പരിഹാരമെന്ന നിലയിൽ ഒലവക്കോട് മുതൽ കഞ്ഞിക്കുളം വരെയുള്ള മേഖലയിലെ അപകട സാദ്ധ്യതകളുള്ള ഇടങ്ങളിലെല്ലാം വീതികൂട്ടുവാനുള്ള പദ്ധതി തയ്യാറാക്കി കുറഞ്ഞ സമയംകൊണ്ട് പ്രായോഗികമാക്കാൻ കഴിഞ്ഞത് സംതൃപ്തി നല്കിയ പ്രവൃത്തിയായിരുന്നു. പുതുപ്പരിയാരം പഞ്ചായത്തിലെ പന്നിയാംപാടം വളവും മുണ്ടൂർ പഞ്ചായത്തിലെ കാഞ്ഞിക്കുളം വളവും മുണ്ടൂർ കൂട്ടുപാതയും വീതികൂട്ടി പരിഷ്കരിക്കാനുമുള്ള പ്രവൃത്തികൾ നടപ്പിലാക്കാൻ കഴിഞ്ഞത് ചാരിതാർത്ഥ്യം നല്കിയിരുന്നു. മുണ്ടൂർ പഞ്ചായത്തിലെ വേലിക്കാട് വളവിലുള്ള വീതികുറഞ്ഞ പാലം ഒരുപാടു അപകടങ്ങൾ നടന്ന ഇടമായിരുന്നു. ഇതിനെ ദേശീയപാതാ നിലവാരത്തിലുള്ള പാലമാക്കി പുനർനിർമ്മിക്കാൻ കഴിഞ്ഞതും സന്തോഷമേകിയ പ്രവൃത്തിയായിരുന്നു.

തിരുനെല്ലായി പാലം പൂർത്തിയായപ്പോൾ പാലക്കാട് നഗരത്തിൽ പോകാതെതന്നെ ആലത്തൂർ ഭാഗത്തുനിന്ന് വരുന്ന വാഹനങ്ങൾക്കു

ഒറ്റപ്പാലം ഭാഗത്തേക്ക് പോകാനുള്ള മാർഗ്ഗം തുറന്നു. പാലക്കാട് നഗരത്തിലെ വാഹനത്തിരക്ക് ഒഴിവാക്കുക മാത്രമല്ല ദൂരവും കുറവായിരുന്നു. ഇതിനു വേണ്ടിയിരുന്നത് കണ്ണന്നൂർ തിരുനെല്ലായി വഴി മേഴ്സി കോളേജ് ജങ്ഷൻ വരെയുള്ള കണ്ണന്നൂർ-മേലാമുറി റോഡിന്റെ പരിഷ്കരണവും ശാക്തീകരണവുമായിരുന്നു. റോഡിനു ഒട്ടേറെ വളവുകൾ ഉണ്ടായിരുന്നു. പലസ്ഥലത്തും ആവശ്യമായ വീതിയുണ്ടായിരുന്നില്ല. നെൽപ്പാടങ്ങളുടെ മദ്ധ്യത്തിലൂടെയായിരുന്നു അധിക ദൂരവും റോഡിന്റെ കിടപ്പ്. പല സ്ഥലത്തും മഴക്കാലത്ത് പാതയുടെ മുകളിലൂടെ വെള്ളം ഒഴുകുമായിരുന്നു. ആവശ്യമായ കലുങ്കുകളുടെ അഭാവവും ഉണ്ടായിരുന്നു. പാതയുടെ ഏകദേശം മദ്ധ്യഭാഗത്തുള്ള തോടിനു കുറുകെയുള്ള പാലം ദ്രവിച്ചതും വീതികുറഞ്ഞതുമായതിനാൽ അതിന്റെ പുനർനിർമ്മാണം അനിവാര്യമായിരുന്നു. ഈ ആവശ്യങ്ങളെല്ലാം നിറവേറ്റുന്ന വിധത്തിൽ പാർശ്വഭിത്തികളും കലുങ്കുകളുടെയും പാലത്തിന്റെയും നിർമ്മാണവും റോഡിന്റെ വീതികൂട്ടലും ഉപരിതല ശാക്തീകരണവുമെല്ലാം ഉൾപ്പെടുത്തിയാണ് പ്രവൃത്തി നടപ്പിലാക്കിയത്. പാലക്കാട് നഗരത്തിന്റെ ഔട്ടർ റിങ് റോഡായി പ്രവർത്തിക്കാൻ കഴിയുംവിധം ഈ പ്രവൃത്തി സമയബന്ധിതമായി പൂർത്തീകരിക്കാൻ കഴിഞ്ഞത് ഏറെ ആഹ്ലാദം നല്കിയിരുന്നു.

സേലം-കന്യാകുമാരി റോഡിൽ കഞ്ചിക്കോട് മാർഗ്ഗതടസ്സം നേരിട്ടാൽ മറ്റൊരു മാർഗ്ഗമായി ഉപയോഗിക്കാൻ കഴിയുന്ന ഒന്നായിരുന്നു കഞ്ചിക്കോട് ബസാർ റോഡ്. പക്ഷേ, ഏറെ അവഗണന ഈ റോഡിനെ ആകെ തകർത്തിരുന്നു. പുതുശ്ശേരി പഞ്ചായത്തിലെ വ്യാപാര വിപണന കേന്ദ്രമായതിനാൽ ഒട്ടേറെ തിരക്കുള്ള പാതയായിരുന്നു. അരികു ചാലുകളുടെ അഭാവം മൂലം മഴക്കാലങ്ങളിൽ പാതയുടെ മുകളിലൂടെയായിരുന്നു ജലനിർഗ്ഗമനം. അതിനാൽ ഉപരിതലം പാടെ തകർന്നിരുന്നു. പാതയിലെ തോടിനു കുറുകെയുള്ള പാലം വീതികുഞ്ഞതും അപകടകരവുമായിരുന്നു. പാലത്തിന്റെ വീതികൂട്ടലും അഴുക്കുചാലുകളുടെ നിർമ്മാണവും ചാലുതൊട്ടു ചാലുവരെ വീതി കൂട്ടി ഉപരിതലം പരിഷ്കരിച്ചുകൊണ്ടുള്ള പ്രവൃത്തി സൂക്ഷ്മതയോടെ നടത്തി ഈ റോഡിനെ രക്ഷിച്ചെടുക്കാൻ കഴിഞ്ഞത് ഇന്നും ഓർമ്മയിലുണ്ട്. അതേപോലെ ഗ്രാമീണ മേഖലയായ തേങ്കുറിശ്ശി, പെരുവെമ്പ് പഞ്ചായത്തുകളെ ബന്ധിപ്പിക്കുന്ന തേങ്കുറിശ്ശി-പെരുവെമ്പ് റോഡ് വികസിപ്പിക്കാൻ കഴിഞ്ഞതും ചാരിതാർത്ഥ്യമേകി.

പാലക്കാട് നഗരത്തിലെ ജങ്ഷനുകൾ പരിഷ്കരിക്കാനുള്ള പദ്ധതി നാറ്റ്പാക് വർഷങ്ങൾ മുമ്പ് തന്നെ നിർദ്ദേശിച്ചിരുന്നു. പക്ഷേ, ആർക്കും താല്പര്യമില്ലാതെ പൊതുമരാമത്ത് വകുപ്പിന്റെയും മുനിസിപ്പാലിറ്റിയുടെയും ഓഫീസിൽ അലമാരകളിൽ ഇവ പൊടി പിടിച്ചു കിടന്നിരുന്നു.

ഈ ജങ്ഷനുകളിലെ അപകടങ്ങളുടെ എണ്ണം ദൈനംദിനം കൂടിക്കൊണ്ടിരിക്കുകയും ചെയ്തിരുന്നു. ഇതിനുള്ള പരിഹാരമെന്ന നിലയിൽ പാലക്കാട് നഗരത്തിലെ ഒലവക്കോട്, വിക്ടോറിയ കോളേജ്, മോയൻ സ്കൂൾ, കൽമണ്ഡപം, ഐ എം എ, ബി ഇ എം സ്കൂൾ, മേഴ്സി കോളേജ് എന്നീ ജങ്ഷനുകളുടെ വികസനവും പരിഷ്കരണവും നാറ്റ്പാക് നിർദ്ദേശങ്ങൾക്കനുസൃതമായി പ്രാവർത്തികമാക്കാൻ കഴിഞ്ഞത് ഒട്ടേറെ പ്രതിബന്ധങ്ങളെ നേരിട്ടായിരുന്നു. പക്ഷേ, അന്ന് ചെയ്ത ആ ജങ്ഷനുകൾ പിന്നീട് കാലമിത്രയായിട്ടും ഗതാഗതാധിക്യം ഏറെ കൂടിയിട്ടും ആരും വികസിപ്പിച്ചിട്ടില്ലെന്നതാണ് സത്യം.

പ്രധാന റോഡുകളുടെ ഉപരിതലം പുതുക്കലും മറ്റു പാതകളുടെ അടിയന്തര അറ്റകുറ്റപ്പണികളും കൃത്യതയോടെ നടത്തി സബ് ഡിവിഷനിലെ പാതകളെല്ലാം കുഴിരഹിതവും സഞ്ചാരസുഖപ്രദവും ആക്കാൻ സഹപ്രവർത്തകരോടൊപ്പം കഠിന പ്രയത്നം ചെയ്തത് ജനങ്ങളുടെ പ്രശംസ പിടിച്ചു പറ്റി.

ഈ സമയത്ത് പൊതുമരാമത്ത് വകുപ്പ് മന്ത്രി ടി കെ ഹംസയായിരുന്നു. ഏറനാടൻ ശൈലിയുടെ പ്രത്യേകതകൊണ്ടും ഇസ്ലാമിക കഥകളിലെ മിത്തുകളുടെ മനോഹരമായ അവതരണംകൊണ്ടും ജനകീയനായ പ്രാസംഗികനായിരുന്നു അദ്ദേഹം. കോൺഗ്രസിന്റെ മലപ്പുറം ജില്ലാ പ്രസിഡന്റായിരുന്ന അദ്ദേഹം നേതൃത്വത്തോടുള്ള വിയോജിപ്പ് മൂലം രാജിവെച്ച് ഇടതുമുന്നണിയിലേക്ക് വന്നതിന്റെ അംഗീകാരം എന്ന നിലയിലാണ് അദ്ദേഹം മന്ത്രിയായത്. അദ്ദേഹത്തിന്റെ പ്രൈവറ്റ് സെക്രട്ടറി പി ശശിയായിരുന്നു. ശിവരാമപിള്ള സാറിന്റെ നേതൃത്വത്തിൽ കോഴിക്കോട് റോഡ്സ് നോർത്ത് സർക്കിളിൽ നടന്നിരുന്ന മാതൃകാപരമായ പ്രവർത്തനങ്ങളിൽ അസൂയാലുക്കളായ കുറെയേറെ എഞ്ചിനീയർമാർ തൃശൂരിലും എറണാകുളത്തും തിരുവനന്തപുരത്തുമുണ്ടായിരുന്നു. അദ്ദേഹത്തിന്റെ മേൽനോട്ടത്തിൽ നടക്കുന്ന പ്രവൃത്തികളുടെ പകുതിപോലും തങ്ങൾക്കുചെയ്യാൻ കഴിയുന്നില്ലല്ലോ എന്ന തിരിച്ചറിവിൽനിന്ന് ഉയർന്ന അപകർഷതാ ബോധം അവരെ വല്ലാതെ അസ്വസ്ഥരാക്കിയിരുന്നു. അന്ന് ബിൽഡിങ്സ് ചീഫ് എഞ്ചിനീയർ ആയിരുന്ന കുരിയൻ മാത്യുവിന്റെയും റോഡ്സ് സെൻട്രൽ സർക്കിൾ സൂപ്രണ്ടിങ് എഞ്ചിനീയർ ജോസഫ് ഫ്രാൻസിസിന്റെയും നേതൃത്വത്തിൽ അതൊരു ഉപജാപക സംഘമായി പ്രവർത്തിക്കുകയും ചെയ്തിരുന്നു. അവരുടെ ഗൂഢാലോചനയുടെ പരിണതഫലമായി എറണാകുളത്തുനിന്നുള്ള ഒരു പാർട്ടി നേതാവിന്റെ പിന്തുണയോടെ മന്ത്രിയുടെ മുന്നിൽ അവർ ഒരു നിർദ്ദേശം അവതരിപ്പിക്കുന്നു. കോഴിക്കോട് റോഡ്സ് നോർത്ത് സർക്കിളിന് ജോലിഭാരം വളരെ കൂടുതലാണെന്നും അതിനാൽ പാലക്കാട് റോഡ്സ് ഡിവിഷൻ അതിന്റെ

അധികാര പരിധിയിൽ നിന്ന് അടർത്തി ആലുവ കേന്ദ്രമായുള്ള റോഡ്സ് സെൻട്രൽ സർക്കിളിലേക്ക് ചുമതലയേല്പിച്ചാൽ കാര്യങ്ങൾ ഭംഗിയായി നടത്താൻ കഴിയുമെന്നായിരുന്നു അതിന്റെ രത്നച്ചുരുക്കം. ജോസഫ് ഫ്രാൻസിസിനും സംഘത്തിനും അധികാരപരിധി വർദ്ധിപ്പിക്കണം എന്ന വ്യാമോഹം മാത്രമായിരുന്നു അതിന്റെ അടിസ്ഥാന ശില. അതിന്റെകൂടെ ശിവരാമപിള്ളസാർ പഴയ മന്ത്രി അവുക്കാദർകുട്ടി നഹയുടെ അടുത്ത സുഹൃത്താണെന്നും വലിയ വിശ്വസ്തനാണെന്നുംകൂടി അവർ കൂട്ടിച്ചേർത്തിരുന്നു. മലപ്പുറം ജില്ലയിലെ തന്റെ എതിരാളിയുടെ സുഹൃത്തിനെ ഒരു പാഠം പഠിപ്പിക്കാനുള്ള അവസരമായി മന്ത്രി ഇതിനെ കണക്കാക്കി. വലിയ ചർച്ചയൊന്നും കൂടാതെ ആ നിർദ്ദേശം അംഗീകരിച്ച് ഉത്തരവ് ഇറങ്ങിയതിനുശേഷമാണ് മറ്റുള്ളവർ അറിയുന്നത്. ഉപജാപക വൃന്ദം അതൊരു വലിയ ആഘോഷമാക്കി മാറ്റുകയും പതിനഞ്ചു ദിവസത്തിനുള്ളിൽ ഉത്തരവ് നടപ്പിലാക്കി റോഡ്സ് സെൻട്രൽ സർക്കിൾ സൂപ്രണ്ടിങ് എഞ്ചിനീയർ ജോസഫ് ഫ്രാൻസിസിന്റെ നേതൃത്വത്തിൽ പാലക്കാട് റോഡ്സ് ഡിവിഷന്റെ കൂടി ചുമതല ഏറ്റെടുക്കുകയും ചെയ്തു. മലബാറിന്റെ പ്രത്യേക ഗുണനിലവാരത്തിലും ശുഷ്കാന്തിയിലും ഉള്ള പണികൾ സെൻട്രൽ സർക്കിളിന്റെ കീഴിൽ നടക്കാൻ പ്രയാസമാണെന്നും ഇപ്പോൾ ഇറങ്ങിയ ഉത്തരവ് തികച്ചും അന്യായമാണെന്നും പാലക്കാട് ജില്ലയിലെ എല്ലാ എം എൽ എ മാരും, പൊതുജനങ്ങളും, എന്റെ നേതൃത്വത്തിൽ എഞ്ചിനീയർമാരും മന്ത്രി ശിവദാസ മേനോനെയും സി പി ഐ (എം) ജില്ലാ സെക്രട്ടറി എം ചന്ദ്രനെയും അറിയിക്കുന്നു. കാര്യങ്ങൾ വിശദമായി ചർച്ച ചെയ്ത സംസ്ഥാന പാർട്ടി നേതൃത്വം ഈ ഉത്തരവ് അനാവശ്യമായ ഒന്നാണെന്നും തിരുത്തേണ്ടത് അനിവാര്യമാണെന്നും തീരുമാനിക്കുന്നു. അങ്ങനെ വീണ്ടും പാലക്കാട് ഡിവിഷൻ നോർത്ത് സർക്കിളിൽ നിലനിർത്തിക്കൊണ്ടുള്ള ഉത്തരവ് ഇറങ്ങുന്നു.

ഈ കാര്യങ്ങൾ കുറച്ചൊന്നുമല്ല ഉപജാപക വൃന്ദത്തെയും മന്ത്രി ടി കെ ഹംസയെയും അലോസരപ്പെടുത്തിയത്. ഈ മാറ്റത്തിനു ചുക്കാൻ പിടിച്ചത് ഞാനാണെന്ന് മനസ്സിലാക്കി എന്നെ തളയ്ക്കാനുള്ള വഴികളാണ് പിന്നീട് നടന്നത്.

പാലക്കാട് ഡിവിഷൻ തിരിച്ചേല്പിക്കുന്നതിനു ഒരാഴ്ചമുമ്പ് റോഡ്സ് സെൻട്രൽ സർക്കിൾ സൂപ്രണ്ടിങ് എഞ്ചിനീയർ ജോസഫ് ഫ്രാൻസിസിന്റെ നേതൃത്വത്തിൽ സർക്കിൾ ഓഫീസിലെ ഉദ്യോഗസ്ഥന്മാരെയും കൂട്ടി ജോസഫ് ഫ്രാൻസിസ് നെല്ലിയാമ്പതിയിൽ ഇൻസ്പെക്ഷന് എത്തുന്നു. അതിനു മുമ്പ് തന്നെ ആരുടെയോ കൈയിൽ നിന്ന് അദ്ദേഹം നെല്ലിയാമ്പതി റോഡിൽ അതിവർഷക്കെടുതി പരിഹാരപ്രവർത്തനങ്ങളിൽ അഴിമതിയുണ്ടെന്ന് ഒരു പരാതി എഴുതി വാങ്ങിയിരുന്നു. അതി

നെക്കുറിച്ചുള്ള അന്വേഷണം എന്ന നിലയ്ക്കാണ് പരിശോധനയ്ക്കായി അദ്ദേഹം എത്തിയത്. അസിസ്റ്റന്റ് എക്സിക്യൂട്ടീവ് എഞ്ചിനീയർ പി ഐ മുഹമ്മദിന്റെയും അസിസ്റ്റന്റ് എഞ്ചിനീയർ ഇ കെ ഹസ്സൻകുട്ടിയുടെയും സാന്നിദ്ധ്യത്തിൽ 5 പ്രവൃത്തികളുടെ മുഴുവൻ അളവുകളും അളവ് ബുക്ക് വെച്ച് പരിശോധിക്കുന്നു. യഥാർത്ഥ അളവുകളും അളവ് ബുക്കിലെ അളവുകളും തമ്മിൽ ഒരിടത്തുപോലും ഒരു സെന്റിമീറ്ററിന്റെ വ്യത്യാസം പോലും കാണാൻ കഴിയാതെ അദ്ദേഹത്തിനും സംഘത്തിനും മടങ്ങിപ്പോകേണ്ടിവന്നു. അങ്ങനെ മലപോലെ വന്ന ഭീഷണി എലിപോലെ നിഷ്പ്രഭമാവുകയും പരാതിയിൽ കഴമ്പില്ലെന്ന് മുകളിലേക്ക് റിപ്പോർട്ട് ചെയ്തു ഇളിഭ്യരാവുകയും ചെയ്തു.

ഇത് കൂടെ കഴിഞ്ഞപ്പോൾ, സ്വന്തം നിലയിൽ എന്നെ ഉപദ്രവിക്കാനുള്ള വഴികൾ എല്ലാം അടഞ്ഞപ്പോൾ, പാലക്കാട് റോഡ്സ് ഡിവിഷൻ വീണ്ടും നോർത്ത് സർക്കിളിന്റെ ഭാഗമായപ്പോൾ ഉപജാപക സംഘം വീണ്ടും എനിക്കെതിരെയുള്ള പ്രവർത്തനങ്ങൾക്കു ശക്തി കൂട്ടി. കാണുമ്പോൾ ചിരിതൂകുകയും കാണാതെവന്നു കഴുത്തു ഞെരിക്കുകയും ചെയ്യുന്ന സ്വഭാവം അവർ പുറത്തെടുത്തത് പ്രൈവറ്റ് സെക്രട്ടറി പി ശശിയോടും മന്ത്രി ടി കെ ഹംസയോടും എന്നെക്കുറിച്ച് ഏഷണി പറഞ്ഞുകൊണ്ടാണ്. പാലക്കാട് ഡിവിഷൻ മാറ്റിയ ഉത്തരവ് തിരുത്തപ്പെടാനുള്ള കാരണം എന്റെ ഇടപെടൽ ശേഷിയും മുഖ്യമന്ത്രി ഇ കെ നായനാരും വിദ്യുച്ഛക്തി ഗ്രാമ വികസന വകുപ്പ് മന്ത്രി ശിവദാസ മേനോനും പാലക്കാട്ടെ മുഴുവൻ പാർട്ടി നേതാക്കളുമായുള്ള അടുപ്പവും ആണെന്നും അവർ അദ്ദേഹത്തോട് പറഞ്ഞു. മാത്രമല്ല ഞാൻ കോഴിക്കോട് ശിവരാമ പിള്ളയുടെ നേതൃത്വത്തിലുള്ള എഞ്ചിനീയർ സംഘത്തിലെ അംഗമാണെന്നും ശിവരാമപിള്ളയുടെ ഏറ്റവും അടുത്ത ശിഷ്യനാണെന്നും കൂട്ടിച്ചേർത്തു. പാർട്ടിയിലേക്ക് പുതിയതായി വന്ന ഒരാളെന്ന നിലയിൽ മന്ത്രിക്കു എന്റെ കമ്യൂണിസ്റ്റ് കുടുംബ ചരിത്രമോ അച്ഛന്റെ പാർട്ടി സഖാക്കളുമായുള്ള സുഹൃദ് ബന്ധങ്ങളോ ഒന്നും അറിവുണ്ടായിരുന്നില്ല. അങ്ങനെയാണ് ജോസഫ് ഫ്രാൻസിസ് കുറിച്ച് നല്കിയ പാലക്കാട് സബ് ഡിവിഷന്റെ കീഴിലുള്ള പ്രവൃത്തികളുടെ പരിശോധനയ്ക്കായി മന്ത്രി നേരിട്ടെത്തുന്നത്. ചീഫ് എഞ്ചിനീയർ പി രാമചന്ദ്രന്റെയും സൂപ്രണ്ടിങ് എഞ്ചിനീയർ ശിവരാമ പിള്ളയുടെയും എക്സിക്യൂട്ടീവ് എഞ്ചിനീയർ സി വി ശങ്കരനാരായണന്റെയും സാന്നിദ്ധ്യത്തിൽ മന്ത്രി ഏഴോളം പ്രധാന പ്രവൃത്തികൾ പരിശോധിക്കുന്നു. ഒന്നിലും ഒരപാകതയും കണ്ടെത്താൻ കഴിഞ്ഞില്ല. മാത്രമല്ല കൃത്യമായി മേൽനോട്ടം വഹിക്കുകയും സമയ ബന്ധിതമായി പ്രവൃത്തികൾ പൂർത്തിയാക്കുകയും ചെയ്യുന്ന ജനകീയനായ എഞ്ചിനീയർ ആണ് ഞാനെന്ന പൊതുസമൂഹത്തിന്റെ അഭിപ്രായം അദ്ദേഹത്തിന് മനസ്സിലാവുകയും ചെയ്തു.

പക്ഷേ, ഉപജാപകവൃന്ദം അദ്ദേഹത്തിൽ കുത്തിവെച്ചിരുന്ന വിദ്വേഷത്തിന്റെ വിഷം വളരെ കൂടുതലായിരുന്നു. പരിശോധനകളെല്ലാം കഴിഞ്ഞു പാലക്കാട് പൊതുമരാമത്ത് വകുപ്പ് റസ്റ്റ് ഹൗസിൽ എത്തിയ മന്ത്രി തന്നെ കാണാനെത്തിയ സി പി ഐ (എം) ജില്ലാ സെക്രട്ടറി എം ചന്ദ്രനോട് പാലക്കാട് റോഡ്സ് സബ് ഡിവിഷൻ അസിസ്റ്റന്റ് എക്സിക്യൂട്ടീവ് എഞ്ചിനീയർ ടി ആർ അജയനെ ക്കുറിച്ച് ഒരുപാടു പരാതികളുണ്ട്. മാറ്റാനായി ഞാൻ തീരുമാനിച്ചിരിക്കുന്നുവെന്ന് അദ്ദേഹം പറഞ്ഞു. ഞങ്ങളൊന്നും അറിയാത്ത ഒരു പരാതി നിങ്ങൾക്കെങ്ങനെ കിട്ടിയെന്നാണ് എം ചന്ദ്രൻ ആദ്യം അദ്ദേഹത്തോട് ചോദിച്ചത്. പൊതുമരാമത്ത് വകുപ്പും പാർട്ടിയുമായുള്ള പ്രധാന കണ്ണിയാണ് കേരള ഗസറ്റഡ് ഓഫീസിൽ അസോസിയേഷന്റെ ജില്ലാ പ്രസിഡന്റും കേരള ഗ്രാജുവേറ്റ് എഞ്ചിനീയേർസ് അസോസിയേഷന്റെ സംസ്ഥാന പ്രസിഡന്റുമായ പാലക്കാട് ജില്ലയിലെ ഏറ്റവും കർത്തവ്യ നിരതനും കർമ്മകുശലനും സത്യസന്ധനുമായ എഞ്ചിനീയർ ആണ് അജയനെന്നും എം ചന്ദ്രൻ മറുപടി പറഞ്ഞു. മലമ്പുഴ നിയോജക മണ്ഡലത്തിലെ വികസന പ്രവർത്തനങ്ങൾക്ക് വേഗതയും ഗുണനിലവാരവും ഉറപ്പാക്കാൻ മന്ത്രി ശിവദാസ മേനോന്റെ പ്രത്യേക താല്പര്യ പ്രകാരം നിയമിതനായ അജയനെ പാർട്ടിയുടെ സമ്മതത്തോടെ നിങ്ങൾക്ക് മാറ്റാൻ കഴിയുകയില്ലെന്നും അദ്ദേഹം തീർത്തു പറഞ്ഞു. അതോടെ മന്ത്രിക്കു എന്നെ മാറ്റാനുള്ള മോഹം ഉപേക്ഷിക്കേണ്ടി വന്നു. അങ്ങനെയാണ് വലിയൊരു പ്രതിസന്ധിയിൽനിന്ന് ഞാൻ രക്ഷപ്പെട്ടത്. (പക്ഷേ, ഉപജാപക വൃന്ദം എല്ലാം മറന്നു പിൻവാങ്ങാൻ തയ്യാറായിരുന്നില്ല. പാലക്കാട് റോഡ്സ് സബ് ഡിവിഷനിൽ മൂന്നുകൊല്ലം പൂർത്തിയാക്കിയപ്പോൾ അടുത്ത പൊതുസ്ഥലം മാറ്റത്തിൽ പാർട്ടിയും കൊല്ലങ്കോട് എം എൽ എ സി ടി കൃഷ്ണനും, ചിറ്റൂർ എം എൽ എ കെ എ ചന്ദ്രനും ചിറ്റൂർ റോഡ്സ് സബ് ഡിവിഷനിൽ പോസ്റ്റ് ചെയ്യാൻ ആവശ്യപ്പെട്ടിട്ടും റോഡ്സ് വിഭാഗത്തിൽ പണിയെടുത്തവരെല്ലാം ഇനി കെട്ടിട വിഭാഗത്തിൽ പണിയെടുക്കട്ടെ എന്ന ന്യായമുന്നയിച്ച് എന്നെ പാലക്കാട് ബിൽഡിങ്സ് സബ് ഡിവിഷനിൽ നിയമിക്കുകയാണുണ്ടായത്. പിന്നീട് എന്റെ പ്രവർത്തനങ്ങൾ ശരിക്കു മനസ്സിലാക്കിയ മന്ത്രി ഹംസ വളരെ അടുത്ത സുഹൃത്തായി മാറി. കൈരളി ടി വിയിൽ 'പട്ടുറുമാൽ' എന്ന മാപ്പിളപ്പാട്ട് റിയാലിറ്റി ഷോ ആരംഭിച്ചപ്പോൾ മാപ്പിളപ്പാട്ടിനെക്കുറിച്ച് ഏറെ പഠനങ്ങൾ നടത്തുകയും പുസ്തകങ്ങൾ രചിക്കുകയും ചെയ്ത ആസ്വാദകനെന്ന നിലയിൽ പരിപാടി എങ്ങനെ ചിത്രീകരിക്കണം എന്നതിന് നിർദ്ദേശം നല്കുന്ന ഉപസമിതിയുടെ അദ്ധ്യക്ഷനായും വിധികർത്താവായും ചുമതല ഞാൻ നല്കിയിരുന്നു. അതോടെ ഊട്ടിയുറപ്പിക്കപ്പെട്ട സുഹൃദ്ബന്ധം ഇന്നും തുടരുന്നു).

പാലക്കാട് റോഡ് സബ് ഡിവിഷനിൽ ജോലിചെയ്യുന്ന ഈ കാലത്താണ് ഒരു സംഘാടകനെന്ന നിലയിൽ എനിക്ക് ഒട്ടേറെ പുതിയ പാഠങ്ങൾ പഠിപ്പിക്കുകയും എന്റെ ഏറ്റവും അടുത്ത സുഹൃത്തുക്കളിൽ ഒരാളായി മാറുകയും പിന്നീട് സ്പോർട്സ് അതോറിട്ടി ഓഫ് ഇന്ത്യയുടെ ഡയറക്ടർ, കേരളത്തിന്റെ ചീഫ് സെക്രട്ടറി എന്നീ നിലകളിൽ ശോഭിച്ച് ഏറെ പ്രശസ്തനാവുകയും ചെയ്ത അന്നത്തെ പാലക്കാട് ജില്ലാ കളക്ടർ ജിജി തോംസണുമായി പരിചയപ്പെടുന്നത്. പരിചയപ്പെടുന്ന ആദ്യത്തെ കൂടിക്കാഴ്ച തന്നെ രസകരമായിരുന്നു. സ്വാതന്ത്ര്യ സമര സേനാനിയായ ഭീമൻ ഗുരുജി ജില്ലാ കളക്ടർക്കു അയച്ച ഒരപേക്ഷയുമായി ബന്ധപ്പെട്ട് അദ്ദേഹം എക്സിക്യൂട്ടീവ് എഞ്ചിനീയറെ ചേമ്പറിലേക്കു വിളിപ്പിക്കുന്നു. അന്ന് സി വി ശങ്കരനാരായണൻ സാറാണ് റോഡ്സ് ഡിവിഷൻ എക്സിക്യൂട്ടീവ് എഞ്ചിനീയർ. അദ്ദേഹം എന്നെയുംകൂട്ടി കളക്ടറെ കാണാൻ പോയി. ആരാധ്യനും വയോധികനുമായ ഭീമൻ ഗുരുജിയുടെ വീടിന്റെ മുന്നിൽ വളരെ പ്രായംചെന്ന് ദ്രവിച്ച ഒരു മരം ഒലവക്കോട് മലമ്പുഴ റോഡിന്റെ അതിർത്തിയിൽ നില്ക്കുന്നുണ്ടെന്നും അടിയന്തരമായി ഇത് മുറിച്ച് മാറ്റിയില്ലെങ്കിൽ വീടിനുതന്നെ അപകടം സംഭവിക്കുമെന്നും അതൊഴിവാക്കാൻ കളക്ടർ ഇടപെട്ട് മരം മുറിപ്പിക്കണമെന്നുമാണ് അപേക്ഷയിൽ പറഞ്ഞിരുന്നത്. എക്സിക്യൂട്ടീവ് എഞ്ചിനീയർ അതിന്റെ നിയമവശം പറഞ്ഞു. മരം മുറിക്കാം. പക്ഷേ, നിയമം അനുശാസിക്കുന്ന ചില വ്യവസ്ഥകളുണ്ട്. മരം മുറിക്കാൻ വനം വകുപ്പിന്റെ അനുവാദം വേണം. അതിനുശേഷം സർവ്വേ റിപ്പോർട്ട് തയ്യാറാക്കണം. അതിനു അനുവാദം നല്കി ഒരാഴ്ചത്തെ പരസ്യം കൊടുത്ത് ലേലം നടത്തണം. ലേലം ചെയ്തു ഒരാഴ്ച കഴിഞ്ഞാൽ എതിർപ്പുകളൊന്നുമില്ലെങ്കിൽ മരം മുറിക്കാം. ഒരു മാസത്തെ സമയമെടുക്കും. ഞാൻ ഇടപെട്ടു. “എനിക്ക് 24 മണിക്കൂർ സമയം തരിക. ഞാൻ മരംമുറിച്ച് അപകടം ഒഴിവാക്കിക്കൊള്ളാം.” കളക്ടർ എന്നെയൊന്നു നോക്കി. ഞാൻ പറഞ്ഞു, “സാർ, നിയമം എക്സിക്യൂട്ടീവ് എഞ്ചിനീയർ പറഞ്ഞത് തന്നെ. പക്ഷേ, അടിയന്തരമായ ഒരു സന്ദിഗ്ദ്ധാവസ്ഥ ഉടലെടുത്താൽ ഈ നിയമത്തെ നമുക്ക് മുറിച്ചു കടക്കാൻ പഴുതുകളുണ്ട്. ഇവിടെ താമ്രപത്രം ലഭിച്ച ഒരു സ്വാതന്ത്ര്യ സമര സേനാനിയുടെ അപേക്ഷയാണ്. മരം മുറിച്ചിട്ട് അപകടം ഒഴിവാക്കി പിന്നീട് വനംവകുപ്പിന്റെ അനുവാദം വാങ്ങി ലേലം ചെയ്യാം.” ഇയാൾ കൊള്ളാമല്ലോ എന്ന മട്ടിൽ ഒരു ചിരിയോടെ അദ്ദേഹം ഞങ്ങളെ യാത്രയാക്കി. അദ്ദേഹം ഒരു പക്ഷേ, ഈ സംഭവം മനസ്സിൽ കുറിച്ചിട്ടിരിക്കാം. തുടർന്ന് എന്നെക്കുറിച്ച് അന്വേഷിച്ചറിഞ്ഞിരിക്കാം. പിന്നീട് അദ്ദേഹം നടത്തുന്ന പ്രധാന പരിപാടികളുടെയൊക്കെ ചെയർമാൻ അദ്ദേഹവും ജനറൽ കൺവീനർ ഞാനുമായി. റവന്യൂ വകുപ്പിലെ തന്റെ പ്രധാന കീഴുദ്യോഗസ്ഥരുടെയൊക്കെ എതിർപ്പുകളെ അവഗണിച്ചുകൊണ്ടാണ് അദ്ദേഹം ഇതിനു മുതിർന്നത് എന്നത് എന്റെ

ഉത്തരവാദിത്വത്തിന് കൂടുതൽ ഭാരമേകി. ഏതു പരിപാടി നടത്താൻ ആലോചിക്കുമ്പോഴും അതിനു വേണ്ട മുന്നൊരുക്കങ്ങൾ, വരാനിരിക്കുന്ന തടസ്സങ്ങൾ, അതിനെ മറികടക്കാനുള്ള തന്ത്രങ്ങൾ, വിഭവസമാഹരണത്തിനുള്ള വഴികൾ, പ്രചാരണ മാർഗ്ഗങ്ങൾ, പ്രായോഗിക പ്രവർത്തനങ്ങൾ എന്നിവയെല്ലാം ദീർഘവീക്ഷണത്തോടെ മുൻ കൂട്ടിക്കാണുകയും പ്രവർത്തനനിരതമാവുമ്പോൾ നിത്യേനയുള്ള പരിശോധനയിലൂടെ വീഴ്ചകൾ പരിഹരിക്കാനുള്ള മാർഗ്ഗങ്ങൾ നിർദ്ദേശിക്കുകയും ചെയ്യുന്ന ഒന്നാംതരം സംഘാടകനായിരുന്ന അദ്ദേഹത്തോടൊപ്പം വർഷങ്ങളോളം യോജിച്ച് പ്രവർത്തിക്കാൻ കഴിഞ്ഞത് ഏറെ അനുഭവങ്ങളും അറിവുകളും സമ്മാനിച്ചിരുന്നു.

അങ്ങനെയാണ് പാലക്കാടിൽ ഔദ്യോഗിക രംഗത്തും സാംസ്കാരിക രംഗത്തും കായിക രംഗത്തും ജനപ്രിയമായ ഒട്ടേറെ പരിപാടികൾ അരങ്ങേറിയത്. 1988 മുതൽ 1992 വരെ പാലക്കാട് നടന്ന മൂന്നുദിവസം നീണ്ടുനിന്ന ഭാരതോത്സവം, മറ്റൊരു ത്രിദിന പരിപാടിയായ ചലച്ചിത്ര മേള, അഞ്ചു ദിവസം നീണ്ടുനിന്ന ഓണാഘോഷ പരിപാടികൾ, കല്പാത്തി രഥോത്സവ സംഗീതോത്സവങ്ങൾ, കോട്ട മൈതാനത്ത് എല്ലാ വർഷവും സംഘടിപ്പിച്ച ഏഴുദിവസം നീണ്ടുനിന്ന ഭക്ഷണ മേളകൾ, ഒളപ്പമണ്ണയ്ക്ക് കേന്ദ്ര സാഹിത്യ അക്കാദമി പുരസ്കാരവും വൈശാഖന് കേരള സാഹിത്യ അക്കാദമി പുരസ്കാരവും ലഭിച്ചപ്പോൾ ആലോചന സാഹിത്യ വേദിയുടെ ആഭിമുഖ്യത്തിൽ സംഘടിപ്പിച്ച പൗരസ്വീകരണം, രക്തസാക്ഷി മണ്ഡപവും അതിനു ചുറ്റുമുള്ള ശില്പങ്ങളുടെയും നിർമ്മാണം, കോട്ട മൈതാനത്തിന്റെ ചുറ്റുമതിൽ നിർമ്മാണം, രാപ്പാടി നിർമ്മാണം, കോട്ട മൈതാനത്തിലെ കുട്ടികളുടെ പാർക്കിന്റെ വികസനവും പരിഷ്കരണവും, സിവിൽ സ്റ്റേഷന്റെ മുന്നിലെ പാതയുടെ വീതി കൂട്ടലും പാർക്കിങ് സ്ഥലം ഏർപ്പെടുത്തലും, സാറ്റലൈറ്റ് ടെന്നീസ് ടൂർണമെന്റ് സംഘാടനം, അശുതോഷ് ട്രോഫിക്കുവേണ്ടിയുള്ള ഇരുപത്തിയാറാമത് ദേശീയ ജൂനിയർ ഫുട്ബോൾ ടൂർണമെന്റ്, രഞ്ജി ട്രോഫി മത്സരങ്ങളുടെ സംഘാടനം, സന്തോഷ് ട്രോഫിക്ക് വേണ്ടിയുള്ള നാല്പത്തിയേഴാമത് ദേശീയ ഫുട്ബോൾ ചാംപ്യൻഷിപ്, ഇൻസ്ട്രുമെന്റേഷൻ പരിസരത്ത് ദേശീയ നിലവാരത്തിലുള്ള രണ്ടു ഹോക്കി കോർട്ടുകൾ നിർമ്മിച്ച് നടത്തിയ ദേശീയ ഹോക്കി ചാംപ്യൻഷിപ് എന്നിവയെല്ലാം അതിന്റെ ബാക്കി പത്രങ്ങളായിരുന്നു. അദ്ദേഹവും ഭാര്യ ഷീലുവും മക്കൾ അമ്മുവും ചിന്നുവും അടങ്ങുന്ന കുടുംബവുമായും ഏറെ അടുത്ത കുടുംബ ബന്ധം പുലർത്തിയിരുന്നു. മൂത്ത മകളുടെ പരുമല പള്ളിയിൽ നടന്ന വിവാഹത്തിലും രണ്ടാമത്തെ മകളുടെ തിരുവനന്തപുരത്തുനടന്ന വിവാഹത്തിലും തിരുവനന്തപുരത്ത് അദ്ദേഹം വീട് വെച്ചപ്പോൾ അതിന്റെ ഗൃഹപ്രവേശത്തിലും പങ്കെടുത്തിരുന്നു. എന്റെ മക്കളുടെ

കല്യാണത്തിനും അദ്ദേഹം എത്തിയിരുന്നു. പാലക്കാട് നിന്ന് പോയതിനു ശേഷം അദ്ദേഹം എഴുതിയ ആദ്യത്തെ പുസ്തകം ലേഖനസമാഹാര മായ *നത്തിങ് ഒഫീഷ്യൽ* ആലോചനാ സാഹിത്യവേദിയുടെ നേതൃത്വ ത്തിൽ പാലക്കാട് ടൗൺഹാളിലെ വലിയൊരു സഹൃദയ സദസ്സിന്റെ മുന്നിൽ വെച്ച് പ്രകാശനം ചെയ്യുന്നതിന് നേതൃത്വം വഹിക്കാൻ കഴിഞ്ഞതും സന്തോഷത്തോടെ ഓർക്കുന്നു. ഇന്നും ആ സ്നേഹബന്ധം സസ്സന്തോഷം ദൃഢതയോടെ തുടരുന്നു.

ഈ കാലയളവിൽ ജിജി തോംസണ് മുമ്പ് പാലക്കാട് ജില്ലാ കളക്ടർമാരായിരുന്ന സി ചന്ദ്രൻ, പി ആർ സോമൻ, ജില്ലാ പൊലീസ് സൂപ്രണ്ടുമാരായിരുന്ന കെ ആർ സോമരാജൻ, ജേക്കബ് പുന്നൂസ്, എൻ ഐ ഡേവിഡ്, അസിസ്റ്റന്റ് കളക്ടർ ആയിരുന്ന ആശാ തോമസ്, സബ് കളക്ടർമാർ ആയിരുന്ന എം കെ മോഹന്തി, കെ ആർ ജ്യോതിലാൽ, കെ ഇളങ്കോവൻ, ഉഷ ടൈറ്റസ്, ക്രൈം ബ്രാഞ്ച് എസ് പി മുരുകേഷ് സി, ഡി വൈ എസ് പിമാരായ നന്ദന മേനോൻ, സതീശൻ, ദിനേഷ്, സർക്കിൾ ഇൻസ്പെക്ടർ എ പി ജോർജ്ജ് എന്നിവരുടെയും നിസ്സീമമായ സഹായ സഹകരണങ്ങൾ ലഭിച്ചിരുന്നുവെന്നതും ഏറെ സന്തോഷ ത്തോടെ അനുസ്മരിക്കുന്നു.

ഏറെ ചാരിതാർത്ഥ്യജനകമായ മൂന്നു വർഷത്തെ പ്രവർത്തനങ്ങ ളാണ് പാലക്കാട് റോഡ്സ് സബ് ഡിവിഷന്റെ ചുമതല ഏറ്റെടുത്ത് നട ത്താൻ കഴിഞ്ഞത്. പൊതുജനങ്ങൾക്ക് ഏറെ സൗകര്യപ്രദമായ ഗതാഗത സൗകര്യമൊരുക്കുന്ന ഒട്ടേറെ പുതിയ പാതകളുടെ നിർമ്മാണം, പ്രധാന പാതകളുടെ വികസനവും പരിഷ്കരണവും ശാക്തീകരണവും, അപകട സ്ഥലങ്ങൾ കണ്ടെത്തി അവയ്ക്ക് പരിഹാരം നല്കാനുള്ള പ്രവൃത്തികൾ, പാലക്കാട് നഗരത്തിലെ ജങ്ഷനുകളുടെ പരിഷ്കരണം, ആവശ്യമുള്ള പാതകളുടെ ഉപരിതലം പുതുക്കൽ, മറ്റു പാതകളുടെ അടിയന്തര വാർഷിക അറ്റകുറ്റപ്പണികൾ, എൻ എം ആർ തൊഴിലാളി കളെ ഉപയോഗിച്ചുള്ള ദൈനംദിന അറ്റകുറ്റപ്പണികൾ എന്നിവ ഗുണനിലവാരത്തിന് മുൻഗണന നല്കി സമയബന്ധിതമായി നടത്താൻ കഴിഞ്ഞതിനാൽ കർമ്മകുശലായ പ്രഗത്ഭനായ എഞ്ചിനീയർ എന്ന് പേര് ലഭിക്കാൻ കാരണമായി. പല കാര്യങ്ങൾക്കായി പൊതുമരാമത്ത് വകുപ്പിനെ സമീപിക്കുന്ന സാധാരണ ജനങ്ങളോട് അവരുടെ ഭാഗത്തുനിന്ന് ചിന്തിച്ച് നിയമങ്ങൾ അവർക്കു വേണ്ടി വ്യാഖ്യാനിച്ച് പരിഹാരം നല്കാൻ ശ്രമിച്ചത് മൂലം കൂടുതൽ ജനകീയനായ എഞ്ചിനീയർ എന്ന വലിയ അംഗീകാരവും ജനങ്ങൾ നല്കിയത് അത്തരത്തിലുള്ള പ്രവർത്തനങ്ങൾ തുടരാൻ ഏറെ ആത്മവിശ്വാസം നല്കി. ഇതിനെല്ലാം എന്നെ സഹായിച്ചതും ഊർജ്ജം പകർന്നതും ചാലകശക്തിയായി പ്രവർത്തിച്ചതും പ്രധാനമായും മന്ത്രി ശിവദാസ

മേനോന്റെ ഉപദേശവും പിന്തുണയും ആവശ്യമായ സമയങ്ങളിലെ അടിയന്തരമായ ഇടപെടലും ആയിരുന്നു. ആവശ്യമാണെന്ന് കണ്ടെത്തിഏതു വികസന പ്രവർത്തനം നിർദ്ദേശിച്ചാലും അത് ബഡ്ജറ്റിൽ വരുത്തുവാനും അതിനുവേണ്ട തുക അനുവദിപ്പിക്കാനും അതിന്റെ പ്രവർത്തനങ്ങൾ നിരീക്ഷിക്കാനും തടസ്സങ്ങൾ ഉണ്ടായാൽ അതാതു സ്ഥലങ്ങളിലെ സഖാക്കളെക്കൊണ്ട് ഇടപെടുവിക്കാനും അദ്ദേഹം കാണിച്ച ആർജ്ജവവും ഉത്സാഹവും എനിക്കേറെ സഹായവും തണലും കരുതലും നല്കിയിരുന്നു. അന്നത്തെ സി പി ഐ (എം) ജില്ലാ സെക്രട്ടറി എം ചന്ദ്രൻ, നേതാക്കളായ എ കെ ബാലൻ, പി ഉണ്ണി, എൻ എൻ കൃഷ്ണദാസ്, കെ വി രാമകൃഷ്ണൻ, സി ടി കൃഷ്ണൻ, എം എസ് സ്കറിയ, എ പ്രഭാകരൻ, ശിവരാമദാസ് എന്നിവരുടെ നിസ്സീമമായ പിന്തുണയും സഹകരണവും കൃതജ്ഞതയോടെ ഓർക്കുന്നു.

കൂടെ പ്രവർത്തിക്കാൻ നല്ലൊരു എഞ്ചിനീയറിങ് ടീം ഉണ്ടായിരുന്നതായിരുന്നു ഏറ്റവും വലിയ ശക്തി. പാലക്കാട് ഞാൻ ചുമതല എടുത്ത് കുറച്ചുകാലം കഴിഞ്ഞപ്പോൾ കോഴിക്കോട് റോഡ്സ് സർക്കിളിൽ ശിവരാമപിള്ള സാർ മാറി എ കെ നാരായണൻ സാർ ചാർജെടുത്തിരുന്നു. ഏറെ വർഷത്തെ പരിചയവും കുടുംബ ബന്ധവും അദ്ദേഹവുമായി ഉണ്ടായിരുന്നു. എന്നെ അടുത്തറിയാവുന്നതുകൊണ്ട് അദ്ദേഹത്തിന്റെ പൂർണ്ണ സഹായവും തലോടലും എപ്പോഴും എനിക്ക് ലഭിച്ചിരുന്നു. അദ്ദേഹത്തിന് ചീഫ് എഞ്ചിനീയർ ആയി പ്രൊമോഷൻ ലഭിച്ചപ്പോൾ ചുമതലയേറ്റ പാലക്കാട്ടുകാരനായ എം രാധാകൃഷ്ണൻ സാറിനും എന്നെ ഏറെ ഇഷ്ടമായിരുന്നു. അദ്ദേഹത്തിന്റെയും സഹായം കിട്ടിയിരുന്നു. ദാമോദരൻ സാർ മഞ്ചേരി റോഡ്സിലേക്കു മാറിപ്പോയപ്പോൾ എക്സിക്യൂട്ടീവ് എഞ്ചിനീയറായി ചുമതലയേറ്റിരുന്ന സി വി ശങ്കരനാരായണൻ സാർ എന്റെ ഏറ്റവും അടുത്ത സുഹൃത്തായതിനാൽ അദ്ദേഹത്തിന്റെ കരുത്ത് മുഴുവൻ എനിക്ക് ശക്തി പകർന്നിരുന്നു. പിന്നെ അസിസ്റ്റന്റ് എഞ്ചിനീയർമാരായി സുഹൃത്തുക്കളായിരുന്ന കെ പി അച്യുതനും എം വി അബ്ദുൾ റഹിമാൻ മൂപ്പനും.

അസിസ്റ്റന്റ് എഞ്ചിനീയർ അബ്ദുൾ റഹിമാൻ മൂപ്പൻ കഴിഞ്ഞ 6 കൊല്ലമായി ബ്രിഡ്ജസ് സബ് ഡിവിഷനിലും തുടർന്ന് ചിറ്റൂർ സബ്ഡിവിഷനിലും എന്നോടൊപ്പം ജോലിചെയ്ത വിശ്വസ്തനും കർത്തവ്യനിരതനുമായ എഞ്ചിനീയർ സുഹൃത്തായിരുന്നു. എന്റെ മനസ്സിലിരുപ്പും ലക്ഷ്യങ്ങളും മനസ്സിലാക്കി കൃത്യമായ ഇടപെടലോടെ പ്രവൃത്തികൾ കാര്യക്ഷമമായി, സമയ ബന്ധിതമായി പൂർത്തിയാക്കാൻ കഠിനശ്രമം ചെയ്യുന്ന എഞ്ചിനീയർ എന്നത് അദ്ദേഹം തെളിയിച്ചു കഴിഞ്ഞ വാസ്തവമായിരുന്നു. അത് പാലക്കാട് സബ് ഡിവിഷനിൽ കൂടുതൽ ഭംഗിയായി മൂപ്പൻ വീണ്ടും തെളിയിച്ചു. മറ്റൊരു അസിസ്റ്റന്റ് എഞ്ചിനീയർ ആയ

കെ പി അച്യുതൻ അതുവരെ വെല്ലുവിളികൾ ഉയർത്തുന്ന പ്രധാന ജോലികളുടെ മേൽനോട്ടം വഹിച്ചിരുന്നില്ല. മാത്രമല്ല പതിഞ്ഞ രീതിയിലുള്ള ഒരു പ്രവർത്തന രീതിയുമായിരുന്നു. ഇതല്ല നമ്മുടെ രീതിയെന്നും ഏതു വെല്ലുവിളികളെയും അത്യാഹിതങ്ങളെയും ആകസ്മിതകളെയും ധൈര്യപൂർവ്വം നേരിടാനുള്ള ഇച്ഛാശക്തിയും മനസ്സാന്നിദ്ധ്യവും പ്രകടമാക്കണമെന്നും അതിലൂടെ മാത്രമേ വിജയിക്കുന്ന എഞ്ചിനീയർ ആയിത്തീരാൻ കഴിയുകയുള്ളു എന്നും ഞാൻ പറഞ്ഞു മനസ്സിലാക്കി. ആ ഉപദേശം അച്യുതനിൽ വരുത്തിയ മാറ്റം അവിസ്മരണീയമായിരുന്നു. രാവും പകലും തന്റെ പണികളിൽ പൂർണ്ണ ശ്രദ്ധ ചെലുത്തി കൃത്യമായ മുന്നൊരുക്കത്തോടെ കരാറു പണികൾ നിയന്ത്രിക്കാനും ഗുണനിലവാരം ഉറപ്പിക്കാനും സമയബന്ധിതമായി പൂർത്തീകരിക്കാനുമുള്ള കർമ്മകുശലതയാണ് അച്യുതൻ പുറത്തെടുത്തത്. ഒരെഞ്ചിനീയർ എന്ന നിലയിലും വ്യക്തിയെന്ന നിലയിലും അച്യുതന്റെ പില്ക്കാല പ്രവൃത്തികൾക്ക് ഇത് ഏറെ ഗുണം ചെയ്തുവെന്നത് എനിക്ക് അഭിമാനം നല്കുന്നുണ്ട്. സേവനകാലത്ത് കേരള ഗസറ്റഡ് ഓഫീസേർസ് അസോസിയേഷന്റെയും വിരമിച്ചതിനു ശേഷം കേരള സ്റ്റേറ്റ് പെൻഷനേഴ്സ് യൂണിയന്റെയും നേതാവായി അച്യുതൻ തിളങ്ങി. ജോലിയിൽനിന്നു വിരമിച്ചതിനുശേഷം പാലക്കാട് ജില്ലയിൽ കോസ്റ്റ്ഫോർഡ് എഞ്ചിനീയർ എന്ന നിലയിൽ സ്തുത്യർഹമായ സേവനം അനുഷ്ഠിക്കാനും അച്യുതന് കഴിഞ്ഞു.

സബ് ഡിവിഷൻ ഓഫീസിൽ സഹപ്രവർത്തകരായിരുന്ന ഹെഡ് ക്ലർക്കുമാരായ ജനാർദ്ദന റാവു, അമ്മിണിക്കുട്ടി, മീനാക്ഷി, ക്ലർക്കുമാരായ സുലോചന, ഉമ്മർ, ശിവരാമൻ, ഗോപാലൻ, വിനയൻ, മനോഹരൻ, കുഞ്ഞാപ്പു, ഡ്രാഫ്റ്റ്സ്മാന്മാരായ ജോണി, വിജയകുമാർ, മുഹമ്മദ് മുസ്തഫ, ശശിധരൻ, പി സി എൽചാർ, സുരേന്ദ്രൻ, രഞ്ജിത്ത്, ടൈപ്പിസ്റ്റ് രാജമ്മ, ഓഫീസ് അസിസ്റ്റന്റുമാരായ മണി, ഷണ്മുഖൻ എന്നിവരുടെ അകമഴിഞ്ഞ സഹായം എനിക്ക് ലഭിച്ചിരുന്നു.

പകൽ മുഴുവൻ പണിസ്ഥലങ്ങളിലായതിനാൽ പലപ്പോഴും രാത്രികളിൽ ഓഫീസിൽ പ്രവർത്തിചെയ്യേണ്ടി വന്നിട്ടുണ്ട്. അന്ന് ചെറുപ്പക്കാരായിരുന്ന ഗോപാലനും വിനയനും മനോഹരനും വിജയകുമാറും രഞ്ജിത്തും മണിയും ഷണ്മുഖനും എന്റെ പണി കഴിയുന്നതുവരെ സഹായിച്ച് കൂടെയുണ്ടാവുമായിരുന്നു. പിന്നീടുള്ള കാലം മുഴുവൻ ഇവർ എന്റെ ജീവിതത്തിന്റെ ഒഴിച്ചുകൂടാനാവാത്ത ഭാഗമായി എന്നോടൊപ്പം ഉണ്ടായിരുന്നു. സെക്ഷൻ ഓഫീസിലെ ഓവർസീയർമാരായ സുകുമാരൻ, ബാലൻ, മൊയ്തീൻ, പദ്മനാഭൻ നായർ, എൻ എം ആർ, തൊഴിലാളികളായ വേലായുധൻ, ദിനേശൻ, ജനാർദ്ദനൻ, വാസു, കൃഷ്ണൻകുട്ടി, ഗോപിനാഥൻ പിള്ള, ഡ്രൈവർമാരായ രാധാകൃഷ്ണൻ, പഴനിയപ്പൻ

എന്നിവരുടെയും പരിപൂർണ്ണ സഹകരണം എനിക്ക് ലഭിച്ചിരുന്നു എന്ന് ഓർക്കാതെ വയ്യ. റോഡ്സ് ഡിവിഷൻ ഓഫീസിൽ എക്സിക്യൂട്ടീവ് എഞ്ചിനീയർ സി വി ശങ്കരനാരായണന്റെ നേതൃത്വത്തിൽ എസ്റ്റിമേറ്റുകൾ പാസാക്കി തരുന്നതിലും ആവശ്യമായ അനുവാദങ്ങൾ കാലതാമസം കൂടാതെ നല്കുന്നതിലും മേലുദ്യോഗസ്ഥർക്ക് ഉത്തരവുകൾക്കായി സമർപ്പിക്കുന്ന കാര്യത്തിലും ടെക്നിക്കൽ അസിസ്റ്റന്റ് പി വി ഭാഗ്യലക്ഷ്മി, ഹെഡ് ഡ്രാഫ്റ്റ്സ്മാന്മാരായ കെ എസ് സുരേന്ദ്രനാഥ്, വി എസ് രാമൻ, നബീസ, ഡ്രാഫ്റ്റ്സ്മാന്മാരായ എബ്രഹാം, അറുമുഖൻ, ശിവരാമൻ, എ കെ ജോയ്, സുഭദ്ര, പി കെ കാർത്തു എന്നിവരടങ്ങുന്ന ഡ്രോയിങ് ബ്രാഞ്ച് അതീവ ജാഗ്രത പുലർത്തിയിരുന്നു. ഡിവിഷണൽ അക്കൗണ്ടന്റ് പി വൈ ശങ്കരനാരായണൻ, ജൂനിയർ സൂപ്രണ്ട് പി എം ഗോവിന്ദൻകുട്ടി, ക്ലർക്കുമാരായ ഡി പട്ടമ്മാൾ, ടി എ സുഭാഷ്, ടി എ ജയരാജൻ, കെ എ അശോകൻ എന്നിവരടങ്ങുന്ന അക്കൗണ്ട്സ് ബ്രാഞ്ചിന്റെയും ഓഫീസ് അസിസ്റ്റന്റുമാരായ ഗോവിന്ദൻ നായർ, രാജൻ, കൃഷ്ണൻ, ബാലൻ എന്നിവരുടെയും അശ്രാന്ത പരിശ്രമവും ഓർക്കാതെ വയ്യ. കോൺട്രാക്ടർമാരായ പി എം യോഹന്നാൻ, സി എം സഹദേവൻ, എം സജീവൻ, എം സുനിൽ, പി ജി തോമസ്, എം വി മാധവൻ, ടി വി ബാലകൃഷ്ണൻ, എ കുട്ടൻ, അബ്ദുൽ റഹിമാൻ, പി കെ ഭാസ്കരൻ, പി ഹരിദാസ്, കെ ടി ചെന്താമര, അയ്യപ്പൻ, സുകുമാരൻ, രാജൻ വർഗ്ഗീസ്, സുന്ദരൻ, യുസഫ് റാവുത്തർ, നന്ദകുമാർ, സുബ്രമണ്യൻ പി കെ, ഉസ്മാൻ, ഇ ശ്രീധരൻ, ഇ കൃഷ്ണൻ, എ കുട്ടൻ, കെ സി ബാലകൃഷ്ണൻ, രവീന്ദ്രനാഥ കാരണവർ, ചാക്കോ, സുരേന്ദ്രൻ, സൂര്യപ്രകാശ്, അരവിന്ദാക്ഷൻ, സുബ്രമണ്യൻ, വടിവേലു, പൊന്നു ആശാരി, വേലുച്ചാമി, പ്രസാദ് എന്നിവരുടേയുമൊക്കെ അകമഴിഞ്ഞ സഹകരണവും നിർദ്ദേശങ്ങൾ നടപ്പിലാക്കാനുള്ള വ്യഗ്രതയും സമയബന്ധിതമായി പ്രവൃത്തികൾ പൂർത്തിയാക്കാനുള്ള നിതാന്ത ജാഗ്രതയും എനിക്ക് ലഭിച്ചിരുന്നു. ഇങ്ങനെ എല്ലാ സാഹചര്യങ്ങളും കൂടിച്ചേർന്നു അനുകൂലമായ അന്തരീക്ഷം കൈവന്നത് കൊണ്ടുമാത്രമാണ് മറ്റു പല എഞ്ചിനീയർമാർക്കും മനസ്സിലെങ്കിലും അസൂയ തോന്നും വിധത്തിലുള്ള വിജയം എത്തിപ്പിടിക്കാൻ കഴിഞ്ഞതെന്ന് വളരെ വിനയപുരസ്സരം ഞാൻ തിരിച്ചറിയുന്നു.

എട്ട്

ബിൽഡിങ്സ് സബ്ഡിവിഷൻ പാലക്കാട്

(1990 - 1992)

പാലക്കാട് റോഡ്സ് സബ്ഡിവിഷനിൽ മൂന്നുകൊല്ലം പൂർത്തിയാവാറായപ്പോൾ ചിറ്റൂർ എം എൽ എ കെ എ ചന്ദ്രനും കൊല്ലങ്കോട് എം എൽ എ സി ടി കൃഷ്ണനനും ഒരിക്കൽക്കൂടി ചിറ്റൂർ സബ്ഡിവിഷനിലേക്കു വരണമെന്ന് പറഞ്ഞ് അതിനുവേണ്ടി മുന്നോട്ട് ഇറങ്ങി. എം ചന്ദ്രന്റെ നേതൃത്വത്തിൽ സി പി ഐ (എം), ഇടതുപക്ഷ ജനാധിപത്യ മുന്നണിയിലെ മറ്റു പാർട്ടികളെല്ലാം അതിനനുകൂലമായ നിലപാടെടുത്തു. റോഡ്സ് വിഭാഗത്തിലെ എല്ലാ മേലുദ്യോഗസ്ഥന്മാരും അത് ശുപാർശ ചെയ്തിരുന്നു. ഇവിടെയാണ് പഴയ ഉപജാപക സംഘം വീണ്ടും തലപൊക്കിയത്. റോഡ്സ് വിഭാഗത്തിൽ പണിയെടുത്തവരെല്ലാം ഇനി കെട്ടിട വിഭാഗത്തിൽ പണിയെടുക്കട്ടെ എന്ന പുതിയ ന്യായമുന്നയിച്ച് എനിക്ക് ചിറ്റൂർ സബ്ഡിവിഷൻ നിഷേധിക്കുകയും പകരം പാലക്കാട് ബിൽഡിങ്സ് സബ്ഡിവിഷനിൽ നിയമനം നല്കുകയുമാണുണ്ടായത്. എവിടെയായാലും എന്റെ കഴിവിന്റെ പരമാവധി ഉപയോഗിച്ച് സേവനം നടത്താൻ കഴിയുമെന്ന തികഞ്ഞ ആത്മവിശ്വാസം എന്നെ ഭരിച്ചിരുന്നതിനാൽ വിവാദങ്ങൾക്കൊന്നും വഴിയൊരുക്കാതെ ഉത്തരവ് കിട്ടി അടുത്ത ദിവസം തന്നെ പാലക്കാട് ബിൽഡിങ്സ് സബ്ഡിവിഷൻ അസിസ്റ്റന്റ് എക്സിക്യൂട്ടീവ് എഞ്ചിനീയർ ആയി ചുമതലയേറ്റു.

പാലക്കാട് താലൂക്കിലെ സർക്കാർ ഓഫീസുകളുടെയും വിദ്യാലയങ്ങളുടെയും കെട്ടിടങ്ങളുടെ പരിപാലനവും പരിഷ്കരണവും പുതിയ നിർമ്മാണവുമായിരുന്നു പാലക്കാട് ബിൽഡിങ്സ് സബ്ഡിവിഷന്റെ ചുമതലയിൽ നിക്ഷിപ്തമായിരുന്നത്. പാലക്കാട് പൊതുമരാമത്ത് വകുപ്പ് റസ്റ്റ് ഹൗസിന്റെ പരിപാലനവും ഭരണച്ചുമതലയുമുണ്ടായിരുന്നു. ഈ പ്രവൃത്തികൾ നടപ്പിലാക്കാൻ സബ്ഡിവിഷന്റെ കീഴിൽ പാലക്കാട് I,

പാലക്കാട് II, പാലക്കാട് III എന്നീ മൂന്നു ബിൽഡിങ്സ് സെക്ഷനുകൾ. സർക്കാർ കെട്ടിടങ്ങളുടെ വാർഷിക അറ്റകുറ്റപ്പണികളും ചെറിയ തോതിലുള്ള പരിപാലന പ്രത്യേക അറ്റകുറ്റപ്പണികളുമല്ലാതെ പുതിയ നിർമ്മാണ പ്രവർത്തനങ്ങളൊന്നും സബ്ഡിവിഷന്റെ കീഴിൽ ഉണ്ടായിരുന്നില്ല. കഠിനാദ്ധ്വാനവും ദീർഘവീക്ഷണവും ഓരോ വകുപ്പിന്റെയും ആവശ്യങ്ങളെ നിരീക്ഷിച്ചും പരിശോധിച്ചും അറിയാനുള്ള ശ്രമവുമുണ്ടായാൽ ഈ സബ്ഡിവിഷനിൽ ശരിക്കും ഒരുപാട് വികസന പ്രവർത്തനങ്ങൾക്കുള്ള സാദ്ധ്യതയുണ്ടെന്ന് ഒരു മാസത്തെ അന്വേഷണ പരിശോധനാ പ്രവർത്തനങ്ങൾ കൊണ്ട് ബോദ്ധ്യമായി. മറ്റു വകുപ്പുകളിലെ ജില്ലാതല ഉദ്യോഗസ്ഥന്മാരുമായി സംവേദനം നടത്തി അവരുടെ പ്രവർത്തന പരമായ ആവശ്യകതകൾ മനസ്സിലാക്കി അതിനു അനുസൃതമായ പ്ലാനും എസ്റ്റിമേറ്റും തയ്യാറാക്കി ബഡ്ജറ്റിൽ ഉൾപ്പെടുത്തി ഭരണാനുമതി ലഭിക്കാനുള്ള നടപടികളാണ് ആദ്യം ആരംഭിച്ചത്. ഒപ്പം ഓരോ ഓഫീസ് കെട്ടിടത്തിന്റെയും ഇപ്പോഴത്തെ അവസ്ഥയും അവയ്ക്ക് നല്കേണ്ട പരിഷ്കരണത്തിന് വേണ്ടിയുള്ള പ്രത്യേക അറ്റകുറ്റപ്പണികളും അന്വേഷിച്ച് തദാനുസാരിയായ പദ്ധതികൾ നടപ്പിലാക്കാനുള്ള പ്രാഥമിക നടപടികളും തുടങ്ങി. കെട്ടിടങ്ങളുടെ വാർഷിക അറ്റകുറ്റപ്പണികൾക്കുള്ള തുക വളരെ പഴയ കാലത്ത് നിശ്ചയിച്ചിരുന്നതായിരുന്നതിനാൽ തീരെ അപര്യാപ്തമായിരുന്നു. ഇതിനെ മറികടന്നു തൃപ്തികരമായ വിധത്തിൽ വാർഷിക അറ്റകുറ്റപ്പണികളും പരിപാലനവും നിർവ്വഹിക്കണമെങ്കിൽ എല്ലാ കെട്ടിടങ്ങളുടെയും പുതിയ നിരക്കിലുള്ള എസ്റ്റിമേറ്റ് തയ്യാറാക്കി അതിന്റെ പരിപാലന ശതമാനം കണക്കാക്കിയുള്ള തുകയ്ക്കുള്ള അനുവാദം വാങ്ങണമായിരുന്നു. ഇത് ഏറെ പ്രയാസമുള്ള പണിയായതു കൊണ്ട് ആരും ഇതിനു വേണ്ടി സമയം ചെലവഴിച്ചിരുന്നില്ല. അതിനാൽ അർഹമായ പരിപാലന ഗ്രാന്റ് ലഭിച്ചിരുന്നുമില്ല. എല്ലാ കെട്ടിടങ്ങളുടെയും പുതുക്കിയ എസ്റ്റിമേറ്റും പുതുക്കിയ ബിൽഡിങ് രജിസ്റ്ററുമടക്കം ഗ്രാന്റ് പുതുക്കി വാങ്ങാനുള്ള അനുവാദത്തിനുള്ള അപേക്ഷകൾ രണ്ടുമാസത്തിനകം തന്നെ സമർപ്പിച്ച് അതിനനുസൃതമായ സർക്കാർ ഉത്തരവ് കിട്ടിയതാണ് ആദ്യത്തെ വിജയം.

പാലക്കാട് നഗരത്തിന്റെ ഹൃദയഭാഗത്ത് സ്ഥിതിചെയ്യുന്ന പൊതുമരാമത്ത് വകുപ്പ് റസ്റ്റ് ഹൗസ് ഉദ്യോഗസ്ഥരുടെ ഏറെ തിരക്കേറിയ താമസ കേന്ദ്രമായിരുന്നു. അന്ന് സർക്കാർ അതിഥി മന്ദിരം മലമ്പുഴയിൽ മാത്രമാണുണ്ടായിരുന്നത്. അതിനാൽ മന്ത്രിമാരെല്ലാം അവരുടെ പാലക്കാട് സന്ദർശന വേളയിൽ പാലക്കാട് റസ്റ്റ് ഹൗസിലായിരുന്നു താമസവും വിശ്രമവും. താമസത്തിനു അപേക്ഷകർക്കുള്ള അലോട്ട്മെന്റ് നല്കിയിരുന്നത് ജില്ലാ കളക്ടറായിരുന്നു. റസ്റ്റ് ഹൗസ് പരിപാലനവും ജോലിക്കാരുടെ നിയന്ത്രണവും ബിൽഡിങ്സ് സബ്ഡിവിഷന്റെ ചുമതലയായിരുന്നു. ഒരു വി ഐ പി മുറിയും ഒരു പി ഡബ്ല്യു ഡി മുറിയും അടക്കം ആകെ പത്തു മുറികളും ഓഫീസും ഭക്ഷണശാലയും

ആണന്നുണ്ടായിരുന്നത്. ഇത് കൂടാതെ ഈ കോമ്പൗണ്ടിനകത്ത് തന്നെ ജനസേചന വകുപ്പിന്റെ അധീനതയിലുള്ള രണ്ടു മുറികളുള്ള ഇൻസ്പെക്ഷൻ ബംഗ്ലാവുമുണ്ടായിരുന്നു. തിരുവനന്തപുരത്തുനിന്നും മറ്റു ജില്ലകളിൽ നിന്നും വിവിധ ജോലികൾക്കായി പാലക്കാട് എത്തിയിരുന്ന ഉദ്യോഗസ്ഥർക്ക് താമസിക്കാനുള്ള മുറികൾ ഇവിടെയുണ്ടായിരുന്നില്ല. ഉള്ളവതന്നെ കൃത്യമായ പരിപാലനമില്ലാത്തതിനാൽ ശോച്യമായ നിലയിലായിരുന്നു. ആദ്യം ഇവിടെ ചെയ്തത് ഈ മുറികളെല്ലാം നവീകരിച്ച് ആവശ്യമായ കൂടുതൽ സൗകര്യങ്ങൾ ഏർപ്പെടുത്തി എല്ലാവർക്കും താമസ യോഗ്യമാക്കുക എന്നതായിരുന്നു. എട്ടാം നമ്പർ മുറിക്ക് വി ഐ പി മുറിയെന്നും അഞ്ചാം നമ്പർ മുറിക്ക് പി ഡബ്ല്യു ഡി മുറിയെന്നും പേരിട്ടിരുന്നെങ്കിലും മറ്റു മുറികളുടെ സൗകര്യങ്ങളെ ഉണ്ടായിരുന്നുള്ളു. അതിനാൽ മന്ത്രിമാരും പൊതുമരാമത്ത് വകുപ്പു മേലുദ്യോഗസ്ഥന്മാരും വരുമ്പോൾ തിരക്കിനാൽ ഏറെ ബുദ്ധിമുട്ടനുഭവപ്പെട്ടിരുന്നു. ഈ മുറികളുടെ മുന്നിലുള്ള വരാന്ത നില്ക്കുന്ന സ്ഥലം കെട്ടിയടച്ച് അത് സ്വീകരണമുറിയാക്കി ആവശ്യമായ ഫർണിച്ചർ വിന്യസിച്ച് രണ്ടു മുറികളും ശീതീകരിച്ച് ജാലകത്തിരശീലകൾ പുതുക്കി രണ്ടു മുറികൾക്കും പുതിയ മുഖം നല്കാൻ കഴിഞ്ഞത് ഇന്നും ഏറെ അഭിമാനത്തോടെ ഓർക്കുന്നു. ജലസേചന വകുപ്പിന്റെ അധീനതിയിലുണ്ടായിരുന്ന ഇൻസ്പെക്ഷൻ ബംഗ്ലാവ് വലിയ തോതിൽ ഉപയോഗിക്കാതെയും ഒട്ടും പരിപാലനമില്ലാതെയും തീർത്തും അവഗണിക്കപ്പെട്ട നിലയിലായിരുന്നു. ജലസേചന വകുപ്പിൽനിന്ന് ഇത് പൂർണ്ണമായി പൊതുമരാമത്ത് വകുപ്പിന് കൈമാറാനുള്ള ഉത്തരവ് ലഭ്യമാക്കുകയും ഈ രണ്ടു മുറികളും സ്വീകരണ മുറി, കിടപ്പു മുറി എന്ന് വേർതിരിച്ച് പരിഷ്കരിക്കുകയും കൂടുതൽ ഫർണിച്ചർ, ശീതീകരണ പ്രക്രിയകൾ, ജാലകത്തിരശീലകൾ എന്നിവ നല്കി ഒരു വി ഐ പി മുറിയും മറ്റൊരു പി ഡബ്ല്യു ഡി ഉദ്യോഗസ്ഥർക്കുള്ള മുറിയുമായി മാറ്റി. ഒന്നാം നിലയിലേക്ക് കോണി കയറാൻ ബുദ്ധിമുട്ടുള്ള പല മന്ത്രിമാർക്കും ഈ മുറി അനുഗ്രഹമായി മാറിയത് കണ്ടപ്പോൾ ഏറെ സന്തോഷം അനുഭവപ്പെട്ടു. (ഈ മുറിയിലാണ് അന്നത്തെ മുഖ്യമന്ത്രി നായനാരും പിന്നീട മുഖ്യമന്ത്രി വി എസ് അച്യുതാനന്ദനും പാലക്കാടെത്തിയാൽ താമസിച്ചിരുന്നത്).

ഉദ്യോഗസ്ഥരുടെ താമസസ്ഥല പരിമിതി പ്രശ്നം പരിഹരിക്കാൻ പുതിയ ഒരു കെട്ടിടം കൂടി കെട്ടുകയാണ് ഏക പോംവഴി എന്ന് തിരിച്ചറിഞ്ഞു. പുതിയ ബ്ലോക്കിന് ഉപയുക്തമാക്കാവുന്ന വിധത്തിലുള്ള സ്ഥലം ഇവിടെയുണ്ടായിരുന്നു. ഈ സ്ഥലത്ത് രണ്ടു നിലകളിലായി 12 മുറികളും ഒരു കോൺഫറൻസ് ഹാളും സ്റ്റോർ മുറിയും അടങ്ങുന്ന ഒരു പദ്ധതിക്ക് പൊതുമരാമത്ത് വകുപ്പ് ചീഫ് ആർക്കിറ്റെക്ചറിൽ നിന്ന് പ്ലാൻ ലഭ്യമാക്കി. ആവശ്യമായ ഫണ്ട് കണ്ടെത്തി ദർഘാസ് വിളിച്ച് ഈ പ്രവൃത്തി നടപ്പിലാക്കാൻ വേണ്ട നടപടികൾ ആരംഭിക്കുകയും പ്രവൃത്തി

തുടങ്ങുവാൻ കഴിയുകയും ചെയ്തു.

പാലക്കാട് ടിപ്പു സുൽത്താൻ കോട്ടയുടെ അകത്ത് പ്രവർത്തിച്ചിരുന്ന ജയിലിനു പ്രാഥമിക സൗകര്യങ്ങൾ പോലുമുണ്ടായിരുന്നില്ല. സ്ത്രീകൾക്ക് വേണ്ടിയുള്ള പുതിയ ഒരു ബ്ലോക്ക് ഇവിടെ നിർബ്ബന്ധമായും വേണമെന്ന ആവശ്യത്തിന് വർഷങ്ങളുടെ പ്രായമുണ്ടായിരുന്നു. പുരാവസ്തുവകുപ്പിന്റെ അനുവാദം ലഭിക്കാത്തതിനാൽ ജയിലിലെ വികസന പ്രവർത്തനങ്ങളെല്ലാം കടലാസിൽ മാത്രം ഒതുങ്ങിയിരുന്നു. വൃത്തിയായി പരിപാലനം നടത്തുവാൻ പോലും തിണ്ണബലം ഉപയോഗിച്ച് ആ വകുപ്പിലെ ഉദ്യോഗസ്ഥന്മാർ തടസ്സം നില്ക്കുമായിരുന്നു. ഏറെ ബുദ്ധിമുട്ടിയാണ് നിരവധി തടസ്സവാദങ്ങളെ നിരാകരിച്ചുകൊണ്ട് സ്ത്രീകൾക്ക് വേണ്ടിയുള്ള ഒരു ബ്ലോക്ക് ഇവിടെ നിർമ്മിക്കാൻ കഴിഞ്ഞത്. നിർമ്മാണ സാധന സാമഗ്രികൾ പോലും ഇറക്കാനും ശേഖരിക്കാനുമുള്ള പൊതുമരാമത്ത് വകുപ്പിന്റെ അവകാശങ്ങളെ പോലും ചോദ്യം ചെയ്തിട്ടും സമയബന്ധിതമായി ഈ പ്രവൃത്തി പൂർത്തീകരിക്കാൻ കഴിഞ്ഞത് അതൊരു വെല്ലുവിളിയായി ഏറ്റെടുത്തതുകൊണ്ടുമാത്രമായിരുന്നു. പാലക്കാട് സിവിൽ സ്റ്റേഷൻ കോമ്പൗണ്ടിനകത്ത് താലൂക്ക് ഓഫീസിനു വേണ്ടിയുള്ള കെട്ടിടത്തിന്റെ നിർമ്മാണവും ഈ കാലത്തു നടന്നതാണ്.

ഈ കാലഘട്ടത്തിലാണ് അധികാര വികേന്ദ്രീകരണത്തിന്റെ ആദ്യപടിയായ ജില്ലാ കൗൺസിലുകൾ നിലവിൽ വന്നത്. പാലക്കാട് ജില്ലാ കൗൺസിൽ പ്രസിഡന്റ് ആയി തെരഞ്ഞെടുക്കപ്പെട്ടത് പ്രിയ സുഹൃത്തായ എ കെ ബാലനായിരുന്നു. സിവിൽ സ്റ്റേഷൻ കെട്ടിടത്തിൽ സൗകര്യമുള്ള ഒരു സ്ഥലം കണ്ടെത്താനും അത് നവീകരിച്ച് വേണ്ട സൗകര്യങ്ങൾ ഒരുക്കാനും കെട്ടിടവിഭാഗം അസിസ്റ്റന്റ് എക്സിക്യൂട്ടീവ് എഞ്ചിനീയർ എന്ന നിലയിൽ എന്നെയാണദ്ദേഹം ചുമതല ഏല്പിച്ചത്. ജില്ലാ കളക്ടർ ജിജി തോംസണുമായി ആലോചിച്ച് സിവിൽ സ്റ്റേഷൻ കെട്ടിടത്തിൽ ജില്ലാ കളക്ടറുടെ ചേംബറിന്റെ മുകളിലായി രണ്ടാം നിലയിൽ സ്ഥലം കണ്ടെത്താനും ആവശ്യാനുസരണമുള്ള മാറ്റങ്ങളും പരിഷ്കാരങ്ങളും വരുത്തി ഒരു മാസം കൊണ്ട് ജില്ലാ കൗൺസിൽ പ്രസിഡന്റിന്റെ ചേംബറും ഓഫീസും ഒരുക്കാനും കഴിഞ്ഞത് കൃതാർത്ഥത നല്കിയ പ്രവൃത്തിയായിരുന്നു.

അന്നത്തെ ജില്ലാ ജഡ്ജി പി എസ് ദിവാകരനും ജുഡീഷ്യൽ ഫസ്റ്റ് ക്ലാസ് മജിസ്ട്രേറ്റ് എം ആർ ബാലചന്ദ്രൻനായരും അടുത്ത കുടുംബസുഹൃത്തുക്കളായിരുന്നു. ഒരുദിവസം ജില്ലാ ജഡ്ജി എന്നെ ഓഫീസിലേക്ക് വിളിപ്പിച്ചു. തന്റെ ഓഫീസിന്റെയും ചേംബറിന്റെയും അവസ്ഥ കാണിച്ചു തരികയും ഉടൻ അവ നവീകരിക്കാൻ കഴിയുമോ എന്ന് അന്വേഷിക്കുകയും ചെയ്തു. ഒപ്പം അദ്ദേഹം മറ്റൊരാവശ്യംകൂടി മുന്നോട്ടു വെച്ചു.. ഇപ്പോൾ ഒട്ടേറെ യുവതികളായ അഭിഭാഷകർ കോടതിയിൽ എത്തുന്നുണ്ടെന്നും എന്നാൽ അവർക്ക് പ്രത്യേകമായി ഇരിക്കാനും പ്രാഥമിക ആവശ്യങ്ങൾ നിർവ്വഹിക്കാനുമുള്ള സൗകര്യങ്ങൾ ഇല്ലെന്നും

അതിനു ഒരു പരിഹാരം കാണണമെന്നും ആണ് അദ്ദേഹം നിർദ്ദേശിച്ചത്. ജില്ലാ ജഡ്ജിയുടെ ചേംബറും ഓഫീസും മറ്റു ജില്ലകളിലൊന്നും ഇല്ലാത്ത വിധം നവീകരിക്കാനും ആവശ്യമായ ജാലക തിരശീലകൾ, മറ്റു സൗകര്യങ്ങൾ അടക്കം ആവശ്യപ്പെട്ടതെല്ലാം ഒരുക്കിക്കൊടുക്കാനും കഴിഞ്ഞു. വനിതാ അഭിഭാഷകർക്ക് വേണ്ടിയുള്ള വിശ്രമമുറിയും നിർദ്ദേശിച്ച പ്രകാരം നിർമ്മിക്കാനും പരിപാലിക്കാനും കഴിഞ്ഞതും നല്ല ഓർമ്മകളാണ്. പൊതുമരാമത്ത് റോഡ്സ് ഡിവിഷൻ എക്സിക്യൂട്ടീവ് എഞ്ചിനീയർക്കു പാലക്കാട് ക്വാർട്ടേഴ്സ് ഉണ്ടായിരുന്നുവെങ്കിലും ബിൽഡിങ്സ് ഡിവിഷൻ എക്സിക്യൂട്ടീവ് എഞ്ചിനീയർക്ക് ക്വാർട്ടേഴ്സ് ഉണ്ടായിരുന്നില്ല. എസ് പി ക്വാർട്ടേഴ്സ്, ഇ ക്വാർട്ടേഴ്സ്, ആർ ഡി ഒ ക്വാർട്ടേഴ്സ് എന്നിവയ്ക്കിടയിൽ ഇതിനൊരു സ്ഥലം കണ്ടെത്തി പുതിയ ക്വാർട്ടേഴ്സ് നിർമ്മിക്കാനുള്ള പണവും ലഭ്യമാക്കി ആ പ്രവൃത്തി പൂർത്തിയാക്കാൻ കഴിഞ്ഞതും തികച്ചും ചാരിതാർത്ഥ്യജനകമായിരുന്നു.

പാലക്കാട് സർക്കാർ പോളിടെക്നിക്കിലെ എല്ലാ പ്രധാന കെട്ടിടങ്ങളും പാലക്കാട് ബ്രിഡ്ജസ് സബ്ഡിവിഷനിൽ എനിക്ക് ചുമതലയുള്ളപ്പോൾ എന്റെ മേൽനോട്ടത്തിൽ പണികഴിപ്പിച്ചവയായിരുന്നു. ഏറെക്കാലം ഈ സ്ഥാപനത്തിന്റെ പ്രിൻസിപ്പലായിരുന്ന എൻ രാമചന്ദ്ര പിഷാരടി ചേട്ടന്റെ ഏറ്റവും അടുത്ത സുഹൃത്തും സഹപ്രവർത്തകനുമായിരുന്നതിനാൽ എനിക്കേറെ ഇഷ്ടമായിരുന്ന ജ്യേഷ്ഠ സുഹൃത്തായിരുന്നു. അദ്ദേഹത്തിന്റെ ഏതു ആവശ്യവും നടത്തിക്കൊടുക്കാൻ ആത്മാർത്ഥമായും പരിശ്രമിച്ചിരുന്നു. സിവിൽ, മെക്കാനിക്കൽ, ഇലക്ട്രിക്കൽ എന്നീ മൂന്നു എഞ്ചിനീയറിങ് വിഷയങ്ങൾ മാത്രമുണ്ടായിരുന്ന സ്ഥാപനത്തിൽ ഇലക്ട്രോണിക്സ് എഞ്ചിനീയറിങ് വിഭാഗം കൂടി അനുവദിക്കപ്പെട്ടപ്പോൾ ഇലക്ട്രോണിക്സ് എഞ്ചിനീയറിങ് വിഭാഗത്തിനായി ഒരു പുതിയ കെട്ടിടം അനിവാര്യമായിരുന്നു. അതിനുള്ള സ്ഥലം പ്രധാന ബ്ലോക്കിന്റെ അരികിലായി കണ്ടെത്തുകയും സാങ്കേതിക വിദ്യാഭ്യാസ വകുപ്പ് അധികൃതരുടെയും പ്രിൻസിപ്പലിന്റെയും ആവശ്യങ്ങൾ മനസ്സിലാക്കി രണ്ടു മാസത്തിനുള്ളിൽതന്നെ പ്ലാൻ തയ്യാറാക്കി ഭരണാനുമതി വാങ്ങി ടെൻഡർ ചെയ്തു. ഒരു കൊല്ലത്തിനുള്ളിൽ പ്രവൃത്തി പൂർത്തിയാക്കി കെട്ടിടം കൈമാറാൻ കഴിഞ്ഞത് സന്തോഷ ജനകമായിരുന്നു.

സ്കൂൾ വിദ്യാഭ്യാസ രംഗത്തെ കുട്ടികളുടെ വർദ്ധനയ്ക്കനുസൃതമായ കെട്ടിട സൗകര്യം ഇല്ലാതെ ബുദ്ധിമുട്ടുന്ന ഒരവസ്ഥയുണ്ടായിരുന്നു. മലമ്പുഴ നിയോജകമണ്ഡലത്തിലെ സർക്കാർ സ്കൂളുകളായ എലപ്പുള്ളി ഹൈസ്കൂളും മലമ്പുഴ ഹൈസ്കൂളും ഇങ്ങനെ പരാധീനതകൾ ഏറെയുള്ള വിദ്യാലയങ്ങളായിരുന്നു. ഇവയ്ക്കുള്ള ശാശ്വത പരിഹാരം പുതിയ കെട്ടിടങ്ങളുടെ നിർമ്മാണം മാത്രമാണെന്ന് മന്ത്രി ശിവദാസമേനോനെ ബോദ്ധ്യപ്പെടുത്തിയതിന്റെ അടിസ്ഥാനത്തിൽ ഈ രണ്ടു വിദ്യാലയങ്ങൾക്കും ആവശ്യമായ സൗകര്യങ്ങളുള്ള പുതിയ കെട്ടിടങ്ങൾ നിർമ്മി

ക്കാനുള്ള ഭരണാനുമതി അദ്ദേഹം നേടിത്തന്നു. ആ പദ്ധതികൾ വിചാരിച്ച സമയത്ത് തന്നെ പൂർത്തിയാക്കി വിദ്യാഭാസ വകുപ്പിനെ ഏല്പിച്ചു കൊടുക്കാൻ കഴിഞ്ഞു. അതേപോലെ പൂർത്തിയാക്കി കൈമാറാൻ കഴിഞ്ഞ ഒരു പ്രവൃത്തിയായിരുന്നു മലമ്പുഴ നിയോജകമണ്ഡലത്തിൽ തന്നെയുള്ള മരുതറോഡ് പാലക്കാട് ജൂനിയർ ടെക്നിക്കൽ ഹൈ സ്കൂൾ കെട്ടിടവും. ഇതിന്റെ ചുറ്റുമതിലിന്റെയും ദേശീയ പാതയിലേക്കുള്ള പ്രവേശന കവാടത്തിന്റെയും നിർമ്മാണത്തിലും പല തർക്കങ്ങളും എതിർപ്പുകളും ഉന്നയിക്കപ്പെട്ടെങ്കിലും എല്ലാം പരിഹരിച്ച് എല്ലാവർക്കും തൃപ്തികരമായ വിധത്തിൽ ഉദ്ഘാടനം ചെയ്യാൻ കഴിഞ്ഞതും ചരിതാർത്ഥ്യജനകമായിരുന്നു. പാലക്കാട് നിയോജക മണ്ഡലത്തിലെ മേപ്പറമ്പ് യു പി സ്കൂളിന്റെ പുതിയ കെട്ടിട നിർമ്മാണം, വെണ്ണക്കര സ്കൂൾ കെട്ടിട നിർമ്മാണം എന്നിവയും ഈ കാലഘട്ടത്തിൽ പൂർത്തിയായവയായിരുന്നു.

കേരളത്തിലേക്ക് വാളയാർ ചുരം വഴി കടന്നുവന്നിരുന്ന എല്ലാ ചരക്കു വാഹനങ്ങളുടെയും കർശനമായ പരിശോധന നടത്താൻ വേണ്ടിയുള്ള വില്പന നികുതി ചെക്ക് പോസ്റ്റ് ഒട്ടും സൗകര്യമില്ലാത്ത നിലയിലുള്ള ഒരു വാടക കെട്ടിടത്തിലായിരുന്നു. പല ഉദ്യോഗസ്ഥന്മാർക്ക് ഈ തിരക്ക് അവരുടെ മറ്റു ചില പിൻവാതിൽ പ്രവർത്തനങ്ങൾക്ക് അനിവാര്യതയായിരുന്നു. സ്ഥലമില്ലാത്തിടത്ത് കൗണ്ടറുകളും കാത്തു നില്പിനുള്ള വരികളും കൂട്ടി കൂടുതൽ തിക്കും തിരക്കും സൃഷ്ടിക്കാനും അങ്ങനെ വലിയ പരിശോധനകൾ ഒന്നുമില്ലാതെ പതിവ് മാമൂൽ വാങ്ങി വണ്ടികൾ വിടാനുമുള്ള കുത്സിത ശ്രമങ്ങൾ നടത്തുന്ന ഉദ്യോഗസ്ഥ മാഫിയയ്ക്കെതിരെ സത്യസന്ധരായ ഉദ്യോഗസ്ഥർക്ക് മൗനം പാലിക്കാൻ മാത്രമേ കഴിഞ്ഞിരുന്നുള്ളൂ. ഇതിനു ഒരു ശാശ്വത പരിഹാരമെന്ന നിലയിൽ എല്ലാ സൗകര്യങ്ങളോടും കൂടിയുള്ള ഒരു വില്പന നികുതി ചെക്ക് പോസ്റ്റ് നിർമ്മിക്കാനുള്ള സ്ഥലം നേരത്തെ തന്നെ വില്പനനികുതി വകുപ്പ് സ്വായത്തമാക്കിയിരുന്നു. ഭാവിയിലെ വാഹനാധിക്യംകൂടി കണക്കിലെടുത്തുകൊണ്ട് ആവശ്യമായ ചെക്കിങ് കൗണ്ടറുകൾ, ക്യാഷ് കൗണ്ടറുകൾ, അസിസ്റ്റന്റ് കമ്മീഷണറുടെ ഓഫീസ്, ഉദ്യോഗസ്ഥർക്കുള്ള വിശ്രമസ്ഥലങ്ങൾ, വിശദമായ പരിശോധന ആവശ്യമായ വാഹനങ്ങൾക്കുള്ള പാർക്കിങ് സ്ഥലം എന്നിവ ഉൾപ്പെടുത്തി ഒരു പദ്ധതി തയ്യാറാക്കി സമർപ്പിക്കാൻ സർക്കാർ നിർദ്ദേശിച്ചിരുന്നു. ചെക്ക് പോസ്റ്റിലെ പ്രവർത്തനപരമായ ആവശ്യകതകൾ മനസ്സിലാക്കി അതിനനുസരിച്ചുള്ള പ്ലാൻ തയ്യാറാക്കാനുള്ള ഉദ്ദേശ്യവുമായി പൊതുമരാമത്ത് വകുപ്പ് ചീഫ് ആർക്കിടെക്റ്റ്, സൂപ്രണ്ടിങ് എഞ്ചിനീയർ, എക്സിക്യൂട്ടീവ് എഞ്ചിനീയർ എന്നിവരോടൊപ്പം ചെക്പോസ്റ്റ് സന്ദർശിച്ചത് ഇന്നലെ നടന്നത് പോലെ ഇന്നും മനസ്സിൽ ഒരു കരടായി അവശേഷിക്കുന്നുണ്ട്. മൂന്നു കൗണ്ടറുകളിൽ ഞങ്ങൾ ചെന്ന് കാര്യം അവതരിപ്പിക്കാൻ ശ്രമിച്ചു. മൂന്നിടത്തെയും ഉദ്യോഗസ്ഥർ മുഖത്തേക്ക് നോക്കാതെ ക്യൂവിൽ പോയി

നില്ക്ക് എന്ന ധാർഷ്ട്യത്തോടെയുള്ള ആജ്ഞയാണ് നല്കിയത്. അവരുടെ ശ്രദ്ധ മുഴുവൻ ക്യൂവിൽ നില്ക്കുന്ന ലോറി തൊഴിലാളികൾ സമർപ്പിച്ച അവരുടെ മുന്നിലിരിക്കുന്ന ബുക്ക്, പേപ്പേഴ്സ് എന്നിവയിലും അതിനകത്ത് തിരുകി വെച്ച പണത്തിലും മാത്രമായിരുന്നു. മടുത്ത് തിരിച്ചിറങ്ങാൻ നോക്കുമ്പോഴാണ് ഞങ്ങൾ എത്തിയ വിവരം അറിഞ്ഞ് അസിസ്റ്റന്റ് കമ്മീഷണർ പ്രത്യക്ഷപ്പെട്ടത്. കാര്യങ്ങൾ കേട്ടപ്പോൾ മറ്റുദ്യോഗസ്ഥർക്കു വേണ്ടി മാപ്പു ചോദിച്ച് അദ്ദേഹം ഓരോ കൗണ്ടറിലും ഓഫീസിലും കൊണ്ട് പോയി ആവശ്യങ്ങൾ വിശദീകരിച്ചു തന്നു. സ്ഥല പരിശോധനയും നടത്തി. അതിന്റെ അടിസ്ഥാനത്തിൽ ഒരു മാസ്റ്റർ പ്ലാൻ ചീഫ് ആർക്കിടെക്റ്റ് തയ്യാറാക്കുകയും സർക്കാർ അതിനു അനുമതി നല്കുകയും ചെയ്തു. ആ പ്ലാൻ പ്രകാരമുള്ള എസ്റ്റിമേറ്റ് തയ്യാറാക്കി സാങ്കേതിക അനുമതി വാങ്ങി ദർഘാസ് വിളിച്ച് പ്രവൃത്തികൾ തുടങ്ങാൻ കഴിഞ്ഞപ്പോൾ മനസ്സിന് ഏറെ സംതൃപ്തി ലഭിച്ചിരുന്നു. ഒപ്പം ഈ പ്രവൃത്തി പൂർത്തിയായാൽ മുന്നിലുള്ള ദേശീയ പാത 8 ലെയിൻ പാതയായി വികസിപ്പിക്കണമെന്ന അപേക്ഷയും നിർദ്ദേശവും ദേശീയപാത അധികൃതർക്ക് കൈമാറിയിരുന്നു. പണി പൂർത്തിയാവുന്നതിന് മുമ്പ് എന്നെ സ്ഥലം മാറ്റിയിരുന്നു.

പാലക്കാട് ജില്ലാ ഹോസ്പിറ്റൽ രോഗികളുടെ ആധിക്യം കൊണ്ട് വീർപ്പുമുട്ടുന്ന ഒരു കാലമായിരുന്നു അന്ന്. സ്ഥല പരിമിതി ഏറെ പ്രശ്നങ്ങൾക്ക് വഴിവെച്ചിരുന്നു. സ്ത്രീകളുടെ പ്രസവ പരിചരണത്തിനും മറ്റു രോഗചികിത്സയ്ക്കും കുട്ടികളുടെ ചികിത്സയ്ക്കും അനുവദിച്ചിരുന്ന സ്ഥലം ആവശ്യകതയുടെ പാതിപോലും ഉണ്ടായിരുന്നില്ല. അന്നത്തെ എം എൽ എ സി എം സുന്ദരം, പാലക്കാട് ജില്ലാ കൗൺസിൽ പ്രസിഡന്റ് എ കെ ബാലൻ, ജില്ലാ കളക്ടർ, ഹെൽത്ത് സർവ്വീസ് ഡയറക്ടർ, ജില്ലാ മെഡിക്കൽ ഓഫീസർ, ജില്ലാ ഹോസ്പിറ്റൽ സൂപ്രണ്ട് എന്നിവരോടൊപ്പം ചേർന്ന് ജില്ലാ ഹോസ്പിറ്റൽ സന്ദർശിക്കുകയും അവിടുത്തെ അനിവാര്യമായ അടിയന്തര ആവശ്യങ്ങൾ വിലയിരുത്തുകയും ചെയ്തതിനെ തുടർന്നാണ് സ്ത്രീകൾക്കും കുട്ടികൾക്കും വേണ്ടിയുള്ള ഒരു പുതിയ ഹോസ്പിറ്റൽ നിർമ്മിക്കണമെന്ന തീരുമാനമുണ്ടായത്. ജില്ലാ ഹോസ്പിറ്റലിന്റെ പിന്നിൽ കാട് പിടിച്ചു കിടന്ന ഒന്നര ഏക്കറോളം സ്ഥലം ഇതിനു വേണ്ടി ഉപയുക്തമാക്കാമെന്നും തീരുമാനമായി. ഏഴു നിലകളുള്ള ഒരു വലിയ ഹോസ്പിറ്റൽ കെട്ടിടം വിഭാവനം ചെയ്യണമെന്നും ഫണ്ടിന്റെ ലഭ്യത അനുസരിച്ച് ടെൻഡർ വിളിച്ച് പണികൾ നടത്തണമെന്നും തീരുമാനിച്ചു. താഴത്തെ നിലയിൽ ഭരണ വിഭാഗം, അത്യാഹിത വിഭാഗം, പരിശോധനാമുറികൾ, സ്റ്റോർ തുടങ്ങിയവയും രണ്ടാമത്തെ നിലയിൽ പ്രസവ മുറികൾ, ഓപ്പറേഷൻ തിയേറ്ററുകൾ തുടങ്ങിയവയും, മൂന്നാമത്തെ നിലയിൽ സ്ത്രീകളുടെ വാർഡുകളും, നാലാമത്തെ നിലയിൽ കുട്ടികളുടെ വാർഡുകളും, അഞ്ചാമത്തെ നിലയിൽ പേ വാർഡ് മുറികളും, ആറാമത്തെ നിലയിൽ നഴ്

സുകൾക്കുള്ള ഹോസ്റ്റലും ഹൗസ് സർജന്മാർക്കുള്ള മുറികളും, ഏഴാമത്തെ നില ഭാവി വികസനത്തിനുള്ള വാർഡുകളും ആയി ഒരു മാസ്റ്റർ പ്ലാൻ തയ്യാറാക്കി ആദ്യത്തെ മൂന്നുനില പണിയാനുള്ള ഭരണാനുമതി ലഭിച്ച് പ്രവൃത്തി ആരംഭിക്കാൻ കഴിഞ്ഞത് ഏറെ ചാരിതാർത്ഥ്യജനകമായിരുന്നു. മൂന്നു നിലയേ പണിയുന്നുള്ളുവെങ്കിലും ഏഴു നിലയ്ക്കുള്ള അസ്തിവാരം പൈൽ അടിച്ചുറപ്പിക്കാനും തീരുമാനിച്ചിരുന്നു. എഞ്ചിനീയർ കോൺട്രാക്റ്ററായ പി എം യോഹന്നാനാണ് ഈ പ്രവൃത്തിയുടെ കരാർ എടുത്തിരുന്നത്. പണി ശീഘ്രഗതിയിൽ പുരോഗമിച്ചു കൊണ്ടിരുന്നു. പൂർത്തീകരിച്ച് പാലക്കാട്ടെ ആരോഗ്യരംഗത്തെ വലിയൊരു പ്രശ്നത്തിന് ശാശ്വത പരിഹാരം കാണണമെന്ന് ആഗ്രഹിച്ച സമയത്ത് കാലാവധി പൂർത്തിയാവാതെയാണ് ഞാൻ സ്ഥലം മാറ്റപ്പെട്ടത്. ആവശ്യമായ ഫണ്ടിന്റെ അപര്യാപ്തതമൂലവും അത് നേടിയെടുക്കാൻ വകുപ്പുകൾ കാട്ടിയ അനാസ്ഥ മൂലവും വളരെ വൈകിയാണ് ഈ പ്രവൃത്തി പൂർത്തീകരിക്കപ്പെട്ടത്.

നഗരത്തിന്റെ പല സ്ഥലങ്ങളിലായി വാടകക്കെട്ടിടങ്ങളിൽ പ്രവർത്തിച്ചിരുന്ന വില്പന നികുതി വകുപ്പിലെ ഡെപ്യൂട്ടി കമ്മീഷണർ, അസിസ്റ്റന്റ് കമ്മീഷണർമാർ, സെയിൽസ് ടാക്സ് ഓഫീസർമാർ എന്നിവരുടെ ഓഫീസുകളെല്ലാം ഒരു കുടക്കീഴിൽ കൊണ്ട് വരുന്ന ഒരു ഓഫീസ് സമുച്ചയം വേണമെന്ന ആവശ്യം വില്പന നികുതി കമ്മീഷണർ വിളിച്ചു തീർത്ത ഒരു യോഗത്തിൽ വെച്ച് ഉന്നയിക്കപ്പെട്ടിരുന്നു. ഇതിനായി പാലക്കാട് സിവിൽ സ്റ്റേഷൻ കോമ്പൗണ്ടിൽ സ്ഥലവും കണ്ടെത്തിയിരുന്നു. പൊതുമരാമത്ത് വകുപ്പിന്റെയും വില്പന നികുതി വകുപ്പിന്റെയും ഉന്നത ഉദ്യോഗസ്ഥരുടെ നിരവധി യോഗങ്ങളിലെ ചർച്ചകൾക്ക് ശേഷം ആവശ്യകതകൾ നിർണ്ണയിക്കപ്പെടുകയും അതിനാവശ്യമായ അഞ്ചു നിലകളുള്ള പാലക്കാട് ജില്ലാ വില്പന നികുതി കാര്യാലയ സമുച്ചയം ചീഫ് ആർക്കിടെക്റ്റ് വിഭാവനം ചെയ്യുകയും ചെയ്തു. ഒട്ടും സമയമെടുക്കാതെ എസ്റ്റിമേറ്റ് സമർപ്പിച്ചതിനെത്തുടർന്ന് ഭരണാനുമതി ലഭിക്കുകയും ദർഘാസ് നടപടികൾ തീർത്തു പി എം യോഹന്നാനു കരാർ നല്കി. ഈ പ്രവൃത്തിയും ആരംഭിക്കാൻ കഴിഞ്ഞു. ഈ പ്രവൃത്തിയുടെ ശിലാസ്ഥാപന യോഗവുമായി ബന്ധപ്പെട്ട ചില സംഭവങ്ങളാണ് പാലക്കാട് ബിൽഡിങ്സ് സബ്ഡിവിഷനിൽ നിന്ന് കാലാവധി പൂർത്തിയാക്കാതെയുള്ള എന്റെ സ്ഥലം മാറ്റത്തിൽ കലാശിച്ചത്.

1992 മാർച്ച് മാസത്തിൽ പ്രവൃത്തി ആരംഭിച്ചിരുന്നെങ്കിലും ഔപചാരികമായ ശിലാസ്ഥാപനം മെയ് മാസത്തിലാണ് നടന്നത്. പൊതുമരാമത്ത് വകുപ്പ് മന്ത്രി പി കെ കെ ബാവ അദ്ധ്യക്ഷത വഹിക്കുന്ന ചടങ്ങിൽ ധനകാര്യ വകുപ്പ് മന്ത്രി ഉമ്മൻ ചാണ്ടി ശിലാസ്ഥാപനം നടത്താനും ജില്ലയിലെ എം പി, എം എൽ മാർ, വില്പനനികുതി കമ്മീഷണർ, ജില്ലാ കളക്ടർ എന്നിവർ ആശംസകൾ നേരും വിധമായിരുന്നു പരിപാടികൾ ആവിഷ്കരിച്ചിരുന്നത്. ശിലാസ്ഥാപനത്തിന്റെ

ഫലകത്തെക്കുറിച്ച് ചർച്ച വന്നപ്പോൾ രണ്ടു മന്ത്രിമാരുടെ പേര് മാത്രം വെച്ചാൽ മതി എന്ന സമവായത്തിലാണ് പൊതുമരാമത്ത് വകുപ്പ്, വില്പന നികുതി വകുപ്പ്, ജില്ലാ കളക്ടർ സി എസ് ശ്രീനിവാസ് എന്നിവരുടെ യോഗത്തിലുണ്ടായിരുന്നത്. തീരുമാനമെടുത്തതിന്റെ വൈകുന്നേരം ഡെപ്യൂട്ടി കമ്മീഷണർ വിളിച്ച് വി എസ് വിജയരാഘവൻ എം പി അദ്ദേഹത്തിന്റെ പേര് ഫലകത്തിലുണ്ടാവണമെന്നു നിർബ്ബന്ധിക്കുന്നതായി പറഞ്ഞു. ഞാൻ അദ്ദേഹത്തോട് ഇതൊരു സംസ്ഥാന സർക്കാരിന്റെ ജില്ലാതല പരിപാടിയാണെന്നും ഇവിടെ എം പി യുടെ പേര് വെക്കണമെങ്കിൽ 11 എം എൽ എമാരുടെയും പേര് വെക്കണമെന്നാണ് സർക്കാരിന്റെ നിബന്ധനകൾ എന്നും അതിനാൽ പഴയ തീരുമാനം തന്നെയാണ് ശരി എന്നും പറഞ്ഞ് സമ്മതിപ്പിച്ചു. ഒരു മണിക്കൂർ കഴിഞ്ഞ് ഇതേ കാര്യം സൂചിപ്പിച്ചുകൊണ്ട് കളക്ടറുടെ വിളി വന്നു. കളക്ടറോടും ഞാൻ കാര്യങ്ങൾ വിശദീകരിക്കുകയും അദ്ദേഹത്തിന് അത് ബോദ്ധ്യമാവുകയും പഴയ തീരുമാനം നടപ്പിലാക്കിയാൽ മതിയെന്ന് സമ്മതമേകുകയും ചെയ്തു. നിയമപ്രകാരമായ നടപടിയായതിനാൽ ഇത് ഒരു രാഷ്ട്രീയ പ്രശ്നമാവുമെന്നു ഞാൻ കരുതിയതുമില്ല. പരിപാടി നടക്കുന്ന ദിവസം പാലക്കാട് ഡി വൈ എഫ് ഐയുടെ സംസ്ഥാന സമ്മേളനം നടക്കുന്ന സമയമായിരുന്നു. നഗരം മുഴുവൻ ഡി വൈ എഫ് ഐയുടെ ശുഭ്രപതാകകൾകൊണ്ടും കമാനങ്ങൾ കൊണ്ടും അലംകൃതമായിരുന്നു. പൊതുമരാമത്ത് വകുപ്പ് റസ്റ്റ് ഹൗസിനു മുമ്പിൽ തന്നെ വലിയ രണ്ടു കമാനങ്ങൾ ഉണ്ടായിരുന്നു. ഈ റസ്റ്റ് ഹൗസിലേക്കാണ് മന്ത്രി പി കെ കെ ബാവയും പരിവാരവും എത്തുന്നത്. വി ഐ പി റൂമിൽ പ്രവേശിച്ചു കഴിഞ്ഞപ്പോഴാണ് അദ്ദേഹത്തിന്റെ സ്റ്റാഫിന് മുറി അനുവദിച്ചിട്ടില്ലെന്ന് അദ്ദേഹം മനസ്സിലാക്കുന്നത്. അദ്ദേഹത്തെ സ്വീകരിക്കാൻ കാത്തുനിന്ന എക്സിക്യൂട്ടീവ് എഞ്ചിനീയർ കെ ബി ഹരിദാസിനോടും എന്നോടും അദ്ദേഹം ക്ഷുഭിതനാവുന്നു. ഞാൻ അദ്ദേഹത്തോട് വിനയപൂർവ്വം പറഞ്ഞു.

> സാർ, മുറികൾ അലോട്ട് ചെയ്യുന്നത് കളക്ടർ ആണ്. കൃത്യമായ പ്രോട്ടോകോൾ അനുസരിച്ചാണ് അത് ചെയ്യുന്നത്. ഈ പരിപാടിക്ക് വരുന്ന രണ്ടു മന്ത്രിമാർക്കുള്ള മുറികൾ കളക്ടർ അലോട്ട് ചെയ്തിട്ടുണ്ട്. ബാക്കി എല്ലാ മുറികളും ഡി വൈ എഫ് ഐ സമ്മേളനത്തിനെത്തുന്ന എം എൽ എമാർക്കും എം പി മാർക്കുമായാണ് ബുക്ക് ചെയ്തിരിക്കുന്നത്. പ്രോട്ടോകോൾ പ്രകാരം സ്റ്റാഫ് അവർക്കു താഴെയേ വരൂ എന്നുള്ളത് കൊണ്ട് മറ്റ് ഇടപെടലിനും സാദ്ധ്യതകളില്ല. ഹോട്ടലിൽ അവർക്കു താമസ സൗകര്യമേർപ്പെടുത്താം.

ക്ഷോഭം മാറാതെ അദ്ദേഹം മൊഴിഞ്ഞു. “അല്ലെങ്കിലും നിങ്ങൾ മാർക്സിസ്റ്റുകാരനാണെന്നും ഡി വൈ എഫ് ഐ സമ്മേളനത്തിന്റെ

ചെലവുകൾ മുഴുവൻ നിങ്ങളാണ് പിരിക്കുന്നതെന്നും എന്റെ പാർട്ടിക്കാർ എന്നെ അറിയിച്ചിട്ടുണ്ട്. അതിനാൽ സ്റ്റാഫിന് മുറിയില്ലാതാക്കിയത് മനഃപൂർവ്വമാണെന്നു എനിക്ക് മനസ്സിലാവും" ഞാൻ ചിരിച്ചുകൊണ്ട് പ്രതിവചിച്ചു "ഞാൻ ഡി വൈ എഫ് ഐ സമ്മേളനത്തനുവേണ്ടി പണം പിരിച്ചിട്ടുണ്ടെന്നത് സത്യമാണ്. പക്ഷേ, അതൊരു ചെറിയ ഭാഗം മാത്രം. സമ്മേളന ചെലവുകൾ പിരിച്ചെടുക്കാൻ ശക്തിയും പ്രാപ്തിയുമുള്ള സംഘടനയാണ് ഡി വൈ എഫ് ഐ എന്ന് അങ്ങേക്കുമറിയാവുന്ന താണല്ലോ." പിന്നീട് ഒരു പൊട്ടിത്തെറിയാണുണ്ടായത് "നിങ്ങളുടെ പ്രധാന പണി മാർക്സിസ്റ്റു പാർട്ടിക്ക് വേണ്ടി പണം പിരിക്കലും അതിന്റെ കമ്മീഷൻ അടിക്കലുമാണെന്നു എനിക്കറിയാം." അതുവരെ ശാന്തമായിരുന്ന എന്റെ മനസ്സ് പിടഞ്ഞെണീറ്റു. സിരകളിൽ അച്ഛന്റെ വിപ്ലവത്തിന്റെയും പ്രതിരോധത്തിന്റെയും ചോര ഉറഞ്ഞു പൊന്തി. ഞാൻ ഉച്ചത്തിൽ പറഞ്ഞു

> എന്റെ പണി എനിക്ക് നന്നായിട്ടറിയാം. മൂന്നു ഗുഡ് സർവ്വീസ് എൻട്രി ലഭിച്ച പൊതുമരാമത്ത് വകുപ്പിലെ ഏക ഉദ്യോഗസ്ഥനാണ് ഞാൻ. പിന്നെ പ്രവൃത്തികൾ കൃത്യമായി നിർവ്വഹണം നടത്തു കയും മേൽനോട്ടം വഹിക്കുകയും ചെയ്യുന്നുണ്ട്. പ്രവൃത്തിയിൽ കുറ്റങ്ങൾ കണ്ടെത്തിയാൽ എന്നെ ശാസിക്കുകയോ ശിക്ഷിക്കു കയോ ചെയ്യാം. എന്നാൽ എന്റെ വ്യക്തിപരമായ കാര്യങ്ങളിൽ ഇടപെടാൻ അങ്ങ് ശ്രമിക്കരുത്. മാർക്സിസ്റ്റ് പാർട്ടിക്ക് വേണ്ടി ഞാൻ പലപ്പോഴും പണം പിരിക്കാറുണ്ട്. പിരിച്ചത് പാർട്ടിയെ ഏല്പിക്കാറുമുണ്ട്. പക്ഷേ, അതിന് കമ്മീഷൻ പറ്റാറില്ല. അങ്ങ് അങ്ങനെ പറയുന്നത് അങ്ങയുടെ പാർട്ടിയിൽ നടക്കുന്ന കാര്യങ്ങളാണ്. എല്ലാ പാർട്ടിയിലും അതാണ് നടക്കുന്നതെന്ന മിഥ്യാധാരണകൊണ്ടാണ് അങ്ങ് ഇത്തരത്തിൽ സംസാരിക്കു ന്നത്.. എന്റെ വാക്കുകൾക്ക് മാർദ്ദവമില്ലെന്ന് തോന്നുന്നുവെങ്കിൽ ഉദ്ദേശശുദ്ധി മനസ്സിലാക്കി പൊറുക്കുക.

പിന്നെ അവിടെ നില്ക്കാതെ ഞാൻ പുറത്തു കടന്നു. ഇതും അടുത്ത ദിവസം വിജയരാഘവന്റെ പരാതിയും ചേർന്നപ്പോൾ എന്നെ പാലക്കാട് നിന്ന് മാറ്റാൻ അദ്ദേഹം തീരുമാനിച്ചു. ഒരാഴ്ചയ്ക്കകം ഷൊർണ്ണൂർ ബിൽഡിങ്സ് സബ്ഡിവിഷനിലേക്കു നിയമിച്ചുകൊണ്ടുള്ള ഉത്തരവെത്തി. അന്ന് ഞാൻ കേരള ഗസറ്റഡ് ഓഫീസേഴ്സ് അസോ സിയേഷന്റെ ജില്ലാ പ്രസിഡന്റ് ആണ്. മൂന്നു കൊല്ലം തികയാതെ അസ മയത്തുള്ള സ്ഥലം മാറ്റത്തിനെതിരെ സമരം നടത്താനും കോടതിയിൽ പോകാനും സംഘടനയിൽ ചർച്ച നടന്നു. എന്റെ വ്യക്തിപരമായ ആവ ശ്യത്തിനായി ഒരിക്കലും സംഘടനയുടെ വേദി ഉപയോഗപ്പെടുത്താൻ ഞാൻ അനുവദിക്കില്ല എന്ന എന്റെ കടുംപിടുത്തം മൂലം ആ പരിപാടി ഉപേക്ഷിക്കപ്പെടുകയാണുണ്ടായത്. അതിനാൽ ആത്മാഭിമാനത്തോടെ

തലയുയർത്തി എനിക്ക് പാലക്കാട് ബിൽഡിങ്സ് സബ്ഡിവിഷനിൽ നിന്ന് വിട പറയാൻ കഴിഞ്ഞു.

പാലക്കാട് ബിൽഡിങ്സ് സബ്ഡിവിഷനിലെ രണ്ടുകൊല്ലത്തെ സാർത്ഥകമായ പ്രവർത്തനങ്ങളിൽ എന്നെ ഏറെ സഹായിച്ച വിദ്യുച്ഛക്തി ഗ്രാമവികസന വകുപ്പ് മന്ത്രി ശിവദാസ മേനോൻ, പാലക്കാട് എം എൽ എ സുന്ദരം സി എം എന്നിവർ നിരന്തരമായ ഇടപെടൽകൊണ്ടും നിർദ്ദേശങ്ങൾകൊണ്ടും മുന്നിൽ നിന്ന് നയിച്ചു. ഈ കാലത്ത് ജില്ലാ കളക്ടർമാരായിരുന്ന ജിജി തോംസൺ, സി എസ് ശ്രീനിവാസ്, ജില്ലാ പൊലീസ് സൂപ്രണ്ടായിരുന്ന എം ടി മൊയ്തുട്ടി, ജില്ലാ ജഡ്ജി ആയിരുന്ന പി എസ് ദിവാകരൻ എന്നിവരുടെ നിസ്സീമമായ സഹകരണം കിട്ടിയിരുന്നു. ചീഫ് എഞ്ചിനീയർ മാധവൻ പിള്ള, സൂപ്രണ്ടിങ് എഞ്ചിനീയർമാരായിരുന്ന എം പി മുഹമ്മദ്, സി വി ശങ്കരനാരായണൻ, കെ മുഹമ്മദ്, പി എം എൻ റാവുത്തർ, എക്സിക്യൂട്ടീവ് എഞ്ചിനീയർമാരായ കെ ബാലകൃഷ്ണൻ, കെ ബി ഹരിദാസ് എന്നിവർ നല്കിയ സഹായ സഹകരണങ്ങളും നിർദ്ദേശങ്ങളും ഒട്ടേറെ ഗുണം ചെയ്തിരുന്നു.

മൂന്നു അസിസ്റ്റന്റ് എഞ്ചിനീയർമാരും കഠിനാദ്ധ്വാനം ചെയ്യാൻ തയ്യാറായവരായിരുന്നു. പാലക്കാട് ബിൽഡിങ്സ് സെക്ഷൻ I അസിസ്റ്റന്റ് എഞ്ചിനീയർ ആർ മുരളീധരൻ സ്വതവേ മിതഭാഷിയും വളരെ പതുങ്ങിയ സ്വഭാവക്കാരനുമായിരുന്നു. പാലക്കാട്ടെ ജനങ്ങളെ ബാധിച്ചിരുന്ന നിഷ്ക്രിയ മനോഭാവം മുരളിയിൽ കാണാമായിരുന്നു. ഊർജ്ജസ്വലതയോടെ കാര്യങ്ങളെ അഭിമുഖീകരിക്കാനും ആവശ്യമുള്ളിടത്ത് ഇടപെടൽ നടത്താനും കഴിയുംവിധം മുരളിയെ മാറ്റിയെടുക്കാൻ കഴിഞ്ഞു. അപ്പോഴും പറയുന്നത് പ്രവർത്തിക്കുക എന്നതിനപ്പുറം സ്വയ ചിന്തിച്ച് നിർദ്ദേശങ്ങൾ നല്കാനുള്ള പാടവം സ്വായത്തമാക്കാൻ മുരളിക്ക് കഴിഞ്ഞിരുന്നില്ല. എങ്കിലും എപ്പോഴും കൂടെനിന്ന് ഊർജ്ജം കൊടുത്തതിനാൽ പണികൾ പുരോഗമിച്ചിരുന്നു. പാലക്കാട് ബിൽഡിങ്സ് സെക്ഷൻ II അസിസ്റ്റന്റ് എഞ്ചിനീയർ കൃഷ്ണൻ എമ്പ്രാന്തിരി സാങ്കേതിക ജ്ഞാനം കൊണ്ടും കർമ്മകുശലതകൊണ്ടും സംഘടനാപാടവം കൊണ്ടും ഇടപെടൽ ശേഷി കൊണ്ടും എനിക്കേറെ പ്രിയങ്കരനായ സഹപ്രവർത്തകനായിരുന്നു. പ്രവൃത്തികൾ സമയ ബന്ധിതമായി പൂർത്തിയാക്കാനുള്ള അദമ്യമായ ആഗ്രഹം, ഗുണനിലവാരം നിലനിർത്താനുള്ള കഠിനാദ്ധ്വാനം, കഴിഞ്ഞ പണികളുടെ ബില്ലുകൾ കാലതാമസം കൂടാതെ സമർപ്പിക്കാനുള്ള അർപ്പണ മനോഭാവം, സഹപ്രവർത്തകരെ കൂടെ നിർത്താനുള്ള കാര്യശേഷി എന്നിവയാൽ സമ്പന്നമായിരുന്നു ആ വ്യക്തിത്വം. പൊതുമരാമത്ത് വകുപ്പിന്റെ പ്രവൃത്തി മണ്ഡലങ്ങളിൽനിന്ന് പുറത്ത് ഞാൻ സംഘടിപ്പിച്ചിരുന്നു പരിപാടികളിലെല്ലാം വർഷങ്ങളോളം കൃഷ്ണൻ എന്റെ കൂടെത്തന്നെ ഒരു നിഴൽപോലെ സഹായിയായി ഉണ്ടായിരുന്നു. ആ പരിപാടികളെല്ലാം വിജയമാക്കി തന്നതിന് എനിക്ക് സീമാതീതമായ കടപ്പാട് കൃഷ്ണനോടുണ്ട്. കേരള ഗസറ്റഡ് ഓഫീസേഴ്സ് അസോസിയേഷന്റെ സമുന്നത

മായ നേതാവെന്ന നിലയിലും കൃഷ്ണൻ തിളങ്ങിയിരുന്നു പൊതുമരാമത്ത് വകുപ്പിലെ സേവനത്തിന്റെ അവസാന ഘട്ടത്തിൽ വന്നെത്തിയ സ്ഥാനക്കയറ്റത്തിലെ പോസ്റ്ററിങ്ങിന്റെ കാര്യത്തിൽ ഞാൻ വിചാരിച്ചിട്ടും കൃഷ്ണന് ആഗ്രഹിച്ച സ്ഥലത്ത് നിയമനം വാങ്ങിക്കൊടുക്കാൻ എനിക്ക് കഴിഞ്ഞിരുന്നില്ല. ഈ കാര്യത്തിൽ അദ്ദേഹം മാനസികമായി എന്നോട് അകന്നുപോയി. പക്ഷേ, എന്റെ ഏറ്റവും അടുത്ത സുഹൃത്തെന്ന നിലയിൽ ഞാൻ ഇന്നും കൃഷ്ണനെ മനസ്സിൽ സൂക്ഷിക്കുന്നു. പാലക്കാട് ബിൽഡിങ്സ് സെക്ഷൻ III അസിസ്റ്റന്റ് എഞ്ചിനീയർ എ കെ അരവിന്ദാക്ഷൻ എന്റെ സീനിയർ ആയി വകുപ്പിൽ ഉണ്ടായിരുന്ന എഞ്ചിനീയറാണ്, വിദേശത്ത് ലീവെടുത്ത് ജോലിക്ക് പോയ സമയത്ത് കൃത്യമായ കാലങ്ങളിൽ വകുപ്പ് തല ടെസ്റ്റുകൾ എഴുതി പ്രൊബേഷൻ പൂർത്തിയാക്കാത്തതുകൊണ്ട് ജൂനിയർ ആവേണ്ടിവന്ന ഹതഭാഗ്യനാണ്. അത് സ്വാഭാവികമായും മനസ്സിനെ ബാധിച്ചിരുന്നതിനാൽ പ്രവൃത്തികളിൽ ഒരു വേഗതയില്ലായ്മ അനുഭവപ്പെട്ടിരുന്നു. കാര്യങ്ങൾ മനസ്സിലാക്കാനും പഠിക്കാനും അദ്ദേഹത്തിന് അസാമാന്യമായ ശേഷിയും ഉണ്ടായിരുന്നു. പക്ഷേ, പ്രായോഗികതയിലേക്കെത്തുമ്പോൾ തന്റെ കഴിവുകൾ മുഴുവൻ പ്രയോഗിക്കാൻ അദ്ദേഹത്തിന്റെ മാനസികഭാവം എവിടെയോ കുച്ചുവിലങ്ങിടുന്നതായി കാണാമായിരുന്നു. എങ്കിലും ഏല്പിച്ചിരുന്ന പ്രവൃത്തികൾ പൂർത്തിയാക്കാൻ ശ്രമിച്ചിരുന്നു. എന്തുകൊണ്ടോ മറ്റു രണ്ടു പേരോടുമുണ്ടായിരുന്ന ഒരു ഹൃദയബന്ധം അരവിന്ദാക്ഷനോട് ഉണ്ടായിരുന്നില്ലെന്ന് ദുഃഖത്തോടെ ഓർക്കുന്നു. ഹെഡ് ക്ലാർക്ക് പി പി ഗോവിന്ദൻകുട്ടി, ക്ലർക്കുമാരായ എൻ പി ചക്കി, എസ് മുഹമ്മദ് അബ്ബാസ്, എം പൊന്നു, കെ വിജയകുമാരൻ, ടൈപ്പിസ്റ്റ് കെ മാധവി, ഡ്രാഫ്റ്റ്സ്മാൻമാരായ പി കെ ശ്രീധരൻ, ടി മോഹൻദാസ്, വി മോഹനൻ, പി മോഹൻദാസ്, കെ എൻ ഷൈൻ, ഓഫീസ് അസിസ്റ്റന്റുമാരായിരുന്ന സി ചാമി, സി കെ ബാലസുബ്രമണ്യൻ, പി രാമകൃഷ്ണൻ, നൈറ്റ് വാച്ച്മാനായ ടി ബലരാമൻ, സെക്ഷനിലെ ക്ലർക്കുമാരായിരുന്ന വി കൃഷ്ണൻ കുട്ടി, ചെന്താമരാക്ഷൻ, ആർ കുമാരൻ, ഓവർസീയർമാരായ കെ പി കൃഷ്ണകുമാർ, വി രാമനുണ്ണി, ജയനിർമ്മല, പ്രഭാകരൻ, കെ രാജൻ, അരുൺ കുമാർ, സതീശൻ, ആണ്ടവൻ, രാമചന്ദ്രൻ നായർ, സ്യമന്തകമണി, ഓഫീസ് അസിസ്റ്റന്റുമാരായ മുരളി, അപ്പുണ്ണി, പാലക്കാട് റസ്റ്റ് ഹൗസ് ജീവനക്കാരായ ദണ്ഡപാണി, സനൽ, വിജയൻ എന്നിവരുടെ സഹകരണംകൊണ്ട് മാത്രമാണ് പ്രവർത്തനങ്ങൾ ക്രമീകരിക്കാൻ കഴിഞ്ഞതെന്ന് കൃതജ്ഞതാപൂർവ്വം ഓർക്കുന്നു. ഇവരിൽ ജീവിച്ചിരിക്കുന്നവരുമായുള്ള ഹൃദയബന്ധം ഇന്നും തുടരുന്നു. കോൺട്രാക്ടർമാരായിരുന്ന പി എം യോഹന്നാൻ, അയ്യപ്പൻ, എൻ വി മാത്യു, പി ജി തോമസ്, രാജൻ വർഗ്ഗീസ്, പൊന്നു ആശാരി, പ്രസാദ്, കെ പി സുരേഷ്, സുബ്രമണ്യൻ, ഇ ശ്രീധരൻ, ഇ കൃഷ്ണൻ, വേലുച്ചാമി, രവീന്ദ്രനാഥ കാരണവർ, നന്ദകുമാർ എന്നിവരെയും നന്ദിയോടെ സ്മരിക്കുന്നു.

ഒമ്പത്

ബിൽഡിങ്ങ്സ് സബ്ഡിവിഷൻ ഷൊർണ്ണൂർ

(1992 - 1994)

കാലാവധി പൂർത്തിയാക്കാതെ 50 കിലോമീറ്റർ അകലെയുള്ള ഷൊർണൂർ ബിൽഡിങ്സ് സബ്ഡിവിഷനിലേക്കു എന്നെ സ്ഥലം മാറ്റു മ്പോൾ മന്ത്രി അതിൽ ഒരു സന്ദേശം ഒളിപ്പിച്ചു വെച്ചിരുന്നു. തിരുവാ യയ്ക്ക് എതിർവായ നല്കിയാൽ ശിക്ഷയും ബുദ്ധിമുട്ടും ആർക്കായാലും അനുഭവിക്കേണ്ടിവരുമെന്ന ഒരു ധാർഷ്ട്യത്തോടെയുള്ള മുന്നറിയിപ്പ് അതി ലുണ്ടായിരുന്നു. ഞാൻ അതൊരു വെല്ലുവിളിയായി എടുത്തത് അതിനെ പുച്ഛത്തോടെ മറികടക്കാനായിരുന്നു. അതിനാലാണ് മിശ്രവിവാഹിതരായ ദമ്പതികളെ ഒരേ സ്ഥലത്ത് നിയമിക്കണമെന്ന വ്യവസ്ഥയും കാലാവധി പൂർത്തിയായിട്ടില്ലെന്ന കാരണവും കോടതിയിൽ പോയാൽ അനുകൂല വിധി കിട്ടുമെന്നുള്ള നിയമവിദഗ്ദ്ധരുടെ ഉപദേശവും കേരളത്തിലെ ഗസറ്റഡ് ഉദ്യോഗസ്ഥന്മാരുടെ ഏറ്റവും വലിയ സംഘടനയായ കേരള ഗസറ്റഡ് ഓഫീസേർസ് അസോസിയേഷന്റെ നിർബ്ബന്ധവുമുണ്ടായിട്ടും മറ്റൊരു നടപടിക്കും പോകാതെ അടുത്ത ദിവസം തന്നെ ഷൊർണൂർ ബിൽഡിങ്സ് സബ്ഡിവിഷനിൽ എന്റെ പ്രിയ സുഹൃത്ത് കെ കെ അപ്പു ക്കുട്ടനിൽനിന്ന് ചുമതല ഏറ്റെടുത്തത്. പ്രവർത്തിക്കാൻ ഏറെ ബുദ്ധി മുട്ടുകൾ ഉണ്ടായിരുന്നു. ഓഫീസ് വീട്ടിൽ നിന്ന് 50 കിലോമീറ്റർ അക ലെയാണ്. സാധാരണ ദിവസങ്ങളിൽ രാവിലെ എട്ടുമണിക്കും കോൺക്രീറ്റ് പ്രവൃത്തികൾ ഉള്ള ദിവസങ്ങളിൽ രാവിലെ ആറു മണിക്കും വീട്ടിൽ നിന്ന് പുറപ്പെടണം. പക്ഷേ, പ്രയാസങ്ങളും വെല്ലുവിളികളും എപ്പോഴും ധീരതയോടെ ഏറ്റെടുക്കണമെന്ന ചിന്ത എന്നും എന്നെ ഭരി ച്ചതിനാൽ ഈ സബ്ഡിവിഷനിൽ വികസന പ്രവർത്തനങ്ങളുടെ ഒരു പുതിയ ചരിത്രം സൃഷ്ടിക്കാൻ വേണ്ടതെല്ലാം ചെയ്യണമെന്ന് ദൃഢനി ശ്ചയം ചെയ്താണ് ചുമതലയേറ്റത്.

പാലക്കാട് ജില്ലയിലെ ഏറ്റവും വലിയ താലൂക്കായ ഒറ്റപ്പാലം താലൂക്കിലെ സർക്കാർ ഓഫീസുകളുടെയും വിദ്യാലയങ്ങളുടെയും കെട്ടിടങ്ങളുടെ പരിപാലനവും പരിഷ്കരണവും പുതിയ നിർമ്മാണവുമായിരുന്നു ഷൊർണൂർ ബിൽഡിങ്സ് സബ്ഡിവിഷന്റെ ചുമതലയിൽ നിക്ഷിപ്തമായിരുന്നത്. ഷൊർണൂർ, ഒറ്റപ്പാലം, പട്ടാമ്പി, ചെർപ്ലശ്ശേരി എന്നീ പൊതുമരാമത്ത് വകുപ്പ് റസ്റ്റ് ഹൗസുകളുടെ പരിപാലനവും ഭരണചുമതലയുമുണ്ടായിരുന്നു. ഈ പ്രവൃത്തികൾ നടപ്പിലാക്കാൻ സബ് ഡിവിഷന്റെ കീഴിൽ ഷൊർണൂർ, പട്ടാമ്പി എന്നീ രണ്ടു ബിൽഡിങ്സ് സെക്ഷനുകൾ മാത്രമാണ് അന്നുണ്ടായിരുന്നത്. ഒറ്റപ്പാലം, ഷൊർണൂർ എന്നീ മുനിസിപ്പാലിറ്റികളും ലക്കിടി, പേരൂർ, വാണിയംകുളം, അമ്പലപ്പാറ, അനങ്ങനടി, ത്രിക്കടെരി, കടമ്പഴിപ്പുറം, ശ്രീകൃഷ്ണപുരം, കരിമ്പുഴ, കുലുക്കല്ലൂർ, പൂക്കോട്ടൂർ, വെള്ളിനേഴി, ചെർപ്ലശ്ശേരി, വല്ലപ്പുഴ, ചളവറ, ഓങ്ങല്ലൂർ, പട്ടാമ്പി, നാഗലശ്ശേരി, ചാലിശ്ശേരി, തൃത്താല, പട്ടിത്തറ, ആനക്കര, കപ്പൂർ, പരതൂർ, വിളയൂർ, കൊപ്പം എന്നീ പഞ്ചായത്തുകളും അടങ്ങുന്ന വിപുലമായ സ്ഥലവ്യാപ്തിയും യാത്രാസൗകര്യങ്ങളുടെ പരിമിതിയും പ്രവൃത്തി മേൽനോട്ടത്തിനുള്ള പ്രതികൂല സാഹചര്യങ്ങൾ സൃഷ്ടിച്ചിരുന്നെങ്കിലും അതിനെ മറികടക്കാനുള്ള പദ്ധതികളാണ് എഞ്ചിനീയർ സംഘം ആലോചിച്ചുറപ്പിച്ചത്. അത് കൃത്യമായി നടപ്പിലാക്കാൻ കഴിഞ്ഞതാണ് ഈ സബ്ഡിവിഷൻ പ്രവർത്തനങ്ങളുടെ വിജയത്തിന്റെ ആധാരം.

ചുമതല ഏറ്റെടുത്ത ആഴ്ചതന്നെ പൊതു വിദ്യാഭ്യാസവുമായി ബന്ധപ്പെട്ട സർക്കാർ വിദ്യാലയങ്ങൾ സന്ദർശിക്കാനും അടിയന്തരമായി അവിടെ നടത്തേണ്ട അറ്റകുറ്റപ്പണികളും പ്രത്യേക പരിപാലന പണികളും എത്രയൊക്കെ ആവശ്യമുണ്ടെന്നു പ്രധാനാദ്ധ്യാപകരുമായി ചർച്ച ചെയ്ത് കണക്കാക്കി എസ്റ്റിമേറ്റ് തയ്യാറാക്കി ദർഘാസ് വിളിച്ച് പ്രാവർത്തികമാക്കാനുള്ള കൂട്ടായ പ്രവർത്തനങ്ങളാണ് നടത്തിയത്. സ്വകാര്യ വിദ്യാലയങ്ങൾ വിശദമായി പരിശോധിച്ച് കെട്ടിടത്തിന്റെ ശക്തി ക്ഷമത ബോദ്ധ്യപ്പെട്ടാൽ മാത്രമേ ക്ഷമതാ സർട്ടിഫിക്കറ്റ് നല്കാവൂ എന്ന് അസിസ്റ്റന്റ് എഞ്ചിനീയർമാർക്ക് നിർദ്ദേശം നല്കിയിരുന്നു. കെട്ടിട ക്ഷമത ഇല്ലാത്ത വിദ്യാലയങ്ങളിൽ എന്തൊക്കെ അറ്റകുറ്റപ്പണികളാണ് നടത്തേണ്ടതെന്ന് അറിയിച്ച് ആ പ്രവൃത്തികൾ പൂർത്തിയായാൽ മാത്രമേ സർട്ടിഫിക്കറ്റ് നല്കാവൂ എന്നും അവരെ ബോദ്ധ്യപ്പെടുത്തിയിരുന്നു. ആദ്യം ചില പ്രതിഷേധങ്ങളും ഭീഷണികളുമൊക്കെ ഉണ്ടായെങ്കിലും ഞങ്ങളുടെ കൂട്ടായ ഉറച്ച തീരുമാനത്തിന് മുമ്പിൽ മാനേജർമാർക്ക് മറ്റുപാധികളുണ്ടായിരുന്നില്ല. അങ്ങനെ വിദ്യാർത്ഥികളുടെ സുരക്ഷിതത്വം ഉറപ്പാക്കുന്ന കാര്യത്തിൽ അതുവരെയില്ലാത്ത നടപടിക്രമങ്ങൾ കൃത്യമായി പാലിക്കാൻ കഴിഞ്ഞത് നല്ല തുടക്കമായിരുന്നു.

അന്ന് ഒറ്റപ്പാലം പാർലമെന്റ് അംഗം പിന്നീട് ഭാരതത്തിന്റെ ഉപരാഷ്ട്രപതിയും രാഷ്ട്രപതിയുമായ അഭിവന്ദ്യനായ ശ്രീ. കെ ആർ നാരാ

യണൻ ആയിരുന്നു. ഷൊർണൂരിൽ അദ്ദേഹത്തിന് ഒട്ടേറെ സുഹൃത്തുക്കളുണ്ടായിരുന്നു. അതിനാൽ നിയോജകമണ്ഡലത്തിൽ വന്നാൽ അദ്ദേഹം താമസിച്ചിരുന്നത് ഷൊർണൂർ റസ്റ്റ് ഹൗസിലായിരുന്നു. അദ്ദേഹം എന്റെ ചേട്ടൻ ടി ആർ ചന്ദ്രദത്തിന്റെ അടുത്ത സുഹൃത്തായിരുന്നു. ചേട്ടൻ ഡയറക്ടർ ആയ കോസ്റ്റ് ഫോർഡിന്റെ പ്രവർത്തനങ്ങളിൽ അദ്ദേഹം ഏറെ ആകൃഷ്ടനായിരുന്നു. കേന്ദ്രത്തിൽ ശാസ്ത്ര സാങ്കേതിക വകുപ്പ് മന്ത്രിയായിരുന്നപ്പോൾ ഒട്ടേറെ പദ്ധതികൾ കോസ്റ്റ് ഫോർഡ് വഴി നടപ്പിലാക്കിയിരുന്നു. ഉഴവൂരിൽ അദ്ദേഹത്തിന്റെ ഭവനം ലാറി ബേക്കറുടെ പ്ലാൻ അനുസരിച്ച് പുതുക്കി നിർമ്മിച്ചത് ചേട്ടന്റെ നേതൃത്വത്തിൽ കോസ്റ്റ്ഫോഡ് ആയിരുന്നു. ഒരുദിവസം ഷൊർണൂർ റസ്റ്റ് ഹൗസിൽ എത്തിയപ്പോൾ ഞാൻ പോയി കണ്ടിരുന്നു. അദ്ദേഹം റസ്റ്റ് ഹൗസ് മുറികൾ കുറേക്കൂടി പരിഷ്കരിക്കേണ്ടതുണ്ടെന്നു നിർദ്ദേശിച്ചു. എനിക്കും അത് തോന്നിയതായിരുന്നു. ഷൊർണൂർ റസ്റ്റ് ഹൗസിൽ രണ്ടു നിലകളിലായി എട്ടു മുറികളാണുണ്ടായിരുന്നത്. മുകളിലെ അഞ്ചാം നമ്പർ മുറി പി ഡബ്ല്യു ഡി മുറിയായും എട്ടാം നമ്പർ മുറി വി ഐ പി മുറിയായുമായാണ് ഉപയോഗിച്ചിരുന്നത് എങ്കിലും സാധാരണ മുറികളുടെ സൗകര്യങ്ങളേയുണ്ടായിരുന്നുള്ളു. മന്ത്രിമാരുടെയും പ്രധാന നേതാക്കളുടെയും പൊതുമരാമത്ത് വകുപ്പ് മേലുദ്യോഗസ്ഥരുടെയും സന്ദർശനമുണ്ടാവുമ്പോൾ സന്ദർശകരുടെ ബാഹുല്യം കൊണ്ട് ഏറെ ബുദ്ധിമുട്ടു തോന്നുന്ന സന്ദർഭങ്ങൾ സാധാരണമായിരുന്നു. ഈ രണ്ടു മുറികളുടെയും മുന്നിലുള്ള വരാന്ത ഭാഗം കെട്ടിയടച്ച് രണ്ടിടത്തും ഒരു സ്വീകരണമുറി, കിടപ്പുമുറി എന്നിവയാക്കി വിഭജിക്കാനും ഏറ്റവും നൂതനമായ രീതിയിലുള്ള ഫർണിച്ചർ, ഗീസർ, ശീതീകരണ യന്ത്രം, ജാലക തിരശീലകൾ എന്നിവ ഏർപ്പെടുത്തി മൊത്തമായി പരിഷ്കരണം നടത്താനുള്ള ഭരണാനുമതി വാങ്ങി 4 മാസങ്ങൾക്കകം മുറികൾക്ക് പുതിയ മുഖം നല്കിയപ്പോഴേക്കും ശ്രീ. കെ ആർ നാരായണൻ ഇന്ത്യൻ വൈസ് പ്രസിഡന്റ് ആയി സ്ഥാനമേറ്റിരുന്നു. അദ്ദേഹത്തിന്റെ പിന്നീടുണ്ടായ എല്ലാ ഔദ്യോഗിക സന്ദർശനത്തിലും അദ്ദേഹം ഷൊർണൂർ റസ്റ്റ് ഹൗസിലാണ് താമസിച്ചത്. അവിടുത്തെ മറ്റു മുറികളും പരിഷ്കരിക്കാൻ പ്രവർത്തിച്ചിരുന്നു. അതേപോലെ തന്നെ ഒറ്റപ്പാലം റസ്റ്റ് ഹൗസിലെയും പട്ടാമ്പി റസ്റ്റ് ഹൗസിലെയും എല്ലാ മുറികളും പ്രത്യേക അറ്റകുറ്റപ്പണികൾ നടത്തി പരിഷ്കരിക്കുകയും അവിടത്തെ വി ഐ പി മുറികൾ ഷൊർണൂർ റസ്റ്റ് ഹൗസിൽ ചെയ്തതുപോലെ കൂടുതൽ സൗകര്യങ്ങൾ ഏർപ്പെടുത്തി പുതിയ മുഖം നല്കുകയും ചെയ്തത് പൊതുജനങ്ങളുടെയും നേതാക്കളുടെയും അഭിനന്ദനങ്ങൾക്ക് കാരണമായത് കൃതാർത്ഥതയോടെ ഓർക്കുന്നു.

ഒറ്റപ്പാലം കേന്ദ്രീയവിദ്യാലയത്തിന്റെ പ്രധാന കെട്ടിടത്തിന്റെ പ്രവൃത്തി എഴുപത് ശതമാനം പൂർത്തിയായ സന്ദർഭത്തിലാണ് ഞാൻ ചുമതലയേല്ക്കുന്നത്. പണി കഴിയുന്നത്ര വേഗത്തിൽ പൂർത്തിയാക്കി

സ്കൂൾ അതിനകത്തേക്കു പറിച്ചുനടാനുള്ള ധൃതഗതിയിലുള്ള പരിപാടികളാണ് ആവിഷ്കരിച്ചത്. കെട്ടിടത്തിന്റെ അവസാന മിനുക്കു പണികൾ, വാതിലുകളും ജനാലകളും സ്ഥാപിക്കൽ, ജലവിതരണം, വൈദ്യുതീകരണം, ശുചിത്വ ക്രമീകരണങ്ങൾ, മാലിന്യ ജല നിർമ്മാർജ്ജനം, പെയിന്റിങ്, ചുറ്റുമതിൽ നിർമ്മാണം, പ്രവേശന കവാടം എന്നിവയെല്ലാം ഒരേ സമയം നടക്കും വിധം ക്രമീകരിച്ച് നാല് മാസത്തിനുള്ളിൽ തന്നെ പണി പൂർത്തിയാക്കി വിദ്യാലയ അധികൃതർക്ക് കൈമാറി. പ്രസിദ്ധ എഴുത്തുകാരനായ ചെറുകാടിന്റെ പുത്രൻ കെ പി രവീന്ദ്രനായിരുന്നു അന്ന് പ്രിൻസിപ്പൽ. കർത്തവ്യ നിരതനും മിതഭാഷിയുമായ ഒരു മാതൃകാദ്ധ്യാപകനായിരുന്നു അദ്ദേഹം. ഒപ്പം ഭരണ നിർവ്വഹണത്തിൽ മികവ് പുലർത്തിയിരുന്ന കർമ്മകുശലനായ ഉദ്യോഗസ്ഥനുമായിരുന്നു. ഒറ്റപ്പാലം കേന്ദ്രീയ വിദ്യാലയത്തിലെ അദ്ധ്യാപകർക്കും മറ്റു ഉദ്യോഗസ്ഥർക്കും വേണ്ടിയുള്ള വസതിയുടെ നിർമ്മാണത്തിന് വേണ്ടിയുള്ള പദ്ധതിക്കും അനുവാദം ലഭിച്ചിരുന്നു. രണ്ടുമാസങ്ങൾക്കുള്ളിൽതന്നെ വിശദമായ പ്ലാനും എസ്റ്റിമേറ്റും തയ്യാറാക്കി ദർഘാസ് വിളിക്കുകയും പ്രവൃത്തി ആരംഭിക്കുകയും ചെയ്തു. ഒരുവർഷത്തിനുള്ളിൽ ഈ പ്രവൃത്തിയും പൂർത്തിയാക്കി കൈമാറാൻ കഴിഞ്ഞതും മനസ്സിന് തൃപ്തി നല്കിയിരുന്നു.

പ്രധാന കെട്ടിടത്തിന്റെ ഉദ്ഘാടനം നടത്താൻ ആദരണീയനായ ഉപരാഷ്ട്രപതി കെ ആർ നാരായണൻ സമ്മതിച്ചിരുന്നു. 1992 നവംബറിൽ ഉപരാഷ്ട്രപതി ആയി ചുമതലയേറ്റെടുത്തതിന് ശേഷമുള്ള ആദ്യത്തെ കേരള സന്ദർശനത്തിൽ ആയിരുന്നു ഈ പരിപാടി ഉൾക്കൊള്ളിച്ചിരുന്നത്. ബ്ലൂ ബുക്ക് സുരക്ഷാ ക്രമീകരണത്തിൽ ഉൾപ്പെടുന്ന മൂന്നു പേരിൽ ഒരാളായ ഉപരാഷ്ട്രപതിയുടെ സന്ദർശന പരിപാടി നടക്കുന്ന സ്ഥലം വളരെ കർശനമായ സുരക്ഷാ നടപടികൾ അനുസരിച്ചായിരുന്നു ക്രമീകരിക്കേണ്ടത്. സ്റ്റേജിന്റെ വലിപ്പവും കാണികളുടെ ഇരിപ്പിടങ്ങളും ബ്ലൂ ബുക്ക് നിർദ്ദേശപ്രകാരം സ്പെഷ്യൽ പ്രൊട്ടക്ഷൻ ഗ്രൂപ്പിന്റെ അംഗീകാരത്തോടെ ഒരുക്കേണ്ടതായിട്ടുണ്ടായിരുന്നു. സ്റ്റേജിലെ ഇരിപ്പിടങ്ങൾ ചിത്രം വരച്ച് ഉപവിഷ്ടരാവുന്ന അതിഥികളുടെ പേര് വെളിപ്പെടുത്തി വൈസ് പ്രസിഡന്റിന്റെ കാര്യാലയത്തിൽനിന്ന് അനുവാദം വാങ്ങേണ്ടതുണ്ടായിരുന്നു. ജില്ലാ കളക്ടർ അജയകുമാർ, ജില്ലാ പൊലീസ് മേധാവി സുധീഷ് കുമാർ, സൂപ്രണ്ടിങ് എഞ്ചിനീയർ പി എം എൻ റാവുത്തർ, എക്സിക്യൂട്ടീവ് എഞ്ചിനീയർ കെ ബി ഹരിദാസ്, സ്റ്റേറ്റ് പ്രോട്ടോകോൾ ഓഫീസർ, കേന്ദ്രീയ വിദ്യാലയ പ്രിൻസിപ്പൽ കെ പി രവീന്ദ്രൻ, റവന്യൂ പൊലീസ് കെ എസ് ഇ ബി, ഇലക്ട്രിക്കൽ ഇൻസ്പെക്ടറേറ്റ് എന്നിവരോടൊപ്പം ഞാനും ചേർന്നുള്ള ഒട്ടേറെ മുന്നൊരുക്ക യോഗങ്ങൾ ചേർന്ന് തീരുമാനമെടുത്താണ് ക്ഷണിതാക്കളുടെ എണ്ണം ആയിരമായി ക്ലിപ്തപ്പെടുത്തിക്കൊണ്ടും പശ്ചാത്തല സൗകര്യങ്ങളായ സ്റ്റേജ്, ഇരിപ്പിടം, ബാരിക്കേഡിങ്,

ശബ്ദവും വെളിച്ചവും പൊതുമരാമത്ത് വകുപ്പിനെ ചുമതലയേല്പിച്ചുകൊണ്ടും ഉത്തരവായത്. നാലുദിവസംമുമ്പേ എത്തിയ സ്പെഷ്യൽ പ്രൊട്ടക്ഷൻ ഗ്രൂപ്പ് പ്രതിനിധികളുടെ നിർദ്ദേശങ്ങളനുസരിച്ച് കൃത്യമായ പ്ലാനിങ്ങോടെ, ഓരോ കാര്യങ്ങളിലും കിടയറ്റ ശ്രദ്ധയോടെ, ഓരോ കാര്യങ്ങളിലും സൂക്ഷ്മമായ മേൽനോട്ടത്തോടെ വേദിയും കാണികൾക്കും പത്രപ്രതിനിധികൾക്കും ഉള്ള ഇരിപ്പിടങ്ങളും ഒരുക്കിയെടുത്തത് ഒരുപറ്റം സഹപ്രവർത്തകരും തൊഴിലാളികളും ചേർന്നുള്ള ഒരാഴ്ചത്തെ രാവും പകലുമുള്ള കഠിന പ്രയത്നത്തിലൂടെയായിരുന്നു. നിർഭാഗ്യമെന്നു പറയട്ടെ പരിപാടിയുടെ തലേദിവസം രാവും പകലും എല്ലാ പ്രവർത്തനങ്ങളെയും തടസ്സപ്പെടുത്തുന്ന തുള്ളിക്കൊരു കുടം പെയ്യുന്ന തോരാത്ത മഴയായിരുന്നു. തുലാവർഷം അതിന്റെ എല്ലാ ശക്തിയും സംഭരിച്ച് സംഹാര താണ്ഡവമാടിയ ഒരു ദിവസം. പിറ്റേദിവസം വൈകുന്നേരം 3 മണിക്കായിരുന്നു ഉദ്ഘാടന പരിപാടി. തലേദിവസം തന്നെ എല്ലാ സംവിധാനങ്ങളുമൊരുക്കി സമാധാനപൂർവ്വം പരിപാടി വൻവിജയമാക്കണമെന്ന ഞങ്ങളുടെ മുന്നൊരുക്കത്തിന്റെ ആത്മവിശ്വാസത്തിന്റെ കടയ്ക്കലാണ് ഓർക്കാതിരുന്നപ്പോൾ അശനിപാതംപോലെ കടന്നുവന്ന മഴ കത്തിവെച്ചത്. മഴയെത്തുടർന്ന് പ്രദേശം മുഴുവൻ വൈദ്യുതി വിച്ഛേദിക്കപ്പെട്ടിരുന്നു. മഴയത്ത് ടാർപോളിൻ കുടയാക്കി ചെയ്യാവുന്ന പണികൾ പോലും തടസ്സപ്പെട്ടു. ഇതിനിടയിലാണ് ഇൻസ്പെക്ഷന്റെ പേര് പറഞ്ഞത് ഇലക്ട്രിക്കൽ ഇൻസ്പെക്ടറേറ്റ് ഉദ്യോഗസ്ഥർ എത്തുന്നത്. എല്ലാ വൈദ്യുതി പ്രവൃത്തികളും നിയമാനുസൃതമായി കൃത്യമായി നിർവ്വഹിച്ചിട്ടുണ്ടെന്നു പറഞ്ഞിട്ടും തിണ്ണബലം കാണിക്കാനുള്ള ഒരു പുറപ്പാടാണ് ഇലക്ട്രിക്കൽ ഇൻസ്പെക്ടറിൽ നിന്നുണ്ടായത്. സ്റ്റേജിൽ നിന്ന് വൈസ് പ്രസിഡന്റ് ഉദ്ഘാടനം ചെയ്യുമ്പോൾ അമർത്തുന്ന സ്വിച്ച് ഷോക്ക് ഏല്പിക്കാൻ സാദ്ധ്യതകൾ ഉണ്ടെന്നും അതിനാൽ സർട്ടിഫിക്കറ്റ് നല്കില്ലെന്നും അദ്ദേഹം മൊഴിഞ്ഞു. മുന്നൊരുക്കസമിതിയുടെയും സ്പെഷ്യൽ പ്രൊട്ടക്ഷൻ ഗ്രൂപ്പിന്റെയും അനുവാദം ഇതിനുണ്ടെന്നറിയിച്ചിട്ടും അദ്ദേഹം വഴങ്ങിയില്ല. അപ്പോൾ എന്താണ് ഇതിനു താങ്കൾ നിർദ്ദേശിക്കുന്ന പ്രതിവിധി എന്നാരാഞ്ഞപ്പോൾ അതൊന്നും തന്റെ പണിയല്ലെന്നും പറഞ്ഞ് അദ്ദേഹം ഒഴിഞ്ഞു. ഇത് മറ്റെന്തിനോ വേണ്ടിയാണെന്ന് തിരിച്ചറിവുണ്ടായപ്പോൾ ഞാൻ പറഞ്ഞു, "എങ്കിൽ പിന്നെ നിങ്ങൾ കഴിയുന്നത് ചെയ്യുക. നിങ്ങളുടെ സർട്ടിഫിക്കറ്റ് ഇല്ലാതെ ഈ പരിപാടി നടക്കുമോ എന്ന് ഞാനൊന്നു നോക്കട്ടെ." മടങ്ങിപ്പോയ അദ്ദേഹത്തിന്റെ സർട്ടിഫിക്കറ്റ് പിറ്റേദിവസം 10 മണിക്ക് മുമ്പ് എത്തിയപ്പോൾ ചിലരങ്ങനെയാണ്, കിട്ടേണ്ടത് കിട്ടേണ്ടതുപോലെ കിട്ടിയാലേ തോന്നേണ്ടത് തോന്നൂ എന്ന സത്യം വീണ്ടും വെളിപ്പെടുകയായിരുന്നു..

രാത്രി മുഴുവൻ ജനറേറ്റർ ഉപയോഗിച്ച് വൈദ്യുതി ഉല്പാദിപ്പിച്ചാണ് ചെയ്യാവുന്ന പ്രവൃത്തികൾ ചെയ്തത്. സ്റ്റേജിനു മുമ്പിലായി കാണി

കൾക്കു കാണാൻ കഴിയുംവിധം കെട്ടിയുണ്ടാക്കിയ ഒരു ബ്ലോക്കിൽ ഉദ്ഘാടന ഫലകം വെക്കാനും ഇതിന്റെ അനാച്ഛാദനം വൈസ് പ്രസിഡന്റ് സ്റ്റേജിൽ നിന്ന് സ്വിച്ച് ഓൺ ചെയ്ത് നിർവ്വഹിക്കുന്ന രൂപത്തിലായിരുന്നു പ്ലാൻ ചെയ്തിരുന്നത്. ഇംഗ്ലീഷിലും ഹിന്ദിയിലും വിശദവിവരങ്ങൾ നല്കേണ്ടതിനാൽ ഉദ്ഘാടനഫലകം പതിവിലും വലിയതായിരുന്നു. ഇത് സ്ഥാപിക്കാനുള്ള ചെറിയ ബ്രിക്ക് ബ്ലോക്ക് നേരത്തെ തന്നെ പണികഴിച്ച് നിർത്തിയിരുന്നു. നല്ല ഭാരമുണ്ടായിരുന്ന മാർബിൾ ഫലകം രാത്രിയിൽ ആ ബ്ലോക്കിൽ സ്ഥാപിക്കുന്നതിനിടയിൽ പെട്ടെന്ന് ജനറേറ്റർ നിന്നുപോകുകയും തുടർന്ന് ഇരുട്ടിൽ ഉണ്ടായ ആശയക്കുഴപ്പങ്ങൾക്കിടയിൽ ഫലകം താഴെ വീഴുകയും ചെയ്തു. ജനറേറ്റർ വീണ്ടും പ്രവർത്തിപ്പിച്ച് നോക്കിയപ്പോൾ ഹൃദയഭേദകമായ കാഴ്ചയാണ് കണ്ടത്. മാർബിൾ ഫലകം പല കഷണങ്ങളായി ചിതറിയിരിക്കുന്നു. പുതിയൊരെണ്ണം ഉണ്ടാക്കി സ്ഥാപിക്കാനുള്ള സമയമില്ല. വളരെ ആലോചിച്ചതിനുശേഷം ഇത് തന്നെ ചേർത്ത് വെച്ച് സ്ഥാപിക്കാൻ തീരുമാനിക്കുകയും അനാച്ഛാദനം ചെയ്യുമ്പോൾ മാറിപ്പോവുന്ന തുണികൊണ്ടുള്ള തിരശീലയ്ക്കു പകരം മുല്ലപ്പൂക്കൾ കൊണ്ടുള്ള തിരശീല തീർക്കാൻ തീരുമാനിച്ചു. ഫലകത്തിനുള്ള കേടുപാടുകൾ കാണാതിരിക്കാൻ മുറിഞ്ഞ സ്ഥലങ്ങളിലെല്ലാം മുല്ലപ്പൂ ഒട്ടിക്കാനും തീരുമാനിച്ചു ഒരുവിധം പ്രശ്നപരിഹാരം കണ്ടെത്തി. മഴപെയ്ത് ചളിയായ, കാണികൾ ഇരിക്കുന്ന സ്ഥലം മുഴുവൻ മണൽ പരത്തി നല്ല പ്രതലമാക്കി മാറ്റാനും തീരുമാനിച്ചു. രാത്രി മുഴുവൻ നീണ്ടുനിന്ന പ്രവൃത്തികൾ കൊണ്ട് മഴ വരുത്തിവെച്ച കേടുപാടുകൾ പരിഹരിക്കാൻ കഴിഞ്ഞത് വലിയൊരു വെല്ലുവിളിയായിരുന്നു. രാവിലെ 6 മണിക്ക് തന്നെ 50 ലോറി ലോഡ് മണൽ ഇറക്കുകയും കാണികളുടെ ഇരിപ്പിടമുള്ള സ്ഥലത്തെല്ലാം ഒമ്പതു മണിയോടെ അത് വിരിക്കുകയും ചെയ്തു. 10 മണിക്ക് മുമ്പ് തന്നെ മുന്നൊരുക്ക യോഗത്തിൽ തീരുമാനിച്ചിരുന്ന എല്ലാ ഒരുക്കങ്ങളും പൂർത്തിയായി. പരിശോധനയ്ക്കെത്തിയ സ്പെഷ്യൽ പ്രൊട്ടക്ഷൻ ഗ്രൂപ്പ് പ്രതിനിധികളുടെയും ജില്ലാ ഭരണകൂടത്തിന്റെയും പ്രശംസകൾ കിട്ടിയപ്പോൾ ഏറെ സംതൃപ്തി തോന്നി. വൈകുന്നേരം വലിയൊരു ജനാവലിയുടെ സാന്നിദ്ധ്യത്തിൽ അഭിവന്ദ്യനായ വൈസ് പ്രസിഡന്റ് കെ ആർ നാരായണൻ ഒറ്റപ്പാലം കേന്ദ്രീയ വിദ്യാലയത്തിന്റെ ഉദ്ഘാടനം നിർവ്വഹിച്ചതിനുശേഷം അഭിനന്ദനങ്ങൾ അറിയിച്ച് മടങ്ങുന്നത് വരെ മഴ മാറി നിന്നു.

ഷൊർണൂർ പ്രിന്റിങ് ടെക്നോളോജിക്കുവേണ്ടി എടുത്ത സ്ഥലത്ത് കെട്ടിടങ്ങൾ പണിതിട്ടുണ്ടായിരുന്നില്ല. ഷൊർണൂർ പ്രിന്റിങ് ടെക്നോളജി പ്രധാന ബ്ലോക്ക്, ഷൊർണൂർ പ്രിന്റിങ് ടെക്നോളജി സ്റ്റാഫ് ക്വാർട്ടേഴ്സ്, വർക്ക് ഷോപ്പ് കെട്ടിടം എന്നിവയുടെ നിർമ്മാണം അടിയന്തരമായി നടത്തേണ്ടവയായിരുന്നു. ഭരണാനുമതി ലഭിച്ചിരുന്നെങ്കിലും മറ്റു നടപടികളൊന്നും ആരംഭിച്ചിരുന്നില്ല. ആ പ്രവൃത്തികൾ

തുടങ്ങാനും ഏകദേശം പൂർത്തിയാക്കാനും കഴിഞ്ഞത് കൃതാർത്ഥത നല്കിയിരുന്നു. മൃഗസംരക്ഷണ വകുപ്പിന്റെ ഒരുപാടു നാളത്തെ ആവശ്യമായിരുന്നു ഷൊർണൂർ മൃഗസംരക്ഷണ ഓഫീസ് സമുച്ചയം. ഇതിനായി ഷൊർണൂർ റെയിൽവേ സ്റ്റേഷന് മുന്നിൽ സ്ഥലവും എടുത്തിട്ടിരുന്നു. പക്ഷേ, ഈ സ്ഥലം വലിയ തോതിലുള്ള ചതുപ്പു നിലമായിരുന്നു. മാത്രമല്ല ഒട്ടേറെ പ്രവർത്തന ആവശ്യങ്ങൾ വകുപ്പിന് ഉണ്ടായിരുന്നതിനാൽ ഒരു ബഹുനിലകെട്ടിടം കെട്ടണമായിരുന്നു. ഇതിനു അസ്തിവാരമായി പൈൽ നിർമ്മിക്കുകയേ നിവൃത്തിയുണ്ടായിരുന്നുള്ളു. ഈ കാര്യങ്ങളെല്ലാം അവലംബിച്ചുകൊണ്ട് ഒരു എസ്റ്റിമേറ്റ് തയ്യാറാക്കി പ്രവൃത്തി ആരംഭിക്കാൻ കഴിഞ്ഞത് ഒരു വെല്ലുവിളി ഏറ്റെടുക്കുന്നത് പോലെ സംതൃപ്തി നല്കി. അതിശീഘ്രലവും ഈ പ്രവൃത്തി മുന്നോട്ടു കൊണ്ടുപോകാൻ കഴിഞ്ഞതും ഓർക്കുന്നു.

പട്ടാമ്പി എസ് എൻ ജി സംസ്കൃത കോളേജ് കെട്ടിടങ്ങളുടെ പരിശോധനയിൽ ഒട്ടേറെ പരിഷ്കരണങ്ങൾ പരിപാലനത്തിന്റെ ഭാഗമായി നടത്തേണ്ടതുണ്ടതെന്നു മനസ്സിലായി. പ്രിൻസിപ്പലിന്റേയും വകുപ്പ് മേധാവികളുടെയും അത്യാവശ്യങ്ങൾ മനസ്സിലാക്കി ഓരോ വകുപ്പിലും നടത്തേണ്ട പരിഷ്കരണ പ്രവർത്തനങ്ങൾക്കായി പ്രത്യേക അറ്റകുറ്റപ്പണികൾ നടത്തി സംതൃപ്തരായ അദ്ധ്യാപകരുടെ പുഞ്ചിരി ഏറ്റു വാങ്ങാൻ കഴിഞ്ഞത് ചരിതാർത്ഥ്യജനകമായിരുന്നു. ഈ കോളേജിലെ ലാബ് നിർമ്മാണം ബജറ്റ് വർക്ക് ആയി ഏറ്റെടുത്തു നടത്തിയ പ്രധാന പ്രവൃത്തിയായിരുന്നു.

എന്റെ ഔദ്യോഗിക ജീവിതത്തിലെ ഏറ്റവും സംതൃപ്തി നല്കിയ പ്രവൃത്തികളൊന്നായിരുന്നു ആനക്കര ഡയറ്റ് കേന്ദ്രത്തിൽ ഈ കാലത്തു നടത്തിയ നിർമ്മാണ പ്രവർത്തനങ്ങൾ. സംസ്ഥാനത്തിലെ എല്ലാ ജില്ലകളിലുമുള്ള ജില്ലാ വിദ്യാഭ്യാസ പരിശീലന കേന്ദ്രങ്ങളിൽ പാലക്കാട് ജില്ലയിലെ കേന്ദ്രം പാലക്കാട് ജില്ലയുടെ അതിർത്തിയിൽ അനക്കരയിലായിരുന്നു സ്ഥിതി ചെയ്തിരുന്നത്. കേന്ദ്രത്തിന്റെ മുന്നിലുള്ള പാതയായിരുന്നു മലപ്പുറം ജില്ലയുടെ അതിർത്തി. പാലക്കാട് നിന്ന് 90 കിലോമീറ്റർ അകലെ സ്ഥിതി ചെയ്യുന്ന ഇവിടെ ഞാൻ ഷൊർണൂർ സബ് ഡിവിഷനിൽ ചുമതല ഏല്ക്കുമ്പോൾ പഴയ ഒരു കെട്ടിടം മാത്രമാണുണ്ടായിരുന്നത്. മറ്റു പല ഡയറ്റ് കേന്ദ്രങ്ങളിലും ഒരു വർഷം മുമ്പ് തന്നെ കെട്ടിടങ്ങളുടെ പണി ആരംഭിച്ചിരുന്നു. ആനക്കര ഡയറ്റ് കേന്ദ്രത്തിലെ മെയിൻ ബ്ലോക്ക്, സ്റ്റാഫ് ക്വാർട്ടേഴ്സ്, ഹോസ്റ്റൽ കെട്ടിടം, മറ്റു സൗകര്യങ്ങൾ എന്നിങ്ങനെ നാല് പ്രവൃത്തികൾക്ക് ഭരണാനുമതി ലഭിച്ചിരുന്നു. ഈ പ്രവൃത്തികൾ ദർഘാസ് ചെയ്യാനും യുദ്ധകാലാടിസ്ഥാനത്തിൽ പൂർത്തീകരിക്കാനുമുള്ള ഒരു പദ്ധതിക്കാണ് രൂപം നല്കിയത്. ഒരുദിവസം 18 മണിക്കൂർ നേരം മൂന്നു ഷിഫ്റ്റുകളിലായി തൊഴിലാളികൾ പണിയെടുക്കാൻ നിർദ്ദേശം നല്കി. കോൺക്രീറ്റ് പണികൾ നടക്കുന്ന ദിവസങ്ങളിൽ 8 മണിക്ക് തന്നെ തുടങ്ങാനും ആ ദിവസങ്ങളിലെല്ലാം 90 കിലോമീറ്റർ

അകലെ നിന്ന് എത്തി മുഴുവൻ സമയവും മേൽനോട്ടം നടത്താനും ശ്രദ്ധിച്ചു. കരാറുകാരുടെയും തൊഴിലാളികളുടെയും ഡയറ്റ് കേന്ദ്രത്തിലെ പ്രിൻസിപ്പലിന്റെയും മറ്റു ഉദ്യോഗസ്ഥരുടെയും പൂർണ്ണ സഹകരണം എനിക്കും അസിസ്റ്റന്റ് എഞ്ചിനീയർ ഹുസ്സയിനും ലഭിച്ചത് നന്ദിപൂർവ്വം സ്മരിക്കുന്നു. ഇതിനാൽ ഒരു കൊല്ലത്തിനുള്ളിൽ കേരളത്തിൽ ആദ്യമായി പൂർത്തിയാവുന്ന ജില്ലാ വിദ്യാഭ്യാസ പരിശീലന കേന്ദ്രമെന്ന ബഹുമതി ആനക്കര ഡയറ്റ് നു ലഭിച്ചു. സംതൃപ്തരായ നാട്ടുകാരുടെയും വിദ്യാഭ്യാസ ഉന്നത ഉദ്യോഗസ്ഥരുടെയും സാന്നിദ്ധ്യത്തിൽ പൊതുമരാമത്ത് വകുപ്പ് മന്ത്രി പി കെ കെ ബാവ ഈ കെട്ടിടങ്ങൾ ഉദ്ഘാടനം ചെയ്തപ്പോൾ ഏറെ സന്തോഷം തോന്നി. ഉദ്ഘാടന യോഗത്തിൽ എനിക്കും അസിസ്റ്റന്റ് എഞ്ചിനീയർക്കും വസീയാർക്കും കരാറുകാർക്കും വിദ്യാഭ്യാസ വകുപ്പ് ഉപഹാരങ്ങൾ നല്കി ആദരിച്ചു. വിദ്യാഭ്യാസ ഡയറക്ടർ തന്റെ സ്വാഗത പ്രസംഗത്തിൽ ഈ പ്രവൃത്തിയിൽ ഞാൻ കാണിച്ച ശുഷ്കാന്തിയും കർത്തവ്യ നിരതയും പ്രത്യേകം പരാമർശിച്ചു. റിപ്പോർട്ട് അവതരണത്തിൽ സൂപ്രണ്ടിങ് എഞ്ചിനീയർ കെ ശരത്കുമാറും എന്റെ പ്രവൃത്തികൾ ശീഘ്രഗതിയിൽ ഗുണനിലവാരത്തോടെ പൂർത്തിയാക്കാനുള്ള ഇടപെടൽ ശേഷിയെ ഏറെ പ്രശംസിക്കുകയും മാതൃകാപരമായ പ്രവർത്തനമാണിതെന്ന് അടിവരയിട്ട് പറയുകയും ചെയ്തു. പക്ഷേ, തന്റെ ഉദ്ഘാടന പ്രസംഗത്തിൽ മന്ത്രി പി കെ കെ ബാവ പ്രശംസിച്ചത് ഈ കാലയളവിൽ ഒരിക്കൽ മാത്രം സ്ഥലം സന്ദർശിച്ചിട്ടുള്ള എക്സിക്യൂട്ടീവ് എഞ്ചിനീയർ കെ ബി ഹരിദാസിനെയായിരുന്നു. മനഃപൂർവ്വം അദ്ദേഹം എന്നെ ഒഴിവാക്കിയപ്പോൾ കേട്ടിരുന്നവരെല്ലാം മൂക്കത്ത് വിരൽ വെച്ച് പോയി. പക്ഷേ, എനിക്കൊന്നും തോന്നിയില്ല. അദ്ദേഹത്തിന്റെ മനസ്സിൽ ഇപ്പോഴും അദ്ദേഹത്തെ ചോദ്യം ചെയ്ത പഴയസംഭവം കനൽപോലെ എരിയുന്നുണ്ടെന്നു എനിക്ക് മനസ്സിലായി.

ഒറ്റപ്പാലം താലൂക്കിലെ അനേകം സർക്കാർ സ്കൂളുകൾക്ക് ആവശ്യമായ ക്ലാസ് സൗകര്യം കുറവായിരുന്നു. പല സ്കൂളുകളിലും ക്ലാസുകൾ മരച്ചുവടുകളിൽ നടത്തുന്നതും കാണാമായിരുന്നു. ഒറ്റയടിക്ക് ഇതിനു പരിഹാരമുണ്ടാക്കാൻ പ്രയാസമായിരുന്നു. എന്നാൽ തെരഞ്ഞെടുത്ത ഏറ്റവും അത്യാവശ്യമായ വിദ്യാലയങ്ങളിൽ പുതിയ കെട്ടിട നിർമ്മാണം നടത്താനുള്ള പദ്ധതികൾക്ക് വിദ്യാഭ്യാസ വകുപ്പ് ബജറ്റ് വിഹിതം വെച്ചിരുന്നു.

ഒറ്റപ്പാലം ഈസ്റ്റ് ഹൈസ്കൂൾ കെട്ടിട നിർമ്മാണം, ചാത്തന്നൂർ ഹൈസ്കൂൾ കെട്ടിട നിർമ്മാണം, ചാലിശ്ശേരി ഹൈ സ്കൂൾ കെട്ടിട നിർമ്മാണം, ചെർപ്പുളശ്ശേരി ഹൈസ്കൂൾ പുതിയ കെട്ടിട നിർമ്മാണം, കൊപ്പം ഹൈ സ്കൂൾ കെട്ടിട നിർമ്മാണം, കൂനത്തറ സ്കൂളിലെ ക്ലാസ് മുറികളുടെ നിർമ്മാണം എന്നിവയ്ക്കു ഭരണാനുമതി കരസ്ഥമാക്കുകയും പ്രവൃത്തികൾ ആരംഭിച്ച് പൂർത്തിയാക്കുകയും ചെയ്തു.

1993 ഫെബ്രുവരി മാസത്തിൽ ജില്ലാ കളക്ടർ അജയകുമാർ സാർ എന്നെ വിളിപ്പിക്കുന്നു. ഷൊർണൂരിൽ ജോലിയും പാലക്കാട് താമസ വുമായി അജയന് ഏറെ ബുദ്ധിമുട്ടുണ്ടെന്ന് ഞാൻ മനസ്സിലാക്കുന്നുണ്ട്. നിങ്ങളെപ്പോലെ കാര്യക്ഷമതയും ഊർജ്ജസ്വലതയും കഠിനപ്രയത്നം ചെയ്യുന്നതുമായ ഒരു എഞ്ചിനീയറുടെ സേവനം എനിക്ക് ജില്ലാ ഗ്രാമീണ വികസന ഏജൻസി (ഡി ആർ സി എ) യിൽ ആവശ്യമുണ്ട്. നിങ്ങൾക്ക് താല്പര്യമുണ്ടെങ്കിൽ ഞാൻ നിങ്ങളുടെ പേര് നിർദ്ദേശിക്കാം. ഞാൻ സാറിനോട് പറഞ്ഞു. സാർ നിർദ്ദേശിച്ചാലും ശുപാർശ ചെയ്താലും ജില്ലാ കോൺഗ്രസിന്റെ തലപ്പത്ത് വി എസ് വിജയരാഘവൻ ഇരിക്കു ന്നിടത്തോളം അത് നടക്കില്ല. കോൺഗ്രസ് എം എൽ എമാരായ കെ എ ചന്ദ്രനും എ വി ഗോപിനാഥും അജയനെ പിന്താങ്ങുന്നുണ്ടല്ലോ എന്നായി കളക്ടർ. സാർ അവസാനം അത് എങ്ങനെയെങ്കിലും അട്ടിമറിക്കപ്പെടും എന്ന് ഞാൻ ഓർമ്മിച്ചു. പക്ഷേ, കളക്ടർ നിർദ്ദേശങ്ങൾ അയച്ചു. കാര്യങ്ങൾ രഹസ്യമായി നീക്കി. ഗ്രാമീണ വികസന കമ്മീഷണർ ശക്ത മായി ശുപാർശ ചെയ്യുകയും കളക്ടറുടെ നിർദ്ദേശപ്രകാരം അന്നത്തെ ഗ്രാമ വികസന വകുപ്പ് മന്ത്രി എം ടി പദ്മയെ നേരിട്ട് കണ്ട് സമ്മതിപ്പിക്കുകയും ചെയ്തു. പാലക്കാട് ജില്ലയിൽനിന്നുള്ള കോൺഗ്ര സുകാരുടെ ആവശ്യമെന്ന നിലയിൽ വിജയരാഘവൻ മുഖ്യമന്ത്രി കരുണാകരൻവഴി സമ്മർദ്ദം ചെലുത്തി ഉത്തരവ് ഇറക്കുന്നതിൽ നിന്ന് മന്ത്രിയെ തടഞ്ഞു. അങ്ങനെ സർക്കാർ ഉത്തരവിറക്കാൻ സെക്ഷനി ലേക്ക് പോയ ഫയൽ തിരിച്ചു വിളിച്ച് ക്യാൻസൽ ചെയ്തു.

ഷൊർണൂർ സബ്ഡിവിഷനിൽ ചുമതലയേറ്റ് ഏകദേശം ഒരു കൊല്ലം കഴിഞ്ഞപ്പോൾ മണ്ണാർക്കാട് ബിൽഡിങ് സബ്ഡിവിഷനിലെ അസിസ്റ്റന്റ് എക്സിക്യൂട്ടീവ് എഞ്ചിനീയർ സ്ഥലം മാറിപ്പോയപ്പോൾ ആ സബ്ഡിവിഷന്റെ അധിക ചുമതല കൂടി സൂപ്രണ്ടിങ് എഞ്ചിനീയർ എന്നിൽ ഭരമേല്പിച്ചു. ഇതോടു കൂടി ഏകദേശം പാലക്കാട് ജില്ലയുടെ പകുതിയോളം സ്ഥലത്തെ കെട്ടിടങ്ങളുടെ പരിപാലന നിർമ്മാണ പ്രവർ ത്തനങ്ങളുടെ മേൽനോട്ടച്ചുമതല എന്നിൽ നിക്ഷിപ്തമായി. താമസം പാലക്കാട്ടായതുകൊണ്ട് വ്യക്തിപരമായി ഏറെ ബുദ്ധിമുട്ടുകൾ ഇത് സൃഷ്ടിച്ചിരുന്നു. മണ്ണാർക്കാട് റസ്റ്റ് ഹൗസിന്റെ പരിഷ്കരണം, അഗളി ട്രൈബൽ ഹൈസ്കൂൾ കെട്ടിട നിർമ്മാണം, അലനല്ലൂർ ഗവൺമെന്റ് ഹൈസ്കൂൾ കെട്ടിട നിർമ്മാണം, മണ്ണാർക്കാട് കോടതി സമുച്ചയ നിർ മ്മാണം, പൊറ്റശ്ശേരി ഗവണ്മെന്റ് ഹൈസ്കൂൾ കെട്ടിട നിർമ്മാണം എന്നീ പ്രധാന പണികൾക്ക് പുറമെ മണ്ണാർക്കാട് താലൂക്കിലെ സർക്കാർ കെട്ടി ടങ്ങളുടെ പരിപാലനവും പരിഷ്കരണവുമായിരുന്നു നടന്നുകൊണ്ടിരുന്ന പണികൾ. പ്രവൃത്തിപഥത്തിലുള്ള എല്ലാ പണികളും ത്വരിതമാക്കാൻ വേണ്ട നടപടികൾ ആരംഭിച്ചു. എടത്തനാട്ടുകര ഗവണ്മെന്റ് ഓറിയന്റൽ ഹൈസ്കൂളിന് ഒരു പുതിയ കെട്ടിടം കെട്ടാനുള്ള ഭരണാനുമതി അപ്പോ ഴാണ് ലഭിച്ചത്. ഒരുമാസത്തിനകം എസ്റ്റിമേറ്റ് തയ്യാറാക്കി ദർഘാസ്

വിളിച്ച് കരാറുകാരനെ ഏല്പിച്ചു. പ്രവൃത്തി മാർക്ക് ചെയ്ത് കുറ്റിയടിച്ച് ആരംഭിക്കാൻ തീരുമാനിച്ചു. ഹെഡ് മാസ്റ്ററോട് എം എൽ എ യെ ബന്ധപ്പെട്ട് ശിലാസ്ഥാപനം നടത്തുന്നുണ്ടോ എന്നന്വേഷിക്കണമെന്നു അഭ്യർത്ഥിച്ചു. പ്രവൃത്തി ആരംഭിക്കാൻ വേണ്ട ഷെഡ്, സാധനങ്ങളുടെ സംഭരണം എന്നിവ ചെയ്യാനും നിർദ്ദേശിച്ചു. ഇതിനടുത്ത ദിവസം പാലക്കാട് സിവിൽ സ്റ്റേഷനിൽവെച്ച് പാലക്കാട്ടെ പൊതുമരാമത്ത് പ്രവൃത്തികളുടെ പുരോഗതി വിലയിരുത്തുന്നതിനും നിരീക്ഷിക്കുന്നതിനും മന്ത്രി പി കെ കെ ബാവ വിളിച്ച് ചേർത്ത ജനപ്രതിനിധികളുടെയും പൊതുമരാമത്ത് എഞ്ചിനീയർമാരുടെയും ഒരു യോഗം ചേർന്നു. എന്റെ മേൽനോട്ടത്തിലുള്ള ഷൊർണൂർ, മണ്ണാർക്കാട് ബിൽഡിങ്സ് സബ്ഡിവിഷനുകളിലെ ഓരോ ബജറ്റ് പണികളും വിശദമായി പരിശോധിച്ചു. എല്ലാം കരാറിൽ പറയുന്നതിനേക്കാൾ വേഗതയിൽ പുരോഗമിക്കുന്നുവെന്നു സൂപ്രണ്ടിങ് എഞ്ചിനീയർ സൂചിപ്പിച്ചു. അപ്പോഴാണ് മണ്ണാർക്കാട് എം എൽ എ കളത്തിൽ അബ്ദുള്ള മന്ത്രിയോട് എടത്തനാട്ടുകര ഹൈസ്കൂൾ കെട്ടിടം മന്ത്രിയെ കൊണ്ട് തറക്കല്ലിടീക്കാനാണ് നാട്ടുകാരുടെ ആഗ്രഹമെങ്കിലും അതില്ലാതെ പ്രവൃത്തി ആരംഭിച്ചിട്ടുണ്ടെന്നും പറഞ്ഞത്. മന്ത്രിക്ക് എന്നെ അവഹേളിക്കാൻ വീണു കിട്ടിയ അവസരമായിരുന്നു അത്. എങ്ങനെ ഇത് സംഭവിച്ചു എന്ന് മന്ത്രി ശബ്ദമുയർത്തി ചോദിച്ചു. പണി തുടങ്ങിയിട്ടില്ലെന്നു ഞാൻ പറഞ്ഞു. മന്ത്രി വീണ്ടും ക്ഷുഭിതനായി. എം എൽ എ പറഞ്ഞതിനെ മാത്രമേ താൻ വിശ്വസിക്കുകയുള്ളുവെന്നും അല്ലെങ്കിലും നിങ്ങൾ എപ്പോഴും നിങ്ങളുടെ രാഷ്ട്രീയം കളിക്കാനാണ് ശ്രമിച്ചിട്ടുള്ളതെന്നും സർക്കാരിന് ഗുണമുണ്ടാക്കുന്ന കാര്യങ്ങൾ തമസ്കരിക്കാനാണ് നിങ്ങൾ ഇത് ചെയ്യുന്നതെന്നും അദ്ദേഹം ആക്രോശിച്ചു. ഞാൻ ശാന്തനായി പറഞ്ഞു. "സാർ, നമുക്ക് ഈ കോൺഫറൻസ് ഇവിടെ നിർത്തിവെച്ച് ഇപ്പോൾ തന്നെ എടത്തനാട്ടുകരയിലേക്ക് പോകാം. അവിടെ സ്കൂളിന്റെ പുതിയ കെട്ടിടത്തിന്റെ ഭാഗമായി ഒരു കല്ലോ ഒരു ചട്ടി കോൺക്രീറ്റോ വെച്ചിട്ടുണ്ടെങ്കിൽ ഞാൻ എന്റെ ജോലി രാജിവെച്ച് പ്രായശ്ചിത്തം ചെയ്യാം. താങ്കൾ മനസ്സിലാക്കിയത് അസത്യമാണെങ്കിൽ എന്ത് ചെയ്യും." ആ വെല്ലുവിളി സ്വീകരിക്കപ്പെട്ടില്ല. പെട്ടെന്ന് എം എൽ എ പറഞ്ഞു. ഒരാൾ എന്നെ വിളിച്ചു പറഞ്ഞതാണ് സത്യം അന്വേഷിക്കാം. അതുവരെ കാക്കാം. എനിക്ക് ഏറെ ആത്മാഭിമാനം തോന്നിയ നിമിഷമായിരുന്നു അത്.

1993 നവംബർ മാസം അവസാനത്തിൽ ജില്ലാ കളക്ടർ ഉടൻ കാണണമെന്ന് ആവശ്യപ്പെടുന്നു. ഞാൻ ചെന്നപ്പോൾ അദ്ദേഹം പറഞ്ഞു. യുവാക്കളുടെ മാനസികവും ശാരീരികവും ഭൗതികവുമായ കഴിവുകളെ പരിപോഷിപ്പിച്ചു സമൂഹത്തിനും രാജ്യത്തിനും വേണ്ടി മഹത്തായ കാര്യങ്ങൾ ചെയ്യാൻ പ്രാപ്തരാക്കുക എന്ന ലക്ഷ്യത്തോടെ സ്ഥാപിക്കപ്പെട്ട ഭാരത് സ്കൗട്ട് ആൻഡ് ഗൈഡ്സ് പ്രസ്ഥാനത്തിന്റെ നാലു വർഷത്തിൽ ഒരിക്കൽ നടക്കുന്ന ഏറ്റവും പ്രധാന പരിപാടിയായ ദേശീയ

ജംബൂരി ആദ്യമായി കേരളത്തിലെത്തുന്നു. 1994 ജനുവരി 3 മുതൽ 9 വരെ കഞ്ചിക്കോട് വെച്ച് നടത്താനാണ് തീരുമാനിച്ചിട്ടുള്ളത്. വിവിധ തരത്തിലുള്ള ക്യാമ്പുകൾ സംഘടിപ്പിക്കുന്നതിലൂടെ വിവിധ പ്രാദേശിക സാംസ്കാരിക സ്വഭാവങ്ങളുടെ സമന്വയമുണ്ടാക്കാനും അംഗങ്ങളിൽ ഐക്യവും ദേശീയമായ വീക്ഷണവും ഉണ്ടാക്കാനും സഹായിക്കുന്ന പദ്ധതിയുടെ ഭാഗമായുള്ള പന്ത്രണ്ടാമത് ദേശീയ ജംബൂരിക്കാണ് നാം ആതിഥ്യമരുളേണ്ടത് എന്നദ്ദേഹം പറഞ്ഞു. അജയനെ ഇതിലെ പ്രധാനപ്പെട്ട ചില ചുമതലകൾ ഏല്പിക്കാൻ സംഘാടക സമിതി തീരുമാനിച്ചിട്ടുണ്ട്. പ്രചരണം, കവാടങ്ങൾ, സ്റ്റേജ് നിർമ്മാണം, ഡെക്കറേഷൻ, മീറ്റിങ് സ്ഥലത്തുള്ള താല്ക്കാലിക ഗസ്റ്റ് ഹൗസ് നിർമ്മാണം, സ്റ്റേജിലേക്കുള്ള ലഘുഭക്ഷണ വിതരണം, സ്റ്റേജിലെ സീറ്റിങ് ക്രമീകരണം, പ്രധാന വേദിയിലെ കാണികളുടെ ഇരിപ്പിട സംവിധാനം, ബാരിക്കേഡുകൾ എന്നിവയുടെ ചുമതലകളാണ് ഉദ്ദേശിക്കുന്നത്. രാഷ്ട്രപതി, പ്രധാനമന്ത്രി, മുഖ്യമന്ത്രി, കേന്ദ്ര സംസ്ഥാന മന്ത്രിമാർ എന്നിവർ പങ്കെടുക്കുമെന്നതിനാൽ ഒരുപാട് വി വി ഐ പി പരിപാടികൾ നടത്തി പരിചയമുള്ള ക്രാന്തദർശിയായ എഞ്ചിനീയർ എന്നതിനാലാണ് അജയനെ ഈ ചുമതല ഏല്പിക്കുന്നത്. രണ്ടു മാസക്കാലത്തേക്ക് ഈ കാര്യങ്ങൾ കൂടി അജയനെ അധികചുമതലായി കണക്കാക്കി അനുവാദം നല്കണമെന്ന് ഞാൻ ചീഫ് എഞ്ചിനീയർക്ക് അർദ്ധ ഔദ്യോഗിക കത്ത് അയച്ചിട്ടുണ്ടെന്നും അദ്ദേഹം തുടർന്ന് പറഞ്ഞു. എന്നിൽ അർപ്പിച്ച വിശ്വാസത്തിന് നന്ദി രേഖപ്പെടുത്തിക്കൊണ്ട് ഞാൻ ചുമതല ഏറ്റെടുത്തു.

ആദ്യത്തെ സംഘാടക സമിതി യോഗത്തിൽതന്നെ പ്രചരണത്തിന്റെ പ്രധാന ചിത്രങ്ങളും നിറങ്ങളും കേരളത്തിന്റെ തനതു കലകളെ പ്രതിനിധാനം ചെയ്യുന്നതാകണമെന്നും ഇത്തവണ അത് തെയ്യമായാൽ നന്നായിരിക്കും എന്ന നിർദ്ദേശം ഞാൻ മുന്നോട്ടു വെച്ചു. തെയ്യത്തെ പ്രതിനിധാനം ചെയ്യുന്ന നിറങ്ങൾ ചുവപ്പ്, വെള്ള, കറുപ്പ് എന്നിവയാണെന്നും ഈ മൂന്നു നിറങ്ങൾ ഉപയോഗിച്ചുകൊണ്ടുള്ള ബാനറുകൾ, കവാടങ്ങൾ എന്നിവ രൂപകല്പന ചെയ്യണമെന്നും ഞാൻ പറഞ്ഞു. കേരളത്തിലെ അറിയപ്പെടുന്ന കലാസംവിധായകനും ചിത്രകാരനുമായ നേമം പുഷ്പരാജിന്റെ സേവനം കൂടി ഇതിനു ഉപയോഗപ്പെടുത്താമെന്നും ഞാൻ കൂട്ടിച്ചേർത്തു. യോഗം ഏകകണ്ഠമായി ആ നിർദ്ദേശം അംഗീകരിച്ചു. അടുത്ത യോഗത്തിൽ കവാടവും ബാനറുകളും രൂപ കല്പന ചെയ്തതിന്റെ ചിത്രങ്ങൾ ഞാൻ അവതരിപ്പിച്ചു. ചുവപ്പ് നിറത്തിലുള്ള മുകളിലെ പാനലിൽ കറുത്ത നിറത്തിൽ ജംബൂരി ചിഹ്നവും തെയ്യം രൂപവും അക്ഷരങ്ങളും വെള്ള നിറത്തിൽ രണ്ടുഭാഗത്തുമുള്ള ലംബ പാനലുകളിൽ കറുത്ത നിറത്തിലുള്ള അക്ഷരങ്ങളും ഉൾക്കൊണ്ട കവാടത്തിന്റെ രൂപ കല്പന എല്ലാ അംഗങ്ങളും സന്തോഷത്തോടെ സ്വീകരിച്ചു. ചുവപ്പു നിറമുള്ള ബാനറിൽ വെള്ള നിറത്തിൽ അക്ഷര

ങ്ങളും ഇടതും വലതും ഭാഗങ്ങളിൽ വെള്ള നിറവും അതിനകത്ത് കറുത്ത നിറത്തിൽ ഇടതു ഭാഗത്ത് ജംബൂരി ചിഹ്നവും വലതു ഭാഗത്ത് തെയ്യം രൂപവും ആ രചിച്ച ബാനറിൽ രൂപകല്പനയും യോഗം അംഗീകരിച്ചു. 100 ബാനറുകളും പാലക്കാട് നഗരത്തിൽ 10 കമാനങ്ങളും വാളയാർ മുതൽ കഞ്ചിക്കോട് വരെ 15 കമാനങ്ങളും പാലക്കാട് മുതൽ കഞ്ചിക്കോട് വരെ 15 കമാനങ്ങളും കഞ്ചിക്കോട് മുതൽ പരിപാടി സ്ഥലംവരെ 10 കമാനങ്ങളും പ്രധാന കവാടത്തിൽ വലിയ കമാനവും വെക്കണമെന്ന് യോഗം തീരുമാനിച്ചു. ബാനറുകളും കവാടങ്ങളുമെല്ലാം ജംബൂരി ആരംഭിക്കുന്നതിനു ഒരാഴ്ച മുമ്പുള്ള ഒരുദിവസം ഒന്നിച്ച് പ്രത്യക്ഷപ്പെടുത്തണമെന്നുമുള്ള നിർദ്ദേശം അംഗീകരിക്കപ്പെട്ടു. ബ്ലൂ ബുക്ക് നിർദ്ദേശം അനുസരിച്ചുള്ള ബാരിക്കേഡുകളും കാണികളുടെ ഇരിപ്പിടങ്ങളും കാണിക്കുന്ന നിർദ്ദേശവും പ്രത്യേകം രൂപ കല്പന ചെയ്ത പ്രധാന സ്റ്റേജിന്റെ പ്ലാനും യോഗം ചർച്ച ചെയ്തു അംഗീകരിച്ചു. എല്ലാ ദിവസവും പ്രധാന സ്റ്റേജിൽ യോഗങ്ങളും കലാപരിപാടികളും അരങ്ങേറുന്നതിനാൽ സ്റ്റേജിന്റെ ബാക്ക്ഡ്രോപ്പ് എല്ലാ ദിവസവും വ്യത്യ സ്ഥമാക്കണമെന്ന അഭിപ്രായം ജില്ലാ കളക്ടർ മുന്നോട്ടു വെച്ചു. നമുക്ക് ബാക് ഡ്രോപ്പ് പൂക്കൾ കൊണ്ട് നിർമ്മിക്കാമെന്നും ഓരോ ദിവസവും വ്യത്യസ്തമായ രൂപ കല്പനകളും പുഷ്പങ്ങളും ഉപയുക്തമാക്കി വേറി ട്ടൊരനുഭവമാക്കാമെന്നുമുള്ള എന്റെ നിർദ്ദേശം യോഗം ഏകകണ്ഠമായി അംഗീകരിച്ചു. സ്റ്റേജിനു പിറകിലായി പ്രധാന അതിഥികൾക്ക് യോഗ സമയങ്ങൾക്ക് മുമ്പും പിമ്പും വിശ്രമിക്കാനുള്ള ഒരു വലിയ മുറിയും ടോയ്ലെറ്റും ചെറിയ അടുക്കളയും പാൻട്രിയും ജലവിതരണവും ഫർ ണിച്ചറും ഉള്ള താല്ക്കാലിക വിശ്രമ കേന്ദ്രത്തിന്റെ പ്ലാനിന്നും യോഗം അംഗീകാരം നല്കി. രാഷ്ട്രപതിയും പ്രധാനമന്ത്രിയും വരുന്ന ദിവസങ്ങ ളിലെ പ്രധാന വേദിയിലെ ഇരിപ്പിട സംവിധാനം രാഷ്ട്രപതിഭവനും ഉപരാ ഷ്ട്രപതി ഭവനും നല്കി അംഗീകാരം വാങ്ങാൻ യോഗം ജില്ലാ കളക്ടറെ ചുമതലപ്പെടുത്തി. എല്ലാ പ്ലാനുകളും അംഗീകാരം നല്കി ജില്ലാ കള ക്ടർ ഒപ്പിട്ടു തരികയും പ്രവൃത്തികൾ ഉടൻ ആരംഭിക്കാൻ നിർദ്ദേശിക്കു കയും ചെയ്തു.

1994 ജനുവരി 3 ന് രാഷ്ട്രപതി ഡോക്ടർ ശങ്കർദയാൽ ശർമ്മ ഉദ്ഘാ ടനം നിർവ്വഹിക്കുന്ന പരിപാടിയോടെ ആരംഭിക്കുകയും 1994 ജനുവരി 9 ന് പ്രധാനമന്ത്രി പി വി നരസിംഹറാവു ഉദ്ഘാടനം നിർവ്വഹിക്കുന്ന സമാപന യോഗത്തോടെ അവസാനിക്കുകയും ചെയ്യുന്ന ഭാരത് സ്കൗട്ട് ആൻഡ് ഗൈഡ്സ് പ്രസ്ഥാനത്തിന്റെ പന്ത്രണ്ടാമത് ദേശീയ ജംബൂരി 1994 ൽ ഇന്ത്യയുടെ വിവിധ ഭാഗങ്ങളിൽ നിന്നെത്തുന്ന ഭാരതത്തിന്റെ വൈവിദ്ധ്യവും വൈജാത്യവും പാരമ്പര്യവും വിളിച്ചോതുന്ന 11000 യുവാക്കളാണ് പ്രതിനിധികളായെത്തുന്നത്. എല്ലാ ദിവസവും വൈവിദ്ധ്യ മാർന്ന നിരവധി ക്ലാസുകളും അഭ്യാസങ്ങളും പ്രകടനങ്ങളും നേതൃത്വ പരിശീലനങ്ങളും വൈകുന്നേരങ്ങളിൽ വേറിട്ട കലാപരിപാടികളും ആണ്

ഒരുക്കിയിരുന്നത്. ഇവർക്ക് താമസിക്കാൻ 400 ടെന്റുകൾ ഒരുക്കി വൈദ്യുതീകരിച്ചിരുന്നു.

ഏകദേശം ഒരുമാസത്തെ യുദ്ധകാല സാഹചര്യത്തിലുള്ള രാവും പകലും എന്നില്ലാതെയുള്ള പ്രവൃത്തികളാണ് തുടർന്ന് നടന്നത്. എല്ലാ പ്രവൃത്തികളും സമയബന്ധിതമായി മുന്നേറി. സ്റ്റേജിന്റെ പിന്നിലുള്ള താല്ക്കാലിക വിശ്രമ കേന്ദ്രം പണി പൂർത്തിയാക്കി ഫർണിഷ് ചെയ്തു കഴിഞ്ഞപ്പോൾ കളക്ടർ ഒരു നിർദ്ദേശം വെച്ചു. ചുമരുകൾ ഇപ്പോൾ ഒഴിഞ്ഞു കിടക്കുകയാണ്. ചുവരുകളിൽ നല്ല ചില ചിത്രങ്ങളും ശില്പങ്ങളും മേശകളിലെല്ലാം നൂതനമായ ഫ്ളവർ വേസുകളും വെക്കുന്നത് സംവിധാനങ്ങളുടെ ചാരുത വർദ്ധിപ്പിക്കും. അതെല്ലാം നടപ്പിലാക്കിയപ്പോൾ കുലീനമായ തറവാടിത്തം തുളുമ്പുന്ന ഒരു വിശ്രമകേന്ദ്രമായതു മാറി. എല്ലാ മേഖലയിലുമുള്ള പ്രമുഖരിൽനിന്നും അഭിനന്ദനങ്ങളുടെ പൂച്ചെണ്ടുകൾ ഇതിനെനിക്ക് ലഭിച്ചിരുന്നു. അന്നത്തെ കേരള വിദ്യാഭ്യാസ വകുപ്പ് മന്ത്രിയായിരുന്ന ഇ ടി മുഹമ്മദ് ബഷീറിനായിരുന്നു ജംബൂരിയുടെ ചുമതല. അദ്ദേഹം ഇതിനെ പ്രത്യേകം അഭിനന്ദിച്ചിരുന്നു.

എല്ലാ ബാനറുകളും കമാനങ്ങളും കവാടങ്ങളും സ്ഥാപിച്ച് 1993 ഡിസംബർ 26 നു രാവിലെ എല്ലാം അനാവരണം ചെയ്യണമെന്ന സംഘാടക സമിതി തീരുമാനം കൃത്യമായി നടപ്പിലാക്കി. ഉച്ചവരെ ബാനറുകളും കമാനങ്ങളും അതിന്റെ വർണ്ണ സംയോജനംകൊണ്ടും കേരള കലാരൂപമായ തെയ്യത്തിന്റെ സാന്നിദ്ധ്യംകൊണ്ടും മനോഹരവും അനന്യവും ആയിട്ടുണ്ടെന്ന അഭിനന്ദനങ്ങളുമായി എല്ലാ കോണുകളിൽ നിന്നുമുള്ള പ്രമുഖരുടെ സന്ദേശങ്ങൾ ലഭിച്ചു കൊണ്ടിരുന്നു. മൂന്നു മണിയായപ്പോൾ ജില്ലാ കളക്ടറിന്റെ ഉടൻ കാണണമെന്ന അറിയിപ്പ് ലഭിച്ചു. ഞാൻ ചെന്നപ്പോൾ എപ്പോഴും പ്രസന്ന വദനനായി മാത്രം കാണാറുള്ള കളക്ടർ അല്പം വിഷാദവാനായാണ് കാണപ്പെട്ടത്. മുഖവുരയില്ലാതെ അദ്ദേഹം പറഞ്ഞു. "അജയനോട് പറയാൻ ഏറെ ബുദ്ധിമുട്ടുള്ള കാര്യമാണ്. നാം എല്ലാ കാര്യങ്ങളും ചെയ്തത് കമ്മിറ്റിയിൽ വെച്ച് അംഗീകാരം നേടിയതിനു ശേഷമാണ്. അത് പ്രകാരം മാത്രമാണ് കാര്യങ്ങളെല്ലാം നിർവ്വഹിച്ചത്. പക്ഷേ, കാര്യങ്ങൾ മനസ്സിലാക്കാൻ കഴിയാതെ എന്തിലും രാഷ്ട്രീയം മാത്രം കാണുന്ന ചിലരുണ്ടല്ലോ. നമ്മുടെ ബാനറുകളും കമാനങ്ങളും കണ്ടതിനു ശേഷം വി എസ് വിജയരാഘവൻ എം പി വിളിച്ചിരുന്നു. അദ്ദേഹം എന്നോട് ചോദിച്ചത് എന്താണിത് ചുവപ്പുകൊണ്ട് നിറയ്ക്കാൻ സി പി എം ന്റെ പ്ലീനമാണോ എന്നാണ്. അത് തെയ്യത്തിന്റെ കാല്പനിക പ്രകാശനമാണെന്നു അദ്ദേഹത്തിന് മനസ്സിലായില്ലെന്ന് തോന്നുന്നു. അദ്ദേഹം വലിയ വാശിയിലാണ്. ഇത് മാറ്റിയില്ലെങ്കിൽ മുഖ്യമന്ത്രിയെക്കൊണ്ട് ഇടപെടുവിക്കും എന്ന ഭീഷണിയാണ് അദ്ദേഹം മുഴക്കിയിരിക്കുന്നത്. അജയന് വേണമെങ്കിൽ പറയാം ഞാൻ ഒപ്പിട്ടു തന്നിട്ടുള്ള കമ്മിറ്റിയുടെ അംഗീകാരവും പ്ലാനും മുൻ നിർത്തിയാണിത് ചെയ്തതെന്ന്. ദയവായി എന്നെ കുഴപ്പത്തിലാക്കരുത്. എന്താണ്

ചെയ്യാൻ കഴിയുക." ഞാൻ പറഞ്ഞു. "സാറിന് ബുദ്ധിമുട്ടുണ്ടാവുന്ന ഒന്നും എന്റെ ഭാഗത്തുനിന്ന് ഉണ്ടാവുകയില്ല. പക്ഷേ, നിറം മാറ്റിയാൽ നാം ഉദ്ദേശിച്ച സങ്കല്പം നഷ്ടപ്പെടും. മാത്രമല്ല 10 ദിവസം കൊണ്ട് ഒട്ടേറെ പേര് ചെയ്ത കലാരൂപങ്ങളാണ് ഒരു ദിവസം കൊണ്ട് മാറ്റിയെടുക്കേണ്ടത്. ഇനി പെയിന്റിങ് നടക്കുകയില്ല. ചുവപ്പിന് പകരം നീലത്തുണി ചുറ്റി തെർമോക്കോൾ അക്ഷരങ്ങൾ പതിച്ച് പണി തീർക്കാൻ മാത്രമേ സാദ്ധ്യമാവൂ. കലാമൂല്യം നഷ്ടപ്പെടുന്ന ഈ പ്രവൃത്തി വേദനയോടെ സാറിന് വേണ്ടി മാത്രം ഞാൻ ചെയ്യാം." കോയമ്പത്തൂരിൽ നിന്ന് അപ്പോൾ തന്നെ നീലത്തുണി വരുത്തി ഇരുപത്തഞ്ചോളം കലാകാരന്മാരെ അണിനിരത്തി ഒറ്റ രാത്രി കൊണ്ട് എല്ലാ കമാനങ്ങളും മാറ്റിയെടുത്തത് വലിയൊരു കൂട്ടായ്മയുടെ കഠിന പ്രയത്നത്തിന്റെ ഫലമായിരുന്നു. രാഷ്ട്രീയ നേതാക്കൾ കലയും സംസ്കാരവും തൊട്ടു തീണ്ടിയിട്ടില്ലാത്ത അരസികന്മാരായാൽ എന്ത് സംഭവിക്കും എന്നതിന് ഉത്തമ ദൃഷ്ടാന്തമായി ഇന്നും മനസ്സിൽ ഈ സംഭവം പ്രതിഷേധം രേഖപ്പെടുത്തുന്നുണ്ട്.

രാഷ്ട്രപതിയുടെ ഉദ്ഘാടനത്തോടെ തുടങ്ങി വിവിധ ദിവസങ്ങളിലെ വിപുലമായ പരിപാടികളോടെ ജംബൂരി പുരോഗമിച്ചു. എല്ലാ ദിവസവും സ്റ്റേജിന്റെ ബാക്ക്ഡ്രോപ്പ് പുതിയ രൂപത്തിലുള്ള മനോഹര കലാരൂപങ്ങൾ വിവിധതരം പുഷ്പങ്ങൾ കൊണ്ട് തീർത്തത് കാണികളുടെയും സംഘടകരുടെയും ജനപ്രതിനിധികളുടെയും എല്ലാം അഭിനന്ദനങ്ങൾ നേടിത്തന്നു. താല്ക്കാലിക വിശ്രമകേന്ദ്രത്തിലെ സ്നേഹ സുരഭിലവും വിനയാന്വിതവുമായ ആതിഥേയത്വത്തിന്റെ ചുമതല പ്രിയ പത്നിയായ ഡി ആർ ഡി എ അസിസ്റ്റന്റ് എക്സിക്യൂട്ടീവ് എഞ്ചിനീയർ പി വി ഭാഗ്യലക്ഷ്മിയെ ആയിരുന്നു കളക്ടർ ഏല്പിച്ചിരുന്നത്. ആ കർത്തവ്യം എല്ലാവരുടെയും പ്രശംസ പിടിച്ച് പറ്റും വിധം ഭംഗിയായി നിർവ്വഹിക്കപ്പെടുകയും ചെയ്തിരുന്നു. ഇങ്ങനെ പരിപാടികളെല്ലാം ഭംഗിയായി കഴിയുമ്പോഴാണ് സമാപന ദിനം എത്തിയത്. ഉദ്ഘാടന ദിവസം അധികം അതിഥികൾ സ്റ്റേജിലില്ലാത്തതുകൊണ്ട് പ്രശ്നമുണ്ടായിരുന്നില്ല. പക്ഷേ, സമാപന ദിവസം പ്രധാനമന്ത്രി പി വി നരസിംഹ റാവു, മുഖ്യമന്ത്രി കെ കരുണാകരൻ, കേന്ദ്ര ഭക്ഷ്യ സിവിൽ സപ്ലൈസ് വകുപ്പ് മന്ത്രി എ കെ ആന്റണി, കേന്ദ്ര റെയിൽവേ സഹമന്ത്രി ഡോക്ടർ മല്ലികാർജ്ജുൻ, സംഘാടക സമിതി ചെയർമാൻ കേരള വിദ്യാഭ്യാസ വകുപ്പ് മന്ത്രി ഇ ടി മുഹമ്മദ് ബഷീർ, ഭാരത് സ്കൗട്ട് ആൻഡ് ഗൈഡ്സ് ചെയർമാൻ, ഭാരത് സ്കൗട്ട് ആൻഡ് ഗൈഡ്സ് ചീഫ് കമ്മീഷണർ, ഭാരത് സ്കൗട്ട് ആൻഡ് ഗൈഡ്സ് കേരള കമ്മീഷണർ, രണ്ട് സ്പെഷ്യൽ പ്രൊട്ടക്ഷൻ ഗ്രൂപ്പ് പ്രതിനിധികൾ എന്നിങ്ങനെ 10 പേർക്ക് വേണ്ടിയുള്ള ഇരിപ്പിട സംവിധാനത്തിനാണ് പ്രധാന മന്ത്രിയുടെ ഓഫീസ് അനുവാദം നല്കിയിരുന്നത്. എല്ലാവരുടെയും പേരുകൾ അതാതു ഇരിപ്പിടങ്ങളിൽ എഴുതി വെച്ചിരുന്നു. പ്രധാനമന്ത്രിയുടെ പിന്നിലുള്ള രണ്ടു ഇരിപ്പിടങ്ങൾ

സ്പെഷ്യൽ പ്രൊട്ടക്ഷൻ ഗ്രൂപ്പ് പ്രതിനിധികൾക്കായി മാർക്ക് ചെയ്തിരുന്നു. താല്ക്കാലിക വിശ്രമ കേന്ദ്രത്തിലെ സ്വീകരണത്തിനു ശേഷം അതിഥികളെല്ലാം സ്റ്റേജിലെത്തി. അവരോടൊപ്പം ഗാലറിയിൽ ഇരിപ്പിടമൊരുക്കിയിരുന്ന വി എസ് വിജയരാഘവൻ, ഡോക്ടർ മല്ലികാർജ്ജുന് മാർക്ക് ചെയ്തിരുന്ന സീറ്റിൽ കയറിയിരുന്നു. എല്ലാവരും ഇരുന്നു കഴിഞ്ഞപ്പോൾ ഡോക്ടർ മല്ലികാർജ്ജുൻ ഇരുന്നത് സ്പെഷ്യൽ പ്രൊട്ടക്ഷൻ ഗ്രൂപ്പ് പ്രതിനിധിക്കു മാർക്ക് ചെയ്ത സീറ്റിലായിരുന്നു. സ്പെഷ്യൽ പ്രൊട്ടക്ഷൻ ഗ്രൂപ്പ് ഓഫീസർ അദ്ദേഹത്തോട് നിയമപ്രകാരം ഈ ഇരിപ്പിടം എസ് പി ജി ഉദ്യോഗസ്ഥന് മാത്രമുള്ളതാണെന്നും ദയവായി അങ്ങ് എഴുന്നേല്ക്കണമെന്നും അഭ്യർത്ഥിച്ചു. കേന്ദ്ര സഹമന്ത്രിക്ക് എഴുന്നേല്ക്കുകയല്ലാതെ നിവൃത്തിയുണ്ടായിരുന്നില്ല. മന്ത്രി ഇ ടി മുഹമ്മദ് ബഷീർ എഴുന്നേറ്റ് അദ്ദേഹത്തിന് ഇരിപ്പിടം നല്കിയിട്ടും വിജയരാഘവൻ അനങ്ങിയില്ല. എല്ലാം കണ്ടുകൊണ്ട് പിറകിൽ നിന്ന ചുമതലക്കാരനായ ഞാൻ താഴെ നിന്ന് ഒരു കസേര വരുത്തി മന്ത്രിയെ ഇരുത്തി പ്രശ്നം പരിഹരിക്കയാണുണ്ടായത്.

ഏറെ ബുദ്ധിമുട്ടുകൾക്കിടയാക്കിയെങ്കിലും വളരെ സന്തോഷത്തോടെ നല്ലവണ്ണം ആസ്വദിച്ച് ഞാൻ ചെയ്ത ഒരു പ്രവൃത്തിയായിരുന്നു ജംബൂരി സംഘടനാ പ്രവർത്തനങ്ങൾ. മന്ത്രിയുടെയും കളക്ടറുടെയും സ്കൗട്ട്സ് ആൻഡ് ഗൈഡ്സ് ഉദ്യോഗസ്ഥരുടെയും പൊതുജനങ്ങളുടെയും അകമഴിഞ്ഞ അഭിനന്ദനം ഇതിനു ലഭിക്കുകയുമുണ്ടായി.

ഷൊർണൂരിൽ ജോലി ചെയ്യുന്ന സമയത്താണ് മകൾ സുഷിതയുടെ വിവാഹം. 1992 ഡിസംബർ 12 നായിരുന്നു പാലക്കാട് മുനിസിപ്പൽ ടൗൺ ഹാളിൽവെച്ച് വിവാഹംനടന്നത്. എല്ലാകാര്യങ്ങളും നിശ്ചയിച്ച് കേരളമെമ്പാടുമുള്ള ആയിരത്തിലേറെ പേരെ ക്ഷണിച്ച് അവസാനമിനുക്കുപണികൾ നടത്തുന്ന സമയത്താണ് ഡിസംബർ 6 ന് വിശ്വഹിന്ദു പരിഷത് പ്രവർത്തകരും സംഘ് പരിവാറുകാരും ബാബറി മസ്ജിദ് തകർത്തത്. ഭാരതത്തിന്റെ സാംസ്കാരിക പൈതൃകമായ മതേതരത്വത്തിന്റെയും സഹിഷ്ണുതയുടെയും പരസ്പര ബഹുമാനത്തിന്റെയും നേർക്കുള്ള ഈ കടന്നുകയറ്റം അനിതര സാധാരണമായ സ്ഥിതിവിശേഷമാണ് രാജ്യത്തെമ്പാടും തീർത്തത്. പ്രതിഷേധങ്ങളുടെയും പ്രതിരോധത്തിന്റെയും തീജ്ജ്വാലകൾ രാജ്യമെങ്ങും പടർന്നു. തുടർന്ന് തുടർച്ചയായ ദിവസങ്ങളിൽ ഡിസംബർ 9 വരെ ബന്ദുകളുടെ ഘോഷയാത്ര രാജ്യത്തെ മുഴുവൻ സ്തംഭിപ്പിച്ചത് ഒരു വല്ലാത്ത അനിശ്ചിതാവസ്ഥ സൃഷ്ടിച്ചിരുന്നു. എന്നാണ് ഈ ദുരിതം അവസാനിക്കുക എന്ന് ആർക്കും പ്രവചിക്കാൻ കഴിയാത്ത വിധം ഗുരുതരമായിരുന്നു സ്ഥിതിവിശേഷം.. വരൻ വിശ്വജിത്ത് തിരുവനന്തപുരത്തുനിന്നായതിനാൽ അവരുടെ യാത്രയും പ്രശ്നമായി മാറുമെന്നതിനാൽ വിവാഹം കൃത്യ ദിവസത്തിൽ നടക്കുമോ എന്ന ആശങ്ക പോലുമുണർന്നു. എങ്കിലും എപ്പോഴും ഞാൻ കാത്തുസൂക്ഷിക്കുന്ന ഒടുങ്ങാത്ത ആത്മവിശ്വാസവും അച്ഛനും ചേട്ടനും

മറ്റു കുടുംബാംഗങ്ങളും സുഹൃത്തുക്കളും സഹപ്രർത്തകരും നല്കിയ പിന്തുണയും എന്ത് വന്നാലും നേരിടാമെന്നും മുന്നോട്ട് പോകാനുമുള്ള തീരുമാനത്തിലെത്തിച്ചു. സദ്യ ഒരുക്കുന്നതിന് തൃശൂരിൽനിന്നുള്ള അംബി സ്വാമിയെയും സംഘത്തെയും ചുമതലപ്പെടുത്തിയിരുന്നെങ്കിലും പാചകത്തിന് വേണ്ട സാധനങ്ങൾ ഒന്നുംതന്നെ അടച്ചിടപ്പെട്ട കച്ചവട സ്ഥാപനങ്ങളിൽനിന്ന് ലഭ്യമായിരുന്നില്ല. എന്നും എപ്പോഴും എനിക്ക് കൂട്ടായുള്ള സുഹൃത്തുക്കളും സഹപ്രവർത്തകരും സഖാക്കളും ഉണർന്നു പ്രവർത്തിച്ചു. മാർഗ്ഗ തടസ്സങ്ങൾ എല്ലാം തൃണവൽഗണിച്ചു കൊണ്ട് യോഹന്നാനും സജിയും കൂടി പൊള്ളാച്ചിയിലേക്ക് രണ്ടു വാഹനങ്ങളുമായി പോയി അരിയും മറ്റു പലചരക്കു സാധനങ്ങളും പച്ചക്കറികളുമെല്ലാം 10 നു വൈകിട്ട് തന്നെ പാലക്കാട്ടെത്തിച്ചു. അച്ഛനുമമ്മയും രണ്ടാഴ്ച മുമ്പ് തന്നെ പാലക്കാടെത്തി ഞങ്ങളോടൊപ്പമുണ്ടായിരുന്നു. 11 ന് രാവിലെ തന്നെ അംബിസ്വാമിയും സംഘവും അവരുടെ സ്വന്തം ബസിൽ വന്നു പാചകം ആരംഭിച്ചപ്പോൾ സമാധാനമായി.

തളിക്കുളത്ത് നിന്നെത്തിയ ചേട്ടനും അനിയനും സഹോദരിമാരും അടങ്ങിയ കുടുംബാംഗങ്ങളും സുഹൃത്തുക്കളായ കെ ബി ഹരിദാസ്, സി വി ശങ്കരനാരായണൻ, യോഹന്നാൻ, സി എം സഹദേവൻ, എം സജീവൻ, എം സുനിൽ, അബ്ദുൽ റഹിമാൻ മൂപ്പൻ, പി ഹരിദാസ്, കെ എസ് സുരേന്ദ്രനാഥ്, കെ കൃഷ്ണൻ എമ്പ്രാന്തിരി, പി രാമനാഥൻ, പി എം ഗോവിന്ദൻ കുട്ടി, എൻ രാധാകൃഷ്ണൻ നായർ, എ കെ ചന്ദ്രൻ കുട്ടി, ഷെരീഫ് എന്നിവരും കെ ജി ഒ എ, കെ എസ് ടി എ, എൻ ജി ഒ യൂണിയൻ പ്രവർത്തകരും ചേർന്ന് ടൗൺ ഹാളിലെയും വീട്ടിലെയും ഒരുക്കങ്ങൾക്ക് നേതൃത്വം കൊടുക്കുകയും വീട്ടിലെത്തുന്ന അതിഥികളെ സ്വീകരിക്കുകയും ചെയ്തുകൊണ്ടിരുന്നു. വീട്ടിനകത്തെ ആതിഥേയ ചുമതല കുടുംബ സുഹൃത്തുക്കളും ഭാഗ്യത്തിന്റെ പ്രിയമിത്രങ്ങളുമായ കോമളവല്ലി അമ്മ, ശശികല ഹരിദാസ്, ഹൈമവതി ശങ്കരനാരായണൻ, സാവിത്രി ദാമോദരൻ, സൗദാ മൂപ്പൻ, സുമ സുരേന്ദ്രൻ, രഞ്ജിനി യോഹന്നാൻ, ദീപ സജീവൻ, ബീന സുനിൽ, നബീസ, ആമിന എന്നിവർ ഏറ്റെടുത്തിരുന്നു. വൈകുന്നേരമായപ്പോഴേക്കും കേരളത്തിന്റെ നാനാ ഭാഗത്തു നിന്നും എഞ്ചിനീയർ സുഹൃത്തുക്കൾ കുടുംബ സമേതം എത്തിത്തുടങ്ങി. കോഴിക്കോട് നിന്ന് ശിവരാമപിള്ള സാറിന്റെയും ഇ എ റഷീദ് സാറിന്റെയും നേതൃത്വത്തിൽ എ കെ നാരായണൻ, ഇ കൃഷ്ണൻ, ഇ എസ് മേനോൻ, കെ നാരായണൻ, എം രാധാകൃഷ്ണൻ, പി വിജയൻ, എൻ കെ മുഹമ്മദ്, പി കുഞ്ഞിമുഹമ്മദ്, കെ ശരത് കുമാർ, പി സതീഷ്, കെ അബുബക്കർ, വിശ്വനാഥ അയ്യർ എന്നിവരടങ്ങിയ എഞ്ചിനീയർ സംഘവും, പെരിന്തൽമണ്ണയിൽനിന്ന് വി മുഹമ്മദും മുഹമ്മദാലിയും തിരുവനന്തപുരത്തു നിന്ന് ടിറ്റി സാറിന്റെയും എസ് ജയൻ നായരുടെയും, മാധവൻപിള്ള സാറിന്റെയും, ഗോപിനാഥൻ സാറിന്റെയും നേതൃത്വത്തിലുള്ള എഞ്ചിനീയർ സംഘവും പൊതുമരാമത്ത് അഡീഷ

ണൽ സെക്രട്ടറിയും ഞങ്ങളുടെ അടുത്ത കുടുംബ സുഹൃത്തുമായ കെ പി നാരായണൻ കുട്ടിയുടെ നേതൃത്വത്തിലുള്ള സെക്രട്ടേറിയറ്റ് ഉദ്യോഗസ്ഥ സംഘവും, എറണാകുളത്തുനിന്ന് എൻ എസ് സുധി സാറിന്റെയും ഇ കെ ഹസ്സൻ കുട്ടിയുടെയും നേതൃത്വത്തിലുള്ള എഞ്ചിനീയർ സംഘവും, കണ്ണൂരിൽ നിന്ന് കെ പി രാമന്റെ നേതൃത്വത്തിൽ കെ പി കുമാരൻ, വേണു, വിജയകുമാർ, കെ പി പ്രഭാകരൻ, ഗോവിന്ദൻ നമ്പീശൻ, എന്നിവരടങ്ങിയ എഞ്ചിനീയർ സംഘവും എത്തി. ടി ജി രവിയുടെ നേതൃത്വത്തിൽ തൃശൂർ എഞ്ചിനീയറിങ് കോളേജിലെ പഴയകാല ആത്മ സുഹൃത്തുക്കളായ കെ ജി ജോഷി, പി എ അഷ്റഫ്, പി കൃഷ്ണൻ, വി കെ സത്യവ്രതൻ, വി ബി ചെറിയാൻ, കെ അബൂബക്കർ, കെ കെ ഹരി, ആർ കെ രവി, കെ കെ ബാബുരാജ്, ടി എസ് അനന്തകൃഷ്ണൻ എന്നിവരും കുടുംബ സമേതം എത്തി. ഏഴുമണിയോടുകൂടി തിരുവനന്തപുരത്ത് നിന്നുള്ള വരനും സംഘവും എത്തി. ജോഷിലയിൽ എല്ലാവർക്കും ഭക്ഷണം കഴിക്കാനുള്ള സൗകര്യമില്ലാത്തതിനാൽ തൊട്ടടുത്ത പറമ്പിൽ തയ്യാറാക്കിയ പന്തലിലും എഞ്ചിനീയർ സുഹൃത്തുക്കൾക്ക് നേരെ പിന്നിലുള്ള ഹരിദാസ് സാറിന്റെ വീട്ടിലുമായിരുന്നു സൽക്കാരം ഒരുക്കിയത്. തലേ ദിവസം എത്തിയ എല്ലാവരുടെയും താമസ സൗകര്യങ്ങൾ സി എം സഹദേവന്റെ നേതൃത്വത്തിൽ കൃഷ്ണൻ എമ്പ്രാന്തിരി, പി രാമനാഥൻ, ചന്ദ്രൻ കുട്ടി, ഷെരീഫ് എന്നിവർ ചേർന്ന് വിവിധ ഹോട്ടലുകളിൽ ഒരുക്കിയിരുന്നു.

വിവാഹ ചടങ്ങുകൾ എങ്ങനെയായിരിക്കണമെന്ന് സി പി ഐ (എം) ജില്ലാ സെക്രട്ടറി എം ചന്ദ്രന്റെ നേതൃത്വത്തിൽ കൂടിയ കെ ജി ഒ എ, കെ എസ് ടി എ, എൻ ജി ഒ യൂണിയൻ തുടങ്ങിയ സർവ്വീസ് സംഘടനാ നേതാക്കന്മാരുടെ യോഗത്തിൽ തീരുമാനിച്ചിരുന്നു. വരന്റെയും വധുവിന്റെയും അടുത്ത ബന്ധുക്കൾക്ക് പുറമെ പാർട്ടിയുടെ സംസ്ഥാന നേതാക്കളും ജില്ലാ സെക്രട്ടേറിയേറ്റ് അംഗങ്ങളും സാംസ്കാരിക രംഗത്തെ പ്രമുഖരും മാത്രം വേദിയിലുണ്ടായാൽ മതിയെന്നായിരുന്നു തീരുമാനം. ഒരു സാമ്പ്രദായിക ആചാര ചടങ്ങുകളും ആവശ്യമില്ലെന്നു ഞാൻ അറിയിച്ചതിനെ തുടർന്ന് കല്യാണത്തിന്റെ പരികർമ്മിയായി ടി ശിവദാസ മേനോൻ പ്രവർത്തിക്കണമെന്നും തീരുമാനിച്ചിരുന്നു. ഇതനുസരിച്ച് കാര്യങ്ങൾ നടത്താനുള്ള ചുമതലകളും നിശ്ചയിച്ചിരുന്നു. വിവാഹ ദിവസം 10 മണിയോടെ വിവാഹ വേദിയായ പാലക്കാട് മുനിസിപ്പൽ ടൗൺ ഹാളിലേക്ക് ക്ഷണിതാക്കൾ എത്തിത്തുടങ്ങി. കുടുംബാംഗങ്ങളും സുഹൃത്തുക്കളും ചേർന്ന് അവരെ സ്വീകരിച്ചു.. ഓരോരുത്തരെയും ഞാനും ഭാഗ്യവും അഭിവാദ്യം ചെയ്ത ശേഷം കെ ജി ഒ, എ കെ എസ് ടി എ, എൻ ജി ഒ യൂണിയൻ സുഹൃത്തുക്കൾ അവരെ ഇരിപ്പിടത്തിലേക്ക് ആനയിച്ചു. തളിക്കുളത്ത് നിന്ന് രണ്ടു ബസ് നിറയെ കുടുംബ ബന്ധുക്കളും സുഹൃത്തുക്കളും എറണാകുളത്തു നിന്ന് മോഡൽ എഞ്ചിനീയറിങ് കോളേജ് ബസിൽ ജോഗേഷിന്റെ കലാലയ

സുഹൃത്തുക്കളും എത്തി. ക്ഷണിതാക്കളെല്ലാം കൂട്ടമായി എത്തിത്തുടങ്ങിയപ്പോൾ വാഹനങ്ങൾ പാർക്ക് ചെയ്യാൻ ചെറിയ കോട്ട മൈതാനം തികയാതെ വന്നു. പൊലീസിന്റെ നിയന്ത്രണങ്ങൾ ഉണ്ടായിട്ടും വാഹനക്കുരുക്കുകൾ മൂലം പല അതിഥികൾക്കും ഏറേ ബുദ്ധിമുട്ടനുഭവപ്പെട്ടു. ടൗൺ ഹാൾ നിറഞ്ഞു കവിഞ്ഞ് എല്ലായിടത്തും അതിഥികൾക്കു നില്ക്കേണ്ടതായി വന്നു. അപ്പോഴെത്തിയ പല പ്രധാന അതിഥികളെയും വേണ്ട വിധത്തിൽ സ്വീകരിക്കാൻ കഴിഞ്ഞില്ല. വരനും സംഘവും 10.50 നെത്തിയതോടെ വിവാഹച്ചടങ്ങുകൾ ആരംഭിച്ചു. അച്ഛനും അമ്മയും നേരത്തെ വേദിയിൽ ഉപവിഷ്ടരായിരുന്നു. ചേട്ടനും മറ്റു കുടുംബങ്ങളും വേദിയിലുണ്ടായിരുന്നു. കേരളത്തിന്റെ സാംസ്കാരിക രംഗത്തെ അതുല്യ പ്രതിഭകളായ ഒ എൻ വി, ടി പദ്മനാഭൻ, സുഗതകുമാരി, എൻ പി മുഹമ്മദ്, ഒളപ്പമണ്ണ, പി ഗോവിന്ദപിള്ള എന്നിവരോടൊപ്പം ടി ശിവദാസമേനോന്റെയും എം ചന്ദ്രന്റെയും നേതൃത്വത്തിൽ സി പി ഐ (എം) പാലക്കാട് ജില്ലാ സെക്രട്ടേറിയറ്റ് അംഗങ്ങളും, മുൻ മന്ത്രി കെ പങ്കജാക്ഷനും, കെ ജി ഓ എ സംസ്ഥാന പ്രസിഡന്റും ജനറൽ സെക്രട്ടറിയും വേദിയിൽ ഉപവിഷ്ടരായിരുന്നു. കൃത്യം 11 മണിക്ക് തന്നെ ടി ശിവദാസമേനോൻ വധൂവരന്മാർക്ക് വിവാഹമാല്യങ്ങൾ എടുത്തു കൊടുത്ത് ചടങ്ങുകൾക്ക് പ്രാരംഭം കുറിച്ചു. അവർ അന്യോന്യം മാല ചാർത്തുകയും വരൻ താലി കെട്ടുകയും ചെയ്തതിനുശേഷം ശിവദാസ് മേനോൻ അവർക്ക് പൂച്ചെണ്ടുകൾ നല്കി ആശീർവദിച്ചു. വധൂവരന്മാർ അച്ഛന്റെയും അമ്മയുടെയും വേദിയിലിരുന്ന അതിഥികളുടെയും അനുഗ്രഹം വാങ്ങിക്കഴിഞ്ഞപ്പോൾ ചടങ്ങ് അവസാനിച്ചു.

തുടർന്ന് വധൂവരന്മാരെ ആശീർവദിക്കാനായെത്തിയ അതിഥികൾ വേദിയിലെത്തി അനുഗ്രഹങ്ങൾ വർഷിക്കുന്ന പതിവ് പരിപാടി അരങ്ങേറി. ഭക്ഷണത്തിന്റെ പാചകവും വിതരണവും പൂർണ്ണമായി അംബി സ്വാമി ഏറ്റെടുത്തതിനാൽ അവിടെ അതിഥികളെ എത്തിക്കുകയും മേൽനോട്ടം വഹിക്കുകയും മാത്രമേ വേണ്ടിയിരുന്നുള്ളു. ആ ചുമതല കെ ജി ഒ എ, കെ എസ് ടി എ, എൻ ജി ഒ യൂണിയൻ സഖാക്കൾ സ്തുത്യർഹമായി നിർവ്വഹിക്കുകയുണ്ടായി. പൊതുമരാമത്ത് വകുപ്പിലെ പഴയതും നിലവിലുള്ളതുമായ ഇരുപത്തഞ്ചോളം ചീഫ് എഞ്ചിനീയർമാർ, കേരളത്തിന്റെ വിവിധ ഭാഗത്ത് നിന്നുള്ള എഞ്ചിനീയർ സുഹൃത്തുക്കൾ, സാംസ്കാരിക നായകന്മാർ, പാലക്കാട് ജില്ലയിലെ മുഴുവൻ എം എൽ എമാരും എം പിമാരും മറ്റു ജനപ്രതിനിധികളും, എഞ്ചിനീയറിങ് കോളേജിലെ സതീർത്ഥ്യന്മാർ, രാഷ്ട്രീയ നേതാക്കൾ, പ്രിയ സുഹൃത്തും മുൻ ജില്ലാ കളക്ടറുമായ ജിജി തോംസൺ, കളക്ടർ അജയകുമാർ, മുൻ എസ് പി എം ടി മൊയ്ദുട്ടി, എസ് പി സുധീഷ് കുമാർ അടക്കമുള്ള ഉദ്യോഗസ്ഥ പ്രമുഖർ, ബന്ധുക്കൾ, സഹപ്രവർത്തകർ, സർവ്വീസ് സംഘടനാ നേതാക്കൾ, നാട്ടുകാർ എന്നിവരടക്കം എല്ലാ മേഖലയിലുമുള്ള എന്റെ സുഹൃത്തുക്കൾ ഈ വിവാഹം ധന്യമാക്കാൻ എത്തിയത് എനിക്കേറെ

സന്തോഷം പകർന്നു എന്റെ ജീവിതത്തിലെ ഏറ്റവും പ്രധാനപ്പെട്ട ഈ സന്ദർഭത്തിൽ എന്നോടൊപ്പം നിന്ന എല്ലാവരെയും സീമാതീതമായ കൃതജ്ഞതയോടെ ഓർക്കുന്നു.

ഷൊർണൂർ ബിൽഡിങ്ങ്സ് സബ്ഡിവിഷനിൽ രണ്ടു കൊല്ലം പൂർത്തിയായപ്പോൾ പാലക്കാട് നാഷണൽ ഹൈവേ സബ് ഡിവിഷനിലേക്കു സ്ഥലം മാറ്റം ലഭിച്ചു. ഷൊർണൂരിലെ രണ്ടുകൊല്ലത്തെ ഏറെ വെല്ലുവിളികൾ നിറഞ്ഞ സാർത്ഥകമായ പ്രവർത്തനത്തിന് സഹായം നല്കിയ ചീഫ് എഞ്ചിനീയർ മാധവൻ പിള്ള, സൂപ്രണ്ടിങ് എഞ്ചിനീയർമാരായ പി എം എൻ റാവുത്തർ, കെ ശരത് കുമാർ, എക്സിക്യൂട്ടീവ് എഞ്ചിനീയർമാരായ കെ ബി ഹരിദാസ്, പി എസ് മുഹമ്മദ് ബഷീർ എന്നിവരുടെ ഉപദേശങ്ങളും ഇടപെടലുകളും എനിക്ക് മറക്കാവതല്ല. ചീഫ് എഞ്ചിനീയർ കെ മാധവൻപിള്ള എന്നെ ഏറെ സ്വാധീനിച്ച എഞ്ചിനീയറായിരുന്നു. എന്റെ ആത്മസുഹൃത്ത് ജയൻനായരുടെ മേലുദ്യോഗസ്ഥൻ എന്ന നിലയിലും എഞ്ചിനീയർമാരുടെ വാർഷിക സ്പോർട്സ് പരിപാടികളിൽ സ്ഥിരമായി കളിക്കുന്ന കായികപ്രേമിയെന്ന നിലയിലും വളരെ മുമ്പേ അദ്ദേഹത്തോടടുപ്പമുണ്ടായിരുന്നു. സാങ്കേതിക രംഗത്തുള്ള അറിവ്, അനുഭവങ്ങളിൽനിന്ന് പഠിച്ച ജ്ഞാനം, പ്രവൃത്തികൾ തടസ്സമില്ലാതെ നടത്തിക്കൊണ്ടുപോവാനുള്ള ഇടപെടൽശേഷി, കഴിവുള്ള സഹപ്രവർത്തകരെ അഭിനന്ദിക്കാനുള്ള മനോഭാവം എന്നിവ അദ്ദേഹത്തിന്റെ വ്യക്തിത്വത്തിന്റെ പ്രത്യേകതകളായിരുന്നു. എന്നെ അദ്ദേഹത്തിന് ഏറെ ഇഷ്ടമായിരുന്നു. അടർത്താനാവാത്ത ഒരു വ്യക്തി ബന്ധം അത് സൃഷ്ടിച്ചിരുന്നു.

സൂപ്രണ്ടിങ് എഞ്ചിനീയർ കെ ശരത് കുമാറിനും പ്രിയങ്കരനാവാൻ എനിക്ക് കഴിഞ്ഞിരുന്നു. ഈ രണ്ടുപേരും പ്രവൃത്തികൾ സമയബന്ധിതമായി തീർക്കാൻ എനിക്ക് ഒട്ടേറെ സഹായങ്ങൾ ചെയ്തിരുന്നത് ഓർക്കുന്നു. ജനപ്രതിനിധികളായ ഒറ്റപ്പാലം എം എൽ എ വി സി കബീർ, പട്ടാമ്പി എം എൽ എ കെ ഇ ഇസ്മായിൽ, തൃത്താല എം എൽ എ ഇ ശങ്കരൻ, ശ്രീകൃഷ്ണപുരം എം എൽ എ പി ബാലൻ, മണ്ണാർക്കാട് എം എൽ എ കളത്തിൽ അബ്ദുള്ള എന്നിവരുടെ സഹായങ്ങളെ സ്നേഹാദരങ്ങളോടെ ഓർക്കുന്നു. അസിസ്റ്റന്റ് എഞ്ചിനീയർമാരായിരുന്ന എം വി അബ്ദുൽ റഹിമാൻ മൂപ്പൻ, പി എം ഹുസൈൻ, എം ഡി മുഹമ്മദ് മുസ്തഫ എന്നിവരുടെ കർമ്മ കുശലത എന്നെ ഏറെ സഹായിച്ചിരുന്നു. സബ് ഡിവിഷൻ ക്ലർക്കുമാരായ ടി എം നാരായണൻ, ഇ എസ് കൃഷ്ണൻ, കുഞ്ഞിമാളു, രാമനുണ്ണി, ശ്രീധരൻ, ഡ്രാഫ്റ്റ്സ്മാന്മാരായ ബാലൻ, പദ്മാവതി, രാമൻ നമ്പൂതിരി, കാളി, ദിലീപ്, ടൈപ്പിസ്റ്റ് നിർമ്മല, ഓഫീസിൽ അസിസ്റ്റന്റുമാരായ ജയരാജൻ, നാരായണൻ നായർ, ഷൊർണൂർ സെക്ഷൻ ഓവർസീയർമാരായ ശങ്കരനാരായണൻ, ശശി, വിനോദ്, ക്ലാർക്ക് ഗോവിന്ദൻകുട്ടി, ഡ്രൈവർ ആന്റണി, ഓഫീസിൽ അസിസ്റ്റന്റ് ബാബു, റസ്റ്റ്ഹൗസ് വാച്ച്മാൻമാരായ അയ്മൂട്ടി, ഉണ്ണി, പട്ടാമ്പി സെക്ഷൻ

ഓവർസീയർമാരായ അജയകുമാർ, ജയപ്രകാശ്, വാസുദേവൻ, ജോസഫ്, ക്ലാർക്ക് പാർത്ഥസാരഥി, ഓഫീസ് അസിസ്റ്റന്റ് സുകുമാരൻ, റസ്റ്റ് ഹൗസ് വാച്ച്മാൻ രാമൻ എന്നിവരുടെ സഹായ സഹകരണങ്ങൾ അളവറ്റതായിരുന്നു. പ്രവൃത്തികൾ സമയബന്ധിതമായി തീർത്തുതന്ന കോൺട്രാക്ടർമാരായ പി എം യോഹന്നാൻ, സൈദലവി, ആമിനക്കുട്ടി, തോമസ്, ശ്രീധരൻ, കൃഷ്ണകുമാർ, പദ്മാക്ഷൻ, രമേശ് എന്നിവരെയും നന്ദിയോടെ ഓർക്കുന്നു.

പത്ത്

നാഷണൽ ഹൈവേ സബ്ഡിവിഷൻ പാലക്കാട്

(1994 - 1996)

പാലക്കാട് നാഷണൽ ഹൈവേ സബ്ഡിവിഷനിൽ അസിസ്റ്റന്റ് എക്സിക്യൂട്ടീവ് എഞ്ചിനീയർ ആയി ചുമതലയേറ്റത് 1994 ജൂണിലായിരുന്നു. അതിനും കാരണക്കാരനായത് ശിവദാസ മേനോനായിരുന്നു. അന്ന് അദ്ദേഹം കേരള നിയമസഭയുടെ പബ്ലിക് അക്കൗണ്ട്സ് കമ്മിറ്റി ചെയർമാനായിരുന്നു. പൊതുമരാമത്ത് ഭരണവിഭാഗം ചീഫ് എഞ്ചിനീയറെ വിളിച്ച് പാലക്കാട് അപ്പോൾ മൂന്നു അസിസ്റ്റന്റ് എക്സിക്യൂട്ടീവ് എഞ്ചിനീയർമാരുടെ ഒഴിവുണ്ടെന്നും എന്തുകൊണ്ടാണ് അപേക്ഷയുണ്ടായിട്ടും ടി ആർ അജയനെ അതിലേക്ക് പരിഗണിക്കാത്തതെന്നും അദ്ദേഹം ചോദിച്ചു. അതിനെത്തുടർന്നാണ് മന്ത്രിയുമായി ചീഫ് എഞ്ചിനീയർ ചർച്ച ചെയ്ത് ഉത്തരവിറക്കിയത്. പ്രിയ സുഹൃത്ത് ആർ ജെ സുബ്രമണ്യനിൽ നിന്നാണ് ചുമതല ഏറ്റെടുത്തത്. നാഷണൽ ഹൈവേ കഞ്ചിക്കോട് സെക്ഷൻ, നാഷണൽ ഹൈവേ പാലക്കാട് സെക്ഷൻ, നാഷണൽ ഹൈവേ ആലത്തൂർ സെക്ഷൻ, നാഷണൽ ഹൈവേ ക്വാളിറ്റി കൺട്രോൾ സെക്ഷൻ എന്നിങ്ങനെ നാലു സെക്ഷനുകളാണ് സബ് ഡിവിഷന്റെ കീഴിലുണ്ടായിരുന്നത്. സേലം-കന്യാകുമാരി ദേശീയപാത 47 ന്റെ സംസ്ഥാന അതിർത്തിയായ വാളയാർ മുതൽ ആലത്തൂർ സ്വാതി ജങ്ഷൻ വരെയുള്ള ഭാഗത്തിന്റെ പരിപാലനവും പരിഷ്കരണവും പുതിയ നിർമ്മാണപ്രവർത്തനങ്ങളുമായിരുന്നു നിർവ്വഹിക്കാനുണ്ടായിരുന്നത്. പാലക്കാട് മണപ്പുള്ളിക്കാവിൽ ദേശീയ പാതയോട് ചേർന്നായിരുന്നു ഓഫീസ്.

ചന്ദ്രനഗർ മുതൽ കണ്ണനൂർ വരെയുണ്ടായിരുന്ന ദേശീയപാതാ പാലക്കാട് ബൈപാസിൽ അപകടങ്ങൾ ഒരുപാട് സംഭവിക്കുന്ന കാലമായിരുന്നു. അതിനിടയിലുള്ള ബൈറോഡുകളിൽനിന്ന് വാഹനങ്ങൾ

നേരിട്ട് ദേശീയ പാതയിലേക്ക് അശ്രദ്ധമായി കയറുന്നതും ദേശീയ പാതയുടെ അരികിൽ വാഹനങ്ങൾ പാർക്ക് ചെയ്യുന്നതും ആയിരുന്നു ഈ അപകടങ്ങൾക്കു നിദാനമായ കാരണങ്ങൾ. മറ്റൊരു കാരണം വർഷം തോറും വർദ്ധിച്ചുവരുന്ന ഗതാഗത തീവ്രതയും ആധിക്യവും ആയിരുന്നു. ഇതിനു ഒരു ശാശ്വതപരിഹാരമെന്ന നിലയിലാണ് ചന്ദ്രനഗർ മുതൽ കണ്ണനൂർ വരെയുള്ള പാരലൽ സർവ്വീസ് റോഡ് വിഭാവന ചെയ്തത്. സ്ഥലം നേരത്തെ തന്നെ എടുത്തിട്ടുള്ളതിനാൽ വിശദമായ അന്വേഷണം പൂർത്തീകരിച്ച് എസ്റ്റിമേറ്റ് തയ്യാറാക്കി അനുവാദത്തിനായി സർഫസ് ട്രാൻസ്പോർട്ട് മന്ത്രാലയത്തിന് സമർപ്പിച്ചു. അന്ന് സർഫസ് ട്രാൻസ്പോർട്ട് മന്ത്രാലയ പ്രതിനിധിയായി കേരളത്തിൽ പ്രവർത്തിച്ചിരുന്നത് പി പി നായർ എന്നറിയപ്പെട്ടിരുന്ന പി പുരുഷോത്തമൻ നായരായിരുന്നു. പഴയ ധനകാര്യവകുപ്പ് മന്ത്രി വി വിശ്വനാഥ മേനോന്റെ അളിയനായിരുന്ന അദ്ദേഹത്തിന് എന്നെ ഏറെ ഇഷ്ടമായിരുന്നു. എസ്റ്റിമേറ്റിന്റെ പരിശോധനയ്ക്കെത്തിയ അദ്ദേഹം എന്റെ ചുമതലയിലുള്ള മുഴുവൻ ദേശീയ പാതാ ഭാഗവും പരിശോധിച്ച് നിർദ്ദേശങ്ങൾ നല്കി. അപകടങ്ങൾ ഒഴിവാക്കാൻ ഷോൾഡർ ശാക്തീകരണവും ജങ്ഷൻ പരിഷ്കരണവും നിർബ്ബന്ധമായും ചെയ്യണമെന്ന് അദ്ദേഹമാണ് നിർദ്ദേശിച്ചത്.

ഒന്നാം ഘട്ടമെന്നനിലയിൽ ചന്ദ്രനഗർ മുതൽ യാക്കര പാലം വരെയുള്ള ഭാഗത്തിലെ പാരലൽ സർവ്വീസ് റോഡ് നിർമ്മാണത്തിനുള്ള അനുമതി അദ്ദേഹത്തിന്റെ ശുപാർശയെത്തുടർന്ന് സർഫസ് ട്രാൻസ്പോർട് മന്ത്രാലയത്തിൽ നിന്ന് ലഭിച്ചു. ഇത് നിർമ്മിക്കണമെങ്കിൽ സബ് ഡിവിഷൻ കെട്ടിടം ഇരിക്കുന്ന സ്ഥലംകൂടി ഉപയുക്തമാക്കേണ്ടിയിരുന്നു. അപ്പോഴാണ് ബ്രിഡ്ജസ് സബ്ഡിവിഷൻ നിർത്തിക്കൊണ്ടും അതിലെ സെക്ഷനുകൾ റോഡ്സ് സബ്ഡിവിഷനുകളിൽ ലയിപ്പിച്ചുകൊണ്ടും ഉത്തരവ് വന്നത്. ഞാൻ ബ്രിഡ്ജസ് സബ്ഡിവിഷനിൽ അസിസ്റ്റന്റ് എക്സിക്യൂട്ടീവ് എഞ്ചിനീയർ ആയിരുന്നപ്പോൾ നിർമ്മിച്ച കെട്ടിടമായിരുന്നു ഇത്. ചീഫ് എഞ്ചിനീയർ വഴി അപേക്ഷ നല്കിയപ്പോൾ ഇത് നാഷണൽ ഹൈവേ ഓഫീസിനായി അനുവദിച്ചുകിട്ടിയതോടെ ഓഫീസ് കെട്ടിടപ്രശ്നം പരിഹരിക്കപ്പെട്ടു. ഓഫീസ് മാറ്റി കെട്ടിടം പൊളിച്ചപ്പോഴേക്കും ടെൻഡർ കഴിഞ്ഞ് പ്രവർത്തി ആരംഭിക്കാനുള്ള കരാർ വെക്കപ്പെടുകയും പ്രവൃത്തി ആരംഭിക്കാൻ കഴിയുകയും ചെയ്തു. എവിടെയൊക്കെ ദേശീയപാതയിലേക്കു പ്രവേശനം അനുവദിക്കണമെന്ന കാര്യത്തിൽ ഒട്ടേറെ നിവേദനങ്ങളും സമ്മർദ്ദങ്ങളും വന്നെങ്കിലും അത്യാവശ്യമായ ഇടങ്ങളിൽ മാത്രമേ അനുവദിക്കാനാവൂ എന്ന നയത്തിൽ ഉറച്ചുനിന്നു. ചന്ദ്രനഗർ മുതൽ യാക്കരപാലം വരെ രണ്ടു ഭാഗത്തും മണ്ണിട്ട് ഉയർത്തി, ആവശ്യമായ ഇടങ്ങളിലെല്ലാം പാർശ്വഭിത്തികളും അഴുക്കു ചാലുകളും നിർമ്മിച്ച് ദേശീയ പാതയിലുള്ള കലുങ്കുകളെല്ലാം വീതി കൂട്ടി സ്റ്റേറ്റ് ഹൈവേക്കു വേണ്ട ഉപരിതല ഘനം നല്കി അടിത്തറ

നിർമ്മിച്ച് മേൽത്തട്ട് ടാർ ചെയ്യുന്ന പ്രവൃത്തി ഏറെ പ്രയാസങ്ങൾ സൃഷ്ടിക്കുന്നതായിരുന്നു. സമയ ബന്ധിതമായി ഈ പ്രവൃത്തി പൂർത്തിയാക്കാൻ കഴിഞ്ഞു.

വാളയാർ മുതൽ ആലത്തൂർ വരെയുള്ള ദേശീയ പാതയിൽ പല യിടങ്ങളിലായി ഒട്ടേറെ വാഹനാപകടങ്ങൾ സംഭവിക്കുന്നത് പതിവായിരുന്നു. വാഹനാപകടങ്ങൾ മൂന്ന് കാരണങ്ങൾ മൂലമാണ് ഉണ്ടാവുക എന്നാണു ശാസ്ത്രമതം. Engineering (റോഡിന്റെ സാങ്കേതിക തകരാറുകൾ), Enforcement (നിയമം നടപ്പിലാക്കുന്നതിനുള്ള കുറവ്), Education (ഡ്രൈവർമാരുടെയും വഴിയാത്രക്കാരുടെയും അറിവില്ലായ്മ) എന്നീ മൂന്ന് E കൾ ആണിവ. സാങ്കേതിക തകരാറുകൾ മൂലം 20% വും നിയമം നടപ്പിലാക്കുന്നതിനുള്ള കുറവ് മൂലം 60% വും അറിവില്ലായ്മ മൂലം 20% വും അപകടങ്ങൾ ഉണ്ടാവുന്നു എന്നാണ് വിവിധ പഠനങ്ങൾ തെളിയിച്ചത്. റോഡിന്റെ സാങ്കേതിക തകരാറുകൾ വല്ലതുമുണ്ടെങ്കിൽ അത് പരിഹരിക്കാൻ മാത്രമേ ദേശീയപാത വിഭാഗത്തിന് കഴിയുമായിരുന്നുള്ളൂ. ബാക്കി 80% വും നിർവ്വഹിക്കേണ്ടത് പൊലീസും മോട്ടോർ വാഹന വകുപ്പുമായിരുന്നു. അപകടങ്ങളെക്കുറിച്ച് പഠിക്കുകയും ഈ രണ്ടു വകുപ്പുകളും ഈ ഭാഗത്ത് നടപ്പിലാക്കേണ്ട കാര്യങ്ങൾ അവരെ ബോദ്ധ്യപ്പെടുത്തുകയും ചെയ്തു. ദേശീയ വിഭാഗം നിർവ്വഹിക്കേണ്ടതായി വിശദ പഠനത്തിൽ മനസ്സിലാക്കിയത് ബസ് ബേ നിർമ്മാണം, ജങ്ഷനുകളുടെ പരിഷ്കരണം, കഴിയുന്നത്ര വീതി കൂട്ടൽ, ഉപരിതല ശാക്തീകരണം എന്നിവയാണ്. ഇതിൽ ഊന്നിനിന്നുകൊണ്ടുള്ള പ്രവർത്തനങ്ങളാണ് വിഭാവനം ചെയ്തത്.

അപകടങ്ങളുടെ വിശദാംശങ്ങളിലേക്ക് കടന്നു ചെന്നപ്പോൾ കണ്ടെത്തിയ ഒരു കാര്യമുണ്ടായിരുന്നു. പലപ്പോഴും നേരെയുള്ള ഭാഗങ്ങളിലാണ് അപകടങ്ങൾ സംഭവിച്ചുകൊണ്ടിരുന്നത്. മൂന്നു വാഹനങ്ങൾ എല്ലാ പ്രധാന അപകടങ്ങളിലും ഉൾപ്പെട്ടിരുന്നു. അതിൽ മിക്ക അപകടങ്ങളിലും രണ്ടെണ്ണം സർവ്വീസ് ബസുകളായിരുന്നു. സ്റ്റോപ്പുകളിൽ ബസുകൾ റോഡിൽ തന്നെ നിർത്തിയാണ് യാത്രക്കാരെ കയറ്റുകയും ഇറക്കുകയും ചെയ്തിരുന്നത്. ഈ ബസിനെ മറികടക്കാൻ മറ്റൊരു വാഹനം ശ്രമിക്കുകയും മറുദിശയിൽ നല്ല വേഗതയിൽ വരുന്ന വാഹനത്തിൽ കൂട്ടിയിടിക്കുകയും ചെയ്താണ് ഭൂരിഭാഗം അപകടങ്ങളുമുണ്ടാവുന്നത് എന്ന് നിഗമനത്തിലെത്താൻ പ്രയാസമുണ്ടായില്ല. ഇതിനുള്ള പരിഹാരം ബസ് സ്റ്റോപ്പുകളിൽ ബസ് ബേകൾ നിർമ്മിച്ച് അവിടെ മാത്രം ബസുകൾ നിർത്തി യാത്രക്കാരെ കയറ്റുകയും ഇറക്കുകയും ചെയ്യുക എന്നതാണ്. വാളയാർ മുതൽ ആലത്തൂർ വരെ ഇത്തരത്തിലുള്ള 20 ബസ് ബേ നിർമ്മാണത്തിനുള്ള പദ്ധതി തയ്യാറാക്കി സമർപ്പിച്ചു. വളരെ വേഗത്തിൽ ഇതിനു അനുമതി ലഭിക്കുകയും പ്രവൃത്തി പൂർത്തീകരിക്കാൻ കഴിയുകയും ചെയ്തത് കൃതാർത്ഥതയോടെ ഓർക്കുന്നു.

പി പി നായർ സാറിന്റെ നിർദ്ദേശപ്രകാരം വാളയാർ മുതൽ ആലത്തൂർ വരെ അടിയന്തരമായി പരിഷ്കരിക്കേണ്ട ജങ്ഷനുകൾ ഏതൊക്കെയാണെന്ന് പ്രാഥമിക പരിശോധന നടത്തി. പുതുശ്ശേരി, പിരിവുശാല, ചന്ദ്രനഗർ, കാഴ്ചപ്പറമ്പ്, കണ്ണനൂർ, കുഴൽമന്ദം, ആലത്തൂർ കിണ്ടിമുക്ക് എന്നീ ജങ്ഷനുകൾ ഒട്ടേറെ അപകടങ്ങൾ നടക്കുന്നുണ്ടെന്നും അനിവാര്യമായി പരിഷ്കരിച്ച് വികസിപ്പിക്കേണ്ടതുണ്ടെന്നും കണ്ടെത്തി. അടിയന്തരമായി സൈറ്റ് പ്ലാനുകൾ തയ്യാറാക്കി സംസ്ഥാന നാറ്റ്പാറ്റ് അതോറിറ്റിയുമായി ബന്ധപ്പെട്ടു. അവരുടെ ഡിസൈൻ വിഭാഗം എല്ലാ ജങ്ഷനുകൾക്കും ഓരോന്നിന്റെയും ആവശ്യതകൾക്കനുസൃതമായ വികാസങ്ങളും പരിഷ്കാരങ്ങളും നിർദ്ദേശിക്കുകയും പ്ലാനുകൾ തയ്യാറാക്കി തരികയും ചെയ്തു. ഇതിന്റെ അടിസ്ഥാനത്തിൽ എസ്റ്റിമേറ്റുകൾ തയ്യാറാക്കുകയും അനുമതിക്കായി സർഫസ് ട്രാൻസ്പോർട്ട് മന്ത്രാലയത്തിന് സമർപ്പിക്കുകയും ചെയ്തു. ഭരണാനുമതി ലഭിച്ചതിനെ തുടർന്ന് പുതുശ്ശേരി ജങ്ഷൻ പരിഷ്കരണം, പിരിവുശാല ജങ്ഷൻ പരിഷ്കരണം, ചന്ദ്രനഗർ ജങ്ഷൻ പരിഷ്കരണം, കാഴ്ചപ്പറമ്പ് ജങ്ഷൻ പരിഷ്കരണം, കണ്ണനൂർ ജങ്ഷൻ പരിഷ്കരണം, കുഴൽമന്ദം ജങ്ഷൻ പരിഷ്കരണം, ആലത്തൂർ കിണ്ടിമുക്ക് ജങ്ഷൻ പരിഷ്കരണം എന്നിങ്ങനെ ഏഴു പ്രവൃത്തികൾ ടെൻഡർ വിളിച്ച് ആരംഭിച്ചു. ചന്ദ്രനഗർ, കുഴൽമന്ദം, ആലത്തൂർ കിണ്ടിമുക്ക് എന്നീ സ്ഥലങ്ങളിലെ വികസന പരിഷ്കരണ പ്രവർത്തനങ്ങൾ ആരംഭിച്ചപ്പോൾ പൊതുജനങ്ങളുടെ പലതരത്തിലുള്ള ആവശ്യങ്ങളുടെ ഘോഷയാത്രയായിരുന്നു. കഴിയുന്നതും സാധിച്ചു കൊടുക്കാനുള്ള ശ്രമങ്ങൾ നടന്നു. പണി പൂർത്തിയായതിനു ശേഷം ഒട്ടേറെ അപകടങ്ങൾ കുറഞ്ഞുവെന്നത് ഏറെ സന്തോഷം നല്കി. ചീഫ് എഞ്ചിനീയർ അടക്കമുള്ള ദേശീയപാതാ മേലുദ്യോഗസ്ഥരുടെയും സർഫസ് ട്രാൻസ്പോർട്ട് മന്ത്രാലയ ഉദ്യോഗസ്ഥരുടെയും അഭിനന്ദനങ്ങൾ ഈ പ്രവൃത്തിക്കു ലഭിച്ചു.

ഇതേപോലെ ചിട്ടയായ പ്ലാനിങ്ങും കർശനമായ ഗുണനിലവാര മേൽനോട്ടവും സമയ ബന്ധിതമായ നിർവ്വഹണവും മൂലം പൊതുജന ശ്രദ്ധ പിടിച്ച് പറ്റിയ പ്രവൃത്തിയായിരുന്നു വാളയാർ മുതൽ ആലത്തൂർ വരെയുള്ള ദേശീയ പാതയുടെ ഉപരിതലത്തിലെ ഇരുവശവും ഒന്നര മീറ്റർ വീതിയിൽ വേഗത കുറഞ്ഞ വാഹനങ്ങൾക്കു യാത്രചെയ്യാനായി ഷോൾഡർ നിർമ്മാണവും ശാക്തീകരണവും. ഗതാഗത സാന്ദ്രതയും വാഹനാധിക്യവും മൂലം രണ്ടുവരി പാതയുടെ വീതി തീർത്തും അപര്യാപ്തമായ സ്ഥിതിയാണുണ്ടായിരുന്നത്. ദേശീയ പാത ഉദ്ഘാടനം ചെയ്ത സമയത്ത് 6500 പാസഞ്ചർ കാർ യൂണിറ്റുകളാണ് ഗതാഗത സാന്ദ്രതയുണ്ടായിരുന്നതെങ്കിൽ 1992 ആയപ്പോഴേക്കും ഇത് 30000 ആയി ഉയർന്നിരുന്നു. ഗതാഗത സാന്ദ്രത 15000 കടന്നാൽ നാലുവരിയാക്കണമെന്നതാണ് സർഫസ് ട്രാൻസ്പോർട്ട് മന്ത്രാലയത്തിന്റെ നിയമം. പക്ഷേ, കേരളത്തിന് എന്നും അർഹിക്കുന്ന പരിഗണന കേന്ദ്ര സർക്കാർ നല്

കിയിരുന്നില്ലെന്നു മാത്രമല്ല തികഞ്ഞ അവഗണനയാണ് പദ്ധതികളുടെ കാര്യത്തിലും ഫണ്ട് അനുവദിക്കുന്ന കാര്യത്തിലും കാട്ടിയിരുന്നത്. കാർഷിക പ്രദേശമായിരുന്നതിനാൽ ധാരാളം ട്രാക്ടറുകളും കാളവണ്ടികളും ഇരുചക്ര വാഹനങ്ങളും ഈ പാത ഉപയോഗിച്ചിരുന്നു. ഗതാഗതത്തിനുള്ള ഉപരിതല വീതി രണ്ടുവരി പാതയുടെ 7 മീറ്റർ മാത്രമായതിനാൽ ട്രക്കുകളുടെയും ബസുകളുടേയുമൊക്കെ അമിത വേഗമാണ് അപകടത്തിൽ പെട്ടിരുന്നത് ഇത് ചെറിയ വാഹനങ്ങളായിരുന്നു. ഈ അപകട സാദ്ധ്യതകൾ ഒഴിവാക്കാൻ വേണ്ടി വേഗതകുറഞ്ഞ വാഹനങ്ങൾക്ക് സഞ്ചാരയോഗ്യമാകുന്ന വിധം ഇരു വശങ്ങളിലും ഒന്നര മീറ്റർ വീതം വീതിയുള്ള ഷോൾഡറുകൾ നിർമ്മിച്ച് ശാക്തീകരിക്കാനും ഗതാഗത ഉപരിതല വീതി പത്തുമീറ്റർ ആക്കാനുമുള്ള പദ്ധതി നടപ്പിലാക്കാൻ അനുവാദം നല്കാമെന്നാണ് ജി പി നായർസാർ സമ്മതിച്ചിരുന്നത്. അതനുസരിച്ച് വാളയാർ മുതൽ ചന്ദ്രനഗർ വരെയും യാക്കര മുതൽ കുഴൽമന്ദം വരെയും കുഴൽമന്ദം മുതൽ ആലത്തൂർ വരെയും ഉള്ള മൂന്നു റീച്ചുകളായി തിരിച്ച് ഇരു പാർശ്വങ്ങളിലും വേഗത കുറഞ്ഞ വാഹനങ്ങൾക്കായുള്ള ഷോൾഡർ നിർമ്മാണവും ശാക്തീകരണവും എന്ന പ്രവൃത്തിക്കുള്ള എസ്റ്റിമേറ്റ് തയ്യാറാക്കി അയച്ചു. വളരെ പെട്ടെന്ന് തന്നെ അനുവാദവും ഭരണാനുമതിയും ലഭിച്ച് പ്രവൃത്തി ആരംഭിച്ച് പൂർത്തിയാക്കാൻ കഴിഞ്ഞു.

ഞാൻ ചുമതലയേല്ക്കുമ്പോൾ വാളയാർ ചെക്ക് പോസ്റ്റ് പരിസരത്തിലെ 6 വരിപ്പാതയുടെ നിർമ്മാണം ഏകദേശം പൂർത്തിയായിരുന്നു. പക്ഷേ, വേണ്ട വിധത്തിൽ ലൈനുകൾ മാർക്ക് ചെയ്യാത്തതിനാൽ വാഹനക്കുരുക്കുകൾ പതിവായിരുന്നു. ഇത് ഒഴിവാക്കാൻ ചെക്ക് പോസ്റ്റിന്റെ മുൻഭാഗത്ത് ദേശീയ പാതയുടെ ഷോൾഡേഴ്സ് ആയി കിടന്ന ഭാഗം മുഴുവൻ ശാക്തീകരിച്ച് പാർക്കിങ് സ്ഥലമായി മാറ്റിക്കൊടുത്തു. പക്ഷേ, എന്നിട്ടും അവിടത്തെ തിരക്ക് കുറഞ്ഞില്ല. കേരളത്തിനകത്തേക്കുവരുന്ന വാഹനങ്ങളും കേരളത്തിന് പുറത്തേക്കു പോകുന്ന വാഹനങ്ങളും ഒരേ ചെക്ക് പോസ്റ്റിൽ പരിശോധിക്കപ്പെടുമ്പോൾ വരുന്ന വാഹനാധിക്യം ഏറെ ആശയക്കുഴപ്പങ്ങൾ സൃഷ്ടിച്ചിരുന്നു. ഒരുദിവസം അന്ന് സെയിൽസ് ടാക്സ് കമ്മീഷണർ ആയിരുന്ന സി പി നായർ സാറിന്റെ (പിന്നീട് അദ്ദേഹം കേരള ചീഫ് സെക്രട്ടറി ആയി) നേതൃത്വത്തിൽ വില്പന നികുതി ഉദ്യോഗസ്ഥന്മാരുടെ സംഘത്തോടൊപ്പം സ്ഥലം സന്ദർശിച്ചു. വിശദമായ ചെക്ക് പോസ്റ്റ് സ്ഥല പരിശോധനയ്ക്ക് ശേഷം അദ്ദേഹം പറഞ്ഞു. കേരളത്തിലേക്ക് വരുന്ന വാഹനങ്ങൾ പ്രധാന ചെക്ക് പോസ്റ്റിലും കേരളത്തിൽനിന്ന് പുറത്തേക്കുപോകുന്ന വാഹനങ്ങൾ പാലക്കാട് നിന്ന് വരുമ്പോൾ പ്രധാന ചെക്ക് പോസ്റ്റ് എത്തുന്നതിനു മുമ്പ് ഇടതുഭാഗത്ത് ഒരുസ്ഥലത്ത് ചെക്ക് ചെയ്യുന്ന വിധത്തിലും മാറ്റുക എന്നതാണ് ഈ സ്ഥിതിവിശേഷം ഒഴിവാക്കാനുള്ള ഏക പോംവഴി. അതിനുപറ്റിയ സ്ഥലംകണ്ടെത്തണം. അദ്ദേഹത്തോട് ഞാനെന്റെ നിർ

ദ്ദേശം മുന്നോട്ടു വെച്ചു. സാർ നിർദ്ദേശിക്കുന്ന തരത്തിലുള്ള ഒരു സ്ഥലം ദേശീയപാതയുടെ കൈവശമുണ്ട്. ഇവിടെനിന്ന് ഏകദേശം 400 മീറ്റർ പാലക്കാട് ഭാഗത്തേക്ക് പോയാൽ പഴയ ദേശീയപാതയുടെ ഭാഗമായിരുന്ന റോഡ് ഉപേക്ഷിക്കപ്പെട്ട നിലയിലുണ്ട്. ദേശീയ പാതയിൽനിന്ന് അങ്ങോട്ട് ഇറങ്ങാനും വീണ്ടും ദേശീയപാതയിലേക്കു കയറാനുമുള്ള സമീപ നിരത്തുകൾ ഉണ്ടാക്കുകയും പഴയ പാത വീതികൂട്ടി വികസിപ്പിച്ച് ശാക്തീകരിക്കുകയും ഒരു ചെറിയ തോതിലുള്ള മൂന്നു കൗണ്ടറുകളുള്ള ചെക്ക് പോസ്റ്റ് മന്ദിരം പണിതീർക്കാനും കഴിഞ്ഞാൽ ഈ പ്രശ്നം പരിഹരിക്കപ്പെടും. എന്നാൽ ഇപ്പോൾ തന്നെ പോയി നോക്കാമെന്നു പറഞ്ഞ് സ്ഥലം സന്ദർശിച്ചു. സ്ഥലം കണ്ട് തൃപ്തിപ്പെട്ട അദ്ദേഹം എന്നോട് ചോദിച്ചത് രണ്ടാഴ്ചയ്ക്കുള്ളിൽ എല്ലാ അനുമതിയും നല്കിയാൽ എപ്പോൾ പണി തീർത്തു കൈമാറാമെന്നാണ്. ആറു മാസം കൊണ്ട് പണി പൂർത്തിയാക്കാമെന്നു ഞാൻ വാക്ക് നല്കി. പിന്നീട് യുദ്ധകാലാടിസ്ഥാനത്തിലുള്ള പ്രവൃത്തി ക്രമീകരണങ്ങളാണ് നടത്തിയത്. ആറു മാസം കൊണ്ട് തന്നെ പണി പൂർത്തിയാക്കി റോഡും കെട്ടിടവും കൈമാറിയപ്പോൾ ഏറെ സംതൃപ്തി തോന്നി. സി പി നായർ സാറിന്റെ പ്രത്യേക അഭിനന്ദനക്കത്ത് ഇന്നും ഞാൻ നിധിപോലെ സൂക്ഷിക്കുന്നു.

ദേശീയപാത 47 ന്റെ വാളയാർ മുതൽ ചന്ദ്രനഗർ വരെയുള്ള ഭാഗം ഉപരിതല ശാക്തീകരണത്തിന് സമയമായിരുന്നു. 7 മീറ്റർ വീതിയിൽ 100 മില്ലിമീറ്റർ കനത്തിൽ ബിറ്റുമിൻസ് മെക്കാഡവും അതിനു മുകളിൽ ആസഫൽറ്റിക് കോൺക്രീറ്റും ചെയ്യാനുള്ള പ്രവൃത്തിക്കാണ് സർഫസ് ട്രാൻസ്പോർട്ട് മന്ത്രാലയം അനുവാദം നല്കിയിരുന്നത്. പക്ഷേ, അനുവാദം ലഭിച്ചപ്പോഴേക്കും റോഡിന്റെ ഉപരിതല ഗതാഗത വീതി പുതുതായി ചെയ്ത ഷോൾഡേഴ്സ് ഉൾപ്പെടെ 10 മീറ്ററായി പരിണമിച്ചിരുന്നു. ഇവിടെയും ജി പി നായരുടെ ഇടപെടലും സഹായവുമുണ്ടായി. 10 മീറ്റർ വീതിയിൽ 24 കിലോമീറ്റർ ദൂരം ഈ പ്രവൃത്തി നടത്താനുള്ള പുതുക്കിയ ഭരണാനുമതി അദ്ദേഹം നേടിത്തന്നു. എല്ലാ സാങ്കേതിക ഗുണമേന്മാ നിലവാരങ്ങളും പാലിച്ച് ഏറെ കൃത്യതയോടെ പൂർണ്ണ സമയം നിറത്തിലും മിക്സിങ് പ്ലാന്റിലും നിന്ന് ഈ പ്രവൃത്തിക്ക് മേൽനോട്ടം വഹിച്ച് പൂർത്തിയാക്കാൻ കഴിഞ്ഞത് ഏറെ ചാരിതാർഥ്യം നല്കിയിരുന്നു.

ദേശീയ പാതയുടെ ഈ ഭാഗത്തെ പ്രധാന പ്രശ്നം വർദ്ധിച്ചു വരുന്ന വാഹനാധിക്യവും ഗതാഗത സാന്ദ്രതയുമാണെന്നു മനസ്സിലാക്കിയിരുന്നു. ഗതാഗത സാന്ദ്രത 15000 പാസഞ്ചർ കാർ യൂണിറ്റ്സ് കടന്നാൽ നാല് വരി പാതയാക്കണമെന്നാണ് നിയമങ്ങൾ അനുശാസിക്കുന്നത്. അന്നത്തെ ഗതാഗത സാന്ദ്രത 35000 പാസഞ്ചർ കാർ യൂണിറ്റ്സ് ആയിരുന്നു. നാലു വരി പാതയായി ഈ ഭാഗം വികസിപ്പിക്കേണ്ട ആവശ്യകതയെക്കുറിച്ച് പഠിച്ച് തയ്യാറാക്കിയ ഒരു പ്രൊജക്റ്റ് റിപ്പോർട്ട് അന്ന് കേരള സർക്കാരിലേക്കും സർഫസ് ട്രാൻസ്പോർട്ട് മന്ത്രാലയത്തി

ലേക്കും അയച്ചിരുന്നു. അന്നത്തെ പാലക്കാട് പാർലമെന്റ് അംഗം എൻ എൻ കൃഷ്ണദാസ് വഴി അദ്ദേഹത്തിന്റെ ശുപാർശയോട് കൂടി കേന്ദ്ര സർക്കാരിലേക്കും ഈ പ്രൊജക്റ്റ് റിപ്പോർട്ട് കോപ്പി സമർപ്പിച്ചിരുന്നു. പിന്നീട് വർഷങ്ങൾ കഴിഞ്ഞാണ് നാല് വരി പാത സാക്ഷാൽക്കരിക്കപ്പെട്ടത്. ഇപ്പോൾ ഈ പദ്ധതി പൂർത്തീകരിക്കപ്പെട്ടപ്പോൾ ഈ ഭാഗമെല്ലാം ഒട്ടേറെ മാറിയിരിക്കുന്നു. പഴയ എല്ലാ ലാൻഡ് മാർക്കുകളും അപ്രത്യക്ഷമായി പുതിയ ചിലത് സ്ഥാപിക്കപ്പെട്ടിരിക്കുന്നു. വാളയാർ മുതൽ വടക്കാഞ്ചേരിവരെ ഗതാഗതം അപകടങ്ങൾ ഒഴിഞ്ഞ നല്ല നിലയിലേക്ക് മാറിയിരിക്കുന്നതും സന്തോഷകരമത്രെ.

1996 ആഗസ്ത് മാസത്തിൽ വീണ്ടും പാലക്കാട് റോഡ്സ് സബ് ഡിവിഷനിലേക്കുള്ള നിയോഗം വന്നു. പക്ഷേ, ഒരു കൊല്ലത്തോളം പാലക്കാട് ദേശീയപാത സബ്ഡിവിഷന്റെ അധിക ചുമതല വഹിക്കേണ്ടതായി വന്നു. പിന്നീട് ഭാഗ്യലക്ഷ്മിയെ പാലക്കാട് ദേശീയ പാത സബ്ഡിവിഷനിൽ പോസ്റ്റ് ചെയ്തപ്പോഴാണ് അധിക ചുമതല ഒഴിഞ്ഞത്.

നാഷണൽ ഹൈവേ സബ് ഡിവിഷൻ, പാലക്കാട് അസിസ്റ്റന്റ് എക്സിക്യൂട്ടീവ് എഞ്ചിനീയർ ആയി 1994–1997 കാലത്തെ പ്രവർത്തനത്തിനിടയിൽ സൂപ്രണ്ടിങ് എഞ്ചിനീയർമാരായിരുന്ന കെ ടി കറപ്പുണ്ണി, എ വി ബാലകൃഷ്ണൻ എന്നിവരുടെയും എക്സിക്യൂട്ടീവ് എഞ്ചിനീയർമാരായിരുന്ന ഫ്രാൻസിസ് പോൾ, ടി ജി വിശ്വനാഥൻ എന്നിവരുടെയും സഹായ സഹകരണങ്ങൾ വേണ്ടുവോളം ലഭിച്ചിരുന്നു. മൂന്നു അസിസ്റ്റന്റ് എഞ്ചിനീയർമാരാണ് ഈ കാലഘട്ടത്തിൽ നിർമ്മാണ പ്രവർത്തനത്തിൽ എന്നോടൊപ്പം തോളോട് തോൾ ചേർന്ന് പ്രവർത്തിച്ചിരുന്നത്. മൂന്നു പേരും മൂന്നു പ്രകൃതക്കാരായിരുന്നു. എങ്കിലും പ്രവൃത്തികൾ ആത്മാർത്ഥതയോടെ ഏറ്റെടുക്കുന്ന കാര്യത്തിലും ഗുണനിലവാരം നിലനിർത്തുന്ന കാര്യത്തിലും തികഞ്ഞ കൂട്ടായ്മയോടെ സമയബന്ധിതമായി പ്രവൃത്തികൾ പൂർത്തിയാക്കുന്ന കാര്യത്തിലും അവർ എപ്പോഴും മുന്നിലുണ്ടായിരുന്നു.

കഞ്ചിക്കോട് അസിസ്റ്റന്റ് എഞ്ചിനീയർ തൃശൂരിലെ തലോർ സ്വദേശിയായ എം ജി ബാലകൃഷ്ണൻ കർത്തവ്യനിരതനായ ഉദ്യോഗസ്ഥൻ എന്നതിനപ്പുറം സഹൃദയനും ചിത്രകാരനും കവിയും ഒക്കെയായിരുന്നു. ഏതു പ്രൊജക്റ്റ് റിപ്പോർട്ട് തയ്യാറാക്കണമെങ്കിലും അതിനാവശ്യമായ ചിത്രങ്ങളും രേഖാചിത്രങ്ങളും അതിമനോഹരമായി ബാലകൃഷ്ണൻ ചിത്രീകരിക്കുമായിരുന്നു. മനോഹരമായ കൈയക്ഷരത്തിന്റെയും ഉടമയായിരുന്നു ബാലകൃഷ്ണൻ. പുതിയ പദ്ധതികളെക്കുറിച്ച് ചർച്ച നടക്കുകയും സ്ഥലപരിശോധന നടത്തുകയും ചെയ്തു കഴിഞ്ഞാൽ അതിന്റെ എസ്റ്റിമേറ്റും പ്രൊജക്റ്റ് റിപ്പോർട്ടും രണ്ടുദിവസത്തിനുള്ളിൽ തന്നെ സമർപ്പിക്കാൻ ബാലകൃഷ്ണൻ കാണിച്ചിരുന്ന കർത്തവ്യനിരതമാതൃകാപരമായിരുന്നു. ദേശീയപാതയിൽ ഏറെ നാളത്തെ പ്രവൃത്തി

പരിചയം കൈമുതലായിരുന്നതുകൊണ്ട് പ്രവൃത്തി നിർവ്വഹണത്തിന്റെ കാര്യത്തിലും ബാലകൃഷ്ണൻ തന്റെ പ്രാഗത്ഭ്യം തെളിയിച്ചിരുന്നു. ഗുണ നിലവാരം നിലനിർത്തുന്നതിനും സമയബന്ധിതമായി പ്രവൃത്തികൾ പൂർത്തിയാക്കുന്നതിനും പൂർത്തിയായ പണികളുടെ ബില്ലുകൾ ഒരു താമ സവും കൂടാതെ സമർപ്പിക്കുന്നതിനും ബാലകൃഷ്ണൻ ശുഷ്കാന്തി കാണിച്ചിരുന്നു. ഞങ്ങൾ തമ്മിൽ വല്ലാത്ത ഒരാത്മസൗഹൃദം ഉടലെടു ത്തിരുന്നു. പിന്നീട് ബാലകൃഷ്ണൻ പ്രൊമോഷൻ ലഭിച്ച് പാലക്കാട് ബിൽഡിങ്സ് അസിസ്റ്റന്റ് എക്സിക്യൂട്ടീവ് എഞ്ചിനീയർ ആയി പ്രവർ ത്തിച്ചപ്പോൾ നല്ല രീതിയിൽ ആ സബ്ഡിവിഷനിലെ പ്രവൃത്തികൾ നിയന്ത്രിക്കുന്നത് ഞാൻ സന്തോഷത്തോടെ നോക്കി നിന്നിട്ടുണ്ട്. ആ സമയത്ത് ഞാൻ പാലക്കാട് സ്പോർട്സ് കൗൺസിൽ പ്രസിഡന്റ് ആയി തെരഞ്ഞെടുക്കപ്പെട്ടപ്പോൾ സ്പോർട്സ് കൗൺസിൽ ഓഫീസിനു വേണ്ടി സർക്കാർ സ്ഥലം കണ്ടെത്തുകയും അവിടെ 6 ലക്ഷം രൂപ പൊതുമരാമത്ത് വകുപ്പ് ചെലവാക്കി ഓഫീസ് നിർമ്മിക്കാൻ മുൻകൈ യെടുത്ത് 4 മാസം കൊണ്ട് പൂർത്തിയാക്കിത്തന്നതും നന്ദിയോടെ ഓർ ക്കുന്നു. പാലക്കാട് ജില്ലാ നിർമ്മിതി കേന്ദ്രത്തിൽ പ്രൊജക്റ്റ് എഞ്ചിനീയറായി ബാലകൃഷ്ണനെ നിയമിക്കാൻവേണ്ട ശുപാർശ ചെയ്യാൻ കഴിഞ്ഞത് ഒരു കടമയായി ഞാൻ കാണുന്നു. ആ കാലത്താണ് നിർമ്മിതിയിൽ ഏറ്റവും ശീഘ്രഗതിയിൽ പണികൾ നടന്നിരുന്നതെന്ന് സന്തോഷപൂർവ്വം ഓർക്കുന്നു.

പാലക്കാട് അസിസ്റ്റന്റ് എഞ്ചിനീയർ ചിറ്റൂർക്കാരനായ പി കെ ശങ്ക രനാരായണൻ ഞാൻ കണ്ടതിൽ വെച്ച് ഏറ്റവും സൗമ്യനായ എഞ്ചി നീയർ ആയിരുന്നു. ഒരു ചെറുപുഞ്ചിരിയോടല്ലാതെ ശങ്കരനാരായണനെ കാണാനേ കഴിയുമായിരുന്നില്ല. ദേശീയപാതയിൽ ഏറെനാൾ ശങ്കര നാരായണൻ അസിസ്റ്റന്റ് എഞ്ചിനീയറായി പ്രവൃത്തിച്ചതിന്റെ അനുഭവ പാഠങ്ങൾ ഉൾക്കൊള്ളാനും തന്റെ പ്രവർത്തിയിൽ അതിന്റെ ഗുണഭാഗ ങ്ങൾ പകർത്താനും അദ്ദേഹം ശ്രദ്ധിച്ചിരുന്നു. പദ്ധതികളുടെ പ്രൊജക്റ്റ് റിപ്പോർട്ട് തയ്യാറാക്കുന്നതിലും നിർവ്വഹണത്തിലും പ്രത്യേക ജാഗ്രത അദ്ദേഹത്തിനുണ്ടായിരുന്നു. സഹപ്രവർത്തകരെ കൂടെ നിർത്തി അവരെ ക്കൊണ്ട് അവരുടെ പരമാവധി പ്രവർത്തനം ജോലിയിൽ പ്രകടിപ്പിക്കാ നുള്ള അവസരം ശങ്കരനാരായണൻ ഉണ്ടാക്കിക്കൊടുത്തിരുന്നു. ഗുണ നിലവാരകാര്യത്തിൽ ഒരു വിട്ടുവീഴ്ചയ്ക്കും തയ്യാറാവാതെ സമയ ബന്ധിതമായ പ്രവൃത്തികൾ കരാറുകാരിൽനിന്ന് നേടിയെടുക്കാൻ പുഞ്ചിരിയിൽ പൊതിഞ്ഞ കാർക്കശ്യത്തോടെ ശങ്കരനാരായണൻ ഇട പെടുന്നതു കാണുക രസകരമായിരുന്നു. ഒട്ടേറെ പ്രതിബന്ധങ്ങൾ നേരിട്ടുകൊണ്ട് പാലക്കാട് ബൈപാസിലെ സമാന്തര സേവന പാതകൾ പൂർത്തിയാക്കാൻ ശങ്കരനാരായണൻ കാണിച്ച കിടയറ്റ ആത്മാർത്ഥ തയും ആർജ്ജവവും തികച്ചും മാതൃകാപരമായിരുന്നു. അന്ന് തുടങ്ങിയ ഇഴയടുപ്പമുള്ള സുഹൃദ്ബന്ധം ഇന്നും ദൃഢതയോടെ തുടരുന്നു.

ആലത്തൂർ അസിസ്റ്റന്റ് എഞ്ചിനീയർ ടി കെ മദനൻ എന്റെ ജന്മ ഗ്രാമമായ തളിക്കുളത്തുകാരനായിരുന്നു. മറ്റു രണ്ടുപേരിൽനിന്നും തികച്ചും വ്യത്യസ്തനായിരുന്നു അദ്ദേഹം. പ്രവൃത്തികളിലുള്ള പരിചയക്കുറവും തനിക്കതു ചെയ്യാൻ കഴിയുമോ എന്നുള്ള ആശങ്കയോടെയുള്ള ആത്മവിശ്വാസക്കുറവും എപ്പോഴും പരിഭ്രമം പ്രകാശിപ്പിച്ചുകൊണ്ടുള്ള മുഖഭാവവും മദനന്റെ സ്ഥായീ ഭാവങ്ങളായിരുന്നു. അത് കൊണ്ടുതന്നെ പ്രവൃത്തികളിൽ ചെറുപ്പക്കാർ പുലർത്തേണ്ട ചുറുചുറുക്കും ശുഷ്കാന്തിയും ഇല്ലായിരുന്നു. ഇത് മാറ്റിയെടുക്കാനുള്ള പരിശ്രമങ്ങളാണ് ഞാൻ ആദ്യം നടത്തിയത്. ഉത്തരവാദിത്വങ്ങളെല്ലാം ഞാൻ ഏറ്റെടുത്തോളാമെന്നും പറയുന്നതുപോലെ ചിട്ടയോടെ പ്രവൃത്തികൾ നടപ്പിലാക്കിയാൽ മതിയെന്നും ഏതു പ്രശ്നം വന്നാലും കൂടെയുണ്ടെന്നും ബോദ്ധ്യപ്പെടുത്തി മദനനെ കർമ്മനിരതനാക്കുകയാണ് ചെയ്തത്. ഒട്ടേറെ ശാസനകളും കർക്കശമായ ഇടപെടലുകളും വേണ്ടിവന്നെങ്കിലും അതിന്റെ പ്രതിഫലനം പിന്നീടുള്ള പ്രവൃത്തികളിൽ കണ്ടു. കാര്യങ്ങൾ കൃത്യമായി മനസ്സിലാക്കി പ്രവർത്തിക്കുന്ന, തന്റെ കഴിവിന്റെ പരമാവധി സാദ്ധ്യതകൾ സ്വന്തം പ്രവർത്തനപഥത്തിൽ പ്രയോഗിക്കുന്ന ഊർജ്ജസ്വലനായ എഞ്ചിനീയർ ആയി അദ്ദേഹം മാറി. പക്ഷേ, സ്വന്തം നാട്ടുകാരനായിട്ടും വലിയൊരു അടുപ്പം ഞങ്ങൾ തമ്മിൽ സൃഷ്ടിക്കാൻ കഴിഞ്ഞില്ലെന്നത് ദുഃഖത്തോടെ സ്മരിക്കുന്നു.

പാലക്കാട് ക്വാളിറ്റി കൺട്രോൾ സെക്ഷൻ അസിസ്റ്റന്റ് എഞ്ചിനീയർ സരോജിനി സൗമ്യതയുടെ ആൾരൂപമായിരുന്നു. സ്വന്തം പ്രവൃത്തി പരിധിക്കപ്പുറത്ത് കുടുംബം മാത്രമേയുള്ളുവെന്ന് കരുതുന്ന സ്നേഹത്തിന്റെയും കരുതലിന്റെയും പര്യായം. സബ്ഡിവിഷനിൽ നടക്കുന്ന പ്രവൃത്തികൾക്കുപയുക്തമാക്കുന്ന നിർമ്മാണ സാമഗ്രികളുടെ ഗുണനിലവാരം പരിശോധിച്ച് സർട്ടിഫിക്കറ്റ് നല്കുന്ന ജോലി കൃത്യമായി നിറവേറ്റിയിരുന്നു. സെക്ഷനിലെ പല തൊഴിലാളികളും പലതരത്തിലുള്ള സ്വാധീനങ്ങൾക്കു വഴങ്ങാൻ ശ്രമിക്കുന്നുണ്ടെന്ന് മനസ്സിലാക്കി എല്ലാ പരിശോധനകളുടെയും അവസാന ഫലം സ്വയം ബോദ്ധ്യപ്പെടുത്തിയേ സരോജിനി സർട്ടിഫിക്കറ്റ് നല്കാറുള്ളു. ഈ സ്വഭാവം ഗുണനിലവാരം മെച്ചപ്പെടുത്തുന്നതിൽ എന്നെ ഏറെ സഹായിച്ചിരുന്നുവെന്ന് നന്ദിയോടെ ഓർക്കുന്നു.

സബ്ഡിവിഷനിലെ സാങ്കേതിക വിഭാഗത്തിന്റെ ചുമതല വഹിച്ചിരുന്നത് ഹെഡ് സ്റ്റാഫ്സ്മാനായ പി എം ആമിനയായിരുന്നു. ആമിന തളിക്കുളത്ത് എന്റെ തറവാട്ട് വീടിന്റെ അയൽപക്കക്കാരിയായിരുന്നു. സ്വന്തം ജോലിയിൽ ഇത്രമാത്രം കൃത്യതയും ഓർമ്മയും സമയക്രമവും പാലിക്കുന്ന എഞ്ചിനീയർമാരെ ഞാൻ വിരളമായേ കണ്ടിട്ടുള്ളു. ഫയലുകൾ വിശദമായി പഠിച്ച് കൃത്യമായി നോട്ടുകൾ തയ്യാറാക്കുന്ന കാര്യത്തിലും, എസ്റ്റിമേറ്റുകൾ അതിന്റെ എല്ലാ മേഖലയിലും കണ്ണോടിച്ച് പരിശോധിക്കുന്ന കാര്യത്തിലും, ബില്ലുകൾ സബ്ഡിവിഷനിൽ എത്തിയാൽ

ആവശ്യമായ എല്ലാ പരിശോധനകളും നടത്തുന്ന കാര്യത്തിലും വിട്ടു വീഴ്ചയില്ലാതെ ആത്മാർത്ഥമായ സേവനമാണ് ആമിന കാഴ്ച വെച്ചിരുന്നത്. ഓരോ ഡിവിഷൻ കോൺഫറൻസിനു പോകുമ്പോഴുള്ള മുന്നൊരുക്കങ്ങളും അവതരിപ്പിക്കാനുള്ള നോട്ടുകളും തയ്യാറാക്കാൻ അപാരമായ ഓർമ്മശേഷിയുള്ള ആമിന എന്നെ ഏറെ സഹായിക്കുമായിരുന്നു. അസിസ്റ്റന്റ് എഞ്ചിനീയർമാരുമായും മറ്റു സബ്ഡിവിഷൻ സഹപ്രവർത്തകരുമായും സൗഹൃദത്തിലും പുഞ്ചിരിയിലും പൊതിഞ്ഞ പെരുമാറ്റത്തിലൂടെ ഓഫീസ് പ്രവർത്തനത്തിന് വേണ്ട കാര്യങ്ങൾ നേടിയെടുക്കാൻ ആമിന ഏറെ പ്രയത്നിച്ചിരുന്നു, മൂന്നു വർഷക്കാലത്തെ ദേശീയപാതയിലെ എന്റെ പ്രവർത്തനങ്ങൾക്ക് മികച്ച പിന്തുണ ആമിനയിൽ നിന്ന് എന്നുമുണ്ടായിരുന്നു. ബാല്യത്തിൽ കൊരുത്ത ആ സൗഹൃദം ഇന്നും കൂടുതൽ കരുത്തോടെ ഒഴുകുന്നു. (നാട്ടിൽ ഒരേ വീടുപോലെ കഴിഞ്ഞവരായിരുന്നു ഞങ്ങളുടെ കുടുംബങ്ങൾ. രണ്ടുവീടുകൾ നിന്ന പറമ്പുകൾക്കിടയിൽ അതിരുകൾ പോലും ഇല്ലായിരുന്നു. ചെറുപ്പത്തിൽ പൊലീസ് വീട്ടിൽ വന്നു അഴിഞ്ഞാടിയ കാലത്ത് അമ്മയുടേതിനേക്കാൾ മുലപ്പാൽ ഞാൻ കുടിച്ചിരുന്നത് ആമിനയുടെ ഉമ്മ ഇയ്യാത്തുമ്മയിൽ നിന്നായിരുന്നു. ആമിനയും സഹോദരങ്ങൾ സെയ്തുമുഹമ്മദ്, അബ്ദുൾ മജീദ്, പാത്തുമ്മ എന്നിവരും ബാല്യകൗമാരങ്ങളിലെ കളിക്കൂട്ടുകാരായിരുന്നു. ഞാൻ പാലക്കാട്ടു താമസം തുടങ്ങിയ കാലത്താണ് ആമിനയെ ആലത്തൂർ എരിമയൂരിലേക്കു അഡ്വക്കേറ്റ് കമറുദ്ദീൻ വിവാഹം ചെയ്തു കൊണ്ടുവന്നത്. തൃശൂർ എഞ്ചിനീയറിങ് കോളേജിൽനിന്ന് സിവിൽ എഞ്ചിനീയറിങ്ങിൽ ബിരുദം നേടിയ ആമിന പൊതുമരാമത്ത് വകുപ്പിൽ തന്നെ ജോലി നേടി പാലക്കാട് വിവിധ തസ്തികകളിൽ ജോലി ചെയ്ത് എക്സിക്യൂട്ടീവ് എഞ്ചിനീയർ ആയിട്ടാണ് വിരമിച്ചത്. പാലക്കാട് യാക്കരയിലുള്ള എന്റെ വീടായ ജോഷിലയുടെ പിറകിലാണ് കമറുദ്ദീനും ആമിനയും വീട് വെച്ച് താമസമാക്കിയത്.)

സബ്ഡിവിഷൻ ഹെഡ് ക്ലാർക്ക് പി ചന്ദ്രശേഖരൻ മുമ്പ് ബ്രിഡ്ജസ് സബ്ഡിവിഷനിൽ നാലുകൊല്ലം എന്റെ കൂടെ പ്രവർത്തിച്ചിരുന്ന സുഹൃത്താണ്. വൈകുന്നേരങ്ങളിൽ ചില ദൗർബല്യത്തിന് അടിമപ്പെടുമെങ്കിലും പ്രവൃത്തി മണ്ഡലത്തിൽ തന്റെ കഴിവ് മുഴുവൻ സമർപ്പിക്കുന്ന കരുത്തനായ ഉദ്യോഗസ്ഥനായിരുന്നു. സുഹൃദ് ബന്ധങ്ങളും സംഘടനാബന്ധങ്ങളും ഏറെയുള്ള ചന്ദ്രശേഖരൻ അവയെല്ലാം തന്റെ ഓഫീസ് പ്രവർത്തനങ്ങൾക്ക് ഗുണകരമായി ഉപയോഗപ്പെടുത്തുന്നത് എന്നെ അത്ഭുതപ്പെടുത്തിയിരുന്നു. സമയബന്ധിതമായി നടക്കേണ്ട ഒരു പ്രവൃത്തി ചന്ദ്രശേഖരനെ ഏല്പിച്ചാൽ തടസ്സങ്ങളുടെ എല്ലാ പാറക്കല്ലുകളെയും മറിച്ചിട്ടുകൊണ്ട് അദ്ദേഹം അത് നടപ്പിലാക്കുമായിരുന്നു. എന്നും സ്നേഹത്തിന്റെ പര്യായമായി ചന്ദ്രശേഖരൻ എന്റെ കൂടെയുണ്ടായിരുന്നു. സബ്ഡിവിഷനിലെയും സെക്ഷനിലെയും ഓവർസീയർമാരായ എം ഡേവിസ്, വേണുഗോപാലൻ, ശാന്തമ്മ, സുഭദ്ര, ഗോപി,

താമി, ശേഷാദ്രിനാഥൻ, അപ്പുക്കുട്ടൻ, ഇബ്രാഹിം, ലളിത, ക്ലർക്കുമാരായ രാജശേഖരൻ, കൊച്ചുഗോപി, അംബിക, രാജപ്പൻ, മുഹമ്മദലി, ടൈപ്പിസ്റ്റുമാരായ റസിയ, കേശവൻ നമ്പൂതിരി, ഓഫീസ് അസിസ്റ്റന്റുമാരായ സരോജിനിയമ്മ, വേലായുധൻ, ചാമുണ്ണി, രവി മേനോൻ, ഡ്രൈവർ വേലായുധസ്വാമി, റോളർ ഡ്രൈവർമാരായ മൊയ്തീൻ, രാധാകൃഷ്ണൻ, സ്വീപ്പർ റഹീം, എൻ എം ആർ തൊഴിലാളികളായ ഹരിദാസ്, കൃഷ്ണൻകുട്ടി, വേലായുധൻ, രാധാകൃഷ്ണൻ, ചെന്താമര, മനോഹരൻ എന്നിവരുടെ സഹായ സഹകരണങ്ങൾ കൂടിയുള്ളതുകൊണ്ടാണ് പ്രവർത്തനങ്ങൾക്ക് ചടുലത കൈവന്നത്. എല്ലാ സഹപ്രവർത്തകർക്കും നന്ദി. പ്രവൃത്തികൾ ഗുണ നിലവാരത്തോടെ സമയബന്ധിതമായി നടപ്പിലാക്കിത്തന്ന കോൺട്രാക്ടർമാരായ പി എം യോഹന്നാൻ, ഇബ്രാഹിം കുഞ്ഞ്, പി എ ജോൺ, പി കെ സുബ്രമണ്യൻ, പി കെ വേലുസ്വാമി, ടി സോമൻ, മുഹമ്മദ് ബഷീർ, ഇ കൃഷ്ണൻ, പി കെ ഭാസ്കരൻ എന്നിവരെയും ഓർക്കാതെ വയ്യ.

പതിനൊന്ന്

റോഡ്സ് സബ്ഡിവിഷൻ പാലക്കാട്

(1996 - 1999)

ആയിരത്തി തൊള്ളായിരത്തി തൊണ്ണൂറ്റിയാറിലെ നിയമസഭാ തിരഞ്ഞെടുപ്പ് കഴിഞ്ഞപ്പോൾ സഖാവ് ഇ കെ നായനാരുടെ നേതൃത്വത്തിലുള്ള ഇടതുപക്ഷ ജനാധിപത്യ മുന്നണി അധികാരത്തിൽ വന്നു. ശിവദാസമേനോൻ ആ മന്ത്രിസഭയിലെ ധനകാര്യ എക്സൈസ് വകുപ്പുകളുടെ ചുമതല വഹിക്കുന്ന മന്ത്രിയായി സ്ഥാനമേറ്റു. അദ്ദേഹം അന്നത്തെ പൊതുമരാമത്ത് വകുപ്പ് മന്ത്രി പി ജെ ജോസഫിനോടും ചീഫ് എഞ്ചിനീയർ തോമസ് മാത്യുവിനോടും എന്നെ പാലക്കാട് റോഡ്സ് സബ് ഡിവിഷനിൽ നിയമിക്കണമെന്ന് ആവശ്യപ്പെട്ടു. അങ്ങനെയാണ് വീണ്ടും പാലക്കാട് റോഡ്സ് സബ്ഡിവിഷൻ അസിസ്റ്റന്റ് എക്സിക്യൂട്ടീവ് എഞ്ചിനീയറുടെ മേലങ്കി വീണ്ടും എടുത്തണിയേണ്ടി വന്നത്. പാലക്കാട് റോഡ്സ് സബ്ഡിവിഷനിൽ നിയമിക്കുകയും പാലക്കാട് ദേശീയ പാതാ സബ്ഡിവിഷന്റെ അധികച്ചുമതല വഹിക്കാനുള്ള നിർദ്ദേശവുമായാണ് സർക്കാർ ഉത്തരവിറങ്ങിയത്. ഒരു വർഷത്തോളം ഈ അധികച്ചുമതല നിലനിന്നു.

പി പി അച്യുതപിഷാരടിയിൽനിന്ന് 1996 ആദ്യവാരത്തിലാണ് പാലക്കാട് റോഡ്സ് സബ്ഡിവിഷന്റെ ചുമതല ഏറ്റെടുത്തത്. മുമ്പ് ഞാൻ പാലക്കാട് റോഡ്സ് സബ്ഡിവിഷനിൽ പ്രവർത്തിക്കുമ്പോൾ രണ്ട് സെക്ഷനുകളാണുണ്ടായിരുന്നത്. പിന്നീട് ബ്രിഡ്ജസ് സബ്ഡിവിഷൻ നിർത്തലാക്കിയപ്പോൾ ബ്രിഡ്ജസ് സബ്ഡിവിഷനിൽ അന്നുണ്ടായിരുന്ന ഒരു സെക്ഷൻ ബ്രിഡ്ജസ് സെക്ഷൻ എന്നപേരിൽ പാലക്കാട് റോഡ്സ് സബ്ഡിവിഷനിൽ ലയിപ്പിച്ചതിനെ തുടർന്ന് മൂന്നു സെക്ഷനുകൾ ആയി. സഹപ്രവർത്തകരായി പ്രിയ സുഹൃത്തുക്കളായിരുന്ന പി രാമനാഥൻ പാലക്കാട് റോഡ്സ് സെക്ഷൻ 1 ലും, സി എ

അബ്ദുൾ സമദ് പാലക്കാട് റോഡ്സ് സെക്ഷൻ രണ്ടിലും കെ വാസുദേവൻ ബ്രിഡ്ജസ് സെക്ഷനിലും പുതിയതായി നിയമിച്ചു കിട്ടിയിരുന്നു.

ഈ സന്ദർഭത്തിലാണ് എന്റെ ജീവിതത്തിലെ ഏറ്റവും വലിയ നഷ്ടങ്ങളിലൊന്നായ അച്ഛന്റെ നിര്യാണം സംഭവിക്കുന്നത്. സ്വാതന്ത്ര്യ സമരസേനാനിയും തെക്കേ മലബാറിൽ കമ്യൂണിസ്റ്റ് പ്രസ്ഥാനം കെട്ടിപ്പടുക്കുന്നതിൽ കിടയറ്റ പങ്കു വഹിച്ച ആദ്യകാല കമ്യൂണിസ്റ്റുമായിരുന്ന അച്ഛൻ നാട്ടുകാരുടെ മുഴുവൻ പ്രിയപ്പെട്ട രാമേട്ടനോ സ്നേഹമുള്ള ടി കെ യോ ആയിരുന്നു. സ്വാതന്ത്ര്യ സമരത്തിലൂടെ പൊതുപ്രവർത്തനം തുടങ്ങിയ അച്ഛൻ കോൺഗ്രസിലൂടെ കോൺഗ്രസ് സോഷ്യലിസ്റ്റ് പാർട്ടിയിലും തുടർന്ന് കമ്യൂണിസ്റ്റ് പാർട്ടിയിലും എത്തി. ഇ എം എസ്, എ കെ ജി, പി കൃഷ്ണപിള്ള, കെ ദാമോദരൻ, കെ പി ആർ ഗോപാലൻ, സി അച്യുത മേനോൻ, കെ പി പ്രഭാകരൻ, ഇ കെ ഇമ്പിച്ചി ബാവ, ഇ പി ഗോപാലൻ, ആർ കൃഷ്ണൻ, ഇ ഗോപാലകൃഷ്ണ മേനോൻ തുടങ്ങിയവരൊന്നിച്ച് കമ്യൂണിസ്റ്റ് പാർട്ടി കെട്ടിപ്പടുക്കുന്നതിൽ ഒളിവിലും തെളിവിലുമായി ദീർഘകാലം പ്രവർത്തിച്ചു. കമ്യൂണിസ്റ്റ് പാർട്ടി നിരോധിക്കപ്പെട്ടപ്പോൾ പാർട്ടി രഹസ്യങ്ങൾ സൂക്ഷിക്കുന്ന ടെക് മേനായും പ്രവർത്തിച്ചിരുന്ന അച്ഛൻ ദീർഘകാലം കമ്യൂണിസ്റ്റ് പാർട്ടിയുടെ പൊന്നാനി താലൂക്ക് സെക്രട്ടറി ആയിരുന്നു. ജില്ലകൾ പുനർനിർണ്ണയം ചെയ്തപ്പോൾ തൃശൂർ ജില്ലാ സെക്രട്ടറിയേറ്റ് അംഗമായും സംസ്ഥാന കൗൺസിൽ അംഗമായും കുറച്ചുകാലം തൃശൂർ ജില്ലാ സെക്രട്ടറിയായും പ്രവർത്തിച്ചു. സമൂഹത്തിലെ അധഃസ്ഥിതരായവർക്കും കർഷകർക്കും തൊഴിലാളികൾക്കും അവരുടെ അവകാശങ്ങൾ നേടിയെടുക്കാനുള്ള ഒട്ടേറെ സമരങ്ങൾക്ക് അദ്ദേഹം നേതൃത്വം നല്കി. മൂന്ന് വർഷക്കാലം ഒളിവിലിരുന്നു പാർട്ടി പ്രവർത്തനം നടത്തിയ അച്ഛൻ 6 തവണ അറസ്റ്റു ചെയ്യപ്പെടുകയും ക്രൂരമായ പൊലീസ് മർദ്ദനത്തിന് ഇരയാവുകയും ചെയ്തു. രണ്ടു വർഷത്തിലേറെ രാഷ്ട്രീയ തടവുകാരനായി ജയിൽവാസം അനുഷ്ഠിച്ചു. മണപ്പുറം ഹരിജൻ സംഘം, നാട്ടിക റൂറൽ ബാങ്ക്, ശ്രീരാമ പോളിടെക്നിക്, തളിക്കുളം ഹൈസ്കൂൾ, തളിക്കുളം ബ്ലോക്ക് എന്നിവ രൂപീകരിക്കുന്നതിന് മുൻകൈയെടുത്ത് പ്രാവർത്തികമാക്കിയതുകൊണ്ടാണ് അദ്ദേഹം പ്രിയപ്പെട്ട രാഷ്ട്രീയ നേതാവും ജനകീയനായ സാമൂഹ്യ വികസന നേതാവുമായി മാറിയത്. അതുകൊണ്ടാണ് അദ്ദേഹത്തിന്റെ ചരമത്തിൽ അനുശോചനം രേഖപ്പെടുത്തിക്കൊണ്ട് സഖാവ് ഇ എം എസ് ഇങ്ങനെ സന്ദേശം കുറിച്ചത്, 'മുപ്പതുകളിൽ ഇടതുപക്ഷ കോൺഗ്രസിന്റെ കാലം തൊട്ട് കമ്യൂണിസ്റ്റുകാരനായി പ്രവർത്തിച്ച സഖാവായിരുന്നു ടി കെ രാമൻ. നാട്ടിക ഫർക്കയിൽ ഇടതുപക്ഷപ്രസ്ഥാനത്തിനു വേരോട്ടമുണ്ടാക്കുന്നതിൽ അദ്ദേഹം വഹിച്ച പങ്ക് അതിപ്രധാനമാണ്. അദ്ദേഹത്തിന്റെ ദേഹവിയോഗം കേരളത്തിലെ ഇടതുപക്ഷ പ്രസ്ഥാനത്തിന് തീരാനഷ്ടമാണ്.' മലപ്പുറത്തിന്റെ വികസനത്തിനും പുരോഗതിക്കുംവേണ്ടി ആറു പതിറ്റാണ്ടിലേറെ പ്രവർത്തിച്ച ആരെയും

വശീകരിക്കുന്ന സത്യസന്ധതയുടെയും ലാളിത്യത്തിന്റെയും ആത്മാർത്ഥതയുടെയും പര്യായമായ കർമ്മ ധീരനായിരുന്ന നേതാവായിരുന്നു ടി കെ രാമനെന്നു മുൻ മുഖ്യമന്ത്രി പി കെ വാസുദേവൻ നായർ അനുശോചന സന്ദേശത്തിൽ പറഞ്ഞതും അതിനാലാവണം.

എന്റെ ശക്തിയും ചൈതന്യവും ഊർജ്ജവും പ്രതിസന്ധികളെ നിസ്സാരമായി കാണാനുള്ള ആർജ്ജവവും ധൈര്യവുമെല്ലാം അച്ഛൻ ടി കെ രാമൻ പകർന്നു നല്കിയ ഉപദേശവും സ്നേഹവും കാരുണ്യവും വിശ്വാസപ്രമാണങ്ങളുമായിരുന്നു. അച്ഛന്റെ ദേഹവിയോഗം കുറച്ചൊന്നുമല്ല എന്നെ ഉലച്ചത്. ഇന്നും എന്റെ ശക്തി ആ ഓർമ്മകൾ തന്നെയാണ്.

സബ്ഡിവിഷനിലെ സാങ്കേതിക സഹപ്രവർത്തകരുടെ ഒരു യോഗത്തിൽ വരുന്ന മൂന്നു കൊല്ലത്തെ പ്രവർത്തനങ്ങളെക്കുറിച്ചുള്ള ഒരു പരിപ്രേക്ഷ്യം അവതരിപ്പിച്ചത് ഇങ്ങനെയായിരുന്നു. ഈ സബ്ഡിവിഷന്റെ അധികാര പരിധിയിലുള്ള എല്ലാ സ്ഥലങ്ങളും പാതകളും എനിക്ക് ചിര പരിചിതമായിരുന്നതിനാൽ പ്രവൃത്തികൾക്ക് മുന്നൊരുക്കങ്ങളൊന്നും കൂടാതെ തുടക്കം കുറിക്കാൻ ഒരു തടസ്സവുമില്ല. നാം കൃത്യമായ ദീർഘവീക്ഷണത്തോടെ ആവശ്യകതകൾ കൃത്യമായി മനസ്സിലാക്കി നിർദ്ദേശിക്കുന്ന എല്ലാ പ്രവൃത്തികൾക്കും അനുമതി വാങ്ങിത്തരുമെന്നു ബഹുമാനപ്പെട്ട ധനകാര്യ വകുപ്പ് മന്ത്രി ടി ശിവദാസ മേനോൻ ഉറപ്പു നല്കിയിട്ടുണ്ട്. നമ്മുടെ അധികാര പരിധിയിലുള്ള പാലക്കാട് എം എൽ എ ടി കെ നൗഷാദ്, കുഴൽമന്ദം എം എൽ എ എം നാരായണൻ, ശ്രീകൃഷ്ണപുരം എം എൽ എ ഗിരിജ സുരേന്ദ്രൻ തുടങ്ങിയവരെല്ലാം എന്റെ അടുത്ത സുഹൃത്തുക്കളായതിനാൽ അവരുടെ നിയോജകമണ്ഡലങ്ങളിലുള്ള അത്യാവശ്യമായ എല്ലാപണികൾക്കും അനുവാദം ലഭിക്കാൻ പ്രയാസമുണ്ടാവുകയില്ല. പുതിയ റോഡുകളുടെ നിർമ്മാണം, വികസിപ്പിച്ച് പരിഷ്കരിക്കേണ്ട പാതകളുടെ പ്രവർത്തനങ്ങൾ, പാലങ്ങളുടെ നിർമ്മാണം, ഉപരിതലം അടിയന്തരമായി ശാക്തീകരിക്കേണ്ട പാതാഭാഗങ്ങൾ, ബലപ്പെടുത്തേണ്ടതോ പുതുക്കിപ്പണിയേണ്ടതോ ആയ കലുങ്കുകളുടെ പ്രവൃത്തികൾ എന്നിവയ്ക്കു വേണ്ടിയുള്ള എസ്റ്റിമേറ്റ് തയ്യാറാക്കാൻ വേണ്ട വിവര ശേഖരണവും അന്വേഷണവും നടത്താൻ ഉടനെ നാമെല്ലാവരും വിശ്രമമില്ലാത്ത പ്രവർത്തനം തുടങ്ങണമെന്ന് നിർദ്ദേശം നല്കി. പാതകളെല്ലാം ഒരു കുഴിയുമില്ലാതെ ഗതാഗതയോഗ്യമാക്കണമെന്നും അതിനായി എൻ എം ആർ തൊഴിലാളികളുടെ സേവനം പൂർണ്ണമായി ഉപയോഗപ്പെടുത്തണമെന്നും നിർദ്ദേശിച്ചു. ഇതിനെ തുടർന്ന് അടുത്ത മൂന്നുകൊല്ലത്തേക്ക് പ്രായോഗികമാക്കേണ്ട ഒട്ടേറെ പ്രവൃത്തികളുടെ പദ്ധതി രേഖ തയ്യാറാക്കുകയും ഭരണാനുമതിക്കു വേണ്ടി സമർപ്പിക്കുകയും ചെയ്തു. മിക്ക പ്രവൃത്തികളും സംസ്ഥാനത്തിന്റെ വാർഷിക ബഡ്ജറ്റുകളിൽ പൊതുമരാമത്ത് വകുപ്പിന്റെ പ്രവൃത്തികളിൽ ഉൾപ്പെടുത്താൻ നാടിന്റെ വികസന കാര്യത്തിൽ

പ്രതിജ്ഞാബദ്ധനായ ശിവദാസ മേനോൻ ആർജ്ജവം കാണിച്ചു.

ഈ കാലഘട്ടത്തിൽ നിർമ്മിക്കേണ്ട പുതിയ റോഡുകളെക്കുറിച്ച് അന്വേഷണവും വിവരശേഖരണവുമായി മുന്നിട്ടിറങ്ങിയപ്പോൾ പ്രധാനമായും പാലക്കാട് നഗരത്തിലെ ഗതാഗതക്കുരുക്കുകൾ ഒഴിവാക്കാൻ നഗരത്തിൽ വരേണ്ടതില്ലാത്ത പലചരക്കു വാഹനങ്ങളും മറ്റു വാഹനങ്ങളും ഇപ്പോൾ മറ്റു ഗതാഗത മാർഗ്ഗങ്ങൾ ഇല്ലാത്തതിനാൽ നഗരത്തിലൂടെ കടന്നുപോകുന്നുവെന്ന് മനസ്സിലായി. നാറ്റ്പാക് നടപ്പിലാക്കാൻ നിർദ്ദേശിക്കുന്ന ഔട്ടർ റിങ് റോഡും ഇന്നർ റിങ് റോഡും പാലക്കാട് നടപ്പിലാക്കിയില്ലെന്നു ബോദ്ധ്യമായി. ഈ നിർദ്ദേശങ്ങൾ നടപ്പിലാക്കിയാൽ പാലക്കാട് നഗരത്തിലെ വാഹന സാന്ദ്രത ഏറെ കുറയ്ക്കാൻ കഴിയുമെന്ന് മനസ്സിലായി. പുതിയ പണികളെക്കുറിച്ചുള്ള ചർച്ച നടന്നപ്പോൾ ഇതിനു വേണ്ട വിധത്തിൽ പദ്ധതികൾ നടപ്പിലാക്കണമെന്ന് തീരുമാനിച്ചു. ഇതിനെത്തുടർന്ന് നടപ്പിലാക്കാൻ തീരുമാനിച്ച പദ്ധതികളാണ് പാലക്കാട് ഇന്നർ റിങ് റോഡിന്റെ ഭാഗമാവുന്ന മേലാമുറി–ബൈ പാസ് റോഡ് നിർമ്മാണം, കൽമണ്ഡപം–മണലി ജി വി സി റോഡ് നിർമ്മാണം, കൽമണ്ഡപം–കൽപ്പാത്തി ബൈ പാസ് റോഡ് നിർമ്മാണം, മലമ്പുഴയ്ക്ക് കുറുകെയുള്ള പാലമടക്കമുള്ള മേപ്പറമ്പ് ഒലവക്കോട് റോഡ് നിർമ്മാണം, മേഴ്സി കോളേജ്–തിരുനെല്ലായ് റോഡിന്റെ വികസനവും പരിഷ്കരണവും എന്നിവ. പാലക്കാട് നഗരത്തിന്റെ ഔട്ടർ റിങ് റോഡായി മാറുന്ന കഞ്ചിക്കോട്–മലമ്പുഴ മുട്ടിക്കുളങ്ങര റോഡ് നിർമ്മാണവും ഇതിനോടൊപ്പം നിർമ്മിക്കണമെന്നും തീരുമാനിച്ചു. ഇവകൂടാതെ മലമ്പുഴ ആനക്കൽ റോഡിന്റെ അവസാന ഘട്ടത്തിന്റെ നിർമ്മാണവും മുട്ടിക്കുളങ്ങര കമ്പ കിണാവെല്ലൂർ റോഡിന്റെ നിർമ്മാണവും നടപ്പിലാക്കാനും തീരുമാനിച്ചു.

കേരള ഗസറ്റഡ് ഓഫീസേഴ്സ് അസോസിയേഷന്റെ ജില്ലാ പ്രസിഡന്റ് എന്ന നിലയിൽ അസോസിയേഷൻ അംഗങ്ങളുടെ അവകാശ സംരക്ഷണത്തിനും നിയമപരമായി ലഭിക്കേണ്ട സ്ഥലം മാറ്റത്തിനും എല്ലാം വേണ്ട പ്രവർത്തനങ്ങൾക്കു ചുക്കാൻ പിടിക്കാൻ എന്നെയായിരുന്നു ചുമതലപ്പെടുത്തിയിരുന്നത്. സി പി ഐ (എം), സി പി ഐ, ആർ എസ് പി, ജനതാദൾ എന്നീ രാഷ്ട്രീയ പാർട്ടികളുടെയെല്ലാം ജില്ലാ നേതാക്കളുമായി നല്ല സുഹൃദ് ബന്ധമുള്ളതിനാൽ പ്രധാന വകുപ്പുകളുടെ കാര്യത്തിൽ അസോസിയേഷൻ അംഗങ്ങളുടെ താല്പര്യങ്ങൾ സംരക്ഷിക്കാൻ കഴിയുമായിരുന്നു. പക്ഷേ, ഈ കാലഘട്ടത്തിൽ വിദ്യാഭാസ പൊതുമരാമത്ത് വകുപ്പ് കൈകാര്യം ചെയ്തിരുന്നത് കേരള കോൺഗ്രസ് ജോസഫ് വിഭാഗമായിരുന്നു. കേരള കോൺഗ്രസിന്റെ പാലക്കാട് ജില്ലാ പ്രസിഡന്റ് അഡ്വക്കേറ്റ് കെ വി മാണിയായിരുന്നു. പെരുമാറ്റത്തിൽ അധികാരത്തിന്റെ കടുത്ത അഹന്ത പ്രകടിപ്പിക്കുകയും ആർക്ക് എന്ത് നിയമപരമായ കാര്യങ്ങൾ നടത്തിക്കൊടുക്കണമെങ്കിൽ പോലും പ്രതിഫലം കിട്ടണമെന്ന് വാശി പിടിക്കുകയും ചെയ്തിരുന്ന

ഒരാളായിരുന്നു അദ്ദേഹം. അണികൾ അധികമൊന്നും പാലക്കാടില്ലാത്തതുകൊണ്ട് പാർട്ടിയുടെ നേതൃത്വത്തിൽ അദ്ദേഹത്തിന്റെ ഈ പ്രകൃതത്തിനു കൂട്ടുനില്ക്കുന്നവരായിരുന്നു അധികവും. എഞ്ചിനീയർമാരുടെ സ്ഥലം മാറ്റത്തിന് ഓരോ തസ്തികയ്ക്കും വില നിശ്ചയിച്ച് സമീപിക്കുന്നവരോട് പച്ചയായി അത് ആവശ്യപ്പെടുവാൻ യാതൊരു ഉളുപ്പുമില്ലാത്ത ദുരാഗ്രഹിയായിരുന്നു അദ്ദേഹം. കെ ജി ഒ എ ഇതൊന്ന് തകർക്കാനും പൊളിച്ചടുക്കാനും തീരുമാനിക്കുകയും ജില്ലയിലെ പൊതുമരാമത്ത് വകുപ്പിലെ അസിസ്റ്റന്റ് എഞ്ചിനീയർമാരുടെ മൂന്നു കൊല്ലം തികഞ്ഞവരുടെ മാറ്റത്തിനു വേണ്ടിയുള്ള ഒരു നിർദ്ദേശം ധനകാര്യ വകുപ്പ് മന്ത്രിയുടെ ശുപാർശയോടെ മന്ത്രി ജോസഫിന്റെ ഓഫീസിലും ചീഫ് എഞ്ചിനീയറുടെ ഓഫീസിലും എത്തിക്കുകയും തദനുസരണമായ ഉത്തരവ് ഇറങ്ങുകയും ചെയ്തു. മാണിയറിയാതെ ഇറങ്ങിയ ഈ ഉത്തരവ് അദ്ദേഹത്തെ തനിക്കു ഇതിനാൽ നഷ്ടമാവുന്ന ലക്ഷങ്ങളാലോചിച്ച് ക്ഷുഭിതനാക്കുകയും ഈ ഉത്തരവിന് പിന്നിൽ പ്രവർത്തിച്ച വ്യക്തിയെന്ന നിലയിൽ എന്നോട് കടുത്ത ശത്രുത ഉടലെടുക്കുകയും ചെയ്തു. പിന്നീട് നിരന്തരമായി എന്നെ ദ്രോഹിക്കാനുള്ള നടപടികൾ അദ്ദേഹത്തിൽ നിന്നുണ്ടായി. മന്ത്രി ജോസഫിനോട് ഇല്ലാവചനങ്ങൾ പറഞ്ഞ് അദ്ദേഹത്തെ കൂടി എന്റെ ശത്രുവാക്കാനും അനുയായികളെക്കൊണ്ട് എനിക്കെതിരെ നിരന്തരം ആരോപണങ്ങളുടെ നിവേദനങ്ങൾ വിജിലൻസിനും സർക്കാരിലേക്കും അയപ്പിക്കാനും തുടർച്ചയായി ശ്രമിച്ചു. മടിയിൽ കനമില്ലാതെ സത്യസന്ധമായി പ്രവൃത്തികൾ നിർവ്വഹിച്ചുകൊണ്ടിരുന്ന എനിക്ക് ഈ വെല്ലുവിളികൾ ഒരു തമാശയായാണ് തോന്നിയത്. ഞാനത് അർഹിക്കുന്ന അവഗണനയോടെ തള്ളിക്കളഞ്ഞ് എന്റെ പ്രവൃത്തികളിൽ ശ്രദ്ധ കേന്ദ്രീകരിച്ചു.

പാലക്കാട് നഗരത്തിലെ ഏറ്റവും തിരക്കേറിയ ഒരു കവലകളിലൊന്നായിരുന്നു മേലാമുറി ജങ്ഷൻ. നാലു റോഡുകൾ വന്നു ചേർന്നിരുന്ന കവലയായതുകൊണ്ടും പാലക്കാട് വലിയങ്ങാടിക്ക് പോകുന്ന വാഹനങ്ങളുടെ ആധിക്യംകൊണ്ടും ഒട്ടേറെ തിരക്കേറിയ കച്ചവട സ്ഥാപനങ്ങളും ഹോസ്പിറ്റലും എല്ലാം ഉള്ളതുകൊണ്ടും രണ്ടു ബസ്സ്റ്റോപ്പുകളും കവലയിൽ തന്നെയായതുകൊണ്ടും ഒട്ടേറെ അപകടങ്ങൾ ഇവിടെയുണ്ടാകുമായിരുന്നു. ഇതിനു ഒരു ശാശ്വതപരിഹാരം ഈ കവലയിലേക്ക് വരേണ്ടാത്ത വാഹനങ്ങൾക്ക് പോകാനായി ഈ കവലയെ ബൈപാസ് ചെയ്തുകൊണ്ടുള്ള ഒരു പാതയുടെ നിർമ്മാണമായിരുന്നു. മേപ്പറമ്പ് ജങ്ഷനിൽ നിന്ന് മേലാമുറി–പുടുർ റോഡിൽ ചേരുന്ന ഒരു പാത മേലാമുറി–ബൈ പാസ് റോഡ് എന്ന പേരിൽ വിഭാവന ചെയ്തതങ്ങിനെയാണ്. ആദ്യം ഇത് രണ്ടു വരിപ്പാതയെന്ന നിലയിലാണ് ആലോചിച്ചത്. എന്നാൽ കേരളത്തിൽ പുതുതായി നിർമ്മിക്കുന്ന ബൈപാസുകളെല്ലാം നാലുവരിയാക്കണമെന്ന പൊതുമരാമത്ത് വകുപ്പ് മന്ത്രിയുടെ നിർദ്ദേശം നടപ്പിലാക്കുന്നതിന്റെ ഭാഗമായി നാലുവരി പാതയായാണ് നിർ

മ്മിച്ചത്. കേരളത്തിലെ പൊതുമരാമത്ത് പാതകളിലെ ആദ്യത്തെ നാലു വരി ബൈപാസ് പാതയും ഇതായിരുന്നു.. ഇതേ പ്രവൃത്തിയോട് കൂടെ തന്നെ ഈ ബൈ പാസ് വന്നുചേരുന്ന കവല മുതൽ മേഴ്സി കോളേജ് കവല വരെയുള്ള മേലാമുറി–പൂടൂർ റോഡും വീതികൂട്ടി പരിഷ്കരിക്കുകയും കാണിക്ക മാതാ കോൺവെന്റ് ഗേൾസ് ഹൈസ്കൂളിന് മുൻഭാഗം ചാലു മുതൽ ചാലു വരെ വീതികൂട്ടി പാർക്കിങ് സ്ഥലം ഒരുക്കുകയും ചെയ്തു. ഈ പ്രവൃത്തി പൂർത്തിയായതോടുകൂടി മേലാമുറി കവലയിലെ ഗതാഗതക്കുരുക്കും അപകടങ്ങളും ഒഴിവാക്കുക മാത്രമല്ല പാലക്കാട്ടേക്കുള്ള ദൂരം അരക്കിലോമീറ്ററോളം കുറയുകയും ചെയ്തു.

പാലക്കാട് നഗരകേന്ദ്രമായ സുൽത്താൻപേട്ടയിലെ നിരന്തരമായ വാഹനക്കുരുക്കുകൾക്കു പരിഹാരം വരുത്തുന്നതിനുവേണ്ടി തയ്യാറാക്കിയ പദ്ധതികളിലൊന്നായിരുന്നു കൽമണ്ഡപം മണലി ജി വി സി റോഡ് നിർമ്മാണം. കൽമണ്ഡപത്തിനടുത്ത് നിന്ന് ആരംഭിച്ച് ജെ എം മഹലിനു മുന്നിലൂടെ മണലിയിലെത്തി അവിടെ നിന്ന് രാമനാഥപുരം വഴി ഗവൺമെന്റ് വിക്ടോറിയ കോളേജിനടുത്ത് മലമ്പുഴ നൂറടി റോഡിൽ വന്നു ചേരുന്ന ഈ പാത മണലി, രാമനാഥപുരം, കല്ലേപ്പുള്ളിയുടെ കിഴക്കു ഭാഗം എന്നീ സ്ഥലങ്ങളിലെ ജനങ്ങളുടെ ദുഷ്കരമായിരുന്ന ഗതാഗതം സംവിധാനം പരിഷ്കരിച്ച് വികസിപ്പിച്ച് സുഖകരമാക്കാൻ കൂടി ഉദ്ദേശിച്ചുള്ളതായിരുന്നു. മുനിസിപ്പാലിറ്റി തീർത്തും അവഗണിച്ച് കിടന്നിരുന്ന ഈ പാത പൊതുമരാമത്ത് ഏറ്റെടുക്കുകയും വീതികൂട്ടി വികസിപ്പിക്കുകയും ആവശ്യമായ സ്ഥലങ്ങളിലെല്ലാം പാർശ്വഭിത്തികളും അഴുക്കുചാലുകളും പുതിയ കലുങ്കുകളും നിർമ്മിക്കുകയും രാമനാഥപുരത്തെ തോട്ടുപാലം വീതി കൂട്ടുകയും ഉപരിതലം ആവശ്യമായ ഘനത്തിൽ ശാക്തീകരിക്കുകയും ചെയ്യുന്നതായിരുന്നു ഈ പ്രവൃത്തി. ഒരു കൊല്ലം കൊണ്ട് ഈ പണി പൂർത്തിയാക്കി പൊതുജനങ്ങൾക്ക് തുറന്നു കൊടുത്തു.

പക്ഷേ, തിരക്ക് കുറഞ്ഞുവെങ്കിലും കോഴിക്കോട് ഭാഗത്തേക്ക് പോകേണ്ട നഗരത്തിലേക്ക് വരേണ്ടാത്ത വലിയ ശതമാനം വാഹനങ്ങൾ അപ്പോഴും നഗരത്തിലെത്തുകയും കൽമണ്ഡപം മുതൽ കൽപ്പാത്തി വരെയുള്ള പ്രധാന നഗരപാതകളും കവലകളും എല്ലാം ഗതാഗതക്കുരുക്കുകൾ സാധാരണ കാഴ്ചയായി മാറുകയും ചെയ്തിരുന്നു. വാഹന സാന്ദ്രത ദൈനംദിനം കൂടിക്കൂടി വന്നതിനാൽ അപകടങ്ങളും അതിനനുസരിച്ച് വർദ്ധിച്ചത് ഏറെ ആകാംക്ഷ ഉണർത്തി. ഇതിനു ഒരു ശാശ്വത പരിഹാരമെന്നനിലയിലാണ് നഗരത്തിന്റെ ആ ഭാഗത്തെ ഇന്നർ റിങ് റോഡ് എന്ന നിലയിൽ കൽമണ്ഡപം–കൽപ്പാത്തി–കോഴിക്കോട് ബൈ പാസ് റോഡ് എന്ന ആശയം ഉദിച്ചത്. നാറ്റ്പാക് വർഷങ്ങൾക്ക് മുമ്പ് തന്നെ ഇതിന്റെ വിന്യാസം (Alignment) ചൂണ്ടിക്കാട്ടിയിരുന്നെങ്കിലും അത് മുനിസിപ്പൽ ഓഫീസിലെ അലമാരയിൽ പൊടിപിടിച്ച് കിടക്കുകയായിരുന്നു. ചന്ദ്രനഗറിൽ ദേശീയപാതയിൽ നിന്നാരംഭിക്കുന്ന

പാലക്കാട്-കോഴിക്കോട് റോഡ് നഗരത്തെ സ്പർശിക്കാതെ കൽമണ്ഡപം ജങ്ഷൻ എത്തുന്നതിനുമുമ്പ് വലത്തോട്ട് തിരിഞ്ഞ് മലമ്പുഴ കനാൽ തീരത്തിലൂടെ സഞ്ചരിച്ച് നെൽപ്പാടങ്ങളുടെ നടുവിലൂടെ കടന്ന് മണലി റോഡ്, കൊപ്പം മാട്ടുമന്ത റോഡ്, മലമ്പുഴ നൂറടി റോഡ് എന്നിവ മുറിച്ച് കടന്ന് ശേഖരീപുരം കവലവഴി ചാത്തപുരം ജങ്ഷനിൽ എത്തുന്ന വിധത്തിലായിരുന്നു ഈ പുതിയ ബൈപ്പാസ് പാതയുടെ വിന്യാസം. കനാലിന്റെ കരയിലെ തീരാ റോഡും അതിനടുത്തുണ്ടായിരുന്ന കനാൽ പുറമ്പോക്കും ഇതിനുവേണ്ടി ഉപയുക്തമാക്കാൻ ജലവിഭവ വകുപ്പിന്റെ അനുമതി വേണമായിരുന്നു. ആ സ്ഥലം കഴിഞ്ഞാൽ പാതനിർമ്മാണത്തിനുവേണ്ടിവരുന്ന 20 ഏക്കറോളം വിസ്തീർണ്ണമുള്ള ബാക്കിയുള്ള സ്ഥലമെല്ലാം സ്വകാര്യവ്യക്തികളുടെ ഉടമസ്ഥതയിൽ വരുന്നതായിരുന്നു. അന്നത്തെ വില്പന വില കണക്കാക്കിയാൽ ഇതിന് 4 കോടി രൂപ ആവശ്യമായി വരുമായിരുന്നു. പൊന്നും വില കൊടുത്ത് ഈ ഭൂമി വാങ്ങി പ്രാഥമിക എസ്റ്റിമേറ്റ് തുകയായ 3 കോടി രൂപ ചെലവാക്കി ഈ പദ്ധതി ഏറ്റെടുക്കാൻ പ്രയാസമുണ്ടെന്ന് ഈ പാതയെ കുറിച്ചാലോചിക്കാൻ കൂടിയ പൊതുമരാമത്ത് വകുപ്പ് ഉദ്യോഗസ്ഥർ, റവന്യൂ വകുപ്പ് ഉദ്യോഗസ്ഥർ, പാലക്കാട് മുനിസിപ്പാലിറ്റി ചെയർമാനും ഉദ്യോഗസ്ഥരും, പാലക്കാട് എം എൽ എ ടി കെ നൗഷാദ് എന്നിവർ പങ്കെടുക്കുകയും ജില്ലാ കളക്ടർ എസ് ജി കെ കിഷോർ അദ്ധ്യക്ഷത വഹിക്കുകയും ചെയ്ത ആദ്യ യോഗത്തിൽ എല്ലാവർക്കും ബോദ്ധ്യപ്പെട്ടിരുന്നു. സ്ഥലം വിലയില്ലാതെ വിട്ടുകിട്ടിയാൽ 3 കോടി രൂപ ചെലവിൽ പദ്ധതിക്ക് അനുമതി ലഭിക്കുമെന്ന് പൊതുമരാമത്ത് അറിയിക്കുകയും ചെയ്തിരുന്നു. സ്ഥലം സൗജന്യമായി കരസ്ഥമാക്കാൻ വേണ്ട നടപടികൾ സ്വീകരിക്കാനും 6 മാസത്തിൽ അത് പൂർണ്ണമായി ഏറ്റെടുക്കാനും ജില്ലാ കളക്ടർ പാലക്കാട് തഹസിൽദാരെയും മറ്റു റവന്യൂ ഉദ്യോഗസ്ഥരെയും മുനിസിപ്പൽ അധികൃതരെയും ചുമതലപ്പെടുത്തി. സ്ഥലം കിട്ടുമെന്നും ആ ധാരണയിൽ നിർമ്മാണപ്രവർത്തനങ്ങൾക്കുള്ള വിശദമായ എസ്റ്റിമേറ്റ് ഉണ്ടാക്കി ഭരണാനുമതി വാങ്ങാനുള്ള നടപടികൾ ആരംഭിക്കാൻ പൊതുമരാമത്ത് ഉദ്യോഗസ്ഥരെയും ചുമതലപ്പെടുത്തി.

വിശദമായ സ്ഥല പരിശോധനയ്ക്കും ആവശ്യങ്ങളുടെ അന്വേഷണ പഠനത്തിനും ശേഷമാണ് കൽമണ്ഡപം-കൽപ്പാത്തി-കോഴിക്കോട് ബൈപാസ് റോഡിന്റെ എസ്റ്റിമേറ്റ് തയ്യാറാക്കിയത്. 20 മീറ്റർ ഉപരിതല വീതി കിട്ടത്തക്ക നിലയിൽ റോഡ് രൂപീകരണം, നെൽകൃഷി സ്ഥലങ്ങളിൽ ആവശ്യമുള്ളിടത്തെല്ലാം പാർശ്വഭിത്തി നിർമ്മാണം, കലുങ്കുകളുടെ നിർമ്മാണം, അപകട രഹിതമായ രീതിയിൽ കൽമണ്ഡപം, മണലി, കൊപ്പം, നൂറടി, ശേഖരീപുരം കവലകളുടെ നിർമ്മാണം എന്നിവയും ഓരോ വശത്തേക്കും 7 മീറ്റർ ഉപരിതല ഗതാഗതവീതിയുള്ള നാലുവരിപ്പാതയ്ക്ക് വേണ്ട സൗകര്യങ്ങളും ഒരുക്കിക്കൊണ്ടുള്ള എസ്റ്റിമേറ്റ് തയ്യാറാക്കി സർക്കാരിലേക്ക് അയക്കുകയും ശിവദാസ് മേനോന്റെ

ശുപാർശയോടെ സർക്കാരിൽ നിന്ന് ഭരണാനുമതിയും തുടർന്ന് ചീഫ് എഞ്ചിനീയറിൽനിന്ന് സാങ്കേതികാനുമതി ലഭിക്കുകയും ചെയ്തു.

ഒട്ടും കാലതാമസമില്ലാതെ ടെൻഡർ വിളിക്കുകയും പ്രവൃത്തി എഞ്ചിനീയർ കോൺട്രാക്ടറായ പി എം യോഹന്നാനെ കരാർ ഏല്പിക്കുകയും ചെയ്തു. പക്ഷേ, ഇത്രയൊക്കെയായിട്ടും സ്ഥലം ഏറ്റെടുക്കൽ ഒരിടത്തും എത്തിയില്ല. റവന്യൂ വകുപ്പിനും മുനിസിപ്പാലിറ്റിക്കും അതിൽ വലിയ താല്പര്യമെടുത്ത് പ്രവർത്തിക്കാൻ കഴിഞ്ഞിരുന്നില്ല. ഇവിടെ ഒരു ഉന്നതതല ഇടപെടൽ അനിവാര്യമാണെന്ന് ഞാൻ മനസ്സിലാക്കി. അന്ന് കേരള ലാൻഡ് യൂട്ടിലൈസേഷൻ ആക്ട് കൃത്യമായി നടപ്പിലാക്കിയിരുന്ന കാലമായിരുന്നു. സൗജന്യമായി സ്ഥലം വിട്ടുതരുന്നവർക്കു ഈ കാര്യത്തിൽ ഒരിളവ് കൊടുത്താൽ അവരുടെ നഷ്ടം നികത്തുവാൻ കഴിയുമെന്നും അങ്ങനെ ലക്ഷ്യപ്രാപ്തി കൈവരിക്കാൻ കഴിയുമെന്നും എനിക്ക് തോന്നി. ഞാനത് ജില്ലാ കളക്ടറുടെയും എം എൽ എയുടെയും ശ്രദ്ധയിൽ പെടുത്തി. എന്താണ് പ്രതിവിധിയെന്ന അവരുടെ ചോദ്യത്തിന് ധനകാര്യ, റവന്യൂ, പൊതുമരാമത്ത് വകുപ്പ് മന്ത്രിമാരുടെയും എം എൽ എ, മുനിസിപ്പൽ ചെയർമാൻ, ജില്ലാ കളക്ടർ, പൊതുമരാമത്ത് ഉദ്യോഗസ്ഥർ എന്നിവരുടെ യോഗം വിളിച്ച് ചേർത്ത് പ്രശ്നം, ചർച്ച ചെയ്ത് തീരുമാനങ്ങൾ നടപ്പിലാക്കിയാൽ പദ്ധതിയുമായി മുന്നോട്ട് പോകാൻ കഴിയും എന്ന് അവരോട് ഞാൻ നിർദ്ദേശിച്ചു. ഞാൻതന്നെ മന്ത്രിമാരുമായി നേരിട്ട് കാണുകയും കാര്യങ്ങൾ വിശദീകരിക്കുകയും ചെയ്തു. അതിനെ തുടർന്ന് പാലക്കാട് ജില്ലാ കളക്ടറുടെ ചേംബറിൽ വെച്ച് മൂന്നു മന്ത്രിമാരും ഉദ്യോഗസ്ഥരും പങ്കെടുത്ത യോഗം നടന്നു. മന്ത്രിമാർ ആവശ്യപ്പെട്ടതനുസരിച്ച് പദ്ധതിയുടെ വിശദാംശങ്ങളും സമയബന്ധിതമായി തീർക്കേണ്ട ആവശ്യവും സ്ഥലമെടുപ്പിന്റെ അപ്പോഴത്തെ അവസ്ഥയും അതിൽ റവന്യൂ വകുപ്പിന്റെ വീഴ്ചയും ഞാൻ അവതരിപ്പിച്ചു. ഒരു സെന്റ് സ്ഥലം നല്കുന്നവർക്ക് രണ്ടു സെന്റ് സ്ഥല വിനിയോഗത്തിനുള്ള കേരള ലാൻഡ് യൂട്ടിലൈസേഷൻ ആക്ട് പ്രകാരമുള്ള നിയമങ്ങളിൽ നിന്ന് ഇളവ് നല്കാൻ കഴിഞ്ഞാൽ റവന്യൂ വകുപ്പിന്റെ സഹായമില്ലാതെതന്നെ സ്ഥലം ഞാൻ ഏറ്റെടുത്തു കൊള്ളാമെന്നു ഞാൻ നിർദ്ദേശിച്ചു. മൂന്നു നാലാളുടെ കാര്യത്തിൽ അവരുടെ സ്ഥലം മുഴുവൻ എടുക്കുന്നതിനാൽ അവരെ പുനരധിവസിപ്പിക്കാൻ മുനിസിപ്പാലിറ്റിയുടെ കൈയിലുള്ള പുറമ്പോക്കോ ലേ ഔട്ടുകളിൽ മുനിസിപ്പാലിറ്റിക്ക് വാഗ്ദാനം ചെയ്തിട്ടുള്ള പൊതുസ്ഥലങ്ങളോ ഉപയുക്തമാക്കാമെന്നും ഞാൻ കൂട്ടിച്ചേർത്തു. വിശദമായ ചർച്ചകൾക്ക് ശേഷം ഈ നിർദ്ദേശം യോഗം അംഗീകരിച്ചു. സ്ഥലം പൊതുമരാമത്ത് വകുപ്പിന് റോഡ് നിർമ്മാണത്തിനായി കൈമാറിയെന്നുള്ള പ്രമാണവും കിട്ടിയെന്നുള്ള അസിസ്റ്റന്റ് എക്സിക്യൂട്ടീവ് എഞ്ചിനീയറുടെ സത്യവാങ്മൂലവും സഹിതം ഭൂ ഉടമ അപേക്ഷ നല്കിയാൽ ഉടമ കൈമാറിയ സ്ഥലത്തിന്റെ ഇരട്ടിക്ക് കേരള ലാൻഡ് യൂട്ടിലൈസേഷൻ ആക്ട് പ്രകാരമുള്ള നിയമങ്ങളിൽ നിന്ന്

ഇളവ് നല്കുന്ന ഉത്തരവ് റവന്യു വകുപ്പ് നല്കണമെന്നതടക്കമുള്ള കാര്യങ്ങൾ ഉൾക്കൊള്ളിച്ചുകൊണ്ടുള്ള തീരുമാനങ്ങളും 75% ഭൂമി കൈവശം കിട്ടിയാൽ പ്രവൃത്തി ആരംഭിക്കണമെന്നും സമയബന്ധിതമായി പൂർത്തിയാക്കണമെന്നും യോഗം തീരുമാനിച്ചു.

ഈ പദ്ധതിയുടെ സ്ഥലമെടുപ്പും പൂർത്തീകരണവും ഒരു വെല്ലുവിളിയായെടുത്ത് രാവും പകലുമെന്നില്ലാത്ത പ്രവർത്തനമാണ് പിന്നീട് നടന്നത്. എല്ലാ സ്ഥലമുടമസ്ഥരുടെയും വീടുകളിൽ ഒന്നിൽ കൂടുതൽ സന്ദർശിക്കുകയും സ്ഥലം നല്കി ഈ പാത പൂർത്തീകരിച്ചാൽ അവർക്കു കിട്ടുന്ന ഗുണങ്ങളും കെ എൽ യു ഇളവും എല്ലാം അവരെ പറഞ്ഞു മനസ്സിലാക്കി പൂർണ്ണ തൃപ്തിയോടെ 95% സ്ഥലവും സൗജന്യമായി വിട്ടു കിട്ടിയപ്പോൾ പൂർണ്ണ സംതൃപ്തി തോന്നി. ഈ പ്രവൃത്തി ഒരിക്കലും പൂർത്തീകരിക്കരുത് എന്ന് രാഷ്ട്രീയ കാരണങ്ങളാൽ തീരുമാനിച്ച ചില രാഷ്ട്രീയ നേതാക്കളുടെ ദുഷ്ടപ്രേരണയാൽ ഒരാൾ മാത്രമാണ് സ്ഥലം വിട്ടുതരാതെ കോടതിയിൽ പോയത്. പക്ഷേ, അത് പ്രവൃത്തിയെ ബാധിച്ചില്ല.

യുദ്ധകാലാടിസ്ഥാനത്തിൽ പ്രവൃത്തി പുരോഗമിക്കുകയും ആ സ്ഥലമൊഴികെ മറ്റെല്ലാ പ്രവൃത്തികളും പൂർത്തിയായപ്പോൾ കോടതി വിധിയോടെ ആ സ്ഥലവും ഏറ്റെടുത്ത് പണി പൂർത്തിയാക്കി. ഏകദേശം 20 ഏക്കർ സ്ഥലം സൗജന്യമായി ലഭിച്ച പാതയുടെ നിർമ്മാണം കേരള പൊതുമരാമത്ത് വകുപ്പിന്റെ ചരിത്രത്തിൽ അതുവരെയില്ലാത്ത ചരിത്രം സൃഷ്ടിക്കുന്നതായിരുന്നു. പണി നടക്കുമ്പോൾ ഇതിന്റെ പ്രവർത്തനത്തിന് തടസ്സമുണ്ടാക്കാൻ ഓരോ രണ്ടാഴ്ചയും നേരത്തെ സ്ഥലത്തിന് ഉടക്കുണ്ടാക്കിയ രാഷ്ട്രീയ നേതാക്കൾ ഓരോ കാര്യം പറഞ്ഞ് വിജിലൻസിനും ചീഫ് ടെക്നിക്കൽ എക്സാമിനർക്കും സർക്കാരിലേക്കും പണിയിൽ ഗുരുതരമായ ക്രമക്കേടുകളും അഴിമതിയുമുണ്ടെന്നു പറഞ്ഞ് പെറ്റീഷനുകൾ അയക്കുമായിരുന്നു. ഒട്ടേറെ പരിശോധനകൾ ഇതിന്റെ ഫലമായി നടന്നിരുന്നു. ആർക്കും ഒരു ക്രമക്കേടും കണ്ടെത്താൻ കഴിഞ്ഞില്ലെന്നു മാത്രമല്ല പ്രവൃത്തിയുടെ ഗുണനിലവാരത്തിൽ അവർ സംതൃപ്തിയും സന്തോഷവും രേഖപ്പെടുത്തിയത് ഞങ്ങൾക്ക് കുറച്ചൊന്നുമല്ല ഊർജ്ജം പകർന്നത്. എന്റെ കൂടെ സത്യവും വലിയൊരു സ്വപ്നവുമുണ്ടായിരുന്നതിനാൽ സത്യത്തെയും ധർമ്മത്തെയും നന്മകളെയും സ്വർണ്ണപാത്രം കൊണ്ട് മൂടുവാൻ ശ്രമിക്കുന്ന ഈ പ്രതിപക്ഷ നേതാക്കളുടെ കണ്ണും കെട്ടിയുള്ള ഈ പ്രവൃത്തികൾ അർഹിക്കുന്ന പരാജയം ഏറ്റു വാങ്ങുന്നത് കണ്ടപ്പോൾ അവരുടെ ഗതികേട് ഓർത്തുപോയി. അവരൊക്കെ പിന്നീട് പാലക്കാടിന്റെ വികസന നായകന്മാരായി സ്വയം അവതരിച്ച് മുനിസിപ്പാലിറ്റിയിൽ ഭരണ നിവ്വഹണം നടത്തുന്നത് കണ്ടപ്പോൾ ചിരിക്കാതിരിക്കാൻ ഏറെ ശ്രമിക്കേണ്ടി വന്നു.

ഈ വക പ്രതികൂല സാഹചര്യങ്ങളെയൊക്കെ അതിജീവിച്ച് കൽ

മണ്ഡപം കൽപ്പാത്തി കോഴിക്കോട് ബൈപ്പാസ് പൂർത്തിയാക്കിയപ്പോൾ ഏറെ ചാരിതാർത്ഥ്യം തോന്നി. നഗരത്തിന്റെ പ്രധാന ആവശ്യമായിരുന്ന ഒരു പദ്ധതിയുടെ നിർവ്വഹണത്തിന് ചുക്കാൻ പിടിക്കാനും അത് വഴി നഗരത്തിലെ ഗതാഗതക്കുരുക്കുകൾക്ക് ഒരുപരിധിവരെ പരിഹാരം കാണാൻ കഴിഞ്ഞുവെന്നതും സന്തോഷം നല്കുന്നു. ഇന്ന് ആ പാതയുടെ ചുറ്റുമാണ് നഗരവികസനം നടക്കുന്നതെന്നും കാണുന്നതിൽ കൃതാർത്ഥതയുണ്ട്. സ്ഥലം സൗജന്യമായി നല്കിയ എല്ലാവർക്കും ഒട്ടേറെ ഗുണഫലങ്ങൾ ഉണ്ടായി എന്നതും എന്നെ സന്തുഷ്ടനാക്കുന്നു.

പാലക്കാട് നഗരത്തിന്റെ ഔട്ടർ റിങ് റോഡിന്റെ ഭാഗമായി വിഭാവന ചെയ്ത പാതയാണ് കഞ്ചിക്കോട്-മലമ്പുഴ-മുട്ടിക്കുളങ്ങര റോഡ്. ദേശീയ പാതയിൽ മദിരാശി-സേലം-കോയമ്പത്തൂർ എന്നീ സ്ഥലങ്ങളിൽ നിന്ന് കോഴിക്കോട്-കണ്ണൂർ മംഗലാപുരം ഭാഗത്തേക്ക് പോകേണ്ട വാഹനങ്ങൾ പാലക്കാട് നഗരത്തിൽവന്നു വാഹനക്കുരുക്കുകൾ ഉണ്ടാകാതിരിക്കാനുള്ള പാതയെന്ന നിലയിലാണ് ഇതിന്റെ പ്രാധാന്യം. മാത്രമല്ല ഈ പാത സംസ്ഥാന രാജപാതയുടെ നിലവാരത്തിൽ നിർമ്മിച്ചെടുത്താൽ മൊത്തം ദൂരം 7 കിലോമീറ്ററോളം കുറയുകയും ചെയ്യും. രണ്ടു റീച്ചുകളായാണ് ഇത് നിർമ്മിക്കാൻ പദ്ധതിയിട്ടത്. കഞ്ചിക്കോട് മുതൽ മലമ്പുഴ വരെയുള്ള ആദ്യ റീച്ചും മലമ്പുഴ മുതൽ മുട്ടിക്കുളങ്ങര വരെയുള്ള രണ്ടാം റീച്ചും. ഇതിൽ ആദ്യ റീച്ചിന്റെ നിർമ്മാണത്തിനാവശ്യമായ എല്ലാ വിശദാംശങ്ങളും ശേഖരിക്കുകയും വിശദമായ അന്വേഷണത്തിലൂടെയും സർവ്വേകളിലൂടെയും ആവശ്യമായ കാര്യങ്ങളും ഉൾപ്പെടുത്തേണ്ട ഇനങ്ങളും തീരുമാനിക്കുകയും ചെയ്തു. ഇതിനെ ആസ്പദമാക്കി ഉയർത്തേണ്ടിടത്ത് ഉയർത്തിയും താഴ്ത്തേണ്ടിടത്ത് താഴ്ത്തിയും സുഗമമായ ഗതാഗതത്തിന് അനുയോജ്യമായ വിധത്തിൽ കൃത്യമായ ഗ്രേഡിയന്റിൽ പാതയുടെ നിർമ്മാണം നടത്താനും ആവശ്യമായ സ്ഥലങ്ങളിലെല്ലാം പാർശ്വഭിത്തികളും, കലുങ്കുകളും, അഴുക്കുചാലുകളും നിർമ്മിക്കാനും സംസ്ഥാന രാജപാതയുടെ നിലവാരത്തിൽ 7 മീറ്റർ ഗതാഗത വീതിയും രണ്ടുഭാഗത്തും ഏറ്റവും ചുരുങ്ങിയത് 1.5 മീറ്റർ പാർശ്വസ്ഥലവും അടങ്ങിയ എല്ലാ ഇനങ്ങളും ഉൾപ്പെടുത്തിയ പദ്ധതിരേഖയും വിശദമായ എസ്റ്റിമേറ്റും തയ്യാറാക്കി ഭരണാനുമതിക്കു സമർപ്പിച്ചു. സംസ്ഥാന ബഡ്ജറ്റിൽ ഈ പണിക്കുവേണ്ട തുക ഉൾപ്പെടുത്തിയിട്ടുള്ളതിനാൽ ഒരു കാലതാമസവുമില്ലാതെ ഭരണാനുമതിയും സാങ്കേതികാനുമതിയും ലഭിച്ചു. ടെൻഡർ വിളിച്ച് കോഴിക്കോട്ടുകാരനായ പി ടി ശ്രീനിവാസനുമായി കരാർ ഉറപ്പിച്ച് പ്രവൃത്തി തുടങ്ങി. പുതുശ്ശേരി, മരുതറോഡ്, മലമ്പുഴ എന്നീ പഞ്ചായത്തുകളിലൂടെ കടന്നുപോയിരുന്ന ഈ പാതയുടെ ഏകദേശം ഒരു കിലോമീറ്റർ ദൂരം വനമേഖലയിലൂടെയായിരുന്നു. ഈ പാതയുടെ പ്രവൃത്തിക്ക് വനം വകുപ്പിന്റെ അംഗീകാരവും അനുവാദവും വാങ്ങിയിട്ടില്ലെന്ന് പറഞ്ഞ് വനം വകുപ്പ് ഉദ്യോഗസ്ഥർ ഈ ഭാഗത്തെ പണിക്കു തടസ്സം നിന്നു. റോഡ് വികസന

ത്തിന് വേണ്ടി വനം വകുപ്പിന്റെ അധീനതയിലുള്ള സ്ഥലത്തെ ചില മരങ്ങൾ മുറിച്ച് തരണമെന്ന് കത്ത് നല്കിയപ്പോഴായിരുന്നു ഈ തടസ്സവാദം. ശിവദാസ മേനോൻ വനം വകുപ്പ് ചീഫ് കോൺസെർവേറ്ററെ വിളിച്ച് സംസാരിച്ചിട്ടും പാലക്കാട് ജില്ലാ ഫോറസ്റ്റ് ഓഫീസറും സംഘവും ഇതിൽ തീരുമാനമെടുക്കേണ്ടത് കേന്ദ്ര വനം വകുപ്പാണെന്നു പറഞ്ഞുകൊണ്ട് വഴങ്ങിയില്ല. നെല്ലിയാമ്പതി വനം വകുപ്പ് കേസുകളുടെ കാലത്ത് ഈ നിയമങ്ങൾ വിശദമായി പഠിച്ചിരുന്നതിനാൽ ഇവിടെ ബാധകമാവുന്ന വകുപ്പ് എനിക്ക് ഹൃദിസ്ഥമായിരുന്നു. നിലവിലുള്ള ഒരു പാതയുടെ വികസന പരിഷ്കരണ പ്രവർത്തങ്ങൾക്ക് വനം വകുപ്പിന്റെ അനുമതി ആവശ്യമില്ലെന്നും മരങ്ങൾ മുറിച്ച് മാറ്റേണ്ട ചുമതല മാത്രമേ വനം വകുപ്പിനുള്ളു എന്ന നിയമം ഉദ്ധരിച്ച് ചീഫ് എഞ്ചിനീയർ ചീഫ് കോൺസെർവേറ്റർക്ക് അർദ്ധ ഔദ്യോഗിക കത്ത് അയക്കുകയും ഇത് പറഞ്ഞുകൊണ്ട് ശിവദാസ മേനോൻ വനം വകുപ്പ് മന്ത്രിയെ വിളിക്കുകയും ചെയ്തപ്പോൾ തടസ്സങ്ങൾ ഒഴുകിപ്പോയി. ഏകദേശം ഒന്നര വർഷമെടുത്തു ഈ പ്രവൃത്തി പൂർത്തിയാക്കാനും പൊതുജനങ്ങൾക്ക് തുറന്നു കൊടുക്കാനും. ഇന്നും അന്യസംസ്ഥാനങ്ങളിൽ നിന്ന് മലമ്പുഴയ്ക്ക് വരുന്ന വിനോദ സഞ്ചാരികൾ പൂർണ്ണമായും ഈ പാതയാണ് ഉപയോഗിക്കുന്നത്. രണ്ടാം ഘട്ടം അന്ന് സർവ്വേയെല്ലാം നടത്തി രൂപരേഖയും alignment ഉം അംഗീകരിച്ചുവെങ്കിലും തുടങ്ങാൻ കഴിഞ്ഞില്ല. ഞാൻ റിട്ടയർ ചെയ്തു 20 വർഷമായിട്ടും ഈ രണ്ടാം ഘട്ടം ഇന്ന് വരെ പൂർത്തിയായിട്ടില്ല എന്നത് ദുഃഖകരമായ സത്യമായി അവശേഷിക്കുന്നു.

ആനക്കല്ലിലെ ആദിവാസികളുടെ ഏക ഗതാഗത മാർഗ്ഗമായിരുന്ന മലമ്പുഴ-ആനക്കല്ല് റോഡിന്റെ കവ വരെയുള്ള ആദ്യഭാഗം മാത്രമേ പൂർത്തിയായിരുന്നുള്ളു. ബസ് സർവ്വീസും കവ വരെ മാത്രമായിരുന്നു. ആദിവാസി മേഖലയിലെ ജനങ്ങൾക്ക് കിലോമീറ്ററോളം ദൂരം നടന്നു കവയിലെത്തിയിട്ടു വേണമായിരുന്നു മലമ്പുഴയ്ക്കോ പാലക്കാട്ടേക്കോ പോകുവാൻ. ഒരു ഭാഗത്ത് റിസർവ്വ് വനവും മറുഭാഗത്ത് മലമ്പുഴ ജലാശയവും. ഈ യാത്രാസൗകര്യമില്ലായ്മ അവരുടെ നീക്കങ്ങളെ ഏറെ ബാധിച്ചിരുന്നു. ഇതിനു പരിഹാരമെന്നനിലയിലാണ് ഈ പാതയുടെ നിർമ്മാണം. സർക്കാരിന്റെ പുറമ്പോക്ക് സ്ഥലം ധാരാളമുള്ളതുകൊണ്ട് പാത നിർമ്മാണത്തിനും വികസനത്തിനുമുള്ള സ്ഥലം പ്രശ്നമായിരുന്നില്ല. ഒരു ഭാഗത്ത് താഴെ കിടക്കുന്ന ജലാശയമായതിനാലും ഒട്ടേറെ ചെറുതും വലുതുമായ തോടുകളും രണ്ടു ചെറിയ പുഴകളും ജലാശയത്തിലേക്കു വന്നു വീഴുന്നതിനാലും പദ്ധതിച്ചെലവുകൾ കൂടുമായിരുന്നു. ഇവയെല്ലാം പരിശോധിച്ചും ജലാശയത്തിന്റെ ഏറ്റവും കൂടിയ ജലനിരപ്പ് കൂടി പരിഗണിച്ച് പാതയുടെ ഉയരം നിശ്ചയിച്ചുമാണ് പദ്ധതിക്ക് അവസാന രൂപം കൊടുത്തത്. ആവശ്യമായ ഇടങ്ങളിലെല്ലാം പാർശ്വഭിത്തികളും എല്ലാ തോടുകൾക്കും മറ്റത്യാവശ്യ സ്ഥലങ്ങളിലും

കലുങ്കുകളും രണ്ടു ചെറിയ പുഴകൾക്ക് പാലങ്ങളുമടക്കം 9 മീറ്റർ മുകൾ വീതയിൽ പാത നിർമ്മിച്ച് 5.5 മീറ്റർ ഉപരിതല ഗതാഗത വീതി യൊരുക്കാനുള്ള എസ്റ്റിമേറ്റ് തയ്യാറാക്കി സർക്കാരിലേക്ക് സമർപ്പിച്ചു. വളരെ പെട്ടെന്ന് തന്നെ രണ്ടു കോടി രൂപയ്ക്കുള്ള ഭരണാനുമതിയും സാങ്കേതിക അനുമതിയും ലഭിച്ചതിനെത്തുടർന്ന് ദർഘാസ് വിളിച്ച് പ്രവൃത്തി വളാഞ്ചേരി സ്വദേശിയായ കരാറുകാരൻ കെ വിജയനുമായി കരാറിൽ ഏർപ്പെട്ടു പണി തുടങ്ങി. ഒട്ടേറെ പ്രയാസകരമായ പ്രവൃത്തി യായിരുന്നു ഇത്. പ്രവൃത്തിക്ക് വേണ്ടിയുള്ള കല്ലും മണലും സിമന്റും സ്റ്റീലുമെല്ലാം എത്തിക്കാൻ ഏറെ പാടുപെടേണ്ട സ്ഥിതിയുണ്ടായിരുന്നു. പ്രധാന പണിക്കാരെയെല്ലാം പാലക്കാട് നിന്ന് കൊണ്ട് വരേണ്ട തായിട്ടുണ്ടായിരുന്നു. ഒപ്പം മഴക്കാലത്ത് പ്രവൃത്തികൾ ചെയ്യാൻ കഴി യുമായിരുന്നില്ല. അട്ടയുടെ ശല്യവും വേണ്ടുവോളമുണ്ടായിരുന്നു. ഈ പ്രതികൂല സാഹചര്യങ്ങളുമായി മല്ലിട്ടുള്ള നിരന്തര സമരത്തി ലൂടെയാണ് പ്രവൃത്തി പുരോഗമിച്ചത്. ഞാൻ പലവിധത്തിൽ നിർബ്ബ ന്ധപൂർണ്ണമായ നിബന്ധനകളും മുന്നൊരുക്കങ്ങളും നടത്തിയിട്ടും എന്റെ ചുമതലാ കാലഘട്ടത്തിൽ 75% പ്രവൃത്തികൾ മാത്രമേ പൂർത്തിയാക്കാൻ കഴിഞ്ഞുള്ളു.

പുതുപ്പരിയാരം, പറളി പഞ്ചായത്തുകളിലെ ജനങ്ങളുടെ ഗതാഗത പ്രശ്നപരിഹാരത്തിനുള്ള ഏക മാർഗ്ഗമായിരുന്നു മുട്ടിക്കുളങ്ങര-കമ്പ- കിണാവല്ലൂർ റോഡ് നിർമ്മാണം. മന്ത്രി ശിവദാസ് മേനോന്റെ നിയമ സഭാ തിരഞ്ഞെടുപ്പ് സമയത്തെ വാഗ്ദാനങ്ങളിലൊന്നായിരുന്നു ഈ റോഡിന്റെ വികസനം. പാലക്കാട്-കോഴിക്കോട് റോഡിൽ മുട്ടിക്കുളങ്ങര സെന്ററിൽ നിന്നാരംഭിക്കുകയും കമ്പ, കിണാവല്ലൂർ വഴി പറളി-മുണ്ടൂർ റോഡിൽ ചേരുകയും ചെയ്യുന്ന ഈ പാത പഞ്ചായത്ത് അധികൃതരിൽ നിന്ന് നേരത്തെ ഏറ്റെടുത്തതായിരുന്നു. പക്ഷേ, ജില്ലാതല റോഡിന്റെ നിലവാരത്തിലേക്ക് നടത്തേണ്ട പരിഷ്കരണ പ്രവർത്തനങ്ങൾ ഒന്നും നടത്താത്തതിനാൽ ബസ് ഗതാഗതം ഉണ്ടായിരുന്നില്ല.

പഞ്ചായത്ത് പാതയെ ജില്ലാതല പാതയ്ക്ക് വേണ്ടവിധം വീതി കൂട്ടാനും ആവശ്യമുള്ളിടത്തെല്ലാം കലുങ്കുകളും പാർശ്വഭിത്തികളും അഴുക്കുചാലുകളും നിർമ്മിക്കാനും ഒരു പാലം നിർമ്മിക്കാനും പാത യുടെ ഗതാഗത ഉപരിതലം ശാക്തീകരിച്ച് ടാർ ചെയ്യാനും വേണ്ട പ്രവൃ ത്തികൾ ഉൾക്കൊള്ളിച്ച എസ്റ്റിമേറ്റിനു സർക്കാർ ഭരണാനുമതി നല് കുകയും ടെൻഡർ വിളിച്ച് പ്രവൃത്തി കരാറുകാരനായ പി കെ ഭാസ് കരൻ ഏറ്റെടുത്തു. ഒരുവർഷത്തിനുള്ളിൽ തന്നെ ഈ പ്രവൃത്തി പൂർത്തിയാക്കി ഗതാഗതത്തിനു തുറന്നു കൊടുക്കുകയും ബസ് സർ വ്വീസ് ഉദ്ഘാടനം ചെയ്യുകയും ചെയ്തപ്പോൾ ഏറെ സംതൃപ്തി തോന്നി.

പാലക്കാട് പാലങ്ങളുടെ നിർമ്മാണത്തിന് മാത്രമായി ഒരു സെക്ഷൻ ഈ സബ്ഡിവിഷനിൽ ഉള്ളതിനാൽ അടിയന്തരമായി നിർ മ്മിക്കേണ്ട പുതിയ പാലങ്ങളെക്കുറിച്ചുള്ള അന്വേഷണവും പുനർനിർ

മ്മാണം നിർബ്ബന്ധമായും നിർവ്വഹിക്കേണ്ട പഴകി ദ്രവിച്ച പാലങ്ങളുടെ വിശദ വിവരശേഖരണവും നടത്തേണ്ടിയിരുന്നു. രണ്ടാഴ്ചയ്ക്കുള്ളിൽ ഈ വിവര ശേഖരണം പൂർത്തിയാക്കിയപ്പോൾ അടിയന്തരമായി ഏറ്റെടുക്കേണ്ട ചില പ്രവൃത്തികളുടെ ലിസ്റ്റ് തയ്യാറാക്കി. പുതിയ പാലങ്ങളുടെ പട്ടികയിൽ മേനോൻ പാറ–ചുള്ളിമട റോഡിലെ പാലം, കുഴൽമന്ദം–മങ്കര റോഡിലെ കാളികാവ് പാലം, വടക്കഞ്ചേരി–പാടൂർ റോഡിലെ അസ്തിവാരം മാത്രം പൂർത്തിയാക്കി നില്ക്കുന്ന പാടൂർ പാലം എന്നിവയ്ക്ക് പ്രാധാന്യം കൊടുക്കണമെന്ന് തീരുമാനിച്ചു. പഴയ പാലങ്ങളുടെ പുനർനിർമ്മാണത്തിനായി നാട്ടുകൽ നടുപ്പുണി റോഡിലെ ഹെർബെർട്ട് പാലം, നാട്ടുകൽ–വേലന്താവളം റോഡിലെ മേനോൻപാറ പാലം, മംഗലം ഗോവിന്ദാപുരം റോഡിലെ വിത്തനശ്ശേരി പാലം, പാലക്കാട് നഗരത്തിലെ യാക്കര പാലം എന്നിവയാണ് ശുപാർശ ചെയ്തത്. കഞ്ചിക്കോട് മേനോൻ പാറ റോഡിലെ നിലമ്പതിയുടെ വീതി കൂട്ടലും ശാക്തീകരണവും ലിസ്റ്റിൽ ഉൾപ്പെടുത്തിയിരുന്നു. എല്ലാ പ്രവൃത്തികൾക്കും പദ്ധതിരേഖ തയ്യാറാക്കി അയച്ചുവെങ്കിലും അഞ്ചു പണികൾക്കാണ് ഭരണാനുമതി ലഭിച്ചത്.

വടക്കഞ്ചേരി–പാടൂർറോഡിലെ പാടൂർപ്പാലം വർഷങ്ങൾക്ക് മുമ്പ് ആരംഭിച്ച് ഫൗണ്ടേഷൻ മാത്രം തീർത്ത് കരാറുകാരൻ ഉപേക്ഷിച്ച് പോയ പ്രവൃത്തിയായിരുന്നു. ആലത്തൂർ താലൂക്കിലെ പുതുക്കോട് ഗ്രാമ പഞ്ചായത്തിലെ ജനങ്ങൾക്ക് ആലത്തൂർ എത്താനുള്ള ഏറ്റവും എളുപ്പവഴി ഈ പാലത്തിന്റെ പൂർത്തീകരണത്തോടെ തുറന്നുകൊടുക്കാൻ കഴിയുമായിരുന്നു. ഈ പാലം പൂർത്തിയാക്കാൻ വേണ്ടതെല്ലാം ചെയ്യണമെന്ന് അന്നത്തെ ആലത്തൂർ എം എൽ എ സി കെ രാജേന്ദ്രൻ സമ്മർദ്ദം ചെലുത്തിയിരുന്നു. അതിനാൽ ഈ പ്രവൃത്തിക്ക് മുൻഗണന നല്കി. സർക്കാരിൽ നിന്ന് പുതുക്കിയ ഭരണാനുമതി ലഭ്യമാക്കുകയും ചീഫ് എഞ്ചിനീയറിൽ നിന്ന് പുതുക്കിയ നിരക്കിലുള്ള സാങ്കേതിക അനുമതി കിട്ടുകയും ചെയ്തതിനെത്തുടർന്ന് ദർഘാസ് വിളിച്ച് എം എം വർഗ്ഗീസിനെ കരാർ ഏല്പിച്ചു. പാലക്കാട് നിന്ന് ഏറെ ദൂരെ തൃശൂർ ജില്ലാ അതിർത്തിയിലുള്ള ഈ പാല നിർമ്മാണത്തിന്റെ മേൽനോട്ടം പ്രയാസമുള്ളതായിരുന്നുവെങ്കിലും കരാർ പ്രകാരം 18 മാസം കാലാവധി നിശ്ചയിച്ച് തുടങ്ങിയ പാലം ഒരു കൊല്ലംകൊണ്ട് പൂർത്തിയാക്കി ഗതാഗതത്തിനു തുറന്നു കൊടുക്കാൻ കഴിഞ്ഞു. വലിയ ജനാവലിയുടെ സാന്നിദ്ധ്യത്തിൽ എം എൽ എ യുടെ നേതൃത്വത്തിൽ പൊതുമരാമത്ത് വകുപ്പ് മന്ത്രി ഉദ്ഘാടനം നിർവ്വഹിച്ച ഉത്സവസമാനമായ ചടങ്ങ് ഇന്നും ഓർമ്മയിൽ തങ്ങി നില്ക്കുന്നു.

നാട്ടുകൽ–നടുപ്പുണി റോഡിലെ ഹെർബെർട്ട് പാലം ഏറെ പഴക്കം ചെന്ന് ദുർബ്ബലമായ അവസ്ഥയിലായിരുന്നു. സംസ്ഥാന അതിർത്തിയായ നടുപ്പുണിയിലേക്കുപോകുന്ന സംസ്ഥാനാന്തര പാതയിലുള്ള ഈ പാലത്തിന് അതിനാൽ ഏറെ പ്രാധാന്യമുണ്ടായിരുന്നു. ബ്രിട്ടീഷ് ഭരണ

കാലത്ത് നിർമ്മിച്ച ഈ പാലം പുനർനിർമ്മിക്കണമെന്നത് ഈ ഭാഗത്തെ ജനങ്ങളുടെയും എല്ലാ ജനപ്രതിനിധികളുടെയും ആവശ്യമായിരുന്നു. ചിറ്റൂർ എം എൽ എ കെ അച്യുതൻ ഇതിനു വേണ്ടി രംഗത്തു വരികയും ശക്തമായ സമ്മർദ്ദം സർക്കാരിലും പൊതുമരാമത്ത് വകുപ്പിലും ചെലുത്തുകയും ചെയ്തിരുന്നു. പഴയ പാലത്തെ തൊടാതെ അതിന്റെ ഇടതു വശത്തായി പുതിയ പാലം നിർമ്മിക്കാനുള്ള പദ്ധതിയാണ് തയ്യാറാക്കിയത്. ഇഷ്ടംപോലെ സർക്കാർ പുറമ്പോക്ക് പുഴയുടെ കരയിലുണ്ടായിരുന്നതിനാൽ പ്രവേശന പാത ഒരുക്കാൻ പ്രയാസമുണ്ടായിരുന്നില്ല. ഇവയെല്ലാം കണക്കിലെടുത്തുള്ള സംസ്ഥാന പാതയുടെ നിലവാരം പുലർത്തുന്ന പുതിയ പാലത്തിനും പ്രവേശനപാതയ്ക്കും എസ്റ്റിമേറ്റ് തയ്യാറാക്കി സർക്കാരിലേക്ക് സമർപ്പിച്ചു. വളരെ പെട്ടെന്ന് തന്നെ ഭരണാനുമതി, സാങ്കേതികാനുമതി, ദർഘാസ് നടപടികൾ എന്നിവ പൂർത്തിയായി. കോഴിക്കോട്ടെ എഞ്ചിനീയർമാരുടെ കൂട്ടായ്മയായ യൂണിക് കൺസ്ട്രക്ഷൻസ് ആണ് കരാറുകാരായെത്തിയത്. ഗുണനിലവാരത്തിലും, സമയബന്ധിതമായ പ്രവൃത്തികളിലും പ്രാവീണ്യം തെളിയിച്ചിരുന്നു. രണ്ടുകൊല്ലമാണ് പണി പൂർത്തിയാക്കാൻ കരാർ പ്രകാരം നിശ്ചയിച്ചിരുന്നതെങ്കിലും പരിചയ സമ്പന്നരായ ഇവർ 18 മാസം കൊണ്ട് പ്രവൃത്തി പൂർത്തിയാക്കി.

മേനോൻപാറയിൽനിന്ന് കിൻഫ്ര പാർക്കിലൂടെയും വ്യവസായ വകുപ്പ് സ്ഥലം ഏറ്റെടുത്ത് വ്യവസായികൾക്ക് നല്കിയിരുന്ന വ്യവസായ വികസന മേഖലയുടെയും മദ്ധ്യത്തിലൂടെ ചുള്ളിമടയ്ക്കു പോകുന്ന പാതയായിരുന്നു മേനോൻ പാറ-ചുള്ളിമട റോഡ്. ഈ റോഡിനെ രണ്ടായി വിഭജിച്ച് കൊണ്ട് കോരയാർ ഒഴുകിയിരുന്നു. ഇവിടെ ഒരു പാലം നിർമ്മിക്കേണ്ടത് ദേശീയ പാതയുമായി ഈ വ്യവസായ മേഖലയെ ബന്ധിപ്പിക്കാൻ അനിവാര്യമായിരുന്നു. ഈ പാലത്തിന്റെ നിർമ്മാണം മുൻഗണനയോടെ നിർവ്വഹിക്കണമെന്നു ധനകാര്യ വകുപ്പ് മന്ത്രി ടി ശിവദാസ മേനോനും വ്യവസായ വകുപ്പ് മന്ത്രി സുശീലാ ഗോപാലനും നിർദ്ദേശിച്ചിരുന്നു. ശിവദാസ മേനോൻ ബഡ്ജറ്റിൽ തുക അനുവദിക്കുകയും ചെയ്തിരുന്നു. പാലം നിർമ്മാണത്തിനു എസ്റ്റിമേറ്റ് തയ്യാറാക്കാൻ വേണ്ട എല്ലാ അന്വേഷണങ്ങളും സർവ്വേകളും വിവരശേഖരണവും പൂർത്തിയാക്കി എസ്റ്റിമേറ്റ് തയ്യാറാക്കി ഭരണാനുമതിക്കു സമർപ്പിച്ചു. ഒട്ടും കാലതാമസം കൂടാതെ എല്ലാ അനുമതികളും ലഭിച്ച് ദർഘാസ് വിളിച്ച് തെരഞ്ഞെടുത്ത കോഴിക്കോട്ടെ ശക്തി കൺസ്ട്രക്ഷന് കരാർ നല്കി. 2 കൊല്ലമായിരുന്നു പ്രവൃത്തി പൂർത്തിയാക്കാൻവേണ്ടി നിശ്ചയിച്ചിരുന്നത്. എന്നാൽ 24 മാസത്തിനു പകരം 15 മാസത്തിനുള്ളിൽ പ്രവൃത്തി പൂർത്തിയാക്കി. ഇതോടൊപ്പം തന്നെ രണ്ടു പാർശ്വങ്ങളിലെയും സമീപനനിരത്തുകൾ വളവുകൾ തീർത്തു വികസിപ്പിക്കുകയും ഉപരിതല ശാക്തീകരണം നടത്തുകയും ചെയ്തു. ഇന്ന് ബി ഇ എം എൽ പ്ലാന്റിലേക്കും വ്യവസായ വികസന മേഖലയിലേക്കു

മുള്ള പ്രധാന പാതയായി ഇത് മാറിയത് ഈ പാലം നിർമ്മിച്ചതിനാൽ മാത്രമാണ്.

പുതിയ വ്യവസായ വികസന മേഖല (നിഡ) യിലേക്കുള്ള മറ്റൊരു പ്രധാന പാതയായിരുന്നു കഞ്ചിക്കോട്-മേനോൻപാറ റോഡ്. ഈ റോഡിലും കോരയാറിനു കുറുകെ ഒരു നിലമ്പതിയുണ്ടായിരുന്നു. വളരെ കങ്കാളങ്ങൾക്കു മുമ്പ് കെട്ടിയ പാലമായതിനാൽ ഒരു വണ്ടിക്കു കടന്നു പോകാനുള്ള വീതി മാത്രമേ ഇതിനുണ്ടായിരുന്നുള്ളു. മാത്രമല്ല അല്പം ബലക്ഷയവും ഉണ്ടായിരുന്നു. അതിനാൽ വലിയ ചരക്കു ലോറികൾ നിരനിരയായി വരുന്ന സന്ദർഭങ്ങളിൽ ഗതാഗതക്കുരുക്കുണ്ടാവുക സാധാരണമായിരുന്നു. കഞ്ചിക്കോട് ഇൻഡസ്ട്രീസ് ഫോറത്തിന്റെ നേതാക്കളും പൊതുജനവും പുതുശ്ശേരി പഞ്ചായത്തിലെ ജനപ്രതിനിധികളും മന്ത്രി ശിവദാസമേനോന് നിവേദനം നല്കിയിരുന്നു. അദ്ദേഹം ഇതിനെത്തുടർന്ന് ഈ നിലമ്പതിയുടെ വീതികൂട്ടലും ശാക്തീകരണവും കഞ്ചിക്കോട് ബസാർമുതൽ പാറ റോഡ്ജങ്ഷൻവരെയുള്ള കഞ്ചിക്കോട്-മേനോൻപാറ റോഡ് ഭാഗം വീതികൂട്ടി വികസിപ്പിച്ച് പരിഷ്കരിക്കാനും അഴുക്കു ചാലുകൾ നിർമ്മിക്കാനും ഉപരിതല ശാക്തീകരണം നടത്താനും ഉള്ള ഒരു പ്രവൃത്തിക്ക് ബഡ്ജറ്റിൽ തുക ഉൾക്കൊള്ളിച്ചിരുന്നു. ഈ പ്രവൃത്തി കരാറെടുത്തു വന്നത് ജലസേചനവകുപ്പിൽ കരാറെടുത്തിരുന്ന എന്നാൽ പൊതുമരാമത്ത് വകുപ്പിൽ പുതിയതായ ജോജി ജോർജ്ജ് എന്ന കരാറുകാരനായിരുന്നു. അദ്ദേഹത്തിന്റെ അമ്മാവൻ മൂവാറ്റുപുഴക്കാരനായ മാത്യു ജലസേചന വകുപ്പിലെ പ്രധാന കരാറുകാരനും എന്റെ അടുത്ത സുഹൃത്തുമായിരുന്നു. ആദ്യമൊക്കെ ജലസേചന വകുപ്പിലെ സാദാ പ്രവൃത്തികളുടെ ആലസ്യം ഉണ്ടായെങ്കിലും പിന്നീട് കൃത്യമായ ഉപദേശവും അല്പസ്വല്പം ശാസനകളും ലഭിച്ചപ്പോൾ കിട്ടിയ ദിശാബോധം ജോജിയെ പാടെ മാറ്റിമറിച്ചു. തികഞ്ഞ ഗുണനിലവാരത്തോടെ സമയബന്ധിതമായി പണികൾ തീർക്കുന്ന കോൺട്രാക്ടറായി ജോജി പരിണമിച്ചു. ഈ പ്രവൃത്തി ഒരു കൊല്ലം കൊണ്ടാണ് തീർക്കേണ്ടതെങ്കിലും 8 മാസം കൊണ്ട് പൂർത്തീകരിച്ചു. ഇതിനെത്തുടർന്ന് എന്റെ കീഴിൽ ഒട്ടേറെ പ്രവൃത്തികൾ ഈ മൂന്നുകൊല്ലത്തിനുള്ളിൽ ജോജി സമയബന്ധിതമായി പൂർത്തീകരിക്കുകയുണ്ടായി. ജീവിതകാലം മുഴുവൻ നീണ്ടുനിന്ന വലിയൊരു സുഹൃദ് ബന്ധത്തിന് ഈ പ്രവൃത്തി തുടക്കം കുറിച്ചു. നിരന്തരമായ കൂട്ടായ്മകളോടെ ജോജിയുടെ ഭാര്യ മിനിയും ഫെബിൻ, ടിനോ, തെരേസ് മേരി എന്നീ മൂന്നു മക്കളുമടങ്ങുന്ന കുടുംബവുമായും നല്ല കുടുംബ ബന്ധം സ്ഥാപിക്കാൻ എന്റെ കുടുംബത്തിനും കഴിഞ്ഞു. ഇന്ന് എന്റെ ഏറ്റവും അടുത്ത സുഹൃത്തുക്കളിൽ ഒരാളായ ജോജി കേരളത്തിലെതന്നെ ഏറ്റവും പ്രഗത്ഭരായ കോൺട്രാക്ടർമാരിൽ ഒരാളായി മാറിയത് സന്തോഷത്തോടെ കാണുന്നു.

കുഴൽമന്ദം, മാത്തൂർ, കോട്ടായി, പെരിങ്ങോട്ടുകുറിശ്ശി എന്നീ പഞ്ചാ

യത്തുകളെ മങ്കര, ലക്കിടി, പേരൂർ എന്നീ പഞ്ചായത്തുകളുമായും ഒറ്റപ്പാലം മുനിസിപ്പാലിറ്റിയുമായും ബന്ധിപ്പിക്കുന്ന ഒരു പാതയാണ് കുഴൽമന്ദം–മങ്കര റോഡ്. എന്നാൽ ഈ പാതയെ രണ്ടായി തിരിച്ചുകൊണ്ട് കാളികാവിൽ ഭാരതപ്പുഴ ഒഴുകിയിരുന്നു. കാളികാവിൽ ഒരു പാലം നിർമ്മിക്കുക എന്നത് ഈ പഞ്ചായത്തുകളിലെ മുഴുവൻ ജനങ്ങളുടെയും ജനപ്രതിനിധികളുടെയും ഒട്ടേറെ കാലത്തെ ആവശ്യവും അഭിലാഷവുമായിരുന്നു. കുഴൽമന്ദം–പാലക്കാട് നിയോജക മണ്ഡലങ്ങളെ ബന്ധിപ്പിക്കുന്ന കാളികാവ് പാലം നിർമ്മിക്കണമെന്ന നിവേദനം എം എൽ എമാരായ എം നാരായണനും ടി കെ നൗഷാദും നല്കിയിരുന്നു. ഇവയെല്ലാം പരിഗണിച്ച് കുഴൽമന്ദം–മങ്കര റോഡിൽ കാളികാവിൽ പാലം നിർമ്മിക്കാനുള്ള വിശദമായ അന്വേഷണത്തിലൂടെ വിവരശേഖരണവും അസ്ഥിവാരത്തിന്റെ താഴ്ച കണ്ടെത്താനുള്ള ബോറിങ്ങും നടത്തി എസ്റ്റിമേറ്റ് തയ്യാറാക്കി പദ്ധതിരേഖ സർക്കാരിലേക്ക് സമർപ്പിച്ചു. ഭരണാനുമതിയും സാങ്കേതികാനുമതിയും ലഭിച്ചതിനെത്തുടർന്ന് കരാറെടുത്തത് കേരളത്തിലെ പ്രധാന കോൺട്രാക്ടർമാരിൽ ഒരാളായ എടവണ്ണക്കാരനായ എന്റെ സുഹൃത്ത് വി പി തൃമതി ആയിരുന്നു.

ആ പ്രദേശത്തെ മുഴുവൻ ജനങ്ങളുടെയും ആഹ്ലാദവും കൃതജ്ഞതയും പ്രകടമാവുന്ന വിധത്തിൽ ജനസഞ്ചയം പങ്കെടുത്ത ശിലാസ്ഥാപന യോഗത്തിൽ വെച്ച് എം നാരായണൻ, ടി കെ നൗഷാദ് എന്നീ രണ്ടു എം എൽ എമാരുടെയും എൻ എൻ കൃഷ്ണദാസ്, എസ് അജയകുമാർ എന്നീ രണ്ടു എം പി മാരുടെയും മറ്റു ജനപ്രതിനിധികളുടെയും സാന്നിദ്ധ്യത്തിൽ പൊതുമരാമത്ത് വകുപ്പ് മന്ത്രി പി ജെ ജോസഫ് പ്രവൃത്തിക്ക് തുടക്കം കുറിച്ചു. യുദ്ധകാലാടിസ്ഥാനത്തിലാണ് ഭാരതപ്പുഴയ്ക്ക് കുറുകെയുള്ള ഈ പാലത്തിന്റെ പ്രവൃത്തികൾ നടത്താൻ തീരുമാനിച്ചത്. ആഴ്ചയും പുഴയിലെ ജലനിരപ്പും, അസ്തിവാരത്തിന്റെ താഴ്ചയും പ്രവൃത്തികൾക്ക് ഏറെ തടസ്സം സൃഷ്ടിച്ചിരുന്നു. അസ്തിവാരത്തിന്റെ പണി കഴിഞ്ഞിടങ്ങളിലെല്ലാം ഒട്ടും താമസമില്ലാതെ പില്ലറുകൾ വാർക്കാനും പില്ലറുകൾ തീർന്നിടത്തെല്ലാം പാലത്തിന്റെ മുകൾ ഭാഗം നിർമ്മിക്കാനും ഇത് രണ്ടു കരയിൽനിന്നും ഒരേസമയം പ്രവർത്തിക്കാനുമുള്ള മുന്നൊരുക്കങ്ങളാണ് നടത്തിയത്. ആവശ്യമായ നിർമ്മാണ വസ്തുക്കളെല്ലാം കാലേ കൂട്ടി ശേഖരിക്കാൻ നിർദ്ദേശം നല്കിയിരുന്നു. തൃമതിയുടെ നിർമ്മാണ മേഖലയിലെ പരിചയവും ആളുകളോട് പെരുമാറാനുള്ള നയചാതുരിയും ദീർഘവീക്ഷണവും പൊതുമരാമത്തിലെ സഹപ്രവർത്തകരുടെ വിശ്രമമില്ലാത്ത അക്ഷീണ യത്നവും ചേർന്നപ്പോൾ ഏറ്റവും മികച്ച രീതിയിലുള്ള പ്രവർത്തനം കാഴ്ചവെക്കാൻ കഴിഞ്ഞു. പക്ഷേ, രണ്ടു അബട്ട്മെന്റുകളും മുഴുവൻ പില്ലറുകളും 60% സ്ലാബുകളും മാത്രമേ സർവ്വീസിൽ നിന്ന് പിരിഞ്ഞതിനാൽ എനിക്ക് പൂർത്തിയാക്കാൻ കഴിഞ്ഞുള്ളു. ഒരു ആറുമാസം കൂടിയെടുത്തു പ്രവൃത്തി പൂർത്തിയായി ഗതാഗതത്തിനു തുറന്നുകൊടുക്കാനായില്ലെങ്കിലും

എന്റെ ജീവിതത്തിൽ ഏറെ കൃതാർത്ഥത തോന്നിയ പ്രവൃത്തികളിലൊന്നായിരുന്നു കാളികാവ് പാലം നിർമ്മാണം.

എന്റെ ഔദ്യോഗിക ജീവിതത്തിലെ ഏറ്റവും വെല്ലുവിളി നിറഞ്ഞ നിയോഗങ്ങളിൽ ഒന്നായിരുന്നു യാക്കര പാലം നിർമ്മാണം. 1906 ൽ ബ്രിട്ടീഷുകാർ നിർമ്മിച്ചതായിരുന്നു തൃശൂർ, ആലത്തൂർ, കുഴൽമന്ദം, കൊടുവായൂർ, തത്തമംഗലം, പൊള്ളാച്ചി എന്നീ സ്ഥലങ്ങളെ പാലക്കാട് നഗരവുമായി ബന്ധിപ്പിക്കുന്ന യാക്കര പാലം. കണ്ണാടിപ്പുഴയ്ക്ക് കുറുകെ 4.00 മീറ്റർ ഗതാഗത വീതിയും 112 മീറ്റർ നീളവുമുള്ള ഈ ഇരുമ്പു പാലം ബ്രിട്ടീഷ് പട്ടാളത്തിന്റെ എഞ്ചിനീയറിങ് വിഭാഗം നിർമ്മിച്ചതായിരുന്നു. ഏറെനാളായി ഈ പാലം അപകടാവസ്ഥയിലാണെന്നും പുനർ നിർമ്മാണം തീർത്തും അനിവാര്യമാണെന്നും സർക്കാരിലേക്ക് റിപ്പോർട്ട് ചെയ്തിരുന്നു. ഭാരം ഇറക്കി മാത്രമേ വലിയ ഭാരം വഹിക്കുന്ന വണ്ടികൾ പാലത്തിലൂടെ പോകാൻ പാടുള്ളു എന്ന പൊതുമരാമത്ത് വകുപ്പിന്റെ പതിവ് പല്ലവി ബോർഡ് രൂപത്തിൽ ഇരുഭാഗത്തും 1991 ൽ തന്നെ സ്ഥാപിച്ചിരുന്നു. എന്തുകൊണ്ടോ പുനർനിർമ്മാണത്തിനുള്ള അനുമതി ലഭിക്കൽ നീണ്ടുപോയി. 1998 ഒക്ടോബർ മാസത്തിൽ ഒരു രാത്രിയിൽ ഈ പാലത്തിന്റെ രണ്ടു ഡെക്കുകൾ പൊട്ടി പുഴയിലേക്ക് വീഴുകയും ഗതാഗതം പൂർണ്ണമായും നിലയ്ക്കുകയും ചെയ്തു. രാത്രിയായതിനാൽ ആളപായം ഒന്നുമുണ്ടായില്ല. നഗരത്തിലേക്ക് പോകേണ്ട പൊതുജനത്തിനും വാഹനങ്ങൾക്കും കിലോമീറ്ററുകൾ താണ്ടി ലക്ഷ്യസ്ഥാനത്തെത്തേണ്ട ഗതികേടാണ് വന്നത്. പാലത്തിനടുത്തുള്ള യാക്കര സ്കൂളിലെ പകുതിയിലധികം വരുന്ന വിദ്യാർത്ഥികൾക്ക് കുറെ കിലോമീറ്ററുകൾ ദിവസവും യാത്ര ചെയ്താലേ സ്കൂളിലെത്താൻ പറ്റൂ എന്ന് വന്നു. രാവിലെ തന്നെ സ്ഥലത്തെത്തി പ്രാഥമിക റിപ്പോർട്ട് സർക്കാരിലേക്കും പൊതുമരാമത്ത് വകുപ്പ് അധികൃതർക്കും ജില്ലാ ഭരണകൂടത്തിനും നല്കി. ഒരാഴ്ചയ്ക്കകം പാലക്കാട് എം പി എൻ എൻ കൃഷ്ണദാസ്, എം എൽ എ ടി കെ നൗഷാദ്, ചീഫ് എഞ്ചിനീയർ ജോസഫ് മാത്യു, സൂപ്രണ്ടിങ് എഞ്ചിനീയർ കെ നാരായണൻ, ജില്ലാ കളക്ടർ എസ് ജി കെ കിഷോർ, എക്സിക്യൂട്ടീവ് എഞ്ചിനീയർ എം ടി അഹമ്മദ് ഷഹീദ് എന്നിവരോടൊപ്പം സ്ഥലം സന്ദർശിച്ച് സ്ഥിതിഗതികൾ പൂർണ്ണമായി വിലയിരുത്തി. പാലത്തിന്റെ പുനർനിർമ്മാണ പ്രവർത്തനങ്ങൾക്കുള്ള നടപടികൾ ഉടൻ സ്വീകരിക്കാൻ സർക്കാരിൽ സമ്മർദ്ദം ചെലുത്താമെന്നു ജനപ്രതിനിധികളും തിരുവനന്തപുരത്ത് വെച്ച് ഒരു ഉന്നതതലയോഗം കൂടി സത്വര നടപടികൾ സ്വീകരിക്കാമെന്ന് ചീഫ് എഞ്ചിനീയറും സന്ദർശനത്തെ തുടർന്ന് ജില്ലാ കളക്ടറുടെ ചേംബറിൽ നടന്ന യോഗത്തിൽ വാഗ്ദാനം ചെയ്തു.

ആ ആഴ്ച പാലക്കാടെത്തിയ ധനകാര്യ വകുപ്പുമന്ത്രി ടി ശിവദാസ മേനോനും യാക്കരയിലെത്തുകയും തകർന്ന പാലം മൂലമുണ്ടായ സ്ഥിതിവിശേഷങ്ങൾ കണ്ടു മനസ്സിലാക്കുകയും ചെയ്തു. അദ്ദേഹം

തിരുവനന്തപുരത്ത് എത്തിയതിന്റെ അടുത്തദിവസം എന്നെ വിളിച്ച് അടുത്ത ദിവസം തന്നെ ചീഫ് എഞ്ചിനീയറെയും എക്സിക്യൂട്ടീവ് എഞ്ചിനീയറെയും കൂട്ടി യാക്കര പാലത്തിന്റെ പുനർനിർമ്മാണത്തിനുള്ള നിർദ്ദേശങ്ങളുമായി അദ്ദേഹത്തെ വന്നു കാണണമെന്ന് പറഞ്ഞു. തിരുവനന്തപുരത്തെത്തിയപ്പോൾ മുഖ്യമന്ത്രി, ധനകാര്യവകുപ്പ് മന്ത്രി, പൊതുമരാമത്തു വകുപ്പ് മന്ത്രി, പൊതുമരാമത്ത് വകുപ്പ് സെക്രട്ടറി, ധനകാര്യ വകുപ്പ് സെക്രട്ടറി എന്നിവരോടൊപ്പം ഞങ്ങളും പങ്കെടുക്കുന്ന ഒരു യോഗം മുഖ്യമന്ത്രിയുടെ ഓഫീസിൽ ശിവദാസ മേനോന്റെ നിർദ്ദേശാനുസരണം ഒരുക്കിയിരുന്നു. യാക്കര പാലം പുനർനിർമ്മാണത്തെക്കുറിച്ച് ഈ യോഗം വിശദമായി ചർച്ച ചെയ്തു. ചീഫ് എഞ്ചിനീയർ ജോസഫ് മാത്യു കാര്യങ്ങൾ വിശദീകരിച്ചു. സാധാരണ നിലയിൽ പൊതുമരാമത്ത് വകുപ്പ് ഡിസൈൻ വിങ് വിശദാംശങ്ങൾ ശേഖരിച്ച് പാലത്തിന്റെ നിർമ്മാണത്തിനുള്ള ഒരു പുതിയ പ്ലാൻ തയ്യാറാക്കണമെങ്കിൽ മൂന്നു മാസമെങ്കിലും പിടിക്കുമെന്നും തുടർന്ന് എസ്റ്റിമേറ്റ് ഉണ്ടാക്കി ഭരണാനുമതിയും സാങ്കേതികാനുമതിയും ലഭ്യമാക്കി ടെൻഡർ വിളിച്ച് പ്രവൃത്തി തുടങ്ങാൻ മറ്റൊരു ആറു മാസം പിടിക്കുമെന്നും പ്രവൃത്തി സമയമായി 24 മാസം വേണ്ടിവരുമെന്നും അങ്ങനെ മൊത്തം മൂന്നു കൊല്ലമെങ്കിലും കഴിഞ്ഞാലേ പാലം പ്രവൃത്തി പൂർത്തിയാക്കി ഗതാഗതത്തിനു തുറന്നു കൊടുക്കാൻ കഴിയൂ എന്ന് പറഞ്ഞു. നഗരത്തിലേക്കുള്ള ഏക മാർഗ്ഗം മൂന്നു കൊല്ലത്തോളം അടഞ്ഞു കിടക്കാൻ കഴിയില്ലെന്നും മറ്റു നടപടികളോടെ കാലതാമസം കുറയ്ക്കണമെന്നും ശിവദാസ മേനോൻ പറഞ്ഞു. അത് ശരിവെച്ചുകൊണ്ട് മുഖ്യമന്ത്രി ഇ കെ നായനാർ എന്നോട് പറഞ്ഞു. നീയാണല്ലോ പ്രവൃത്തി ചെയ്യേണ്ടത്. നിന്റെ അഭിപ്രായമെന്താണ്? ഞാൻ മനസ്സിൽ ആലോചിച്ചുറപ്പിച്ചിരുന്ന എന്റെ നിർദ്ദേശങ്ങൾ മുന്നോട്ട് വെച്ചു. പൊതുമരാമത്ത് വകുപ്പ് ഡിസൈൻ വിങ്ങിനെ ഏല്പിച്ചാൽ കാലതാമസമുണ്ടാവും. പാലം വീണതിനെത്തുടർന്ന് എല്ലാ വിശദാംശങ്ങളും ശേഖരിച്ച് പാലം പുതുക്കി പണിയാനുള്ള പ്ലാനും എസ്റ്റിമേറ്റും അടങ്ങുന്ന ഒരു പ്രൊജക്ട് റിപ്പോർട്ട് ഞാൻ തയ്യാറാക്കിയിട്ടുണ്ട്. നിലവിലുള്ള പില്ലറുകൾ കോൺക്രീറ്റിൽ പൊതിഞ്ഞ് ശക്തമാക്കാനും അതിനുമുകളിൽ ദേശീയപാതനിലവാരത്തിലുള്ള ഡക്ക് 9 മീറ്റർ വീതിയിൽ കൈവരികളോടെ നിർമ്മിക്കാനുള്ളതാണ് പദ്ധതി. പൊതുമരാമത്ത് വകുപ്പ് ഡിസൈൻ വിങ് ഇത് പരിശോധിച്ച് അംഗീകരിച്ചാൽ കാലതാമസം ഒഴിവാക്കാം. ടെൻഡർ വിളിച്ചാൽ മറ്റൊരു ആറു മാസം നഷ്ടപ്പെടും. ടെൻഡർ ഒഴിവാക്കി വകുപ്പ് നേരിട്ട് നിർമ്മാണം നടത്താൻ അനുവാദം ലഭിച്ചാൽ ആ കാലതാമസവും ഒഴിവാക്കാം. പ്രവൃത്തി സ്ഥലത്തെ ചുമതലകൾ ഏറുമെങ്കിലും ഇതൊരു വെല്ലുവിളിയായി സ്വീകരിച്ച് പീസ് വർക്ക് സിസ്റ്റം അനുസരിച്ച് സർക്കാർ നിശ്ചയിക്കുന്ന റേറ്റിനു പണി തീർക്കാൻ ഞാൻ സന്നദ്ധനാണ്. കരാർ പ്രവൃത്തി സമയം 24 മാസമെങ്കിലും നല്കണം. നേരിട്ട് നടത്തുകയാണെങ്കിൽ 12 മാസം

കൊണ്ട് പണി പൂർത്തിയാക്കാൻ കഴിയുമെന്ന് എനിക്ക് ആത്മവിശ്വാസമുണ്ട്. പ്രവൃത്തി പൊതുമരാമത്ത് വകുപ്പ് നേരിട്ട് ചെയ്യാനും അതിനുവേണ്ട ഫണ്ട് ബഡ്ജറ്റിൽ ഉൾപ്പെടുത്താനും സമർപ്പിക്കപ്പെടുന്ന പ്ലാനും എസ്റ്റിമേറ്റും പരിശോധിച്ച് ഭരണാനുമതിയും സാങ്കേതികാനുമതിയും ഒരുമാസത്തിനുള്ളിൽ നല്കാനും യോഗം തീരുമാനിച്ച് മിനിറ്റ്സ് രേഖപ്പെടുത്തി. ഡിസംബർ മൂന്നാം വാരത്തോടെ എല്ലാ അനുമതികളും ലഭിച്ചു.

യാക്കര പാലത്തിന്റെ പുനർനിർമ്മാണത്തിന് വേണ്ടിയുള്ള എല്ലാ അനുമതികളും ലഭിച്ചതിനെത്തുടർന്ന് ഓരോ ഇനത്തിനുമുള്ള ഡിപ്പാർമെന്റ് നല്കുന്ന സിമന്റ്, കമ്പി എന്നിവ ഒഴികെയുള്ള ഏറ്റവും ചുരുങ്ങിയ റേറ്റ് കിട്ടുന്നതിന് വേണ്ടിയുള്ള ലഘു ദർഘാസ് വിളിച്ച് ഏറ്റവും കുറച്ചു നിരക്ക് നല്കിയ കരാറുകാരനെ വിളിച്ച് വീണ്ടും നിരക്ക് കുറയ്ക്കാനുള്ള ചർച്ച നടത്തി എല്ലാ ഇനങ്ങൾക്കും നല്കാവുന്ന പരമാവധി നിരക്ക് തീരുമാനിച്ചു. മലബാർ സിമന്റ്സ് കമ്പനി മാനേജിങ് ഡയറക്ടറും മാർക്കറ്റിങ് മാനേജരുമായി സംസാരിച്ച് സർക്കാർ നിരക്കിൽ സിമന്റ് പണിസ്ഥലത്ത് നേരിട്ട് എത്തിക്കുന്നതിനുള്ള തീരുമാനമാക്കി. ഇതേപോലെ നിർമ്മാണാവശ്യത്തിനുള്ള കമ്പി പാലനിർമ്മാണ സ്ഥലത്ത് എത്തിക്കുന്നതിനുള്ള ഏറ്റവും ചുരുങ്ങിയ നിരക്കും ലഘു ദർഘാസ് വഴി ഉറപ്പിച്ചു. എഞ്ചിനീയർ കോൺട്രാക്ടറായ പി എം യോഹന്നാനെ നേരത്തെ നിശ്ചയിച്ച ഏറ്റവും ചുരുങ്ങിയ നിരക്കിന് ചെയ്യുന്ന പണിയുടെ അളവെടുത്ത് തുക നല്കുന്ന വിധത്തിൽ പീസ് വർക്ക് കോൺട്രാക്ടറായി അംഗീകരിച്ചു. 1999 ജനുവരി മാസത്തിൽതന്നെ വലിയ ഒരു ജനാവലിയുടെ സാന്നിദ്ധ്യത്തിൽ ധനവകുപ്പ് മന്ത്രി ശിവദാസ മേനോൻ പുതിയ പാലത്തിന്റെ ശിലാസ്ഥാപനം നിർവ്വഹിച്ചു. യുദ്ധകാലാടിസ്ഥാനത്തിൽ ഓരോ ആഴ്ചയും നടക്കേണ്ട പ്രവൃത്തികൾ തീരുമാനിക്കുകയും അവ നടക്കുന്നുണ്ടോ എന്ന് കൃത്യമായി പരിശോധിക്കുകയും ചെയ്തു. രാവും പകലും ആവശ്യമായ തൊഴിലാളികളെ വെച്ച് പ്രവൃത്തിയെടുപ്പിക്കാനും അതിന്റെ മേൽനോട്ടം വഹിക്കാൻ മാറി മാറി കീഴുദ്യോഗസ്ഥന്മാരെ നിയോഗിക്കുകയും ചെയ്തു. നാട്ടുകാരും സ്ഥിരമായി പണിയുടെ പുരോഗതി വീക്ഷിച്ചുകൊണ്ട് ഏതു കാര്യത്തിനും ഞങ്ങളുടെ സഹായം ഉണ്ടാവും എന്നറിയിച്ചുകൊണ്ടുള്ള സഹകരണം നല്കിയത് ഞങ്ങൾക്ക് ഏറെ ഊർജ്ജം പകർന്നു. കേരളത്തിലൊരിടത്തും ഇത്രമാത്രം ജനപങ്കാളിത്തം ലഭ്യമായ പ്രവൃത്തി നടന്നിരുന്നില്ല. പാലത്തിന്റെ പണിയോടൊപ്പം തന്നെ രണ്ടുഭാഗത്തെയും സമീപന നിരത്തുകൾ വീതി കൂട്ടാനും വളവുകൾ തീർക്കാനുമുള്ള പണികളും ആരംഭിച്ചിരുന്നു. പല തടസ്സങ്ങളും ഈ പ്രവൃത്തിക്ക് വന്നു ഭവിച്ചിരുന്നു. ആവശ്യമുള്ള സിമന്റ് സപ്ലൈ ചെയ്യാൻ മലബാർ സിമന്റിനു കഴിയാതിരിക്കുക, കമ്പി പലപ്പോഴും താമസിക്കുക, സ്കിൽഡ് തൊഴിലാളികളുടെ ദൗർലഭ്യം, അലിയാറിൽനിന്ന് വെള്ളം തുറന്നുവിടുമ്പോൾ പുഴയിലുണ്ടാവുന്ന

ജലനിരപ്പുമാറ്റം എന്നിവ പ്രവൃത്തിയുടെ ശീഘ്രപുരോഗതിക്ക് വിഘാതം സൃഷ്ടിച്ചിരുന്നു. ഇതിനെയെല്ലാം മറികടക്കാനുള്ള ആർജ്ജവവും ഇച്ഛാശക്തിയും സമർപ്പണവും പൊതുമരാമത്തു വകുപ്പിലെ എന്റെ സഹപ്രവർത്തകരുടെയും ഏകശിലയായി കൂടെനിന്ന മേലുദ്യോഗസ്ഥരുടെയും കൂട്ടായ്മയും കർത്തവ്യനിരതയും ഏതു പ്രതികൂല സാഹചര്യത്തെയും ആത്മവിശ്വാസത്തോടെ നേരിടാൻ കോൺട്രാക്ടർ പി എം യോഹന്നാൻ കാണിച്ച ചങ്കുറപ്പിന്റെയും ഫലമായി എട്ടുമാസത്തിനുള്ളിൽ പാലത്തിന്റെ പുനർനിർമ്മാണം പൂർത്തിയായി. മുഖ്യമന്ത്രിയോടും ധനകാര്യ പൊതുമരാമത്ത് വകുപ്പ് മന്ത്രിമാരോടും പൊതുമരാമത്ത് വകുപ്പിലെ മേലുദ്യോഗസ്ഥരോടും ഞാൻ നല്കിയ ഉറപ്പും അവർ എന്നിൽ അർപ്പിച്ച വിശ്വാസവും പാലിക്കാൻ കഴിഞ്ഞതിൽ എനിക്കേറെ സംതൃപ്തി തോന്നി. പാലം മുഖ്യമന്ത്രി ഇ കെ നായനാരെക്കൊണ്ട് ഉദ്ഘാടനം ചെയ്യിക്കണമെന്നു അനൗദ്യോഗികമായി തീരുമാനിക്കുകയും ചെയ്തു.

പക്ഷേ, പാലം പൂർത്തിയായപ്പോഴേക്കും ലോക്സഭാ തിരഞ്ഞെടുപ്പ് പ്രഖ്യാപിക്കപ്പെടുകയും തിരഞ്ഞെടുപ്പ് ചട്ടങ്ങൾ നിലവിൽ വരികയും ചെയ്തു. അതിനാൽ മുഖ്യമന്ത്രിക്ക് ഉദ്ഘാടനം നിർവ്വഹിക്കാൻ വയ്യാത്ത അവസ്ഥ വന്നു. പിന്നീട് ചീഫ് എഞ്ചിനീയർ ആണ് പാലം ഗതാഗതത്തിനു തുറന്നു കൊടുത്തത്. സന്തുഷ്ടരും ആഹ്ലാദഭരിതരുമായ വലിയ ജന സഞ്ചയത്തിന്റെ സാന്നിദ്ധ്യത്തിൽ നടന്ന ഉദ്ഘാടനം ഇടതുപക്ഷ ജനാധിപത്യ മുന്നണിക്ക് ഏറെ പ്രയോജനം ചെയ്തു. ഒരു സർക്കാരിന് ലക്ഷ്യബോധവും ജനങ്ങളോടുള്ള പ്രതിബദ്ധതയും പ്രവൃത്തികൾ നടത്തിയെടുക്കാനുള്ള ഇച്ഛാശക്തിയും ഉണ്ടെങ്കിൽ ജനോപകാരപ്രധാനമായ ഒട്ടേറെ കർമ്മപദ്ധതികൾ സാക്ഷാൽക്കരിക്കാൻ കഴിയുമെന്ന് യാക്കര പാലത്തിന്റെ നിർമ്മാണം വിളംബരം ചെയ്തു. ലോക്സഭാ തിരഞ്ഞെടുപ്പ് കഴിഞ്ഞപ്പോൾ ഇടതുപക്ഷ ജനാധിപത്യ സ്ഥാനാർത്ഥി എൻ എൻ കൃഷ്ണദാസ് വമ്പിച്ച ഭൂരിപക്ഷത്തോടെ ജയിച്ചു. കൃഷ്ണദാസിന്റെ വിജയത്തിൽ ഒരു പങ്ക് യാക്കര പാലത്തിന്റെ ഹ്രസ്വകാലയളവിൽ പൂർത്തിയാക്കിയ അത്ഭുതപൂർവ്വമായ പുനർനിർമ്മാണവും വഹിച്ചിട്ടുണ്ടെന്നു മനസ്സിലാക്കി പൊതുജനം വിലയിരുത്തി..

ലോക്സഭാ തിരഞ്ഞെടുപ്പ് പരാജയത്തിൽ ജാള്യത ഒഴിവാക്കാൻ, ക്ഷീരമുള്ളോരകിടിൻ ചുവട്ടിലും ചോര തന്നെ കൊതുകിന്നു കൗതുകം എന്ന് പറയുന്നത് അന്വർത്ഥമാക്കിക്കൊണ്ട്, യാക്കര പാലം നിർമ്മാണത്തിനെതിരായ അഴിമതി ആരോപണത്തിന്റെ പ്രചരണവും പ്രക്ഷോഭവുമായി കോൺഗ്രസിന്റെ നേതൃത്വത്തിൽ ഐക്യ ജനാധിപത്യ മുന്നണി മുന്നോട്ടു വന്നു. അതിനവർ കാരണമായി പറഞ്ഞത് പാലത്തിൽ പലസ്ഥലങ്ങളിലായി വിള്ളലുകൾ കാണുന്നുവെന്നതായിരുന്നു. സ്പാനുകൾക്കിടയിൽ കാലാവസ്ഥാ വ്യതിയാനം മൂലമുണ്ടാവുന്ന വികാസം എടുക്കുന്നതിനു വേണ്ടി എല്ലാ പാലങ്ങളിലും ശാസ്ത്രീയമായി

ഡെക്കുകൾക്കിടയിൽ വിടുന്ന വിടവുകളാണിവ എന്ന് തിരിച്ചറിയാനുള്ള സാങ്കേതിക ജ്ഞാനവും പ്രായോഗിക ബുദ്ധിയും ഇല്ലാത്തവരായിരുന്നു ഇവർ. പ്രവൃത്തിയെക്കുറിച്ചറിയാവുന്ന കാര്യങ്ങൾ പഠിക്കുന്ന കെ എ ചന്ദ്രൻ എം എൽ എ, കെ ശങ്കരനാരായണൻ, കെ അച്യുതൻ എം എൽ എ, എ വി ഗോപിനാഥ് എന്നീ കോൺഗ്രസ് നേതാക്കൾ ഈ പ്രഹസനത്തിൽനിന്ന് വിട്ടു നിന്നു. രാഷ്ട്രീയമായി എന്നും എന്നോട് എതിർത്ത് പരാജയം മാത്രം കൈവന്ന കുറെ രാഷ്ട്രീയക്കോമരങ്ങളുടെ വികൃതിയായിരുന്നു ഇത്. പണവും മദ്യവും കിട്ടിയില്ലെങ്കിൽ ഉദ്യോഗസ്ഥരെക്കുറിച്ച് തങ്ങൾക്കു തോന്നുന്നതെല്ലാം എഴുതുന്ന ദുഷ്ടലാക്കുകളായ ചില പത്രപ്രവർത്തകരും ഇവരോടൊപ്പമുണ്ടായിരുന്നു. ഒരുദിവസം ഇവർ ഒരു കൂട്ടമായി പാലത്തിനു മുകളിൽ എത്തി പ്രതിഷേധ പ്രകടനം നടത്തി. ഉദ്ഘാടന പ്രസംഗത്തിൽ വി എസ് വിജയരാഘവൻ ഈ പാലനിർമ്മാണം അഴിമതി നിറഞ്ഞതാണെന്നും തുടർന്നുള്ള എല്ലാ ദിവസവും ഈ പ്രതിഷേധങ്ങൾ പാലത്തിനു മുകളിൽ ആവർത്തിക്കുമെന്നു പ്രഖ്യാപിക്കുകയും ചെയ്തു.. തങ്ങൾ മുഴുവൻ സമയവും കൂടെ നിന്ന് കണ്ണിലെണ്ണയൊഴിച്ച് നടത്തിയ അഭിമാനാർഹമായ ഒരു പ്രവർത്തനത്തെക്കുറിച്ച് ഇല്ലാവചനങ്ങൾ ചൊല്ലുന്നത് കേട്ട് യാക്കരയിലെ ജനങ്ങൾ പ്രതിരോധവുമായി രംഗത്തെത്തി. 'ഈ പ്രവൃത്തിയുടെ ഗുണനിലവാരത്തെക്കുറിച്ചും ഉദ്യോഗസ്ഥരുടെ ആത്മാർത്ഥതയെക്കുറിച്ചും ഞങ്ങൾക്ക് ബോദ്ധ്യമുണ്ട്. ഇന്ന് വന്നത് കൊള്ളാം ഇത്തരം നുണപ്രചാരണങ്ങളുമായി ഇനിയുമിവിടെ വന്നാൽ സമരം ചെയ്യുന്നവർ പുഴയിൽ കിടക്കും' എന്നവർ പ്രതികരിച്ചു. സമരക്കാരേക്കാൾ നാട്ടുകാരായ സാധാരണ ജനങ്ങളുടെ എണ്ണം വർദ്ധിച്ചു വന്നപ്പോൾ സമരം അവസാനിപ്പിച്ച് ഇളിഭ്യരായി സമരക്കാർ സ്ഥലം വിട്ടു. പിന്നെ സമരവുമായി വരാൻ അവർക്കു ആളെ കിട്ടിയില്ല. പക്ഷേ, എന്നോടും എന്റെ രാഷ്ട്രീയ പ്രസ്ഥാനത്തോടുമുള്ള അവരുടെ തീർത്താൽ തീരാത്ത പകയാൽ എന്നെ എങ്ങനെയെങ്കിലും ഉപദ്രവിച്ചേ അടങ്ങൂ എന്ന വാശിയോടെ ഒരു കോൺഗ്രസ് പ്രവർത്തകൻ ഹൈക്കോടതിയിൽ കേസ് ഫയൽ ചെയ്തു. യാക്കര പാലത്തിന്റെ പ്രവൃത്തിയിൽ ഒരുപാടു അഴിമതികൾ നടന്നിട്ടുണ്ടെന്നും അല്ലാതെ ഇത്ര പെട്ടെന്ന് ഈ പ്രവൃത്തി തീർക്കാൻ കഴിയില്ലെന്നും നടത്താവുന്ന എല്ലാ ടെസ്റ്റുകളും നടത്തി കുറ്റവാളികളെ ശിക്ഷിക്കണമെന്നുമായിരുന്നു ഹൈക്കോടതിയിൽ സമർപ്പിച്ച കേസിലെ അഭ്യർത്ഥന. ഈ പ്രവൃത്തിയുടെ മേൽനോട്ടം വഹിച്ച അസിസ്റ്റന്റ് എക്സിക്യൂട്ടീവ് എഞ്ചിനീയർ ഏറെ സ്വാധീനവും ബന്ധങ്ങളുമുള്ള ഉദ്യോഗസ്ഥനാകയാൽ സംസ്ഥാന ഏജൻസികളെക്കൊണ്ട് അന്വേഷിച്ചാൽ പ്രയോജനമില്ലെന്നും ഏതെങ്കിലും കേന്ദ്ര ഏജൻസിയെക്കൊണ്ട് അന്വേഷിപ്പിക്കണമെന്നും അപേക്ഷിച്ചിരുന്നു. ഹൈക്കോടതിയിൽ കൗണ്ടർ അഫിഡവിറ്റ് നല്കിക്കൊണ്ട് ഞാൻ തികച്ചും സുതാര്യമായി തികഞ്ഞ

ആത്മാർപ്പണത്തോടെ ഗുണനിലവാരം പുലർത്തിക്കൊണ്ട് നടത്തിയ പ്രവർത്തനമാണ് യാക്കര പാലത്തിന്റെ നിർമ്മാണമെന്നും അതു കൊണ്ടുതന്നെ ഏതു ഏജൻസിയെ കൊണ്ട് അന്വേഷിപ്പിക്കുന്നതിനും കോടതിക്ക് ഉത്തരവിടാമെന്നുമറിയിച്ചു. ഹൈക്കോടതി കേന്ദ്രസർക്കാർ സ്ഥാപനമായ കോഴിക്കോട് റീജിയണൽ എഞ്ചിനീയറിങ് കോളേജിലെ (ഇപ്പോൾ കോഴിക്കോട് നാഷണൽ ഇൻസ്റ്റിറ്റ്യൂട്ട് ഓഫ് ടെക്നോളജി) സിവിൽ എഞ്ചിനീയറിങ് വിഭാഗത്തെയാണ് പരിശോധനയ്ക്കായി ചുമതലപ്പെടുത്തിയത്.

ഉന്നത സാങ്കേതിക ബിരുദമുള്ള ഏറ്റവും സത്യസന്ധമായി മാത്രം കാര്യങ്ങളെ സമീപിക്കുന്ന പ്രൊഫ. വിൻസെന്റ് പോളിന്റെ നേതൃത്വ ത്തിലുള്ള ഒരു സംഘമാണ് പരിശോധനയ്ക്കെത്തിയത്. കോൺക്രീറ്റ് ബ്ലോക്കുകൾ മുറിച്ചെടുത്ത് നടത്തുന്ന മർദ്ദ ശക്തി പരിശോധന, പാല ത്തിലൂടെ ശബ്ദം കടത്തി വിട്ട് എത്രദൂരം പോകുന്നുണ്ടെന്ന ശബ്ദചാലക പരിശോധന, നിർദ്ദിഷ്ടമായ ചുറ്റികയാൽ ശക്തമായി അടിക്കുമ്പോൾ എത്ര തിരിച്ചടികൾ ഉണ്ടാവും എന്ന റീബൗണ്ട് പരിശോധന എന്നിവയ ടക്കമുള്ള വിശദമായ വിദഗ്ദ്ധ പരിശോധനകളാണ് കോഴിക്കോട് റീജിയണൽ എഞ്ചിനീയറിങ് കോളേജ് സംഘം നടത്തിയത്. ഈ മൂന്നു പരിശോധനകളുടെ ഫലവും ഞാൻ പ്രതീക്ഷിച്ചതുപോലെ തന്നെ കോൺക്രീറ്റ് മിശ്രിതങ്ങളുടെ ഗുണനിലവാര സവിശേഷതകൾ (Quality Specifications) ആവശ്യപ്പെടുന്നതിനേക്കാൾ ഏറെ കൂടുതലായിരുന്നു. മർദ്ദശക്തി പരിശോധനയിൽ ആവശ്യമായ 200 കിലോഗ്രാം വേണ്ടിടത്ത് ലഭിച്ച ഫലം 299 കിലോഗ്രാം ആയിരുന്നു. ശബ്ദചലന പരിശോധനയിൽ 33 മീറ്റർ വരെ ശബ്ദം പോകാമെന്നതാണ് നിയമമെങ്കിലും 21 മീറ്റർ പോയപ്പോൾ ശബ്ദം നിലച്ചു. റീബൗണ്ട് ടെസ്റ്റിൽ 12 തിരിച്ചടികൾ ആണ് ഗുണനിലവാര പ്രകാരം കിട്ടേണ്ടതെങ്കിലും പരിശോധനാഫലം നല്കിയത് 19 ആയിരുന്നു. ഇത് കാണിച്ചത് പാലം നിർമ്മാണം നടത്തിയത് ഗുണനിലവാരം ആവശ്യപ്പെടുന്നതിനേക്കാൾ 50% അധികമാവുന്ന വിധത്തിലുള്ള മേൽനോട്ട മേന്മയോടെയാണെന്നാണ്. പരിശോധനകളുടെ അവസാനം പ്രൊഫസർ വിൻസെന്റ് പോൾ എന്നോട് എങ്ങനെയാണ് ഗുണനിലവാരം ആവശ്യപ്പെടുന്നതിനേക്കാൾ കൂടുതൽ ശക്തി ലഭിച്ചതെന്ന് ചോദിച്ചു. ഞാൻ അദ്ദേഹത്തോട് പറഞ്ഞു. 33 ഗ്രേഡ് സിമന്റ് ആണ് specification പ്രകാരം ഉപയോഗിക്കേണ്ടത്. പക്ഷേ, മലബാർ സിമന്റ്സിൽ നിന്ന് 53 ഗ്രേഡ് സിമന്റ് ഒരു പ്രത്യേക ഉത്തരവ് പ്രകാരം 33 ഗ്രേഡ് സിമന്റിന്റെ വിലയ്ക്ക് അവർ പണിസ്ഥ ലത്ത് എത്തിച്ചു തന്നിരുന്നു. പൊതുമരാമത്ത് വകുപ്പ് നേരിട്ട് നടത്തുന്ന പ്രവൃത്തിയായതിനാൽ സിമന്റും കമ്പിയുമെല്ലാം വകുപ്പുദ്യോഗസ്ഥ ന്മാരുടെ മാത്രം ചുമതലയിലായിരുന്നു. കൃത്യമായ ചേരുവകൾ ഒരു വിട്ടുവീഴ്ചയുമില്ലാതെ പ്രാവർത്തികമാക്കാൻ അതുകൊണ്ട് സാധി ച്ചിരുന്നു. മാത്രമല്ല, എന്റെ വീടിനടുത്തുള്ള പാലമായതിനാൽ സവിശേഷ

ശ്രദ്ധയോടെ കൈകാര്യം ചെയ്യാൻ ഞാൻ ശ്രമിച്ചിരുന്നു. പൂർണ്ണസമയം നാട്ടുകാരുടെ സഹകരണവുമുണ്ടായിരുന്നു ഏറെ സന്തുഷ്ടരായി പരിശോധന കഴിഞ്ഞു തിരിച്ചു പോയ കോഴിക്കോട് റീജിയണൽ എഞ്ചിനീയറിങ് കോളേജ് സംഘം ഒരാഴ്ചയ്ക്കുള്ളിൽ പരിശോധനാ ഫലങ്ങൾ നിരത്തി ഗുണനിലവാരം ആവശ്യപ്പെടുന്നതിനേക്കാൾ 50% കൂടുതലാണെന്നും ആരോപണങ്ങൾ എല്ലാം അടിസ്ഥാനരഹിതമാണെന്നും തികഞ്ഞ സത്യസന്ധതയോടെയും ആത്മാർത്ഥതയോടെയും റെക്കോർഡ് സമയത്തിനുള്ളിൽ പ്രവൃത്തി പൂർത്തിയാക്കിയ പൊതുമരാമത്ത് വകുപ്പ് ഉദ്യോഗസ്ഥർ അഭിനന്ദനം അർഹിക്കുന്നുവെന്നും ഹൈക്കോടതിക്ക് റിപ്പോർട്ട് സമർപ്പിച്ചു. റിപ്പോർട്ട് പരിഗണിച്ച കോടതി കേസ് തള്ളുക മാത്രമല്ല അടിസ്ഥാനരഹിതമായ ആക്ഷേപങ്ങൾ ഉന്നയിച്ച് കോടതിയുടെ സമയം അപഹരിക്കാൻ ശ്രമിച്ച വാദിയെ ശാസിക്കുകയും ചെയ്തു. എന്നെ സംബന്ധിച്ചിടത്തോളം എന്റെ എഞ്ചിനീയറിങ് ജീവിതത്തിലെ ഏറ്റവും ധന്യവും അഭിമാനകരവുമായ നിമിഷമായിരുന്നു അത്. പൊതുജനങ്ങളുടെ ദുരിതം പരിഹരിക്കുന്നതിന് വേണ്ടി രാവെന്നോ പകലെന്നോ നോക്കാതെ തികഞ്ഞ ആത്മാർപ്പണത്തോടെ പൂർത്തിയാക്കിയ പ്രവൃത്തിക്ക് കേരളത്തിലെ സമുന്നത കോടതിയുടെ സാക്ഷ്യപത്രം കൂടെ ലഭിച്ചത് എനിക്ക് കുറച്ചൊന്നുമല്ല സംതൃപ്തി നല്കിയത്. ഈ പ്രവൃത്തിക്ക് എനിക്കൊരു ഗുഡ് സർവ്വീസ് എൻട്രിയും ലഭിക്കുകയുണ്ടായി.

ഈ കാലഘട്ടത്തിൽ വികസനവും പരിഷ്കരണവും ആവശ്യപ്പെടുന്ന ഒരുപാട് റോഡുകൾ പാലക്കാട് റോഡ്സ് സബ്ഡിവിഷന്റെ ചുമതലയിൽ ഉണ്ടായിരുന്നു. നിരന്തരമായി വർദ്ധിച്ചുകൊണ്ടിരിക്കുന്ന വാഹനാധിക്യം മൂലമുണ്ടാവുന്ന പ്രതിസന്ധികളും കുരുക്കുകളും നേരിടാൻ കഴിയുംവിധം ശാസ്ത്രീയമായ റോഡ് വികസനവും പരിഷ്കരണവും ഈ പാതകളുടെ അനിവാര്യതയായിരുന്നു. ഈ ദിശയിലുള്ള പ്രവർത്തനങ്ങൾ കുറച്ചു കൊല്ലമായി നടക്കാതിരുന്നതിനാൽ അപകടസാദ്ധ്യതകൾ ഏറെയായിരുന്നു. ഈ പരിമിതികളെ മറികടക്കാൻ വേണ്ടി സബ്ഡിവിഷന്റെ കീഴിലുള്ള പ്രധാന പാതകളുടെ വികസനം സാദ്ധ്യമാവുന്ന വിധത്തിലുള്ള ഒരു പദ്ധതിയാണ് നടപ്പിലാക്കാൻ ശ്രമിച്ചത്. ഇതിൽ പല പ്രവൃത്തികൾക്കും കേരള ബഡ്ജറ്റിൽ തുക അനുവദിച്ചിരുന്നതിനാൽ പ്രാവർത്തികമാക്കൽ എളുപ്പമായിരുന്നു.

അന്തർസംസ്ഥാന പാതകൾക്കാണ് ആദ്യം മുൻഗണന കൊടുത്തത്. പിരിവുശാല ബി പി എൽ കവലയിൽ നിന്ന് തുടങ്ങുന്ന പാലക്കാട് ഗോപാലപുരം-പൊള്ളാച്ചി റോഡ് ഇതിൽ പ്രധാനപ്പെട്ട ഒന്നായിരുന്നു. കൊഴിഞ്ഞാമ്പാറ, പൊള്ളാച്ചി, പളനി, മധുര എന്നിവിടങ്ങളിലേക്ക് പാലക്കാട്ടു നിന്ന് പോകാനുള്ള ഏറ്റവും എളുപ്പ മാർഗ്ഗമായിരുന്നു ഈ പാത. കാർഷികോല്പന്നങ്ങളുടെ ഗതാഗതത്തിനും പഴനിയിലേക്കും മധുരയിലേക്കുമുള്ള തീർത്ഥാടന യാത്രയ്ക്കും സാധാരണ ജനങ്ങളുടെ

ആവശ്യങ്ങൾക്കു പുറമെ ഉപയോഗിക്കപ്പെടുന്ന ഈ പാതയുടെ പിരിവുശാലമുതൽ ഇരട്ടക്കുളം വരെയുള്ള ഭാഗം പാലക്കാട് സബ്ഡിവിഷന്റെ പരിധിയിൽ പെട്ടതായിരുന്നു. മരുതറോഡ്, കൊടുമ്പ്, എലപ്പുള്ളി പഞ്ചായത്തുകളിലൂടെയായിരുന്നു ഈ പാത കടന്നു പോയിരുന്നത്. ഈ സംസ്ഥാന രാജപാതയുടെ വാഹന സാന്ദ്രത ഏറെയായിരുന്നു. മാത്രമല്ല ഒരു സംസ്ഥാന രാജപാതയ്ക്കു നിർദ്ദേശിക്കപ്പെട്ടിട്ടുള്ള വീതിയോ മറ്റു സൗകര്യങ്ങളോ ഈ പാതയ്ക്കുണ്ടായിരുന്നില്ല. കുത്തനെയുള്ള കയറ്റിറക്കങ്ങൾ സംസ്ഥാനപാതയ്ക്കു നിർദ്ദേശിക്കപ്പെട്ടിട്ടുള്ള ഏറ്റവും ചുരുങ്ങിയ ഗ്രേഡിയന്റിലും കുറവായിരുന്നു. പാതയുടെ ജ്യാമിതിയിലും (geometrics) ആവശ്യമായ മാറ്റങ്ങൾ വരുത്തേണ്ടിയിരുന്നു. പാറ അങ്ങാടിക്ക് സമീപം വലിയ വളവും വീതി കുറവുമുണ്ടായിരുന്നു. പള്ളത്തേരി, കുന്നാച്ചി, എലപ്പുള്ളി, പാറ, ഇരട്ടക്കുളം എന്നീ കവലകളുടെ പരിഷ്കരണവും അനിവാര്യമായിരുന്നു. റോഡിന്റെ ഉപരിതല വീതികൂട്ടലുകൾ, ആവശ്യമായ കലുങ്കുകൾ, അഴുക്കു ചാലുകൾ, പാർശ്വഭിത്തികൾ, വളവു നിവർത്തലുകൾ, ഗ്രേഡിയന്റ് തിരുത്തലും ലഘൂകരണവും, ഉപരിതല ശാക്തീകരണം എന്നിവ ഉൾപ്പെടുത്തിയാണ് എസ്റ്റിമേറ്റ് തയ്യാറാക്കിയത്. അനുവാദങ്ങളെല്ലാം ലഭ്യമാക്കി ദർഘാസ് വിളിച്ച് കരാർ ഉറപ്പിച്ചപ്പോൾ എഞ്ചിനീയർ കോൺട്രാക്ടറായ പി എം യോഹന്നാനാണ് പ്രവൃത്തിയെടുത്തത്. വലിയ വാഹന സാന്ദ്രത ഉണ്ടായിരുന്നതിനാൽ പകൽ പ്രവർത്തനങ്ങൾക്ക് ഏറെ പരിമിതിയുണ്ടായിരുന്നു. വാഹനങ്ങൾ തിരിച്ചു വിട്ട് പാതയുടെ പണി നടത്താനുള്ള സൗകര്യം ഒരിടത്തുമുണ്ടായിരുന്നില്ല. പാതയെ രണ്ടുഭാഗമായി തിരിച്ച് ഒരു ഭാഗത്തുകൂടി വാഹനങ്ങൾക്ക് സൗകര്യമൊരുക്കി രാവും പകലും പണിയെടുക്കാനുള്ള പദ്ധതിയാണ് വിഭാവനം ചെയ്തത്. ഏറെ ബുദ്ധിമുട്ടുകൾ അനുഭവപ്പെട്ടെങ്കിലും 18 മാസത്തിൽ പൂർത്തിയാക്കേണ്ട പ്രവൃത്തി 15 മാസംകൊണ്ട് തന്നെ പൂർത്തിയാക്കി. പാലക്കാട്-പൊള്ളാച്ചി റോഡിനു സുഗമവും സുരക്ഷിതവുമായ ഗതാഗതത്തിനുള്ള മാർഗ്ഗവും ഒരു പുതിയ മുഖവും നല്കാൻ കഴിഞ്ഞത് എന്റെ ജനകീയത വർദ്ധിപ്പിച്ചിരുന്നു. അത് മുന്നോട്ടുള്ള യാത്രയിൽ ഉത്സാഹം പകർന്നിരുന്നു.

മറ്റൊരു അന്തർസംസ്ഥാന പാതയായിരുന്നു പാലക്കാട്-തത്തമംഗലം പൊള്ളാച്ചി റോഡ്. പൊള്ളാച്ചി, തത്തമംഗലം, പുതുനഗരം, നെന്മാറ, കൊല്ലങ്കോട്, കൊടുവായൂർ എന്നീ സ്ഥലങ്ങളെ പാലക്കാടുമായി ബന്ധിപ്പിക്കുന്ന ജില്ലയിലെ പ്രധാന പാതയായിരുന്നു ഇത്. യാക്കര കൂട്ടുപാതയിൽ നിന്ന് തുടങ്ങി കിണാശ്ശേരി വഴി കൊടുവായൂർ വരെയുള്ള ഭാഗമായിരുന്നു പാലക്കാട് സബ്ഡിവിഷൻ ചുമതലയിലുണ്ടായിരുന്നത്. കണ്ണാടി, പെരുവെമ്പ്, കൊടുവായൂർ എന്നീ പഞ്ചായത്തുകളിലൂടെ കടന്നു പോയിരുന്ന ഈ പാത സംസ്ഥാന രാജപാതാ നിലവാരത്തിലേക്ക് ഉയർത്തേണ്ടതുണ്ടായിരുന്നു. പലസ്ഥലത്തും അപകടങ്ങൾ വിളിച്ചു വരുത്തുന്ന വളവുകൾ ഉണ്ടായിരുന്നു. മിക്ക

സ്ഥാലത്തും ഉപരിതല ഗതാഗത മാർഗ്ഗത്തിന്റെ വീതി തീരെ കുറവായിരുന്നു. മഴക്കാലത്തു മഴവെള്ളം ഒഴുകിപ്പോകാനുള്ള ചാലുകളും അവയെ ഏറ്റെടുക്കാനുള്ള കലുങ്കുകളും ഇല്ലാത്തതിനാൽ റോഡിനു മുകളിലൂടെയായിരുന്നു ജലം ഒഴുകിക്കൊണ്ടിരുന്നത്. ഇത് പാതയുടെ ഉപരിതലത്തെ നശിപ്പിക്കുകയും കുഴികൾ രൂപപ്പെടുകയും ചെയ്തിരുന്നു. യാക്കര കൂട്ടുപാത, കിണാശ്ശേരി, മന്ദത്ത്കാവ്, കൊടുവായൂർ എന്നീ കവലകളുടെ പരിഷ്കരണവും ഉൾപ്പെടുത്തേണ്ട പ്രവൃത്തികളായിരുന്നു. വളവുകളുടെ നിവർത്തൽ, ഉപരിതലം വീതികൂട്ടൽ, കലുങ്കുകളുടെയും അഴുക്കു ചാലുകളുടെയും പാർശ്വഭിത്തികളുടെ നിർമ്മാണം, ബസ് സ്റ്റോപ്പുകളിൽ ബസ് ബേ നിർമ്മാണം, കവലകളുടെ പരിഷ്കരണം, ഉപരിതല ശാക്തീകരണം എന്നിവയാണ് സർക്കാരിലേക്ക് സമർപ്പിച്ച എസ്റ്റിമേറ്റിൽ ഉൾക്കൊള്ളിച്ചിരുന്നത്. അനുവാദങ്ങൾ ലഭിച്ച് ദർഘാസ് നടത്തിയതിൽ കരാറെടുത്ത് എത്തിയത് കോഴിക്കോട്ടുകാരനായ പി സിറാജ് ആയിരുന്നു. എന്റെ പഴയ സുഹൃത്തും പൊതുമരാമത്ത് വകുപ്പ് ചീഫ് എഞ്ചിനീയറുമായിരുന്ന പി കുഞ്ഞിമുഹമ്മദിന്റെ മകനായിരുന്നു സിറാജ്. പക്ഷേ, പ്രവൃത്തികൾ മുന്നൊരുക്കത്തോടെ പ്ലാൻ ചെയ്യാനും കണിശമായി നടപ്പിലാക്കാനും സിറാജിനു കഴിയുമായിരുന്നില്ല. സ്വഭാവത്തിലുള്ള അലസത പ്രവൃത്തികളിലും കാണാമായിരുന്നു. പറ്റിയ സൂപ്പർവൈസർമാരെ കണ്ടെത്തി ചുമതലയേല്പിക്കുന്ന കാര്യത്തിലും വിമുഖതയുണ്ടായി. അതിനാൽ പൊതുമരാമത്ത് വകുപ്പ് ആസൂത്രണം ചെയ്തു നല്കിയ വർക്ക് ചാർട്ടോ പദ്ധതി ചാർട്ടോ അനുസരിച്ചുള്ള പുരോഗതിയുടെ പകുതിപോലും തീർക്കാൻ സിറാജിനു കഴിഞ്ഞില്ല. നിരവധി നോട്ടീസുകളും മെമ്മോകളും നല്കിയിട്ടും പ്രവൃത്തിവേഗം കൂട്ടാനദ്ദേഹത്തിനു കഴിഞ്ഞില്ലെന്നു മാത്രമല്ല പണി തീർത്തും നിർത്തിവെക്കുകയും ചെയ്തു. പണി മാതൃകാപരമായി സമയബന്ധിതമായി പൂർത്തീകരിക്കണമെന്ന എന്റെ ആശയത്തിന്റെയും ആഗ്രഹത്തിന്റെയും കടയ്ക്കലാണ് അദ്ദേഹം കത്തിവെച്ചത്. ഒട്ടേറെ സമ്മർദ്ദങ്ങൾ ചെലുത്തിയിട്ടും വഴങ്ങാതെ വകുപ്പിനോട് വെല്ലുവിളിയുയർത്തിയ സിറാജിനെ അച്ഛനോടുള്ള സുഹൃദ് ബന്ധത്തിന്റെ പേരിൽ വെറുതെ വിടാൻ എന്റെ മനഃസ്സാക്ഷി അനുവദിച്ചില്ല. സുഹൃദ് ബന്ധങ്ങൾ ഒരിക്കലും പൊതുമരാമത്ത് പ്രവൃത്തികളെയും ഔദ്യോഗിക കൃത്യങ്ങളെയും ബാധിക്കരുത് എന്ന നിർബ്ബന്ധബുദ്ധി ഇവിടെയും പാലിച്ചു. അതിനാൽ പ്രവൃത്തി കോൺട്രാക്ടറുടെ റിസ്ക് ആൻഡ് കോസ്റ്റിൽ അവസാനിപ്പിക്കാനുള്ള ശുപാർശ മേലുദ്യോഗസ്ഥർക്കു നല്കുകയാണ് ചെയ്തത്. ആ പ്രവൃത്തി പൂർത്തിയാക്കാതെ പിരിയേണ്ടി വന്ന ദുഃഖം മനസ്സിനെ മുറിവേല്പിച്ചിരുന്നു.

ഇന്നത്തെ പാലക്കാട്-കോഴിക്കോട് ദേശീയ പാത അന്ന് സംസ്ഥാന രാജപാതയായിരുന്നു. ഈ പാതയിലെ ചില സ്ഥലങ്ങളിലെ വളവുകൾ

തീർക്കുന്നതിനും പാലങ്ങൾ വീതികൂട്ടുന്നതിനുമുള്ള പ്രവൃത്തികൾ 1987–90 കാലഘട്ടത്തിൽ ചെയ്തിരുന്നു. പക്ഷേ, അതിനുശേഷം വാഹനങ്ങളുടെ ആധിക്യം ഈ പാതയിൽ ഒട്ടേറെയുണ്ടായി. ഒലവക്കോട് മുതൽ കാഞ്ഞിക്കുളംവരെയുള്ള ഭാഗമായിരുന്നു ചുമതലയിലുണ്ടായിരുന്നത്. വാഹന സാന്ദ്രതയ്ക്കനുസൃതമായ ഉപരിതല വീതി പാതയ്ക്കുണ്ടായിരുന്നില്ല. പല സ്ഥലങ്ങളിലും ദൂരയാത്രപോകുന്ന ലോറികൾ പാർക്ക് ചെയ്തിരുന്നതിനാൽ ഉള്ള വീതിയും ലഘുകരിച്ചിരുന്നു. ബസ് ബേകൾ ഒന്നും തന്നെ നിർമ്മിക്കാതിരുന്നതിനാൽ ബസുകൾ റോഡിൽതന്നെ നിർത്തിയാണ് ആളുകളെ കയറ്റുകയും ഇറക്കുകയും ചെയ്തിരുന്നത്. ഇത് പലപ്പോഴും അപകടങ്ങൾ ക്ഷണിച്ചു വരുത്തിയിരുന്നു. ഇവയെല്ലാം പരിഹരിക്കുന്ന വിധത്തിൽ മൂന്നു റീച്ചുകളായാണ് പ്രവൃത്തികൾ ഒരുക്കിയത്. ഒലവക്കോട് മുതൽ മുട്ടിക്കുളങ്ങര വരെ, മുട്ടിക്കുളങ്ങര മുതൽ മുണ്ടൂർ വരെ, മുണ്ടൂർ മുതൽ കാഞ്ഞിക്കുളം വരെയുള്ള മൂന്നു റീച്ചുകളിൽ വീതികൂട്ടൽ, ലോറി പാർക്കിങ് സ്ഥലം വികസിപ്പിക്കൽ, ബസ് ബേ നിർമ്മാണം, അഴുക്കുചാൽ നിർമ്മാണം, ഉപരിതല ശാക്തീകരണം എന്നിവയാണ് എസ്റ്റിമേറ്റിൽ ഉൾക്കൊള്ളിച്ച പ്രവൃത്തികൾ. ഈ പണികൾ ടെൻഡർ വിളിച്ചപ്പോൾ അബ്ദുൽ ജബ്ബാർ, പി കെ ഭാസ്കരൻ എന്നിവരാണ് കരാറെടുത്തത്. സമയബന്ധിതമായി ഈ പ്രവൃത്തികൾ പൂർത്തിയാക്കാൻ കഴിഞ്ഞു.

പാലക്കാട് ദേശീയ പാതയ്ക്കുള്ള ബൈ പാസ് വന്നപ്പോൾ പൊതുമരാമത്ത് വകുപ്പിന് കൈമാറിയതായിരുന്നു ചന്ദ്ര നഗറിൽ നിന്നാരംഭിച്ച് കൽമണ്ഡപം, കുന്നത്തൂർമേട, സ്റ്റേറ്റ് ബാങ്ക് ജങ്ഷൻ, പടിഞ്ഞാറേയാക്കര, യാക്കര ജങ്ഷൻ, കാഴ്ചപ്പറമ്പ്, കണ്ണാടി വഴി കണ്ണന്നൂരിൽ വന്നു ചേരുന്ന പഴയ ദേശീയ പാതയുടെ ഭാഗം. ഈ പാത ഏറ്റെടുത്തതിനുശേഷം കാര്യമായ വികസന പരിഷ്കാരങ്ങൾ ഒന്നും ചെയ്യാതെ അറ്റകുറ്റപ്പണികൾ മാത്രം ചെയ്തു പരിപാലിക്കുക മാത്രമായിരുന്നു ചെയ്തിരുന്നത്. ഭൂരിഭാഗവും നഗരാതിർത്തിയിലുള്ള വാഹന സാന്ദ്രത ഏറെ വർദ്ധിച്ച പാത വാഹനാധിക്യം താങ്ങുന്ന വിധത്തിൽ വികസിപ്പിക്കാത്തതിനാൽ ഏറെ പ്രയാസങ്ങളും ഗതാഗതക്കുരുക്കുകളും അനുഭവവേദ്യമായിരുന്നു. മാത്രമല്ല ഏറ്റവും നൂതനമായ വലിയ ട്രക്കുകൾ നിരന്തരം പ്രവഹിക്കുന്ന ഈ പാതയുടെ ഗതാഗത ഉപരിതലം ആ ഭാരം താങ്ങുന്ന വിധം ശാക്തീകരിക്കുകയും വേണ്ടിയിരുന്നു. ഒപ്പം നഗരാതിർത്തിയിൽ പാതയുടെ വീതി കൂട്ടലും പാതയുടെ ഇരുവശത്തും അഴുക്കുചാലുകളുടെ നിർമ്മാണവും കാൽനടക്കാരായ പൊതുജനങ്ങൾക്ക് നടക്കാനുള്ള നടപ്പാതയുടെ നിർമ്മാണവും നിർബ്ബന്ധമായും ചെയ്യേണ്ടതുണ്ടായിരുന്നു. ഈ പ്രവർത്തന ഇനങ്ങളെല്ലാം ഉൾപ്പെടുത്തി റോഡിനെ ചന്ദ്രനഗർ മുതൽ കൽമണ്ഡപം വരെ, കൽമണ്ഡപം മുതൽ യാക്കര പാലം വരെ, യാക്കര പാലം മുതൽ കാഴ്ചപ്പറമ്പ് വരെ, കാഴ്ചപ്പറമ്പ് മുതൽ കണ്ണാടിജങ്ഷൻ വരെ, കണ്ണാടി ജങ്ഷൻ മുതൽ കണ്ണനൂർ വരെ

എന്നിങ്ങനെ അഞ്ചു ഭാഗങ്ങളായി തിരിച്ച് എസ്റ്റിമേറ്റ് തയ്യാറാക്കി, ചീഫ് എഞ്ചിനീയർ അദ്ദേഹത്തിനനുവദിച്ച പ്രധാന പ്രവൃത്തികൾക്കുള്ള ഫണ്ടിൽ നിന്ന് തുക അനുവദിച്ചതിനെ തുടർന്ന് ദർഘാസ് വിളിച്ച് പണികൾ ക്രമീകരിച്ച് പി എം യോഹന്നാൻ, എം സജീവൻ, എ ഉസ്മാൻ, എം സുനിൽ, കെ ടി ചെന്താമര എന്നീ കരാറുകാരെ ഏല്പിച്ചായിരുന്നു ഈ പ്രവൃത്തികൾ നടപ്പിലാക്കിയത്. 12 മാസമായിരുന്നു പ്രവൃത്തികളുടെ പ്രവർത്തന കാലാവധിയെങ്കിലും 9 മാസം കൊണ്ടു തന്നെ അഞ്ചു ഭാഗങ്ങളും പൂർത്തിയാക്കാൻ കഴിഞ്ഞത് പൊതുജനങ്ങളിൽ നിന്ന് ഏറെ അഭിനന്ദനങ്ങൾ നേടിത്തന്നു.

നഗര ഹൃദയത്തിലെ മറ്റൊരു പ്രധാന പാതയായിരുന്നു സംസ്ഥാന രാജപാതയായ പാലക്കാട്-കോഴിക്കോട് റോഡ് (പിന്നീട് ഈ പാത ദേശീയ പാതയായി ഉയർത്തുകയുണ്ടായി). കൽമണ്ഡപത്തിൽ നിന്നാരംഭിക്കുന്ന ഈ പാത ഒലവക്കോട് ചുങ്കംവരെ നഗരപരിധിയിലായിരുന്നു. ഇതിൽ കൽമണ്ഡപം മുതൽ വിക്ടോറിയ കോളേജ് വരെയുള്ള ഭാഗത്തായിരുന്നു നഗരത്തിൽ ഏറ്റവും ഏറിയ വാഹനസാന്ദ്രത നിലനിന്നിരുന്നത്. വാഹനാധിക്യം താങ്ങുന്നതിനുള്ള റോഡിന്റെ വീതി കുറവ് കാരണവും വാഹനങ്ങൾക്കുള്ള പാർക്കിങ് സ്ഥലങ്ങൾ ഇല്ലാത്തതിനാലും ബസ് ബേയുടെ അഭാവം മൂലവും സാധാരണക്കാർക്കുള്ള നടപ്പാതകൾ ഇല്ലാത്തതിനാലും ജങ്ഷനുകളിലും ബസ്സ്റ്റോപ്പുകളിലും കാൽനടയാത്രക്കാർക്ക് പാത മുറിച്ചു കടക്കാനുള്ള സ്ഥലങ്ങളുടെ അഭാവം മൂലവും നഗരത്തിൽ ഏറ്റവും കൂടുതൽ അപകടങ്ങൾ ഉണ്ടാവുന്നത് ഈ ഭാഗത്തായിരുന്നു. വാഹനങ്ങളുടെ നേർക്ക് നേരെയുള്ള കൂട്ടിമുട്ടൽ ഈ അപകടങ്ങളിൽ പ്രധാനമായിരുന്നു. റോഡിനു ഇവിടങ്ങളിലെല്ലാം 7 മീറ്റർ മാത്രമാണ് വീതിയുണ്ടായിരുന്നത്. ഇത് സ്ഥലമുള്ളിടത്തെല്ലാം 14 മീറ്ററെങ്കിലും ആക്കാനും ഉപരിതലം ശാക്തീകരിക്കാനും നടുക്ക് പാതയുടെ വിഭജനത്തിനായി ഡിവൈഡറുകൾ സ്ഥാപിച്ച് മുഖാമുഖം കൂട്ടിമുട്ടിയുള്ള അപകടങ്ങൾ ഒഴിവാക്കാനും ആവശ്യമുള്ളിടത്തെല്ലാം അഴുക്കു ചാലുകളും ബസ് ബേകളും നടപ്പാതകളും കാൽനടക്കാർക്ക് അപകട സാദ്ധ്യതയില്ലാത്ത പാത മുറിച്ചു കടക്കാനുള്ള ക്രോസിങ്ങുകളും നിർമ്മിക്കാനും ഉള്ള പ്രവൃത്തികൾ ചെയ്യണമെന്ന തീരുമാനത്തിൽ എത്തി. കൽമണ്ഡപം മുതൽ വിക്ടോറിയ കോളേജ് വരെയുള്ള ആദ്യഭാഗം, വിക്ടോറിയ കോളേജ് മുതൽ ഒലവക്കോട് വരെയുള്ള രണ്ടാം ഭാഗം ഇങ്ങനെ രണ്ടായി തിരിച്ച് നേരത്തെ തീരുമാനിച്ച ഇനങ്ങൾ ഉൾപ്പെടുത്തി എസ്റ്റിമേറ്റ് തയ്യാറാക്കി സർക്കാരിലേക്ക് സമർപ്പിച്ചു. വളരെ പെട്ടെന്ന് തന്നെ എല്ലാ അനുവാദങ്ങളും ലഭിക്കുകയും ദർഘാസ് വഴി പി എം യോഹന്നാൻ രണ്ടു പ്രവൃത്തികളുടെയും കരാറുകാരനായി എത്തുകയും ചെയ്തു. ഏറെ തിരക്കേറിയ പാതയായിരുന്നതിനാൽ പ്രവൃത്തിക്ക് പകൽ സമയങ്ങളിൽ ഏറെ ബുദ്ധിമുട്ട് അനുഭവപ്പെട്ടു. സർക്കാരിന് കൂടുതൽ ചെലവുകളില്ലാതെ രാത്രിയിലും

പണി ചെയ്യാനുള്ള പദ്ധതി കരാറുകാരനുമായി ആലോചിച്ച് തീരുമാനിച്ച് നടപ്പിലാക്കി. പാലക്കാട് നഗരപാതയുടെ മുഖച്ഛായ തന്നെ മാറ്റിയ ഈ പദ്ധതിക്ക് 12 മാസമായിരുന്നു കരാർ പ്രകാരം കാലാവധി. എന്നാൽ എട്ടു മാസത്തിനുള്ളിൽ ഈ പ്രവൃത്തി എല്ലാ പണികളും പൂർത്തിയാക്കി ഗതാഗതത്തിനു തുറന്നുകൊടുത്തപ്പോൾ ഉണ്ടായ ചാരിതാർത്ഥ്യം പറഞ്ഞറിയിക്കാൻ പ്രയാസം.

നഗരത്തിലെ പൊതുമരാമത്ത് റോഡുകളെല്ലാം ഇങ്ങനെ വികസിപ്പിച്ച് പരിഷ്കരിച്ച് ശോഭയാർന്നു നില്ക്കുന്ന സമയത്താണ് 1998 ൽ സി പി ഐ(എം) സംസ്ഥാന സമ്മേളനം പാലക്കാട് നടന്നത്. ഈ സമ്മേളന സംഘാടനത്തിന്റെ ചുക്കാൻ പിടിച്ചിരുന്നത് സംസ്ഥാന സെക്രട്ടേറിയറ്റ് അംഗവും ധനവകുപ്പ് മന്ത്രിയുമായ ടി ശിവദാസ മേനോനും ജില്ലാ സെക്രട്ടറി എം ചന്ദ്രനുമായിരുന്നു. *കേരള കൗമുദി*യുടെയും *മനോരമ*യുടെയും നേതൃത്വത്തിൽ ശിവദാസ മേനോന് എതിരെയുള്ള ഒരു വിദ്വേഷ പ്രചരണം മുമ്പേ ആരംഭിച്ചിരുന്നു. അതിന്റെ തുടർച്ചയായി പാലക്കാട് നഗരത്തിലെ പാതകളെല്ലാം വികസിപ്പിച്ച് പരിഷ്കരിച്ചെടുത്തത് സി പി ഐ (എം) സമ്മേളനത്തിന് വേണ്ടിയാണെന്നും പ്രവൃത്തികൾക്ക് മേൽനോട്ടം വഹിച്ച എഞ്ചിനീയറായ ഞാനും പ്രവൃത്തി പൂർത്തിയാക്കിയ കോൺട്രാക്ടറും ശിവദാസ മേനോന്റെ ബിനാമികളുമാണെന്ന നട്ടാൽ കുരുക്കാത്ത നുണയോടെയാണ് സമ്മേളനം തുടങ്ങുന്ന ദിവസം അപവാദ പ്രചാരണം മുൻപേജിൽ നിറച്ചുകൊണ്ട് ഈ പത്രങ്ങൾ പുറത്തിറങ്ങിയത്. ഞാനത് അർഹിക്കുന്ന അവജ്ഞയോടെ തള്ളിക്കളഞ്ഞെങ്കിലും പാർട്ടി നേതാക്കൾ അതിനു ചുട്ട മറുപടി നല്കി. ഒരു നഗരത്തിന്റെ വികസനത്തിന് ഒട്ടേറെ സഹായിക്കുകയും അപകടങ്ങൾ ഇല്ലാതാക്കുകയും സുഗമമായ ഗതാഗതത്തിനു വഴിതെളിയിക്കുകയും ചെയ്തതിനാൽ സമസ്ത മേഖലയിലേക്കും പൊതുജനങ്ങളുടെ മുക്തകണ്ഠമായ പ്രശംസയ്ക്ക് പാത്രീഭൂതമായ പ്രവൃത്തികളെ രാഷ്ട്രീയ വൈരാഗ്യം വെച്ച് വിലയിരുത്തി പാർട്ടിക്ക് വേണ്ടി ചെയ്തതാണെന്ന് ദുർവ്യാഖ്യാനം നടത്തുന്നത് സത്യത്തിനു നേരെ മുഖം തിരിക്കലാണെന്നു നേതാക്കൾ അടിവരയിട്ടു പറഞ്ഞു. പിന്നെ ശിവദാസ മേനോന്റെ ജീവിതം തുറന്ന പുസ്തകമായതിനാൽ കളങ്ക രഹിതമായ പൊതുജീവിതത്തിനുടമയായ അദ്ദേഹത്തെ ഇതുമായി കൂട്ടിയിണക്കാൻ നടത്തിയ ശ്രമത്തിന്റെ പിറകിലുള്ള ദുഷ്ട ലാക്ക് ദുരുപദിഷ്ടവും അതുകൊണ്ടുതന്നെ ജനങ്ങളുടെ രോഷം എഴുതിയവർക്കു നേർക്കായിരിക്കുമെന്നും അവർ മറുപടിയിൽ അടിവരയിട്ട് പറഞ്ഞു. പ്രവൃത്തികളുടെ ആവശ്യകതയും ഗുണനിലവാരവും ചോദ്യം ചെയ്യപ്പെട്ടില്ലെങ്കിലും ആ ദിശയിലുള്ള ഏത് അന്വേഷണവും നേരിടാൻ തയ്യാറാണെന്ന് പൊതുമരാമത്ത് വകുപ്പിലെ ഉന്നത ഉദ്യോഗസ്ഥരും പ്രതികരിച്ചു. ഇതോടെ രണ്ടു പത്രങ്ങൾക്കും ഈ വാർത്ത അടുത്ത ദിവസങ്ങളിൽ യാതൊരു ഫോളോ അപ്പുമില്ലാതെ വിഴുങ്ങേണ്ടതായി വന്നു. പക്ഷേ, എന്നെ വേദനിപ്പിച്ചത് രാവും പകലും

കിടയറ്റ ആത്മാർത്ഥതയോടെ പ്രവർത്തിച്ച് തീർത്ത പണികൾ ചൂണ്ടിക്കാട്ടി ചിലരുടെ രാഷ്ട്രീയ താല്പര്യം സംരക്ഷിക്കാൻ യാതൊരു ഉളുപ്പുമില്ലാതെ പ്രവർത്തിച്ച ആ രണ്ടു പത്രപ്രവർത്തകരുടെയും ഒരു അന്വേഷണവുമില്ലാതെ അത് പ്രസിദ്ധീകരിച്ച പത്രങ്ങളുടെയും നിലവാരത്തകർച്ചയും അധമ മനോഭാവവുമായിരുന്നു. നന്മകളെയും ഉണ്മകളെയും പുകഴ്ത്തേണ്ട, പക്ഷേ, ഇല്ലാ കഥകൾ പ്രചരിപ്പിച്ച് ഇകഴ്ത്താതിരിക്കാനെങ്കിലുമുള്ള പ്രാഥമികമായ മാധ്യമ ധർമ്മം ഇവർക്ക് അന്യമാണെന്നു തെളിയിക്കുന്നതായിരുന്നു ഈ വാർത്ത.

ജില്ലയിലെ ഏറ്റവും പ്രധാനറോഡുകളിൽ ഒന്നാണ് പാലക്കാട്-പൊന്നാനി റോഡ്. ഈ റോഡിന്റെ പാലക്കാട് മുതൽ പത്തിരിപ്പാല വരെയുള്ള 22 കിലോമീറ്റർ ദൂരം വരുന്ന ഭാഗം പാലക്കാട് സബ്ഡിവിഷന്റെ ചുമതലയിലായിരുന്നു. പാലക്കാട് നഗത്തിലൂടെയും പിരായിരി, പറളി, മങ്കര, ലക്കിടി, പേരൂർ എന്നീ പഞ്ചായത്തുകളിലുമായി കിടക്കുന്ന ഈ പാത ഏറെ ഗതാഗത സാന്ദ്രതയുള്ളതായിരുന്നു. ഒട്ടേറെ അപകടകരമായ വളവുകളും വീതി കുറഞ്ഞ പാലങ്ങളും കലുങ്കുകളും ഈ പാതയിൽ അപകടങ്ങൾക്കു കാരണങ്ങളായിരുന്നു. നഗരപ്രദേശത്തും പിരായിരി, എടത്തറ, പറളി, മാങ്കുറിശ്ശി, വെള്ളറോഡ്, മങ്കര, പത്തിരിപ്പാല എന്നീ ജനനിബിഡമായ വിപണനകേന്ദ്രങ്ങളിലും മഴവെള്ളനിർഗ്ഗമനത്തിനുള്ള അഴുക്കുചാലുകളുടെ അഭാവം റോഡിന്റെ മുകളിലൂടെ വെള്ളം ഒഴുകാനും ഉപരിതലത്തെ തകർക്കാനും ഇടയാക്കിയിരുന്നു. ഈ വക കാര്യങ്ങൾക്കു പരിഹാരമെന്ന നിലയിൽ പാലക്കാട് മുതൽ മേപ്പറമ്പ് വരെ, മേപ്പറമ്പ് മുതൽ എടത്തറവരെ, എടത്തറ മുതൽ മാങ്കുറിശ്ശി വരെ, മാങ്കുറിശ്ശി മുതൽ പത്തിരിപ്പാലവരെ നാല് റീച്ചുകളായി തിരിച്ച് ആവശ്യമായ സ്ഥലങ്ങളിൽ പാതയുടെ ഉപരിതല വീതികൂട്ടുക, വളവുകൾ നേരെയാക്കുക, അഴുക്കുചാലുകൾ നിർമ്മിക്കുക, വീതികുറഞ്ഞ പാലങ്ങളും കലുങ്കുകളും വീതികൂട്ടുക, അത്യാവശ്യ സ്ഥലങ്ങളിൽ അരികുസംരക്ഷണത്തിനായി പാർശ്വഭിത്തികൾ നിർമ്മിക്കുക, ഉപരിതലം കേടുവന്ന സ്ഥലങ്ങളുടെ ശാക്തീകരണം എന്നീ ഇനങ്ങൾ ഉൾപ്പെടുത്തി ബൃഹത്തായ എസ്റ്റിമേറ്റ് തയ്യാറാക്കി അനുവാദങ്ങൾ ലഭ്യമാക്കി ദർഘാസ് വിളിച്ചു. എ ഉസ്മാൻ, അമീർ, ജോജി ജോർജ്ജ്, പി കെ സുബ്രഹ്മണ്യൻ, ഇ ശ്രീധരൻ എന്നിവരാണ് പ്രവൃത്തി ചെയ്യുവാനുള്ള കരാറുകാരായി എത്തിയത്. ചുരുങ്ങിയ സമയം കൊണ്ട് തന്നെ ഈ നാലു പ്രവൃത്തികളും പൂർത്തിയാക്കി പാതയ്ക്കൊരു നൂതന മുഖം നല്കാനും അപകടങ്ങൾ ഒഴിവാക്കാനും കഴിഞ്ഞത് എനിക്കിന്നും ധന്യമായ ഓർമ്മകളാണ്. (ഈ റോഡ് തന്നെയാണ് പിന്നീട് കേരള സ്റ്റേറ്റ് റോഡ് ട്രാൻസ്പോർട്ട് (കെ എസ് ടി പി) പദ്ധതിയിൽ ഉൾപ്പെടുത്തി മലേഷ്യൻ കമ്പനി കരാറെടുത്ത് ദേശീയപാത നിലവാരത്തിൽ പുനരുദ്ധരിച്ച് പരിഷ്കരിച്ച് പൂർത്തിയാക്കിയ കേരളത്തിലെ ആദ്യത്തെ പാത).

മലമ്പുഴ നിയോജകമണ്ഡലത്തിലെ ഗ്രാമീണ മേഖലയിലുള്ള

റോഡുകളുടെ പുനരുദ്ധാരണ പരിഷ്കരണ പ്രവർത്തനങ്ങൾക്കു മുൻഗണനയുണ്ടാവണമെന്നു മന്ത്രി ശിവദാസ മേനോൻ നിർദ്ദേശിച്ചിരുന്നു. ഒലവക്കോട്-മലമ്പുഴ റോഡ്, ഒലവക്കോട്-ധോണി റോഡ്, പുത്തൂർ-കൊട്ടേക്കാട് റോഡ്, കഞ്ചിക്കോട്-മേനോൻ പാറ റോഡ്, മേനോൻപാറ-ചുള്ളിമട റോഡ്, കഞ്ചിക്കോട്-പാറ റോഡ്, ചുള്ളിമട-ബസാർ റോഡ് എന്നിവ അനിവാര്യമായും വികസിപ്പിക്കണമെന്നു അദ്ദേഹം അറിയിച്ചിരുന്നു. ആ റോഡുകളെക്കുറിച്ച് വിശദമായ അന്വേഷണവും വിവര ശേഖരണവും നടത്തി അത്യാവശ്യമായ പ്രവൃത്തികൾ മനസ്സിലാക്കി തുടർ നടപടികളിലേക്ക് കടക്കുകയാണ് തുടർന്ന് ചെയ്തത്.

ഒലവക്കോട് നിന്ന് ആരംഭിച്ച് മന്തക്കാട് അവസാനിക്കുന്ന ഒലവക്കോട്-മലമ്പുഴ റോഡ് കേരളത്തിന്റെ ഉത്തരഭാഗത്തുനിന്ന് മലമ്പുഴയിലേക്ക് വരുന്ന വിനോദ സഞ്ചാരികളുടെ മാർഗ്ഗമെന്ന നിലയിൽ ഏറെ ഗതാഗതാധിക്യമുള്ള പാതയായിരുന്നു. മാത്രമല്ല പാലക്കാട് എൻ എസ് എസ് എഞ്ചിനീയറിങ് കോളേജ്, ഏമൂർ കൈപത്തി ഭഗവതി ക്ഷേത്രം, മലമ്പുഴ ഇൻഡസ്ട്രിയൽ ട്രെയിനിങ് ഇൻസ്റ്റിറ്റ്യൂട്ട് എന്നിവയിലേക്കുമുള്ള ഏക മാർഗ്ഗവും ഇതായിരുന്നു. വാഹനസാന്ദ്രതയ്ക്കനുസരിച്ചുള്ള വീതിയോ ഉപരിതല ഘനമോ ഈ പാതയ്ക്കുണ്ടായിരുന്നില്ല. ആവശ്യത്തിനുള്ള അഴുക്കു ചാലുകളുടെയും കലുങ്കുകളുടെയും അഭാവം ഈ പാതയുടെ ശാപമായിരുന്നു. വിപണന മേഖലയായ അകത്തേത്തറ സെന്റർ നാലു വളവുകൾകൊണ്ടും വീതിക്കുറവ് കൊണ്ടും ഒട്ടേറെ അപകടങ്ങൾക്ക് കാരണമായി മാറിയിരുന്നു. ഇവയെല്ലാം കണക്കിലെടുത്തുകൊണ്ട് സ്ഥലമുള്ളിടത്തെല്ലാം വീതി കൂട്ടിക്കൊണ്ടും വളവുകൾ കഴിയുന്നത്ര ലഘൂകരിച്ചുകൊണ്ടും കലുങ്കുകളും അഴുക്കുചാലുകളും നിർമ്മിച്ചുകൊണ്ടുള്ള പരിഷ്കരണ പ്രവൃത്തികളാണ് പ്ലാൻ ചെയ്തത്. ഒപ്പം വലിയ ഭാരവണ്ടികളുടെ ചക്രഭാരം കൂടി താങ്ങാവുന്ന വിധത്തിൽ ഉപരിതല ശാക്തീകരണവും ഉൾപ്പെടുത്തി എസ്റ്റിമേറ്റ് തയ്യാറാക്കി ടെൻഡർ വിളിച്ചു. പി ജി തോമസ് കരാറെടുത്ത ഈ പ്രവൃത്തി ഒരു കൊല്ലംകൊണ്ട് പൂർത്തിയാക്കി. ഈ പാതയുടെ ഒരു ശാപം ഏതു സമയവും അടച്ചിടുന്ന റെയിൽവേ ഗേറ്റ് ആയിരുന്നു. പാതയുടെ ഉപയോഗം പൂർണ്ണമാവണമെങ്കിൽ ഇവിടെ ഒരു റെയിൽവേ മേൽപ്പാലം നിർമ്മിക്കണം. ഗതാഗത സാന്ദ്രതയുടെയും നഷ്ടപ്പെടുന്ന കണക്കുകൾ നിരത്തി ഈ മേൽപ്പാലത്തിന്റെ അനിവാര്യത സമർത്ഥിച്ചുകൊണ്ടുള്ള ഒരു പ്രാഥമിക നിർദ്ദേശ രേഖ അന്ന് റെയിൽവേക്കും കേരള സർക്കാരിനും പാലക്കാട് എം പി എൻ എൻ കൃഷ്ണദാസിനും സമർപ്പിച്ചത് ഓർക്കുന്നു.

പാലക്കാട്-കോഴിക്കോട് പാതയിൽ ഒലവക്കോട് ചുങ്കത്തു നിന്നാരംഭിച്ച് ധോണി മലയടിവാരംവരെ പോകുന്ന ഒലവക്കോട്-ധോണി റോഡ് വളരെ പ്രധാനപ്പെട്ട ഒരു പാതയായിരുന്നു. പാലക്കാട് റെയിൽവേ ഡിവിഷൻ ഓഫീസ്, റെയിൽവേ കോളനി, റെയിൽവേ ഹോസ്പിറ്റൽ,

വനം വകുപ്പ് ഓഫീസുകൾ, പൊലീസ് സ്റ്റേഷൻ, ധോണി മൃഗസംരക്ഷണ ഫാം, ധോണി വെള്ളച്ചാട്ടം എന്നിവയിലേക്കുള്ള ഏക ഗതാഗത മാർഗ്ഗം അതുമാത്രമായിരുന്നു. പക്ഷേ, ആ പാത ആവശ്യപ്പെടുന്ന വിധത്തിലുള്ള ഒരു വികസനം അതിനു ലഭിച്ചിരുന്നില്ല. പ്രധാന ജില്ലാതല പാതകളുടെ നിലവാരത്തിലേക്ക് ഈ പാത വികസിപ്പിച്ചു പരിഷ്കരിച്ച് ഉയർത്താൻ വേണ്ട നടപടികളാണ് സ്വീകരിച്ചത്. റോഡിന്റെ ഉപരിതല വീതി ഏറ്റവും ചുരുങ്ങിയത് 5.6 മീറ്റർ ആക്കുകയും ജങ്ഷനുകളിലും ബസ് സ്റ്റോപ്പുകളിലും കിട്ടാവുന്നത്ര സ്ഥലമെടുത്ത് ചാലു മുതൽ ചാലു വരെ വീതി കൂട്ടുകയും ചെയ്യാൻ തീരുമാനിച്ചു. മഴവെള്ളം ഒഴുകിപ്പോകാനുള്ള അഴുക്കു ചാലുകൾ ഒരിടത്തുമുണ്ടായിരുന്നില്ല. കലുങ്കുകളുടെ അഭാവം മൂലം പലയിടങ്ങളും മഴക്കാലത്ത് മഴവെള്ള പാത കവിഞ്ഞൊഴുകുമായിരുന്നു. തോടിനു കുറുകെയുള്ള പാലം വീതി കുറഞ്ഞതും കേടു വന്നതുമായിരുന്നു. ഇത് പുനർനിർമ്മിക്കേണ്ടത് അനിവാര്യതയായിരുന്നു. ഒപ്പം ഉപരിതല ശാക്തീകരണവും നിർബ്ബന്ധമായും ചെയ്യേണ്ട പ്രവൃത്തിയായിരുന്നു. ഇവയെല്ലാം ഉൾപ്പെടുത്തിയ പ്രവൃത്തിക്ക് അനുമതി ലഭിക്കുകയും ടെൻഡർ വിളിച്ച് കോഴിക്കോട്ടുകാരനായ കരാറുകാരൻ പി എം ഹസ്സനെ പ്രവൃത്തി ഏല്പിക്കുകയും ചെയ്തു. 18 മാസം കൊണ്ടാണ് കരാർ അനുസരിച്ച് പണി പൂർത്തീകരിക്കേണ്ടതെങ്കിലും 16 മാസം കൊണ്ട് തന്നെ എല്ലാ പ്രവൃത്തികളും തീർത്ത് ജനങ്ങളുടെ അഭിനന്ദനങ്ങൾ നേടാൻ കഴിഞ്ഞത് ഏറെ സന്തോഷത്തോടെ ഓർക്കുന്നു. ഈ റോഡിന്റെ പ്രവർത്തനവുമായി ബന്ധപ്പെട്ട മറ്റൊരു രസാവഹമായ ഓർമ്മയും മനസ്സിലുണ്ട്. പ്രവർത്തനോദ്ഘാടനം നിർവ്വഹിച്ചത് ധനകാര്യ വകുപ്പ് മന്ത്രി ശിവദാസ മേനോനായിരുന്നു. ജനപ്രതിനിധികൾക്ക് പുറമെ പ്രധാന രാഷ്ട്രീയ പാർട്ടികളുടെയും നേതാക്കൾ ആശംസകൾ നേരാൻ ഉണ്ടായിരുന്നു. ഇതിൽ അദ്ദേഹത്തിന്റെ ജില്ലാ നേതാവുണ്ടായിട്ടും തന്റെ പേരില്ലെന്നു പറഞ്ഞ് ഇടതുപക്ഷ ജനാധിപത്യ മുന്നണിയിലെ രണ്ടാം കക്ഷിയിലെ ഒരു പ്രാദേശിക നേതാവ് എന്നെ വിളിച്ചു. ആരുണ്ടായാലും തന്നെ വിളിച്ചില്ലെങ്കിൽ ഈ പരിപാടി താൻ നടത്തിക്കുകയില്ലെന്നും പ്രതിഷേധവുമായി വന്ന് പരിപാടി തടയുമെന്നും അദ്ദേഹം ഭീഷണിപ്പെടുത്തി. താങ്കളെ ഉൾക്കൊള്ളിച്ചാൽ ആ നിലവാരത്തിലുള്ള എല്ലാ പ്രാദേശിക നേതാക്കളെയും ഉൾപ്പെടുത്തണമെന്നും അത് പരിപാടിയുടെ ദൈർഘ്യം വർദ്ധിപ്പിക്കുമെന്നും ഞാൻ വിശദീകരിച്ചു. എന്നാൽ പരിപാടി നടത്തുന്നതിനെ തടയുമെന്നു അദ്ദേഹം ആണയിട്ടു. എനിക്ക് ചിരിയാണ് വന്നത്. താങ്കൾ അതിനു ശ്രമിച്ചു നോക്കൂ. പക്ഷേ, വീട്ടിൽ നിന്ന് പോരുമ്പോൾ ഒന്ന് പറഞ്ഞിട്ട് പോരുന്നത് നല്ലതാണ്. കാരണം ജനസഹസ്രങ്ങൾക്കിടയിൽവന്നു താങ്കൾ എന്തെങ്കിലും അനാവശ്യം കാണിച്ചാൽ പിന്നീടുണ്ടാവുന്ന ഭവിഷ്യത്തുകളുടെ അന്തിമഫലം അവരാണല്ലോ അനുഭവിക്കേണ്ടത് എന്ന് പറഞ്ഞ് ഞാൻ ഫോൺ താഴെ വെച്ചു. ഉദ്

ഘാടനം യാതൊരു തടസ്സവുമില്ലാതെ വലിയ ജനാവലിയുടെ സാന്നിദ്ധ്യത്തിൽ നടന്നു. ആ നേതാവിന്റെ പൊടിപോലും അവിടെയെങ്ങും കാണാനുണ്ടായില്ല. ഒരു ഭീഷണിക്കും വഴങ്ങാത്ത ഒരുദ്യോഗസ്ഥനാണെന്ന് മനസ്സിലാക്കിയതോടെ തന്റെ തെറ്റ് ബോദ്ധ്യപ്പെട്ട അദ്ദേഹം പിന്നീട് എന്റെ സുഹൃത്തായി മാറുകയുണ്ടായി.

നഗരത്തിലെ പുത്തൂരിൽ നിന്ന് ആരംഭിച്ച് കൊട്ടേക്കാട് കവല വരെ നീളുന്ന പുത്തൂർ-കൊട്ടേക്കാട് റോഡ് ജനസാന്ദ്രതയുള്ള പ്രദേശങ്ങളിലൂടെ പോകുന്ന ഒരു പ്രധാന പാതയായിരുന്നു. ഒട്ടേറെ സർക്കാർ ഉദ്യോഗസ്ഥർ താമസിച്ചിരുന്ന കല്ലേപ്പുള്ളി എൻ ജി ഒ ക്വാർട്ടേഴ്സ്, ഒട്ടേറെ തൊഴിലാളികൾ പണിയെടുത്തിരുന്ന മിൽമ ഫാക്ടറി, കേരള സംസ്ഥാന ഹൗസിങ് ബോർഡ് കോളനി, കല്ലേപ്പുള്ളി വിപണനകേന്ദ്രം, കൊട്ടേക്കാട് വിപണന കേന്ദ്രം എന്നിവ ഈ പാതയുടെ രണ്ടു പാർശ്വങ്ങളിലായിരുന്നു. അടുത്തൊന്നും ആ പാത അർഹിക്കുന്ന തരത്തിലുള്ള പരിഷ്കരണമോ ശാക്തീകരണമോ നടന്നിരുന്നില്ല. അഴുക്കുചാലുകളുടെ അഭാവവും കലുങ്കുകളുടെ കുറവും ഈ റോഡിന്റെ ശാപമായിരുന്നു. കല്ലേപ്പുള്ളി കവലയിൽ ഒട്ടേറെ വാഹനങ്ങൾ റോഡിൽ തന്നെ പാർക്ക് ചെയ്യുന്നതിനാൽ ഏറെ മാർഗ്ഗ തടസ്സം അനുഭവപ്പെട്ടിരുന്നു. അതിനാൽ ഈ ജങ്ഷന്റെ വികസന പരിഷ്കരണവും ചെയ്യേണ്ടിയിരുന്നു. പ്രധാന ജില്ലാതല പാതയുടെ നിലവാരത്തിലേക്കുയർത്താൻ ഉപരിതല വീതിയും ചുരുങ്ങിയത് 5.6 മീറ്റർ ആക്കി വികസിപ്പിക്കേണ്ടിയിരുന്നു. ഇവയെല്ലാം ഉൾപ്പെടുത്തി സമർപ്പിച്ച എസ്റ്റിമേറ്റ് പ്രകാരം ദർഘാസ് വിളിക്കുകയും എം സുനിലിനെ കരാർ ഏല്പിക്കുകയും ചെയ്തു. ഒരു കൊല്ലം കൊണ്ട് ഈ പ്രവൃത്തി പൂർത്തിയാക്കി.

കേരളത്തിലെ ഏറ്റവും വലിയ വ്യവസായ മേഖലയാണ് കഞ്ചിക്കോട് വ്യവസായ വികസന മേഖല. പുതുശ്ശേരി പഞ്ചായത്തിൽ കൊരയാറിന്റെ തീരത്ത് കഞ്ചിക്കോട് നിന്ന് മേനോൻപാറയ്ക്കു പോകുന്ന പാതയുടെയും മേനോൻപാറയിൽ നിന്ന് ചുള്ളിമടയ്ക്കു പോകുന്ന പാതയുടെയും ഇരുവശങ്ങളിലായി ഏകദേശം 7 കിലോമീറ്റർ ദൂരത്തിൽ 1000 ഏക്കർ ഭൂമിയിൽ വ്യവസായ വകുപ്പ് സ്ഥലം ഏറ്റെടുത്ത് വ്യവസായികൾക്ക് നല്കി. സർക്കാരും വ്യവസായികളും വികസിപ്പിച്ചെടുത്ത ഒട്ടേറെ വ്യവസായ സ്ഥാപനങ്ങൾ ഈ വ്യവസായ വികസന മേഖലയിലുണ്ടായിരുന്നു. പെപ്സി-കോള കമ്പനി, മേരികോ, റബ്ഫില, കേന്ദ്ര വെയർ ഹൗസ്, ഒട്ടേറെ സ്റ്റീൽ സിമന്റ് ഫാക്ടറികൾ, ഭക്ഷ്യ വിഭവ നിർമ്മാണ ഫാക്ടറികൾ എന്നിവ ഇവിടെ പ്രവർത്തിച്ചിരുന്നു. കേന്ദ്ര-കേരള സർക്കാരുകളുടെ സ്വപ്ന പദ്ധതികളായ ഭാരത് എർത്ത് മൂവേഴ്സ്, ഇന്റഗ്രേറ്റഡ് ടെക്സ്റ്റയിൽ പാർക്ക്, വൈസ് പാർക്ക് എന്നിവയ്ക്കുള്ള സ്ഥലവും ഇവിടെയായിരുന്നു. ആയതിനാൽ ഈ മേഖലയിൽ ഭാരവാഹനങ്ങളുടെ ഗതാഗതം വളരെ കൂടുതലായിരുന്നു. മാത്രമല്ല ഈ പ്രദേശത്തെ മണ്ണ് കളിമണ്ണ് പ്രകൃതത്തിലുള്ളതുമായിരുന്നു. വ്യവസായ

മേഖലയെ പുറം ലോകവുമായി ബന്ധിപ്പിച്ചിരുന്ന രണ്ടു പൊതുമരാമത്ത് പാതകളായിരുന്നു കഞ്ചിക്കോട് മേനോൻപാറ റോഡും മേനോൻപാറ-ചുള്ളിമട റോഡും. ഇവ ആകെ തകർന്ന നിലയിലായിരുന്നു. ഈ പാതകളുടെ സമഗ്രമായ പരിഷ്കരണവും പുനരുദ്ധാരണവും വ്യവസായ മേഖലയുടെ വികസനത്തിന് അനിവാര്യമായിരുന്നു. അതിനാൽ പാതയുടെ ഗതാഗത ഉപരിതലത്തിലെ വീതി കൂട്ടലും ശാക്തീകരണവും അത്യാവശ്യ സ്ഥലങ്ങളിൽ കലുങ്കുകളുടെയും അഴുക്കുചാലുകളുടെയും നിർമ്മാണം, പ്രധാന ഫാക്ടറിയുടെ മുമ്പിൽ ലോറി പാർക്ക് സൗകര്യമൊരുക്കൽ, ബസ് ബേ നിർമ്മാണം എന്നിവയുൾപ്പെടുത്തി എസ്റ്റിമേറ്റ് തയ്യാറാക്കി സർക്കാർ അനുമതിക്ക് സമർപ്പിച്ചു. ധനവകുപ്പ് മന്ത്രിയുടെയും വ്യവസായ വകുപ്പ് മന്ത്രിയുടെയും ശുപാർശകളുണ്ടായിരുന്നതിനാൽ വളരെ പെട്ടെന്നുതന്നെ ഭരണാനുമതി ലഭിക്കുകയും പ്രവൃത്തി ടെൻഡർ വിളിച്ച് ക്രമീകരിക്കുകയും ചെയ്തു. ജോജി ജോർജ്ജും പി എം യോഹന്നാനും ഈ പ്രവൃത്തികൾ സമയ ബന്ധിതമായി പൂർത്തിയാക്കിയപ്പോൾ പൊതുജനങ്ങളുടെയും കഞ്ചിക്കോട് ഇൻഡസ്ട്രീസ് ഫോറത്തിന്റെയും അകമഴിഞ്ഞ അഭിനന്ദനങ്ങൾ ലഭിക്കുകയുണ്ടായി.

ദേശീയ പാതയെയും കഞ്ചിക്കോട് വ്യവസായ മേഖലയെയും എലപ്പുള്ളി, നല്ലേപ്പുള്ളി, കൊഴിഞ്ഞാമ്പാറ പഞ്ചായത്തുകളുമായി ബന്ധിപ്പിക്കുന്ന പാതയാണ് കഞ്ചിക്കോട്-പാറ റോഡ്. വർഷങ്ങളായി വാർഷിക അറ്റകുറ്റപ്പണികളല്ലാതെ സാരമായ പരിഷ്കരണ പ്രവൃത്തികളൊന്നും നടത്താത്തതിനാൽ ഈ പാത ആകെ തകർന്ന രൂപത്തിലായിരുന്നു. മൊത്തമായി ഈ പാതയ്ക്ക് ശാപമോക്ഷം നല്കുന്ന വിധത്തിൽ എല്ലാ ഇനങ്ങളും ഉപരിതല ശാക്തീകരണവും ഉൾപ്പെടുത്തി എസ്റ്റിമേറ്റ് തയ്യാറാക്കി. എം സുനിൽ കരാറെടുത്ത ഈ പ്രവൃത്തിയും കരാർ സമയത്തിന് മുമ്പ് തന്നെ അവസാനിപ്പിക്കാൻ കഴിഞ്ഞു.

ദേശീയ പാത ആദ്യമായി പരിഷ്കരിച്ചസമയം ചുള്ളിമട അങ്ങാടിക്ക് ബൈപാസ് വന്നപ്പോൾ പൊതുമരാമത്ത് വകുപ്പിന് കൈമാറിയ പഴയ റോഡായിരുന്നു ചുള്ളിമട ബസാർ റോഡ്. ഏറ്റെടുത്തതിന് ശേഷം വാർഷിക അറ്റകുറ്റപ്പണികളല്ലാതെ ഒരു പ്രവൃത്തിയും ഈ പാതയിൽ ചെയ്തിരുന്നില്ല. അങ്ങാടിയിൽ മഴവെള്ളം ഒഴുകിപ്പോകാനുള്ള അഴുക്കുചാലുകൾ ഇല്ലാത്തതിനാൽ അത് കെട്ടിക്കിടന്നു റോഡിനു ഏറെ കേടുപാടുകൾ സംഭവിച്ചിരുന്നു. അങ്ങാടിക്ക് തൊട്ടുള്ള തോട്ടുപാലം വീതി കുറവായതിനാൽ ഗതാഗത പ്രശ്നങ്ങൾ സൃഷ്ടിച്ചിരുന്നു. ഇത്തരം പ്രശ്നങ്ങൾക്കെല്ലാം പരിഹാരമാവുന്ന പ്രവൃത്തികളോട് കൂടി ഉപരിതല ശാക്തീകരണവും കൂടി ഉൾപ്പെടുത്തിക്കൊണ്ടാണ് പണി ക്രമീകരിച്ചത്. ജോജി ജോർജ്ജ് കരാറെടുത്ത ഈ പ്രവൃത്തിയും സമയബന്ധിതമായി തീർക്കാൻ കഴിഞ്ഞു.

പാലക്കാട് എം എൽ എ ടി കെ നൗഷാദ് എന്റെ ഏറ്റവും അടുത്ത

സുഹൃത്തുക്കളിൽ ഒരാളായിരുന്നു. നഗരത്തിലെ പൊതുമരാമത്ത് വകുപ്പ് പാതകളുടെ നവീകരണത്തിന് വേണ്ടി നേരത്തെ അദ്ദേഹം നിർബ്ബന്ധം ചെലുത്തിയതിനെ തുടർന്നാണ് പ്രധാന നഗരപാതകൾ പരിഷ്കരിച്ചത്. പിന്നീട് അദ്ദേഹം നിർദ്ദേശിച്ച പാലക്കാട് നിയോജക മണ്ഡലത്തിലെ നാല് പ്രവൃത്തികളാണ് മേഴ്സി കോളേജ്-തിരുനെല്ലായ് കോസ്‌വേ റോഡ് പരിഷ്കരണം, മേലാമുറി-പുടൂർ റോഡ് പരിഷ്കരണം, പറളി-മുണ്ടൂർ റോഡ് പരിഷ്കരണം, പാലക്കാട്-ചിറ്റൂർ റോഡ് പരിഷ്കരണം (കൊടുമ്പ് ബൈപാസ് ഉൾപ്പെടെ) എന്നിവ. തിരുനെല്ലായ് കോസ്‌വേ പൂർത്തിയായിക്കഴിഞ്ഞപ്പോൾ കണ്ണനൂർ-തിരുനെല്ലായി റോഡ്, തിരുനെല്ലി-മേഴ്സി കോളേജ് റോഡ് എന്നിവ പാലക്കാട് നഗരത്തിന്റെ ഇന്നർ റിങ് റോഡിന്റെ ഭാഗമായി മാറുകയും ഇവിടെ ഗതാഗതം ക്രമാതീതമായി വർദ്ധിക്കുകയും ചെയ്തു. കണ്ണനൂർ മുതൽ തിരുനെല്ലായി വരെ നേരത്തെ വീതികൂട്ടി പരിഷ്കരിച്ചിരുന്നു. എന്നാൽ ഏറ്റവും കൂടുതൽ വാഹന സാന്ദ്രതയും കോളേജ്, ഫാക്ടറികൾ, ഹൗസിങ് കോളനികൾ എന്നിവയുള്ള മേഴ്സി കോളേജ് തിരുനെല്ലായി ഭാഗം വേണ്ടവിധം വികസിപ്പിച്ചിരുന്നില്ല. എല്ലാ ആവശ്യങ്ങളെയും തൃപ്തികരമായി പരിഹരിക്കാൻ വേണ്ട വിധത്തിലുള്ള വീതികൂട്ടൽ, അഴുക്കുചാലുകളുടെയും കലുങ്കുകളുടെയും പാർശ്വഭിത്തികളുടെയും നിർമ്മാണം, പ്രധാന വിദ്യാഭ്യാസ വിപണന കേന്ദ്രങ്ങളിൽ നടപ്പാതയുടെ നിർമ്മാണം, ബസ്ബേ നിർമ്മാണം, ഉപരിതല ശാക്തീകരണം എന്നിവ ഉൾക്കൊള്ളിച്ച പ്രവൃത്തിക്ക് സമർപ്പിച്ച രൂപരേഖയ്ക്കും അംഗീകാരം ലഭിച്ചു.

എം സജീവൻ കരാറെടുത്ത് ഊർജ്ജസ്വലതയോടെ പൂർത്തീകരിച്ച ഈ പ്രവൃത്തിയും പൊതുജനങ്ങളുടെ അഭിനന്ദനത്തിന്റെ ഒട്ടേറെ പൂച്ചെണ്ടുകൾ സമ്മാനിച്ചിരുന്നു.

പാലക്കാട് നഗരത്തെ പിരായിരി, മാത്തൂർ, കോട്ടായി, പെരിങ്ങോട്ടുകുറിശ്ശി എന്നീ പഞ്ചായത്തുകളെ ബന്ധിപ്പിക്കുന്ന മേലാമുറി-പുടൂർ-കോട്ടായി റോഡിന്റെ പാലക്കാട് സബ്ഡിവിഷന്റെ കീഴിലുള്ള ഭാഗമായിരുന്നു മേലാമുറി-പുടൂർ റോഡ്. ബ്രിഡ്ജസ് സബ്ഡിവിഷന്റെ ചുമതലയുണ്ടായിരുന്നപ്പോൾ എന്റെ മേൽനോട്ടത്തിൽ പൂർത്തിയാക്കിയ പാലമായിരുന്നു അതിർത്തി. ഈ പാത ഒരുപാട് സാധാരണക്കാർക്ക് ജില്ലാ ഭരണ സിരാകേന്ദ്രവുമായി ബന്ധപ്പെടുവാനുള്ള ഏക മാർഗ്ഗമായിരുന്നു. അത് കൂടി കണക്കിലെടുത്തു ഉപരിതല ശാക്തീകരണമടക്കമുള്ള ആവശ്യമായ പ്രവൃത്തികൾ ഉൾക്കൊള്ളിച്ച് രണ്ടു ഭാഗങ്ങളായി തിരിച്ചു കൊണ്ടാണ് പ്രവൃത്തികൾ ഒരുക്കിയത്. കരാറുകാരായ എം വി മാധവനും പി ജി തോമസും പ്രത്യേക താല്പര്യമെടുത്ത് 8 മാസങ്ങൾക്കുള്ളിൽ പണി പൂർത്തിയാക്കി.

പാലക്കാട്-കോഴിക്കോട് സംസ്ഥാനപാതയിൽ പാലക്കാടിനും മുണ്ടൂരിനും ഇടയിലും പാലക്കാട്-പൊന്നാനി റോഡിൽ പാലക്കാടിനും പറളിക്കുമിടയിലും ഏതെങ്കിലും തരത്തിലുള്ള മാർഗ്ഗതടസ്സങ്ങൾ ഉണ്ടാ

യാൽ ഉപയോഗിക്കാൻ കഴിയുന്ന ഇതര ഗതാഗത മാർഗ്ഗമെന്ന നിലയിൽ പറളി–മുണ്ടൂർ റോഡിന് ഏറെ പ്രാധാന്യമുണ്ടായിരുന്നു. എന്നാൽ ഈ പാതയെ ഈ ദിശയിൽ നോക്കിക്കാണാനും തദനുസാരിയായ വികസനവും പരിഷ്കരണവും ഈ റോഡിനു വരുത്താനും ആരും ശ്രമിച്ചിരുന്നില്ല. അതിനാൽ തീർത്തും അവഗണിക്കപ്പെട്ട നിലയിലായിരുന്നു ഈ പാതയുടെ അവസ്ഥ. ചെന്ന് ചേരുന്ന പാതകൾ രണ്ടും സംസ്ഥാന രാജപാതകളായതിനാൽ ആ റോഡുകളിലെ വാഹനാധിക്യം കൂടി കണക്കിലെടുത്തു കൊണ്ടുള്ള നവീകരണവും വീതികൂട്ടലും ഉപരിതല ശാക്തീകരണവും നിർബ്ബന്ധമായിരുന്നു. ഇവയോടൊപ്പം മഴവെള്ളം റോഡിലൂടെ ഒഴുകുന്നത് ഒഴിവാക്കാനുള്ള അഴുക്കുചാലുകളും വയലുകളുടെ ഭാഗത്ത് ജലതുലനത്തിനായി കലുങ്കുകളും പാർശ്വ സംരക്ഷണ ഭിത്തികളും തുടക്കത്തിലും ഒടുക്കത്തിലും കവല പരിഷ്കരണവുമുൾപ്പെടുത്തി തയ്യാറാക്കിയ പ്രവൃത്തി കരാറുകാരൻ പി കെ ഭാസ്കരനെ കൊണ്ട് 12 മാസം കൊണ്ട് തീർക്കാൻ കഴിഞ്ഞു.

പാലക്കാട്, ചിറ്റൂർ, തത്തമംഗലം മുനിസിപ്പാലിറ്റികളെ ബന്ധിപ്പിക്കുന്ന പ്രധാന പാതയായിരുന്നു പാലക്കാട്–ചിറ്റൂർ റോഡ്. പാലക്കാട് മുതൽ കൊടുമ്പ് വരെ ഈ പാത പാലക്കാട് സബ്ഡിവിഷന്റെ അധികാര പരിധിയിലായിരുന്നു. ദേശീയ പാത മുറിച്ചു കടന്നു പോയിരുന്ന ഈ പാതയിൽ നഗരഭാഗത്ത് തൃശൂരിൽനിന്നുള്ള വാഹനങ്ങൾ നഗരത്തിലേക്ക് കയറുന്ന മാർഗ്ഗമെന്ന നിലയിൽ വാഹന സാന്ദ്രത ഏറെയായിരുന്നു. ആ വാഹനത്തിരക്കുകൾ എടുക്കാനുള്ള ഉപരിതല വീതിയോ ശക്തിയോ ഇതിനുണ്ടായിരുന്നില്ല. കൊടുമ്പിൽ ഈ റോഡിൽ നാല് വളവുകളുണ്ടായിരുന്നു. ഡ്രൈവർമാർക്ക് നിർബ്ബന്ധമായും ലഭിക്കേണ്ട വീക്ഷണ ദൂരം ഈ നാലു വളവുകളിലും ഇല്ലാത്തതിനാൽ അപകടങ്ങൾ ഇവിടുത്തെ നിത്യ സംഭവങ്ങളായിരുന്നു. വീടുകളുടെ സാന്നിദ്ധ്യം കൊണ്ടും സ്ഥല പരിമിതികൊണ്ടും ഈ വളവുകൾ നേരെയാക്കുകയോ ലഘൂകരിക്കുകയോ ചെയ്യുക അസാദ്ധ്യമായിരുന്നു.. ഈ വളവുകൾ ഒഴിവാക്കാനുള്ള ഏക പോംവഴി കൊടുമ്പ് വിപണനമേഖലയെ ഒഴിവാക്കിക്കൊണ്ട് ഒരു ബൈപ്പാസ് നിർമ്മാണം മാത്രമായിരുന്നു. പഞ്ചായത്ത് പ്രസിഡന്റ് കിട്ടയും മറ്റു അംഗങ്ങളുമായി ആലോചിച്ച് കൂട്ടായി സ്ഥല പരിശോധന നടത്തി വീടുകളൊന്നും തന്നെ പൊളിക്കേണ്ടതില്ലാത്ത ഒരു ബൈപാസ് പാതയുടെ രൂപരേഖ തയ്യാറാക്കി. പഞ്ചായത്ത് ഓഫീസിന്റെ മുന്നിൽ നിന്ന് ഇടത്തോട്ട് പോയി കൊടുമ്പ് അങ്ങാടിയും അമ്പലവും കഴിഞ്ഞ് ഇതേ റോഡിൽ വന്നു ചേരുന്ന Alignment എല്ലാവരും അംഗീകരിച്ചു. പാതയുടെ വികസനത്തിന് വേണ്ട സ്ഥലം സർക്കാർ നിശ്ചയിക്കുന്ന വിലയ്ക്ക് പൊതുമരാമത്ത് വകുപ്പിന് കൈമാറാമെന്ന സമ്മത പത്രവും പഞ്ചായത്ത് അധികൃതർ നല്കി. ഈ ബൈപാസിന്റെ പ്രവൃത്തികളും പാലക്കാട്–ചിറ്റൂർ റോഡിന്റെ 6 കിലോമീറ്റർ ഭാഗത്തെ നവീകരണവും ഉൾപ്പെടുത്തിയാണ് എസ്റ്റിമേറ്റ്

തയ്യാറാക്കിയത്. ദർഘാസ് വിളിച്ച് പ്രവൃത്തി ഏറ്റെടുത്തത് പി എം ഹുസ്സൈൻ ആയിരുന്നു. വിരമിക്കുമ്പോഴേക്കും ബൈപാസ് ഒഴികെയുള്ള പ്രവൃത്തികൾ പൂർത്തിയാക്കാൻ മാത്രമേ എനിക്ക് കഴിഞ്ഞുള്ളു. ബൈപാസിന് സ്ഥലം വിട്ടു തരേണ്ട ഒരാൾ മാത്രം സമ്മതപത്രം നല്കാത്തതിനാൽ ബൈപാസ് പണികൾ തുടങ്ങാൻ കഴിഞ്ഞില്ല. അത് നേടിയെടുക്കാൻ എനിക്ക് ശേഷമുള്ള ഉദ്യോഗസ്ഥർക്ക് കഴിഞ്ഞുമില്ല. അവർ എളുപ്പമാർഗ്ഗം കണ്ടെത്തുകയും ബൈപാസ് ഒഴിവാക്കി പണികൾ അവസാനിപ്പിക്കുകയും ചെയ്തു. ഇപ്പോഴും വളവുകൾ അപകടങ്ങൾ സൃഷ്ടിച്ച് കൊണ്ടിരിക്കുന്നത് കേൾക്കുമ്പോൾ ദുഃഖം തോന്നുന്നു.

കുഴൽമന്ദം എം എൽ എ ആയ എം നാരായണനും എന്റെ അടുത്ത സുഹൃത്തായിരുന്നു. അദ്ദേഹത്തിന്റെ നിർദ്ദേശത്തിൽ പരിഷ്കരിച്ച പാത യാണ് കണ്ണാടി-കിണാശ്ശേരി റോഡ്. കണ്ണാടി പഞ്ചായത്തിലെ രണ്ടു പ്രധാന കവലകളെ ബന്ധിപ്പിക്കുന്ന ഈ പാത ആ പ്രദേശത്തെ ജനങ്ങളുടെ ഏക ഗതാഗതമാർഗ്ഗമായിരുന്നു. ദേശീയപാതയിൽ മാർ ഗ്ഗതടസ്സം നേരിട്ടാൽ പാലക്കാട് എത്താനുള്ള മറ്റൊരു വഴി കൂടിയായ തിനാൽ ഈ പാതയ്ക്ക് പ്രാധാന്യം ഏറെയുണ്ടായിരുന്നു. ഇവയെല്ലാം പരിഗണിച്ചുകൊണ്ട് ഈ പാതയേയും ജില്ലാതല പാതകളുടെ നില വാരത്തിൽ നവീകരിച്ച് ശാക്തീകരിച്ച പ്രവൃത്തിയുടെ കരാറുകാരൻ ടി വി ബാലകൃഷ്ണനായിരുന്നു.

ശ്രീകൃഷ്ണപുരം എം എൽ എ പ്രിയ സുഹൃത്തായ ഗിരിജ സുരേന്ദ്രൻ മൂന്ന് പാതകളുടെ വികസനമായിരുന്നു നിർദ്ദേശിച്ചിരുന്നത്. പത്തിപ്പാല-കോങ്ങാട് റോഡിന്റെ പരിഷ്കരണവും ശാക്തീകരണവും, മുണ്ടൂർ-ചെർപ്ലശ്ശേരി റോഡിന്റെ കടമ്പഴിപ്പുറംവരെയുള്ള ഭാഗത്തിൽ പുതിയ കലുങ്കുകളുടെ നിർമ്മാണവും ശാക്തീകരണവും, കോങ്ങാട് മണ്ണാർക്കാട് ടിപ്പുസുൽത്താൻ റോഡിന്റെ ആദ്യഭാഗത്തിന്റെ ശാക്തീ കരണം എന്നിവയായിരുന്നു അവ. ഇവ കൂടാതെ കോങ്ങാട് മണ്ണാർ ക്കാട് ടിപ്പു സുൽത്താൻ റോഡിൽ ഒന്നാംപുഴയ്ക്കും രണ്ടാം പുഴയ്ക്കുമുള്ള പാലനിർമ്മാണം നടപ്പിലാക്കി പാത പൂർത്തീകരിക്കണ മെന്നും അവർ ആവശ്യപ്പെട്ടിരുന്നു.

പത്തിരിപ്പാല-കോങ്ങാട് റോഡ് പാലക്കാട് താലൂക്ക് അതിർത്തി യിലെ മണ്ണൂർ, കേരളശ്ശേരി, കോങ്ങാട് പഞ്ചായത്തുകളെ ബന്ധിപ്പിക്കുന്ന പ്രധാന ലിങ്ക് റോഡുകളിൽ ഒന്നായിരുന്നു. 10 കിലോമീറ്റർ ദൈർഘ്യമുള്ള ഈ പാതയ്ക്ക് വികസന കാര്യത്തിൽ അർഹിക്കുന്ന പരിഗണന ലഭിച്ചിരുന്നില്ല. പാതിരിപ്പാല, മണ്ണൂർ. കേരളശ്ശേരി, കോങ്ങാട് എന്നീ വിപണന മേഖലകളിലെ സാധാരണക്കാരുടെ ഏക യാത്രാമാർഗ്ഗ മായിരുന്നു ഈ പാത. താലൂക്ക് ജില്ലാ കേന്ദ്രങ്ങളിലേക്കും അവയെ ബന്ധിപ്പിക്കുന്ന ഗതാഗത ശൃംഖലയും ഇതായിരുന്നു. ആവശ്യമായ അഴുക്കു ചാലുകളും കലുങ്കുകളും ഈ റോഡിലുണ്ടായിരുന്നില്ല. വയലുകളിലൂടെയുള്ള പാതാഭാഗത്ത് പാർശ്വഭിത്തികളുടെയും

വീതിയുടെയും അഭാവത്തിൽ അപകടങ്ങൾക്കു സാദ്ധ്യത ഏറെയായിരുന്നു. റോഡിന്റെ ഉപരിതല വീതികൂട്ടലും ശാക്തീകരണവും അനിവാര്യമായിരുന്നു. ഇവയെല്ലാം ഉൾക്കൊള്ളിച്ചുകൊണ്ട് രണ്ടു ഭാഗമായി തിരിച്ച് ബൃഹത്തായ രണ്ടു പ്രവൃത്തികൾ ക്രമീകരിച്ച് ഒരു കൊല്ലം കൊണ്ട് അമീർ, പി കെ ഭാസ്കരൻ എന്നീ കരാറുകാർ വഴി നടപ്പിലാക്കി.

മുണ്ടൂർനിന്ന് ചെർപ്പുളശ്ശേരി വരെ പോകുന്ന മുണ്ടൂർ-ചെർപ്പുളശ്ശേരി റോഡിന്റെ മുണ്ടൂർ മുതൽ കടമ്പഴിപ്പുറം വരെയുള്ള 15 കിലോമീറ്റർ ഭാഗം പാലക്കാട് സബ്ഡിവിഷന്റെ ചുമതലയിലായിരുന്നു. ഈ പാതയെ ചെർപ്പുളശ്ശേരി-പെരിന്തൽമണ്ണ പാതയുമായി ബന്ധിപ്പിച്ച് പാലക്കാട് പെരിന്തൽമണ്ണ റോഡ് എന്ന് പേര് മാറ്റി സംസ്ഥാന രാജപാതയാക്കാനുള്ള നിർദ്ദേശം ഈ കാലത്താണ് അംഗീകരിക്കപ്പെട്ടത്. പാലക്കാട് സബ്ഡിവിഷന്റെ കീഴിലുള്ള 15 കിലോമീറ്റർ ദൂരം 5 കിലോമീറ്റർ വീതമുള്ള മൂന്നു റീച്ചുകളായി തിരിച്ച് ആവശ്യമായ കലുങ്കുകൾ, അഴുക്കു ചാലുകൾ, പാർശ്വഭിത്തികളുടെ നിർമ്മാണം, വളവുകളുടെ ലഘൂകരണ പ്രവൃത്തികൾ, മുണ്ടൂർ, കോങ്ങാട് എന്നീ വിപണനകേന്ദ്രങ്ങളിലെ വീതി കൂട്ടൽ, ഉപരിതല ശാക്തീകരണം എന്നീ പ്രവൃത്തികൾ ഉൾപ്പെടുത്തിയ മൂന്ന് പണികൾ ടെൻഡർ വിളിച്ച് പ്രാവർത്തികമാക്കി. പി കെ ഭാസ്കരൻ, പി എം യോഹന്നാൻ, അബ്ദുൽ ജബ്ബാർ എന്നിവർ ഈ പ്രവൃത്തികൾ കരാറെടുക്കുകയും സമയ ബന്ധിതമായി പൂർത്തീകരിക്കുകയും ചെയ്തു.

കോങ്ങാടിനെയും മണ്ണാർക്കാടിനെയും ഏറ്റവും ചെറിയ ദൂരത്തിൽ ബന്ധിപ്പിക്കുന്ന പൊതുജനങ്ങളുടെ നിരന്തരമായ ആവശ്യത്തെ തുടർന്ന് പൊതുമരാമത്ത് വകുപ്പ് തുടങ്ങി വെക്കുകയും ചെയ്ത ഒരു പാതയായിരുന്നു കോങ്ങാട്-മണ്ണാർക്കാട് ടിപ്പുസുൽത്താൻ റോഡ്. ഗതാഗത പ്രശ്നം ഒട്ടേറെയുള്ള ഗ്രാമീണ മേഖലയെ പാലക്കാടും മണ്ണാർക്കാടുമായി ബന്ധിപ്പിക്കുന്ന കണ്ണിയായിരുന്നു ഈ പാത. ഈ പാതയുടെ ആദ്യഭാഗമായ 6 കിലോമീറ്റർ ദൂരം ബജറ്റ് വർക്ക് എന്ന നിലയിൽ 1993 ൽ ചെയ്തതായിരുന്നു. റോഡ് ഫോർമേഷൻ കലുങ്കുകളുടെ നിർമ്മാണം, മെറ്റലിങ് എന്നിവ മാത്രമാണ് അന്ന് ചെയ്തിരുന്നത്. ഉപരിതലത്തിലെ ടാറിങ് ചെയ്തിരുന്നില്ല. പണികഴിഞ്ഞ ഉടനെ ഗതാഗതത്തിനു തുറന്നു കൊടുത്തതിനാൽ മെറ്റൽ മുഴുവൻ തെറിച്ചു പോയി. വലിയ കുഴികൾ രൂപപ്പെട്ട നിലയിലായിരുന്നു ഞാൻ ചുമതല ഏറ്റെടുക്കുമ്പോൾ ഈ പാത. പഴയ പണി അവസാനിപ്പിച്ചതിനാൽ ആ പ്രവൃത്തിയുടെ എസ്റ്റിമേറ്റ് തന്നെ പുതുക്കി ഉപരിതല ശാക്തീകരണത്തിനും ടാർ ചെയ്യുന്നതിനുമുള്ള പുതുക്കിയ എസ്റ്റിമേറ്റിന് സർക്കാരും ചീഫ് എഞ്ചിനീയറും അനുവാദവും സാങ്കേതിക അനുമതിയും നല്കി. ടെൻഡർ വിളിച്ച് കരാറുകാരൻ കെ അയ്യപ്പൻ മുഖേന 1999 ജൂലൈ മാസത്തിലാണ് പ്രവൃത്തികൾ ആരംഭിച്ചത്. മെറ്റലിങ് മാത്രമേ പൂർത്തിയാക്കാൻ കഴിഞ്ഞുള്ളു. അപ്പോഴേക്കും ഞാൻ ജോലിയിൽനിന്ന്

വിരമിച്ചു. ഈ പാതയിൽതന്നെ ഒന്നാംപുഴയ്ക്കും രണ്ടാം പുഴയ്ക്കുമുള്ള രണ്ടു പാലങ്ങൾ (തുപ്പനാട്, നേന്ത്രപ്പുഴ) നിർമ്മിക്കേണ്ടിയിരുന്നു. ഈ പാലങ്ങൾ പണി തീർത്താൽ മാത്രമേ പാത പൂർണ്ണമായും ഗതാഗത യോഗ്യമാവൂ. ആരും ഈ കാര്യം ശ്രദ്ധിച്ചിരുന്നില്ല. തുപ്പനാട്, നേന്ത്രപ്പുഴ എന്നിവയുടെയും വിവരശേഖരണവും പാലം നിർമ്മാണ സ്ഥലത്തെ സർവ്വേയും അസ്ഥിവാരത്തിന്റെ താഴ്ച കണ്ടെത്താനുള്ള പാറയുടെ ബോറിങ്ങും നടത്തി ചീഫ് എഞ്ചിനീയർ ഓഫീസിലെ ഡിസൈൻ വിഭാഗത്തിൽ നിന്ന് പാലങ്ങളുടെ ഡിസൈനും പ്ലാനും ലഭ്യമാക്കി വിശദമായ എസ്റ്റിമേറ്റും തയ്യാറാക്കി അനുമതികൾക്കായി സമർപ്പിച്ചു. എല്ലാ അനുമതികളും ലഭ്യമാക്കി രണ്ടു പാലങ്ങളുടെയും പ്രവൃത്തികൾ കരാറുകാരൻ കമ്മദ്കുട്ടിയെ ഏല്പിച്ച് തുടങ്ങി വെക്കാൻ കഴിഞ്ഞത് ഏറെ ചാരിതാർത്ഥ്യം ലഭിച്ച ഒന്നായിരുന്നു.

ഏറെ ആഗ്രഹമുണ്ടായിരുന്നുവെങ്കിലും മൂന്നു പ്രധാന പ്രവൃത്തി കളുടെ അന്വേഷണ വിവരശേഖരണ പ്രാഥമിക എസ്റ്റിമേറ്റ് പണികൾ മാത്രമേ പൂർത്തിയാക്കാൻ കഴിഞ്ഞുള്ളു. പാലക്കാട് നഗരത്തിന്റെ ഇന്നർ റിങ് റോഡിന്റെ ഭാഗമായ കല്പ്പാത്തി പുഴയ്ക്ക് കുറുകെ നിലമ്പതി ഉൾപ്പെടെയുള്ള മേപ്പറമ്പ്-ഒലവക്കോട് റോഡ്, കൽമണ്ഡപം ബസ് സ്റ്റാൻഡ്-പാലക്കാട് ബൈ പാസ് റോഡ്, പാലക്കാട് ഓവർ ബ്രിഡ്ജ് എന്നിവയായിരുന്നു അവ. ഈ പ്രവൃത്തികൾ ആദ്യത്തെ രണ്ടെണ്ണത്തിന് ഭരണാനുമതി ലഭിച്ചെങ്കിലും സ്ഥലമെടുപ്പ് താമസിച്ചതിനാൽ തുടങ്ങാ നായില്ല. മേപ്പറമ്പ്-ഒലവക്കോട് റോഡ് പിന്നീട് സെൻട്രൽ റോഡ് ഫണ്ടിൽ ഉൾപ്പെടുത്തി ദേശീയപാതാ വിഭാഗമാണ് പൂർത്തിയാക്കിയത്. കൽമണ്ഡപം ബസ് സ്റ്റാൻഡ് പാലക്കാട് ബൈപാസ് റോഡ് വർഷ ങ്ങൾക്കു ശേഷം പണി തുടങ്ങിയെങ്കിലും സ്ഥലം പൂർണ്ണമായി ലഭി ക്കാത്തതിനാൽ ഇന്നും പൂർത്തിയായിട്ടില്ല. പാലക്കാട് ഓവർബ്രിഡ്ജ് പിന്നീട് ബ്രിഡ്ജസ് കോർപ്പറേഷന്റെ നേതൃത്വത്തിലാണ് പ്രാവർത്തി കമായത്. പാലക്കാട് നഗരത്തിന്റെ ഔട്ടർ റിങ് റോഡ് എന്ന എന്റെ സ്വപ്നപദ്ധതിയായ കഞ്ചിക്കോട്-മലമ്പുഴ-മുട്ടിക്കുളങ്ങര റോഡിന്റെ ആദ്യഘട്ടം കഞ്ചിക്കോട് മുതൽ മലമ്പുഴവരെ എന്റെ ചുമതലയിൽ പൂർ ത്തിയാക്കാൻ കഴിഞ്ഞെങ്കിലും രണ്ടാം ഘട്ടമായ മലമ്പുഴ-മുട്ടിക്കുളങ്ങര ഭാഗം ഞാൻ ജോലിയിൽ നിന്ന് വിരമിച്ച് 20 വർഷം കഴിഞ്ഞിട്ടും ഇന്നും പൂർത്തിയായിട്ടില്ലെന്നതും അല്പം നിരാശയോടെ ഓർക്കുന്നു.

എന്റെ ജീവിതത്തിലെ മറ്റൊരു പ്രധാന നാഴികക്കല്ലായ മകൻ ജോഗേഷിന്റെ വിവാഹം നടന്നതും ഈ കാലഘട്ടത്തിലാണ്. അബുദാ ബിയിൽ എത്തി സലാത്ത് ടെലിഫോൺ കമ്പനിയിൽ ജോലിയുമായി ഒറ്റയ്ക്കുള്ള താമസത്തിലെ ഏകാന്തത മാറ്റാൻ അവനു ഒരു ജീവിത സഖിയെ നല്കണമെന്ന ഞങ്ങളുടെ ചിന്തയാണ് ഇരുപത്തിനാലാം വയ സ്സിലുള്ള അവന്റെ വിവാഹത്തിൽ കലാശിച്ചത്.

യുണൈറ്റഡ് അറബ് എമിറേറ്റ്സിലെ ആദ്യത്തെ മലയാളി സൂപ്പർ

മാർക്കറ്റ് ശൃംഖലയായ ഷബാബ്നയുടെ ഉടമസ്ഥനും എറണാകുളത്ത് പോൾ അബ്രോ റോഡിൽ താമസക്കാരനുമായ സി എം ശോഭനന്റെ മകൾ മഞ്ജുവായിരുന്നു വധു. ബിസിനസ് സംബന്ധമായി ഗൾഫിൽ തന്നെയായിരുന്നതിനാൽ മഞ്ജുവിന്റെ ജനനവും വിദ്യാഭ്യാസവുമെല്ലാം അലൈനിലും ദുബായിലുമായിരുന്നു. ബി കോം ബിരുദധാരിണിയായ മഞ്ജു വിദ്യാഭ്യാസ കാലത്ത് നല്ല നർത്തകിയും കായികമേഖലയിലെ താരവുമായിരുന്നു. 1999 ഏപ്രിൽ 25 നാണ് എറണാകുളം രാജീവ് ഗാന്ധി ഇൻഡോർ സ്റ്റേഡിയത്തിൽ ഒട്ടേറെ പൗരമുഖ്യരുടെയും സുഹൃത്തുക്കളുടെയും ബന്ധുക്കളുടെയും സാന്നിദ്ധ്യത്തിൽ ജോഗേഷിന്റെയും മഞ്ജുവിന്റെയും വിവാഹം നടന്നത്. ഏപ്രിൽ 28 ന് പാലക്കാട് ടൗൺ ഹാളിൽ വെച്ച് പാലക്കാട്ടെ സുഹൃത്തുക്കൾക്കും നാട്ടുകാർക്കും സഹപ്രവർത്തകർക്കുംവേണ്ടിയുള്ള സ്വീകരണവും നടന്നു. കേരളത്തിലെ പ്രമുഖ രാഷ്ട്രീയ പാർട്ടി നേതാക്കന്മാർ, പൊതുമരാമത്ത് വകുപ്പിലെ പഴയതും നിലവിലുള്ളതുമായ മുപ്പതോളം ചീഫ് എഞ്ചിനീയർമാരടക്കം കേരളത്തിന്റെ വിവിധ ഭാഗത്ത് നിന്നുള്ള എഞ്ചിനീയർ സുഹൃത്തുക്കൾ, സാംസ്കാരിക നായകന്മാർ, പാലക്കാട് ജില്ലയിലെ മുഴുവൻ എം എൽ എമാരും എം പിമാരും മറ്റു ജനപ്രതിനിധികളും, എഞ്ചിനീയറിങ് കോളേജിലെ സതീർത്ഥ്യന്മാർ, ഉദ്യോഗസ്ഥ പ്രമുഖർ, ബന്ധുക്കൾ, സഹപ്രവർത്തകർ, സർവ്വീസ് സംഘടനാ നേതാക്കൾ, നാട്ടുകാർ എന്നിവരടക്കം എല്ലാ മേഖലയിലുമുള്ള എന്റെ സുഹൃത്തുക്കൾ ഈ വിവാഹം ധന്യമാക്കാൻ എത്തിയത് എനിക്കേറെ സന്തോഷം പകർന്നു. പ്രശസ്ത സാക്സോഫോൺ വാദകനായ കദ്രി ഗോപാൽനാഥും വയലിൻ വാദകയായ കന്യാകുമാരിയും സംഘവും യാതൊരു പ്രതിഫലവും പറ്റാതെയാണ് ഈ സ്വീകരണത്തിൽ മൂന്നു മണിക്കൂർ സമയം സാക്സഫോൺ കച്ചേരി അവതരിപ്പിച്ചത്. സി പി ഐ (എം) ജില്ലാ സെക്രട്ടറി പി ഉണ്ണിയുടെ നേതൃത്വത്തിൽ കെ ജി ഒ എ, എൻ ജി ഒ യൂണിയൻ, കെ എസ് ടി എ എന്നീ സംഘടനാ പ്രവർത്തകർക്കൊപ്പം പ്രിയ സുഹൃത്തുക്കളായ സി വി ശങ്കരനാരായണൻ, കെ ബി ഹരിദാസ്, കെ വി വീരാൻകുട്ടി, എം വി അബ്ദുൾറഹിമാൻ മൂപ്പൻ, പി ഹരിദാസ്, കെ എസ് സുരേന്ദ്രനാഥൻ, കെ പി രാമൻ, ചന്ദ്രിക രാമൻ, പി രാമനാഥൻ, സി എ അബ്ദുൾ സമദ്, പി എം ഗോവിന്ദൻ കുട്ടി, പി ചന്ദ്രശേഖരൻ, വിനയൻ, മനോഹരൻ, എൻ രാധാകൃഷ്ണൻ നായർ, എ കെ ചന്ദ്രൻകുട്ടി, എച്ച് എം എച്ച് ഷെരീഫ്, എൻ കൃഷ്ണമൂർത്തി, രവി മേനോൻ, പി എം യോഹന്നാൻ, എം സജീവൻ, എം സുനിൽ, ജോജി ജോർജ്ജ്, വെൽക്കം ബാബു, വിക്ടറി ബഷീർ എന്നിവരാണ് സ്വീകരണത്തിന്റെ എല്ലാം കാര്യങ്ങളും നോക്കി നിർവ്വഹിച്ചിരുന്നത്. അതിനാൽ എനിക്ക് അതിഥികളെ സ്വീകരിക്കേണ്ട ചുമതല മാത്രമേ ഉണ്ടായിരുന്നുള്ളു. എന്റെ ജീവിതത്തിലെ ഏറ്റവും പ്രധാനപ്പെട്ട ഈ സന്ദർഭത്തിൽ എന്നോടൊപ്പം നില്ക്കുകയും കറകളഞ്ഞ സഹകരണം നല്കുകയും ചെയ്ത

എല്ലാവരെയും സീമാതീതമായ കൃതജ്ഞതയോടെ ഓർക്കുന്നു.

എന്റെ പൊതുമരാമത്ത് വകുപ്പിലെ സേവനകാലത്ത് ഏറ്റവും കൂടുതൽ പ്രവൃത്തികൾ ഏറ്റെടുത്ത് പൂർത്തിയാക്കുകയും നിരവധി പ്രവൃത്തികൾക്ക് തുടക്കം കുറിക്കുകയും വരാനിരിക്കുന്ന വർഷങ്ങളിൽ ഏറ്റെടുത്ത് നടത്താനുള്ള ഒട്ടേറെ പദ്ധതികളുടെ പദ്ധതി റിപ്പോർട്ട് സർക്കാരിലേക്ക് സമർപ്പിക്കുകയും ചെയ്ത കാലഘട്ടമായിരുന്നു 1996–1999 കാലഘട്ടത്തിലെ പാലക്കാട് റോഡ്സ് സബ്ഡിവിഷനിലെ പ്രവർത്തനങ്ങൾ. ഭരണാധികാരികളുടെയും പൊതുപ്രവർത്തകരുടെയും ജില്ലാ ഭരണകൂടത്തിന്റെയും പൊതുജനങ്ങളുടെയും പൊതുമരാമത്ത് വകുപ്പിലെ എഞ്ചിനീയറിങ് കൂട്ടായ്മയുടെയും ഓഫീസിലെ സഹപ്രവർത്തകരുടെയും ഗുണനിലവാരത്തോടെ സമയബന്ധിതമായി പ്രവൃത്തികൾ തീർത്തുതന്ന കോൺട്രാക്ടർമാരുടെയും നിതാന്തമായ ജാഗ്രതയും ഉപദേശവും നിർദ്ദേശവും സഹായ സഹകരണങ്ങളുംകൊണ്ട് മാത്രമാണ് ഈ വിജയങ്ങൾ നേടാൻ കഴിഞ്ഞത്. മുഖ്യമന്ത്രി ഇ കെ നായനാർ, ധനകാര്യ വകുപ്പുമന്ത്രി ടി ശിവദാസ മേനോൻ, റവന്യു വകുപ്പ് മന്ത്രി കെ ഇ ഇസ്മായിൽ, പൊതുമരാമത്ത് വകുപ്പ് മന്ത്രി പി ജെ ജോസഫ്, വ്യവസായ വകുപ്പ് മന്ത്രി സുശീല ഗോപാലൻ എന്നിവരുടെ സമയത്തിലുള്ള ഇടപെടലുകളും സഹായവും ഈ പ്രവർത്തനത്തിന് ഏറെ ഊർജ്ജം പകർന്നിരുന്നു. പാലക്കാട്ടെ ജനപ്രതിനിധികൾ എം പി മാരായ എൻ എൻ കൃഷ്ണദാസ്, എസ് അജയകുമാർ, എം എൽ എ മാരായ ടി കെ നൗഷാദ്, എം നാരായണൻ, സി കെ രാജേന്ദ്രൻ, ഗിരിജാ സുരേന്ദ്രൻ, കെ അച്യുതൻ, ജില്ലാ പഞ്ചായത്ത് പ്രസിഡന്റ് കെ വി വിജയദാസ്, പാർട്ടി നേതാക്കളായ എം ചന്ദ്രൻ, പി ഉണ്ണി, എ കെ ബാലൻ, സി ടി കൃഷ്ണൻ, കെ വി രാമകൃഷ്ണൻ എന്നിവർ എപ്പോഴും കൂടെനിന്ന് കരുതൽ നല്കിയിരുന്നു. ജില്ലാ ഭരണകൂടത്തെ ഈ കാലത്ത് നയിച്ചിരുന്ന ജില്ലാ കളക്ടർമാരായ എസ് ജി കെ കിഷോർ, കെ ഇളങ്കോവൻ, ജില്ലാ പൊലീസ് മേധാവികളായിരുന്ന എസ് അനന്തകൃഷ്ണൻ, നിതിൻ അഗർവാൾ, സഞ്ജീവ് പട്ജോഷി, വിനോദ് തോമസ്, ഡി വൈ എസ് പി കെ വിജയൻ എന്നിവർ എനിക്ക് ആവശ്യസന്ദർഭങ്ങളിൽ ഒട്ടേറെ സഹകരണം നല്കിയിരുന്നു. ഇവരോടെല്ലാമുള്ള എന്റെ സ്നേഹാദരങ്ങൾ ഇവിടെ കുറിക്കട്ടെ.

എണ്ണയിട്ട യന്ത്രം പോലെ പ്രവർത്തിക്കാൻ കൂടെ നിന്ന ചീഫ് എഞ്ചിനീയർ മുതൽ അസിസ്റ്റന്റ് എഞ്ചിനീയർ വരെയുള്ള എഞ്ചിനീയർ സമൂഹം എനിക്ക് നല്കിയ സഹായ സഹകരണങ്ങൾ പറഞ്ഞറിയിക്കാവുന്നതായിരുന്നില്ല. അനുവാദങ്ങൾ ഒരു കാലതാമസവുമില്ലാതെ നല്കുകയും നിരന്തരമായ പ്രവൃത്തി സന്ദർശനങ്ങളിലൂടെ നിർദ്ദേശങ്ങൾ തന്നു ഊർജ്ജം പകരുകയും സർക്കാർ തലത്തിൽനിന്ന് ഭരണാനുമതികൾ ലഭിക്കാൻ ചാലക ശക്തിയായി വർത്തിക്കുകയും ചെയ്ത ചീഫ് എഞ്ചിനീയർ ജോസഫ് മാത്യു, ചീഫ് ടെക്നിക്കൽ എക്സാമിനർ കെ

കറപ്പുണ്ണി, സൂപ്രണ്ടിങ് എഞ്ചിനീയർ കെ നാരായണൻ എന്നിവർക്ക് എന്നോടുള്ള സ്നേഹാതികാരങ്ങൾക്കും വാത്സല്യത്തിനും കണക്കുണ്ടായിരുന്നില്ല. കൂടെ നിന്ന് പ്രവൃത്തികളിൽ പൂർണ്ണമനസ്സോടെ പങ്കാളികളായിരുന്ന എക്സിക്യൂട്ടീവ് എഞ്ചിനീയർമാരായ ഇ കെ ഗോവിന്ദൻ, ജി സുകുമാർ, എം ടി അഹമ്മദ് ഷഹീദ്, കെ ആർ അനന്തനാരായണൻ എന്നിവരുടെ സേവനങ്ങൾ എത്ര പ്രകീർത്തിച്ചാലും മതിയാവില്ല. രാവും പകലും പണിസ്ഥലങ്ങളിലും ഓഫീസിലും പണിയെടുത്തിരുന്ന അസിസ്റ്റന്റ് എഞ്ചിനീയർമാരായ പി രാമനാഥൻ, അബ്ദുൽ സമദ്, കെ വാസുദേവൻ എന്നിവരുടെയും അവരുടെ കീഴിൽ രാപ്പകൽ അദ്ധ്വാനിച്ച ഓവർസീയർമാരുടെയും ആത്മസമർപ്പണത്തോടെയും കറയറ്റ ആത്മാർത്ഥതയോടെയുമുള്ള കഠിന പ്രയത്നങ്ങൾ അഭിനന്ദനമർഹിക്കുന്നവയായിരുന്നു. ഇതോടൊപ്പം സെക്ഷൻ, സബ്ഡിവിഷൻ, ഡിവിഷൻ ഓഫീസിലെ സഹപ്രവർത്തകരുടെ കിടയറ്റ സഹകരണം കൂടിയുണ്ടായപ്പോഴാണ് ഒരുകാലത്തുമില്ലാത്ത വ്യാപ്തിയിലും ഗുണനിലവാരത്തിലുമുള്ള പ്രവൃത്തികൾ പൂർത്തിയാക്കാൻ കഴിഞ്ഞത്. ഇവരുടെ കൂടെ ചേർന്ന് നില്ക്കാൻ കഴിഞ്ഞുവെന്നതാണ് എന്റെ ജീവിതത്തിന്റെ ധന്യത.

ചീഫ് എഞ്ചിനീയർ ജോസഫ് മാത്യു വർഷങ്ങളായി ഏറെ അടുപ്പമുള്ള സുഹൃത്തായിരുന്നു. എന്റെ ആത്മ സുഹൃത്ത് സി വി ശങ്കരനാരായണൻ വഴി തുടങ്ങിവെച്ച ആ സൗഹൃദം നാൾ തോറും പുത്തുതളിർത്തു വന്നു. വളരെ കുറച്ചു പേരുമായി മാത്രമേ അദ്ദേഹം അടുത്ത സുഹൃദ് ബന്ധവും കുടുംബ ബന്ധവും പുലർത്തിയിരുന്നുള്ളു. അതിലൊരാളാവാൻ എനിക്ക് കഴിഞ്ഞുവെന്നത് എന്റെ ഭാഗ്യമായിരുന്നു. കിടയറ്റ ആത്മാർത്ഥതകൊണ്ടും, കറയറ്റ കർമ്മകുശലതകൊണ്ടും, ഒതുക്കമുള്ള വികാരപ്രകടനങ്ങൾ കൊണ്ടും, സാന്ദ്രതയുള്ള സംഭാഷണം കൊണ്ടും, ദുഃഖങ്ങളിലും സന്തോഷങ്ങളിലും അമിതമായി ആസക്തമാവാത്ത മനസ്സ് കൊണ്ടും അദ്ദേഹം വ്യതിരിക്തനായ ഒരു എഞ്ചിനീയറായിരുന്നു. ഇടുക്കിയിലെ ആദിവാസി മേഖലയിലെ പട്ടികവർഗ്ഗ വിഭാഗത്തിൽപെട്ട അദ്ദേഹം തന്റെ ദുരിതങ്ങൾക്കും ഇല്ലായ്മകൾക്കും ബലി കൊടുത്ത ബാല്യ കൗമാരങ്ങൾ ഒരിക്കലും മറക്കാത്ത പച്ചയായ മനുഷ്യനായിരുന്നു. വളരെ ചെറുപ്പത്തിൽ ചീഫ് എഞ്ചിനീയർ പദവിയിലെത്തിയിട്ടും 20 വർഷത്തിലേറെ ചീഫ് എഞ്ചിനീയർ പദവിയിലിരുന്നിട്ടും സ്വഭാവത്തിലും പെരുമാറ്റത്തിലും ജീവിത രീതിയിലും അദ്ദേഹം കാണിച്ച എളിമ മാതൃകാപരമായിരുന്നു. നേരിട്ട് എക്സിക്യൂട്ടീവ് എഞ്ചിനീയറായി ജോലിയിൽ പ്രവേശിച്ചതിനാൽ നിർവ്വഹണകാര്യങ്ങളിൽ അദ്ദേഹത്തിന് പരിചയക്കുറവുണ്ടായിരുന്നു. പക്ഷേ, ഏറെ അനുഭവങ്ങൾ കൈമുതലായുള്ള എഞ്ചിനീയർമാരുമായി ആവക കാര്യങ്ങൾ ചർച്ച ചെയ്ത് അവരുടെ അനുഭവങ്ങളിൽനിന്ന് പാഠങ്ങൾ ഉൾക്കൊണ്ട് അവ പ്രാവർത്തികമാക്കാൻ അദ്ദേഹം കാണിച്ച ഔചിത്യവും മിടുക്കും ഏറെ മാതൃകാപരമായിരുന്നു. എഞ്ചിനീയർ

എന്ന നിലയിൽ കഴിവുകൾ പ്രകടിപ്പിക്കുന്നവരെയും പ്രതിഭകൾ തെളിയിക്കുന്നവരെയും പ്രോത്സാഹിപ്പിക്കാൻ അദ്ദേഹം കാണിച്ച ആർജ്ജവം പ്രശംസനീയമായിരുന്നു. 20 കൊല്ലക്കാലം സംസ്ഥാന പൊതുമരാമത്ത് വകുപ്പിന്റെ ഏറ്റവും ഉന്നതപദവിയിൽ ഇരുന്നിട്ടും അഴിമതിയുടെ യാതൊരു ലാഞ്ഛന പോലുമില്ലാതെ കറപുരളാത്ത വ്യക്തിത്വം കാത്തുസൂക്ഷിക്കാൻ അദ്ദേഹത്തിന് കഴിഞ്ഞുവെന്നത് അദ്ദേഹത്തിന്റെ മഹത്ത്വം വിളിച്ചോതുന്നുണ്ട്. അദ്ദേഹം സ്വന്തമായി ഒരു വീട് വെച്ചത് പോലും ചീഫ് എഞ്ചിനീയർ പദവിയിൽനിന്ന് വിരമിച്ചതിനുശേഷം മാത്രമായിരുന്നുവെന്നത് അദ്ദേഹത്തിന്റെ സ്വഭാവ വിശേഷം നമ്മെ അറിയിക്കുന്നുണ്ട്. അദ്ദേഹത്തിന് ഇന്ത്യൻ അഡ്മിനിസ്ട്രേറ്റീവ് സർവ്വീസ് (ഐ എ എസ്) കോൺഫെർ ചെയ്യാൻ ശുപാർശയുണ്ടായിരുന്നെങ്കിലും രാഷ്ട്രീയ സമ്മർദ്ദം കൊണ്ടുവരാൻ അദ്ദേഹത്തിനറിയാത്തതു കൊണ്ട് അത് ലഭിക്കാതെ പോയി എന്നത് നമ്മുടെ ഭരണയന്ത്രത്തിന്റെ പരാജയമായി മാത്രമേ കാണാൻ കഴിയൂ. എപ്പോഴും പ്രസന്ന വദനനായി എല്ലാവരോടും ചിരിച്ചുകൊണ്ട് ഇടപെടാൻ കഴിയുന്ന അദ്ദേഹം പലപ്പോഴും എനിക്ക് ഒരത്ഭുതമായി തോന്നിയിരുന്നു. അദ്ദേഹവും അദ്ദേഹത്തിന്റെ ഭാര്യ ബീനാ മാത്യുവും മക്കളായ ജൂഡിത്ത് മേരി മാത്യുവും ജൂലിയറ്റ് അണ്ണാ മാത്യുവും അടങ്ങുന്ന കുടുംബവുമായും എന്റെ കുടുംബത്തിന് ഏറെ അടുത്ത സൗഹൃദമുണ്ടായിരുന്നു. ഇന്നും അത് തടസ്സമില്ലാതെ നീങ്ങുന്ന നദി പോലെ ഒഴുകിക്കൊണ്ടേയിരിക്കുന്നു.

ചീഫ് ടെക്നിക്കൽ എക്സാമിനറായിരുന്ന കെ ടി കറപ്പുണ്ണിയും എന്റെ അടുത്ത സുഹൃത്തായിരുന്നു. എഞ്ചിനീയർമാരുടെ സംഘടനയുടെ നേതാവായിരുന്നപ്പോൾ മുതൽ അദ്ദേഹവുമായി ആത്മസൗഹൃദം ഉണ്ടായിരുന്നു. ചീഫ് ടെക്നിക്കൽ എക്സാമിനർ ആയിരുന്നപ്പോൾ ഒട്ടേറെ നിർദ്ദേശങ്ങളും ഉപദേശങ്ങളും അദ്ദേഹം നല്കുമായിരുന്നു. പഴയയാക്കര പാലം വീണുകഴിഞ്ഞപ്പോൾ പുനർനിർമ്മാണ നിർദ്ദേശങ്ങൾ സമർപ്പിക്കുന്നതിനായി അദ്ദേഹത്തിന്റെ ഉപദേശമാണ് ഞാൻ തേടിയത്. അദ്ദേഹവും സഹപ്രവർത്തകരും ഉടനടിതന്നെ സ്ഥലം സന്ദർശിക്കുകയും നിർദ്ദേശങ്ങൾ നല്കുകയും ചെയ്തത് കൃതജ്ഞതയോടെ ഓർക്കുന്നു. ആ വ്യക്തിബന്ധം ഇന്നും തുടരുന്നു.

ഈ കാലത്തെ കോഴിക്കോട് റോഡ്സ് നോർത്ത് സർക്കിൾ സൂപ്രണ്ടിങ് എഞ്ചിനീയർ കെ നാരായണൻ ഗ്രാജുവേറ്റ് ട്രെയിനീ കാലഘട്ടം മുതലുള്ള എന്റെ പ്രിയസുഹൃത്തായിരുന്നു. ശിവരാമപിള്ളസാറിന്റെ കോഴിക്കോട് എഞ്ചിനീയർ സുഹൃദ് സംഘത്തിലെ അംഗമെന്ന നിലയിൽ 1981 മുതൽ അദ്ദേഹവുമായി ഹൃദയബന്ധമുണ്ടായിരുന്നു. കാര്യങ്ങൾ വിശദമായി പഠിക്കുകയും സാങ്കേതികമായി നല്കേണ്ട ഉപദേശങ്ങളും നിർദ്ദേശങ്ങളും നിസ്സംശയം നിർദ്ദേശിക്കുകയും ചെയ്യുന്ന കാര്യത്തിൽ അതിസമർത്ഥനായിരുന്നു അദ്ദേഹം. പ്രവൃത്തികളുടെ നിർ

വ്വഹണം സമയബന്ധിതമായി തീർക്കണമെന്ന കടുത്ത നിഷ്കർഷതയോടെ നിരന്തരമായി അദ്ദേഹം ഇടപെടുമായിരുന്നു. മാത്രമല്ല പ്രധാന പ്രവൃത്തിസ്ഥലങ്ങളുടെ നേരിട്ടുള്ള പരിശോധന നടത്തുന്ന കാര്യത്തിലും അദ്ദേഹം തികഞ്ഞ ശുഷ്കാന്തി പ്രകടിപ്പിച്ചിരുന്നു. സ്വഭാവത്തിൽ എന്നുമുണ്ടായിരുന്ന നിർമ്മമത്തം ജീവിതത്തിൽ ഒരച്ഛൻ അനുഭവിക്കേണ്ടി വരുന്ന പുത്രന്റെ മരണം നല്കിയ പുത്രദുഃഖത്തെ മറികടക്കാൻ, പ്രത്യേകിച്ചും പ്രിയപത്നി പാടെ തകർന്നുപോയ സന്ദർഭത്തിൽ, അദ്ദേഹത്തെ സഹായിച്ചിരുന്നു. ഏറെ ശാന്തസ്വഭാവം പെരുമാറ്റത്തിൽ പ്രകടിപ്പിച്ചിരുന്ന അദ്ദേഹം കഴിവ് പ്രകടിപ്പിക്കുന്നവരെയും സംഘാടക മികവുള്ളവരെയും പ്രോത്സാഹിപ്പിക്കാൻ എന്നും ശ്രമിച്ചിരുന്നു. എന്നെ അദ്ദേഹത്തിന് ഏറെ ഇഷ്ടമായിരുന്നു. അതുകൊണ്ടു തന്നെ എന്റെ പ്രവൃത്തികൾ നിരീക്ഷിക്കുകയും അവ അതിവേഗം പൂർത്തിയാക്കാൻ വേണ്ട ചടുലമായ നടപടികൾ അദ്ദേഹം എടുക്കുകയും ചെയ്തിരുന്നു. എന്റെ പ്രമോഷൻ കാര്യത്തിൽ കേരള കോൺഗ്രസിന്റെ നീചമായ ഇടപെടലുകൾ വന്നപ്പോൾ അദ്ദേഹം നല്കിയ സഹായങ്ങൾ ഏറെയായിരുന്നു. അദ്ദേഹത്തിന്റെ കീഴിൽ ജോയിൻ ചെയ്തുകൊണ്ട് വിരമിക്കാൻ കഴിഞ്ഞത് ഒരു കാവ്യനീതിയായി ഞാൻ കാണുന്നു. അദ്ദേഹമായും അദ്ദേഹത്തിന്റെ പ്രിയ പത്നി കൃഷ്ണഗീത, മകൻ ചഞ്ചൽ എന്നിവരടങ്ങുന്ന കുടുംബവുമായുള്ള ആത്മബന്ധം ഇന്നും അവിരാമം തുടരുന്നു.

പാലക്കാട് റോഡ്സ് ഡിവിഷനിൽ ഈ കാലഘട്ടത്തിൽ എക്സിക്യൂട്ടീവ് എഞ്ചിനീയർമാരായിരുന്നത് ഇ കെ ഗോവിന്ദൻ, ജി സുകുമാർ, എം ടി അഹമ്മദ് ഷഹീദ്, കെ ആർ അനന്തനാരായണൻ എന്നിവരായിരുന്നു. കോഴിക്കോട്ടുകാരനായ ഇ കെ ഗോവിന്ദൻ ഞാൻ ചുമതലയേറ്റ് മൂന്നുമാസം കഴിഞ്ഞപ്പോൾ കോഴിക്കോട്ടേക്ക് സ്ഥലം മാറിപ്പോയി. അദ്ദേഹത്തിന് പകരം ചുമതലയേറ്റത് എന്റെ പ്രിയ സുഹൃത്തും ഗ്രാജുവേറ്റ് എഞ്ചിനീയർ അസോസിയേഷൻ പ്രവർത്തനങ്ങളിൽ 1974 മുതൽ എന്നോടൊപ്പം പ്രവർത്തിച്ചിരുന്ന പാലാ സ്വദേശിയായ ജി സുകുമാർ ആയിരുന്നു. ഞങ്ങൾ രണ്ടുപേരും ശിവരാമപിള്ള സാറിന്റെ പ്രിയ ശിഷ്യന്മാരായിരുന്നതിനാൽ അദ്ദേഹത്തിന്റെ നിർമ്മാണ പ്രവർത്തനരംഗത്തെ നേതൃത്വപാടവവും ചടുലതയും അടുത്ത് നിന്ന് അനുഭവിച്ച് ജീവിതത്തിലേക്ക് പകർത്തിയവരായിരുന്നു. അതുകൊണ്ടുതന്നെ ഞങ്ങൾ തമ്മിൽ പ്രവർത്തനത്തിലും പെരുമാറ്റത്തിലും ഒരേ തരംഗദൈർഘ്യമായിരുന്നു. ഇതിനാൽ വികസനത്തിന്റെ ചില പുതു മേഖലകൾ അനായാസം സൃഷ്ടിക്കുന്ന ഒരു ടീമായി പ്രവർത്തിക്കാനും അതിന്റെ പരിണത ഗുണഫലം കാണിച്ച് കൊടുക്കാനും ഏകദേശം രണ്ടുകൊല്ലത്തോളം അദ്ദേഹം ജോലിയിൽനിന്ന് വിരമിക്കുന്നത് വരെ ഞങ്ങൾക്ക് കഴിഞ്ഞു. അനിതര സാധാരണമായ ഇച്ഛാശക്തിയുടെ ഉടമയായിരുന്നു അദ്ദേഹം. പ്രവൃത്തികൾ കൃത്യതയോടെ സമയ ബന്ധിതമായി നടത്താൻ ഏതു

നിയമത്തിന്റെ ഗോൾഡൻ കുരുക്കുകളും മുറിക്കാൻ അദ്ദേഹം സന്നദ്ധനായിരുന്നു. പരസ്പര വിശ്വാസത്തിന് ഊന്നൽ കൊടുത്തുകൊണ്ട് അദ്ദേഹം നല്കിയ സ്നേഹവും കരുതലും നിർദ്ദേശങ്ങളും ഇടപെടലുകളും ഏറെ ഗുണം ചെയ്തിരുന്നു. പണിസ്ഥലങ്ങൾ കൃത്യമായി സന്ദർശിച്ച് പ്രവൃത്തി പുരോഗതിയും ഗുണ നിലവാരവും വിലയിരുത്തി കർക്കശമായ നടപടികൾ അദ്ദേഹം സ്വീകരിക്കുമായിരുന്നു. നന്നായി പ്രവൃത്തികൾ ചെയ്യുന്ന കരാറുകാരെയും സഹപ്രവർത്തകരെയും അഭിനന്ദിക്കാനും അദ്ദേഹം സമയം കണ്ടെത്തിയിരുന്നു. ഇവയെല്ലാം ചേർന്ന് പ്രവൃത്തികളുടെ ഒരു വസന്തകാലം സൃഷ്ടിക്കാൻ ഈ രണ്ടുകൊല്ലക്കാലം കൊണ്ട് കഴിഞ്ഞത് നന്ദിപൂർവ്വം ഓർക്കുന്നു. മനുഷ്യപ്പറ്റ് അദ്ദേഹത്തിന്റെ സ്വഭാവത്തിന്റെ പ്രത്യേകതയായിരുന്നു. അതുകൊണ്ട് തന്നെ കടം വാങ്ങിയ ഒരുപാടു പേർ അദ്ദേഹത്തെ പറ്റിച്ച് കടന്നു കളഞ്ഞിട്ടുണ്ട്. പക്ഷേ, അതൊന്നും ഒരിക്കലും അദ്ദേഹത്തെ ബാധിച്ചതേയില്ല. അദ്ദേഹത്തിന് മിത്രങ്ങളല്ലാതെ ശത്രുക്കൾ ഉണ്ടായിരുന്നില്ല. വളരെക്കാലത്തെ ഞങ്ങളുടെ ചങ്ങാത്തം പാലക്കാട്ടെ പ്രവർത്തനങ്ങളിലൂടെ പിരിയാനാവാത്ത ആത്മസൗഹൃദമായി മാറിയിരുന്നു. അദ്ദേഹത്തിന്റെ ഭാര്യ രാജമ്മ, മക്കളായ ജിഷ, ഷീജ, ശ്രീജ, രാജേഷ്, മരുമകൻ ശരത്ത് എന്നിവരടങ്ങിയ കുടുംബം എന്റെ കുടുംബവുമായി വല്ലാതെ ഇണങ്ങി ചേർന്നിരുന്നു. ഒരാൾക്ക് മറ്റൊരാൾ തുണയെന്ന വിധത്തിലേക്ക് ആ സൗഹൃദം പടർന്നു പന്തലിക്കുകയും ചെയ്തിരുന്നു.

31.05.1998 ന് പൊതുമരാമത്ത് വകുപ്പിൽനിന്ന് വിരമിച്ച് യാത്രാമൊഴികളും യാത്രയയപ്പ് സൽക്കാരങ്ങളുമൊക്കെ കഴിഞ്ഞതിന്റെ മൂന്നാം ദിവസം പാലക്കാട്-കോഴിക്കോട് പാതയിലെ പുതുപ്പരിയാരം പാലത്തിന് മുകളിലുണ്ടായ ഒരു റോഡപകടത്തിൽ അദ്ദേഹം ചരമമടഞ്ഞു. അദ്ദേഹം ഓടിച്ചിരുന്ന അംബാസഡർ കാറിൽ അതിവേഗതയിൽ എതിർഭാഗത്തു നിന്ന് പാഞ്ഞെത്തിയ ബസ് ഇടിച്ചായിരുന്നു അപകടം. കാർ ഒന്നും ലഭ്യമല്ലാത്ത വിധം പൂർണ്ണമായും തകർന്നുപോയി. എന്നെ സംബന്ധിച്ചിടത്തോളം ഇടനെഞ്ചുപൊട്ടുന്ന ആഘാതമായിരുന്നു അത്. അത്രമാത്രം ഞങ്ങൾ അടുത്തു പോയിരുന്നു. അദ്ദേഹത്തെയും മുൻ സീറ്റിലിരുന്ന മകളെയും ആശുപത്രിയിൽ ഉടനെയെത്തിച്ചെങ്കിലും മകളെ മാത്രമേ രക്ഷിക്കാൻ കഴിഞ്ഞുള്ളു. എല്ലാവർക്കും ഉപകാരിയായിരുന്ന മനുഷ്യസ്നേഹിയായ ഒരെഞ്ചിനീയറുടെ ദാരുണമായ അന്ത്യത്തിനാണ് സാക്ഷിയാവേണ്ടി വന്നത്. അദ്ദേഹത്തിന്റെ നാലുമക്കളിൽ ഒരാളുടെ വിവാഹം മാത്രമേ അന്ന് കഴിഞ്ഞിരുന്നുള്ളൂ. ബാക്കി മൂന്നുപേരും പഠിക്കുകയായിരുന്നു. നിനച്ചിരിക്കാത്ത നേരത്ത് നാഥൻ നഷ്ടപ്പെട്ട കുടുംബത്തിലെ അംഗങ്ങളുടെ ദീനമായ മുഖങ്ങൾ ഇന്നും മനസ്സിലുണ്ട്. തകർന്ന കാറിനു പകരം പുതിയ കാർ വാങ്ങി നല്കാൻ നേതൃത്വം കൊടുക്കാനും ഇൻഷുറൻസ് കാര്യങ്ങൾ നേടിയെടുക്കാൻ സഹായിക്കാനും അന്ന്

കഴിഞ്ഞു. ഇന്ന് എല്ലാ മക്കളും പഠനം കഴിഞ്ഞ് ജോലി സമ്പാദിച്ച് വിവാഹിതരായി സസ്സന്തോഷം കഴിയുന്നു. ഗൃഹനാഥൻ നഷ്ടപ്പെട്ട ആ കുടുംബത്തിന്റെ എല്ലാ കാര്യങ്ങളും തിരക്കിക്കൊണ്ട് ആ കുടുംബ ബന്ധം ഇന്നും നിലനിർത്താൻ കഴിയുന്നുവെന്നത് എനിക്ക് ചാരി താർത്ഥ്യം നല്കുന്നു.

അതിനുശേഷം എക്സിക്യൂട്ടീവ് എഞ്ചിനീയർ ആയി ചുമതലയേറ്റത് തൃശൂർ എഞ്ചിനീയറിങ് കോളേജിലെ എന്റെ സഹപാഠിയായിരുന്ന എം ടി അബ്ദുൽ ഷഹീദ് ആയിരുന്നു. ഒരു കൊല്ലക്കാലം അദ്ദേഹവും അതിനുശേഷം സുഹൃത്ത് കെ ആർ അനന്തരാമനും ഡിവിഷന്റെ ചുമതല നിർവ്വഹിച്ചിരുന്നു. രണ്ടുപേരും പ്രധാനമായും ഓഫീസ് അടി സ്ഥാനമാക്കി പ്രവർത്തിക്കുന്നവരായിരുന്നു. എങ്കിലും രണ്ടുപേരിൽ നിന്നും എനിക്ക് നല്ല സഹായ സഹകരണങ്ങളാണ് കിട്ടിയത്.

പാലക്കാട് റോഡ്സ് സെക്ഷൻ ഒന്നിലെ അസിസ്റ്റന്റ് എഞ്ചിനീയർ പി രാമനാഥന്റെ പിതാവ് കെ പദ്മനാഭ അയ്യർ 1976–1978 കാലത്ത് പാല ക്കാട് റോഡ്സ് ആൻഡ് ബിൽഡിങ്സ് ഡിവിഷൻ എക്സിക്യൂട്ടീവ് എഞ്ചിനീയറായി സേവനമനുഷ്ഠിച്ചിരുന്നു. എല്ലാ മേഖലയിലുമുള്ള എഞ്ചിനീയർമാരുമായി സുഹൃദ് ബന്ധം സൃഷ്ടിക്കാനും അത് തുടരാനും അദ്ദേഹത്തിന് അപാരമായ കഴിവുണ്ടായിരുന്നു. എഞ്ചിനീയർമാരുടെ അസോസിയേഷൻ പ്രവർത്തനങ്ങളുമായി നിരന്തരം ബന്ധപ്പെട്ടിരുന്ന തുകൊണ്ട് എന്നെ അദ്ദേഹത്തിന് വളരെ ഇഷ്ടമായിരുന്നു. അത് ഒരു കുടുംബ ബന്ധമായി വളരുകയും ചെയ്തിരുന്നു. അദ്ദേഹം പൊതു മരാമത്ത് വകുപ്പിൽ നിന്ന് വിരമിച്ചതിനുശേഷം തിരുവനന്തപുരത്ത് കരമനയിലായിരുന്നു താമസം. അദ്ദേഹത്തിന്റെ ഇളയ പുത്രനാണ് പി രാമനാഥൻ. സിവിൽ എഞ്ചിനീയറിങ്ങിൽ ബിരുദമെടുത്ത രാമനാഥനെ പൊതുമരാമത്ത് വകുപ്പിൽ അലോട്ട് ചെയ്തപ്പോൾ അദ്ദേഹം എന്നെ വിളിച്ച് പറഞ്ഞത് “രാമനാഥനെ ഞാൻ നിന്നെ ഏല്പിക്കുകയാണ്. തിരുവനന്തപുരത്ത് അവൻ ജോലി ചെയ്യാൻ ഞാൻ ആഗ്രഹിക്കുന്നില്ല. പാലക്കാട് ജില്ലയിൽ അവനെ പോസ്റ്റ് ചെയ്യിച്ച് നല്ല ഉപദേശങ്ങൾ നല്കി കരുതൽ കൊടുത്ത് വളർത്തിയെടുക്കണം.” അങ്ങനെയാണ് സൂപ്രണ്ടിങ് എഞ്ചിനീയറായിരുന്ന ശിവരാമ പിള്ള സാറിനോട് പറഞ്ഞ് കൊഴിഞ്ഞാമ്പാറ റോഡ്സ് സെക്ഷനിൽ പോസ്റ്റ് ചെയ്യിക്കുന്നത്. തുടർന്ന് രാമനാഥന്റെ സർവ്വീസ് മുഴുവൻ പാലക്കാട് ജില്ലയിലെ വിവിധ ഓഫീസുകളിലായിരുന്നു. എന്റെ പ്രിയതമ ഭാഗ്യലക്ഷ്മി ജില്ലാ ഗ്രാമീണ വികസന അതോറിറ്റി (DRDA) യിൽ അസിസ്റ്റന്റ് എക്സിക്യൂട്ടീവ് എഞ്ചിനീയർ ആയി പ്രവർത്തിച്ചിരുന്നപ്പോൾ രണ്ടു ഘട്ടങ്ങളിലായി രാമനാഥൻ ബ്ലോക്കുകളിലെ അസിസ്റ്റന്റ് എഞ്ചിനീയർ എന്ന നിലയിൽ സഹപ്രവർത്തകനായിരുന്നു. രാമനാഥന്റെ ഭാര്യ ശാന്തിയും മക്കളായ അപ്പുവും രാജുവും ഞങ്ങളുടെ കുടുംബത്തിലെ അംഗങ്ങളായി മാറിയിരുന്നു. രാമനാഥൻ ഊർജ്ജസ്വലനായ എഞ്ചിനീയറായിരുന്നു.

കാര്യങ്ങൾ പറഞ്ഞുകൊടുത്താൽ മനസ്സിലാക്കാനുള്ള സാങ്കേതികജ്ഞാനവും അത് പ്രാവർത്തികമാക്കാനുമുള്ള ആർജ്ജവവും രാമനാഥനുണ്ടായിരുന്നു. എവിടെയും ഇടിച്ചുകയറി ആവശ്യങ്ങൾ നേടിയെടുക്കാനുള്ള കാര്യശേഷിയും അദ്ദേഹത്തിനുണ്ടായിരുന്നു. ചില കാര്യങ്ങളിലുള്ള അമിതമായ അത്യാർത്തിയും ആവശ്യമില്ലാത്ത കാര്യങ്ങളിലുള്ള എടുത്തു ചാട്ടവും മുന്നൊരുക്കമില്ലായ്മയുമായിരുന്നു സ്വാമിയെന്നു എല്ലാവരും വിളിച്ചിരുന്ന രാമനാഥന്റെ പ്രധാന പോരായ്മകൾ. ഇത് തിരുത്താനുള്ള ശ്രമമാണ് ആദ്യം നടത്തിയത്. അല്പം വിഷമമുണ്ടായെങ്കിലും മൂന്നു മാസത്തിനുള്ളിൽ സ്വാമി പൂർണ്ണമായും ഞാൻ ഉദ്ദേശിക്കുന്ന തരത്തിൽ സേവനം നല്കുന്ന കർത്തവ്യനിരതനായ എഞ്ചിനീയർ ആയി മാറി. എടുത്താൽ പൊന്താത്തയത്ര പ്രവൃത്തികൾ ഉണ്ടായിട്ടും രാവും പകലും ജോലി ചെയ്ത അദ്ദേഹം അവയെല്ലാം സമയബന്ധിതമായി പൂർത്തിയാക്കി കഴിവ് തെളിയിച്ചു. ഈ ചിട്ടപ്പെടുത്തലിന്റെയും തിരുത്തലിന്റെയും ഉപദേശങ്ങളുടെയും ഗുണം രാമനാഥനും പിന്നീടുള്ള തന്റെ സേവനകാലത്ത് ലഭിക്കുകയുണ്ടായി. നാഷണൽ ഹൈവേ അതോറിറ്റിയുടെ കേരളത്തിലെ പ്രൊജക്റ്റ് ഡയറക്ടർ ആയി വരെ ഉയരാൻ ഈ ശിക്ഷണം പ്രയോജനപ്പെട്ടു എന്ന് കാണുന്നതിൽ ഏറെ സന്തോഷം തോന്നുന്നുണ്ട്. ഏറെ മുകളിലെത്തിയാൽ കഴിഞ്ഞതെല്ലാം മറക്കാം എന്ന സ്വാമിയുടെ തോന്നൽ കൊണ്ടാണോ എന്നറിയില്ല എന്റെ മറ്റു എഞ്ചിനീയർ സുഹൃത്തുക്കളും കുടുംബവുമായി ഇന്നുള്ള ഉടയാത്ത സ്നേഹബന്ധം സ്വാമിയുമായി ഇന്നില്ല എന്നതും പറയാതെ വയ്യ.

പാലക്കാട് റോഡ്സ് സെക്ഷൻ രണ്ടിലെ അസിസ്റ്റന്റ് എഞ്ചിനീയർ തൃത്താല സ്വദേശിയും പാലക്കാട് താമസക്കാരനുമായ സി എ അബ്ദുൾ സമദ് ആയിരുന്നു. പൊതുമരാമത്ത് വകുപ്പിലെ സേവനകാലത്തിന്റെ ഭൂരിഭാഗവും ഗ്രാമീണ മേഖലയിൽ വിവിധ ബ്ലോക്കുകളിൽ ഓവർസിയറും അസിസ്റ്റന്റ് എഞ്ചിനീയറുമായാണ് സമദ് പ്രവർത്തിച്ചിരുന്നത്. ഭാഗ്യലക്ഷ്മിയുടെ കീഴിൽ കുറെനാൾ പാലക്കാട് ബ്ലോക്കിൽ സമദ് അസിസ്റ്റന്റ് എഞ്ചിനീയർ ആയിരുന്നു. സേവനം ഈ മേഖലയിൽ മാത്രം ഒതുങ്ങി നിന്നതുകൊണ്ട് പൊതുമരാമത്ത് വകുപ്പിലെ വലിയ പ്രവൃത്തികളുടെ രീതിശാസ്ത്രം സമദിന് അജ്ഞാതമായിരുന്നു. മാത്രമല്ല സാങ്കേതിക ജ്ഞാനത്തിന്റെ കാര്യത്തിലും വളരെ പിറകിലായിരുന്നു. അത് നികത്താൻ വേണ്ടവിധം പഠിക്കാനും കൂടുതൽ സാങ്കേതിക കാര്യങ്ങളിലേക്കിറങ്ങി ചെയ്യുന്ന പണികളുടെ ശാസ്ത്രീയവശങ്ങൾ മനസ്സിലാക്കി പ്രവർത്തിക്കാനുമുള്ള മനോഭാവവും അദ്ദേഹത്തിനുണ്ടായിരുന്നില്ല. പ്രവർത്തനത്തിന്റെ ആദ്യഘട്ടങ്ങളിൽ ഈ പോരായ്മകൾ എന്നെ വല്ലാതെ അലട്ടിയിരുന്നു. എന്നോടൊപ്പം, ഞാൻ ആവശ്യപ്പെടുന്ന വേഗതയിൽ, ഓടിയെത്താനും പ്രവർത്തിക്കാനും സമദിനു കഴിയുമോ എന്ന് ഞാൻ സംശയിച്ചിരുന്നു. പൊതുജനങ്ങളോടും

സഹപ്രവർത്തകരോടും ഇടപഴകാനും പെരുമാറാനും സമദിനുള്ള കഴിവ് ഏറെ വലുതായിരുന്നു. ഈ സ്വഭാവം അദ്ദേഹത്തിന്റെ മനസ്സിലെ നന്മകൾ അനാവരണം ചെയ്തിരുന്നു. അത് അദ്ദേഹത്തിന് ഒരുപാട് സുഹൃത്തുക്കളെ സമ്മാനിച്ചിരുന്നു. ഈ കഴിവിൽ പിടിച്ചാണ് ഞാൻ അദ്ദേഹത്തോട് സംവദിച്ചത്. എനിക്കു വേണ്ടത് എന്താണെന്നും അത് കിട്ടിയില്ലെങ്കിൽ സമദിന്റെ കുറവുകൾ നികത്താൻ എനിക്കുതന്നെ കൂടുതൽ പ്രവൃത്തികൾ ചെയ്യേണ്ടിവരുമെന്നും അത് എന്റെ ആരോഗ്യത്തെ ബാധിക്കുമെന്നും ഞാൻ അദ്ദേഹത്തെ ബോദ്ധ്യപ്പെടുത്തി. മനഃശാസ്ത്രപരമായ ഈ സമീപനം കുറിക്കു കൊണ്ടു. പൂർണ്ണമായും ഞാൻ ഉദ്ദേശിച്ച രീതിയിലേക്ക് ഉയരാൻ കഴിഞ്ഞില്ലെങ്കിലും അദ്ദേഹത്തിന്റെ പ്രവർത്തനങ്ങളോടുള്ള സമീപനങ്ങളിലും നിർവ്വഹണത്തിലും മനോഭാവത്തിലും ഏറെ ഗുണകരമായ മാറ്റം സംഭവിച്ചു. തുടർന്ന് ഒട്ടേറെ പ്രവൃത്തികൾ തീർക്കാൻ കർമ്മകുശലതയോടെ തന്നാൽ കഴിയുംവിധം കഠിനപ്രയത്നം ചെയ്യുന്ന സഹപ്രവർത്തകനായി സമദ് മാറി. എന്നിട്ടും സമദിന്റെ പരിമിതികൾ മറികടക്കാൻ പലപ്പോഴും അദ്ദേഹത്തിന്റെ പല പ്രവൃത്തികളുടെയും മേൽനോട്ടം നേരിട്ട് എനിക്ക് എടുക്കേണ്ടിവന്നു. ഒരു സുഹൃത്ത് എന്ന നിലയിൽ എനിക്ക് സമദിന്റെ ഏറെ ഇഷ്ടമായിരുന്നു. അദ്ദേഹം മരിക്കുന്നതുവരെ അടുത്ത സുഹൃത്തായി കഴിയാനും കഴിഞ്ഞു.

പാലക്കാട് ബ്രിഡ്ജസ് സെക്ഷൻ അസിസ്റ്റന്റ് എഞ്ചിനീയർ കെ വാസുദേവൻ വളരെ സൗമ്യനും മൃദുഭാഷിയുമായിരുന്നു. പ്രധാന പ്രവൃത്തികളുടെ നടത്തിപ്പിന് ആവശ്യമായ സാങ്കേതികജ്ഞാനവും പ്രവൃത്തി പരിചയവും തനിക്കില്ലെന്ന കുറവ് മനസ്സിലാക്കി അതിനെ മറികടക്കാൻ കഠിനപ്രയത്നം ചെയ്യുന്ന പച്ച മനുഷ്യനായിരുന്നു വാസുദേവൻ. തന്നെ ഭാരമേല്പിക്കുന്ന പ്രവൃത്തികൾ സമയബന്ധിതമായി ഗുണനിലവാരം പുലർത്തിക്കൊണ്ട് പൂർത്തിയാക്കാൻ നിരന്തരമായി അദ്ദേഹം പ്രയത്നിച്ചിരുന്നു. തന്റെ കൂടെയുള്ള സഹപ്രവർത്തകർക്ക് ആവശ്യമായ ഉപദേശ നിർദ്ദേശങ്ങൾ നല്കി അവരിൽ നിന്ന് കഴിവുള്ളിടത്തോളം പ്രവൃത്തികൾ നേടിയെടുക്കാനുള്ള അപാരമായ സമീപനം ഏറെ പ്രകീർത്തിക്കത്തെക്കതാണ്. അതിനാലാണ് പാലക്കാട് ജില്ലയുടെ വിവിധഭാഗങ്ങളിലുള്ള അഞ്ചോളം വലിയ പാലങ്ങൾ പൂർത്തിയാക്കാൻ കഴിഞ്ഞത്. ആരോഗ്യത്തിനു അല്പം ക്ഷയം സംഭവിച്ചുവെങ്കിലും അദ്ദേഹം നല്ലൊരു സുഹൃത്തായി ഇന്നും എന്നോടൊപ്പമുണ്ട്.

ഓഫീസ് സംവിധാനം നന്നായി പുലർത്തുന്നതിനും ഒരു കാലതാമസവും കൂടാതെ എസ്റ്റിമേറ്റുകളും ബില്ലുകളും പരിശോധിച്ച് പാസാക്കുന്നതിനും ഡിവിഷനിലേക്ക് സമർപ്പിക്കുന്നതിനും എനിക്ക് രാവും പകലുമില്ലാതെ സേവനം നല്കിയിരുന്നത് സബ്ഡിവിഷനിലെ എന്റെ സഹപ്രവർത്തകരായിരുന്നു. ഇവരിൽ പലരും വർഷങ്ങളോളം എന്റെ കൂടെ പ്രവർത്തിച്ചിരുന്നവരായതിനാൽ എന്റെ ബാലദൗർബല്യങ്ങൾ, എന്റെ

നിഷ്ഠകൾ, എന്റെ ഭാവമാറ്റങ്ങൾ, പെട്ടെന്നുള്ള പ്രതികരണങ്ങൾ, ദേഷ്യം എല്ലാം അവർക്കു പൂർണ്ണമായും മനഃപാഠമായിരുന്നു. അതിനനുസരിച്ച് അവർ നല്കിയ കഠിന ശ്രമങ്ങളാണ് എന്റെ വിജയത്തിന്റെ അടിസ്ഥാന ശിലകളിൽ പ്രധാനം. സബ്ഡിവിഷൻ ഹെഡ് ക്ലാർക്ക് പി ചന്ദ്രശേഖ രനും, ക്ലർക്കുമാരായ സി വിനയൻ, പി സി ഗോപാലൻ, ടൈപ്പിസ്റ്റ് രാജമ്മ എന്നിവർ എത്രയോ വർഷങ്ങൾ എന്റെ കൂടെ പണിയെടുത്ത കർത്തവ്യ നിരതരായ ഉദ്യോഗസ്ഥരായിരുന്നു. ക്ലർക്കുമാരായ പ്രഭകുമാർ, ഹരിദാസ്, സുകുമാരൻ, ടൈപ്പിസ്റ്റ് ഏലിയാമ്മ, ഫസ്റ്റ് ഗ്രേഡ് ഓവർസീയർമാരായ ശിവരാമൻ, നാരായണൻ, പി സി എൽച്ചാർ, സതീശൻ, സെക്കന്റ് ഗ്രേഡ് ഓവർസീയർമാരായ എസ് രഞ്ജിത്കുമാർ, പി മോഹനൻ, ശശിധരൻ ആശാരി, വിജയകുമാർ, ഓഫീസ് അസിസ്റ്റന്റുമാരായ രാജൻ, ഷണ്മു ഖൻ, പാർട്ട് ടൈം സ്വീപ്പർ ആയ അൽഫോൻസ, വാച്ച്മാനായ ചെമട്ടി എന്നിവരും പ്രവൃത്തികളിൽ എന്നെ ഏറെ സഹായിച്ചവരായിരുന്നു. പാലക്കാട് സെക്ഷൻ ഒന്നിലെ ക്ലാർക്കായ അഹമ്മദ്, ഓവർസീയർ മാരായ ഒ എ ഉണ്ണി, ഭാസ്കരൻ, അരുൺകുമാർ, നാരായണൻ, ഓഫീസ് അസിസ്റ്റന്റ് ആയ രാമചന്ദ്രൻ, ഡ്രൈവറായ ബാലകൃഷ്ണൻ, എൻ എം ആർ തൊഴിലാളികളായ വേലായുധൻ, ജനാർദ്ദനൻ, ദിനേശൻ, ബാലകൃഷ്ണൻ, സെക്ഷൻ രണ്ടിലെ ക്ലർക്കായ ഉണ്ണികൃഷ്ണൻ, ഓവർ സീയർമാരായ പ്രകാശൻ, സതീഷ്, ദാസൻ, സുധർമ്മ, ഡ്രൈവറായ നാരായണൻകുട്ടി, റോളർ ഡ്രൈവറായ പ്രഭാകരൻ, എൻ എം ആർ തൊഴിലാളികളായ വാസു, കൃഷ്ണൻകുട്ടി, ഗോപിനാഥ പിള്ള, ബ്രിഡ്ജ സ് സെക്ഷനിലെ ഓവർസീയർമാരായ ജസ്റ്റിൻ, ശിഹാബ്, ഉദയകുമാർ എന്നിവരുടെ സേവനങ്ങൾ അളവറ്റതായിരുന്നു. പാലക്കാട് റോഡ്സ് ഡിവിഷനിലെ മുഴുവൻ ഉദ്യോഗസ്ഥരുടെയും സഹായ സഹകരണങ്ങൾ എനിക്ക് ലഭിച്ചിരുന്നു. ടെക്നിക്കൽ അസിസ്റ്റന്റ് ആയ കെ എസ് സുരേ ന്ദ്രനാഥൻ എന്റെ ഏറ്റവും അടുത്ത സുഹൃത്തുക്കളിൽ ഒരാളായിരുന്നു. സാങ്കേതികജ്ഞാനംകൊണ്ടും പ്രവൃത്തി പരിചയംകൊണ്ടും തന്റെ കടമകൾ നിറവേറ്റാനുള്ള അദമ്യമായ ആഗ്രഹം കൊണ്ടും ഏറെ അനു ഗൃഹീതനായ ഉദ്യോഗസ്ഥനായിരുന്നു അദ്ദേഹം. സ്വതസിദ്ധമായ ശാന്തത പുലർത്തിക്കൊണ്ട് ഒരു ചെറുപുഞ്ചിരിയോടെ കാര്യങ്ങൾ അവ തരിപ്പിക്കാൻ സുരേന്ദ്രന് കഴിയുമായിരുന്നു. അദ്ദേഹത്തിന്റെ നേതൃത്വ ത്തിൽ ഹെഡ് ഡ്രാഫ്റ്റ്സ്മാന്മാരായ നബീസ, രാമൻ, ആൽബർട്ട്, അര വിന്ദാക്ഷൻ, ഡ്രാഫ്റ്റ്സ്മാന്മാരായ അറുമുഖൻ, എബ്രഹാം, എ കെ ജോയ്, ദിലീപ് കുമാർ, രാമൻകുട്ടി, സുഭദ്ര എന്നിവർ എനിക്ക് ഏറെ സഹായം നല്കിയിരുന്നു.

ഡിവിഷണൽ അക്കൗണ്ടന്റുമാരായ ബാലസുബ്രഹ്മണ്യൻ, കൃഷ് ണൻ, സതീശൻ എന്നിവർ നയിച്ച അക്കൗണ്ട്സ് ബ്രാഞ്ചിൽ ജൂനിയർ സൂപ്രണ്ടുമാരായ രാഘവൻ, ഉമ്മർ, സുഭാഷ്, ക്ലർക്കുമാരായിരുന്ന കൃഷ് ണൻകുട്ടി നായർ, ഇ എം വിക്രമൻ, മോഹൻദാസ്, ഓഫീസ് അസി

സ്റ്റന്റുമാരായിരുന്ന ഗോവിന്ദൻ നായർ, രാജൻ, കൃഷ്ണൻ, ബാലൻ എന്നിവരുടെയും അശ്രാന്ത പരിശ്രമവും ഓർക്കാതെ വയ്യ.

പാലക്കാട് റോഡ്സ് സബ്ഡിവിഷനിലെ വലുതും ചെറുതുമായ എല്ലാ നിർമ്മാണ പ്രവർത്തനങ്ങളും ഗുണനിലവാരം ഉറപ്പാക്കിക്കൊണ്ട് സമയബന്ധിതമായി പൂർത്തിയാക്കിയ കോൺട്രാക്ടർമാരായ പി എം യോഹന്നാൻ, വി പി തൃമതി, ജോജി ജോർജ്ജ്, എം സജീവൻ, പി ടി ശ്രീനിവാസൻ, ശക്തി കൺസ്ട്രക്ഷൻസ്, യുണിക് കൺസ്ട്രക്ഷൻസ്, പി സിറാജ്, എം സുനിൽ, യു ഉസ്മാൻ, കെ വിജയൻ, കമ്മദ് കുട്ടി, പി കെ സുബ്രമണ്യൻ, എം എം വർഗ്ഗീസ്, അമീർ, അബ്ദുൽ ജബ്ബാർ, പി എം ഹസ്സൻ, ജയനാരായണൻ, കെ അയ്യപ്പൻ, പി ജി തോമസ്, എം വി മാധവൻ, ടി വി ബാലകൃഷ്ണൻ, എ കുട്ടൻ, പി കെ ഭാസ്കരൻ, പി ഹരിദാസ്, കെ ടി ചെന്താമര, സുകുമാരൻ, രാജൻ വർഗ്ഗീസ്, സുന്ദരൻ, എം എം ജോൺ, യുസഫ് റാവുത്തർ, നന്ദകുമാർ, സുബ്രമണ്യൻ പി കെ, ഇ ശ്രീധരൻ, ഇ കൃഷ്ണൻ, കെ സി ബാലകൃഷ്ണൻ, രവീന്ദ്രനാഥ കാരണവർ, ചാക്കോ, സുരേന്ദ്രൻ, സൂര്യപ്രകാശ്, അരവിന്ദാക്ഷൻ, സുബ്രമണ്യൻ, മജീദ്, വടിവേലു, പൊന്നു ആശാരി, വേലുച്ചാമി, പ്രസാദ് എന്നിവരുടെ സേവനങ്ങളോട് ഞാൻ ഏറെ കടപ്പെട്ടിരിക്കുന്നു.

പന്ത്രണ്ട്

ഉദ്യോഗക്കയറ്റം സേവന വിരാമം

(1999 നവംബർ 30)

ആയിരത്തി തൊള്ളായിരത്തി തൊണ്ണൂറ്റിയൊൻപത് ജൂലൈ മാസത്തോടുകൂടി എക്സിക്യൂട്ടീവ് എഞ്ചിനീയർ ആയി ഉദ്യോഗക്കയറ്റം ലഭിക്കാനുള്ള സാദ്ധ്യതയുണ്ടെന്ന് ചീഫ് എഞ്ചിനീയർ തോമസ് മാത്യുവും സൂപ്രണ്ടിങ് എഞ്ചിനീയർ കെ നാരായണനും എന്നെ അറിയിച്ചിരുന്നു. കേരള കോൺഗ്രസ് ജോസഫ് വിഭാഗത്തിന്റെ പാലക്കാട് ജില്ലാ നേതാവ് കെ വി മാണിയും സംഘവും തങ്ങളുടെ അനധികൃത പിരിവുകൾക്ക് ഞാനും എന്റെ എഞ്ചിനീയർ സുഹൃ ത്തുക്കളും എതിര് നില്ക്കുന്നുവെന്നതിനാൽ ഞങ്ങളെ ശത്രുക്കളായാണ് കണ്ടിരുന്നത്. നിരന്തരമായി ഇവർ യൂത്ത് കോൺഗ്രസ് യൂത്ത് ലീഗ് എന്നിവരുമായി ചേർന്ന് പ്രവൃത്തികളിൽ അഴിമതിയുണ്ടെന്ന മട്ടിലുള്ള കത്തുകൾ ചീഫ് ടെക്നിക്കൽ എക്സാമിനർക്കും പൊലീസ് വിജിലൻസ് വകുപ്പിനും ചീഫ് എഞ്ചിനീയറുടെ വിജിലൻസ് വിഭാഗത്തിനും അയ ക്കുമായിരുന്നു. ചീഫ് ടെക്നിക്കൽ എക്സാമിനറുടെ സംഘം ചുരു ങ്ങിയത് മാസത്തിലൊരിക്കലെങ്കിലും ഞങ്ങളുടെ പ്രവൃത്തികൾ കൂല ങ്കഷമായി പരിശോധിച്ച് സംതൃപ്തി രേഖപ്പെടുത്തി പോകുമായിരുന്നു. ഒട്ടേറെ പ്രവൃത്തികളുണ്ടായിട്ടും പ്രവൃത്തികളുടെ ഗുണനിലവാരം നിലനിർത്തുന്ന കാര്യത്തിൽ ഞാനും സഹ എഞ്ചിനീയർമാരും കാണി ക്കുന്ന ശുഷ്കാന്തിയിൽ അവർ സന്തുഷ്ടരുമായിരുന്നു.

എന്റെ പ്രൊമോഷൻ തടയാനുള്ള മാർഗ്ഗമായി ശത്രുക്കൾ കണ്ടെ ത്തിയത് ഇത്തരം കത്തുകൾ തുടരെ തുടരെ അയച്ച് ഏതെങ്കിലും വകുപ്പ് വിജിലൻസ് കേസ് ബാക്കി വെപ്പിച്ച് ഡിപ്പാർട്ട്മെന്റൽ പ്രൊമോ ഷൻ കമ്മിറ്റിയിലേക്ക് ചീഫ് എഞ്ചിനീയർ അയക്കുന്ന ലിസ്റ്റിൽനിന്ന് എന്നെ ഒഴിവാക്കണമായിരുന്നു. സെക്രട്ടേറിയറ്റിലെ പൊതുമരാമത്ത്

വകുപ്പ് ഓഫീസിലെ ചിലരുടെ നിർദ്ദേശമനുസരിച്ചുള്ള മാണിയുടെ കുബുദ്ധിയായിരുന്നു ഇത്. ജൂൺ മാസത്തോടുകൂടി എക്സിക്യൂട്ടീവ് എഞ്ചിനീയർ അഹമ്മദ് ഷഹീദ് റിട്ടയർ ചെയ്യുമെന്നും ആ ഒഴിവിലേക്ക് എന്നെ പരിഗണിക്കാതിരിക്കാൻ എന്റെ പ്രമോഷൻ തടയണമെന്നും അവർ നിശ്ചയിച്ചു. അതിനാൽ ജൂൺ മാസത്തിൽ നടന്ന ഡിപ്പാർട്ട്മെന്റൽ പ്രൊമോഷൻ കമ്മിറ്റിയിലേക്ക് ചീഫ് എഞ്ചിനീയർ സമർപ്പിച്ച ലിസ്റ്റിൽനിന്ന് രണ്ടു പെറ്റിഷൻസ് നിലവിലുണ്ടെന്ന് പറഞ്ഞ് എന്നെ ഒഴിവാക്കിയാണ് അയച്ചത്. അതിനാൽ ഒഴിവുകളുടെ എണ്ണമുണ്ടായിട്ടും ഡി പി സി അംഗീകരിച്ചില്ലാത്തതിനാൽ എന്റെ പ്രമോഷൻ തടഞ്ഞു വെക്കപ്പെട്ടു. പാലക്കാട് റോഡ്സ് ഡിവിഷനിലേക്ക് കെ ആർ നാരായണൻ നിയമിക്കപ്പെട്ടു. യാക്കര പാലം പണി അവസാന ഘട്ടത്തിലായതിനാൽ അത് കഴിഞ്ഞിട്ട് മതി ഇനി പ്രമോഷനുള്ള ശ്രമങ്ങൾ എന്ന് തീരുമാനിച്ചു.

ആഗസ്തിൽ പാലം പൂർത്തിയായപ്പോൾ റിട്ടയർ ചെയ്യാൻ 6 മാസം മാത്രം ബാക്കിയുള്ളവർക്ക് ഡി പി സി അംഗീകാരം ബാധകമല്ല എന്ന നിയമം ചൂണ്ടിക്കാട്ടിക്കൊണ്ടും ആവശ്യത്തിനുള്ള ഒഴിവുകൾ വകുപ്പിൽ ഉണ്ട് എന്ന് പറഞ്ഞുകൊണ്ടും ഞാൻ സർക്കാരിലേക്ക് ഉടൻ എക്സിക്യൂട്ടീവ് എഞ്ചിനീയർ ആയി പ്രമോഷൻ നല്കണമെന്നു കാണിച്ച് അപേക്ഷ സമർപ്പിച്ചു. ആവശ്യമായ ഒഴിവുകൾ ഉണ്ടെന്നും ഞാൻ ചൂണ്ടിക്കാണിച്ച നിയമം അനുസരിച്ച് പ്രമോഷൻ നല്കാമെന്നും ചീഫ് എഞ്ചിനീയർ പൊതുമരാമത്ത് വകുപ്പ് സെക്രട്ടറിക്കു റിപ്പോർട്ട് സമർപ്പിച്ചു. സെക്രട്ടറി പ്രമോഷൻ നല്കാമെന്ന ശുപാർശയുമായി ഉത്തരവിനായി മന്ത്രി പി ജെ ജോസഫിന് സമർപ്പിച്ചു. ഇവിടെയാണ് മാണി വീണ്ടും കുതന്ത്രങ്ങൾ പ്രയോഗിച്ചത്. എനിക്ക് ഒരു കാരണവശാലും ഉദ്യോഗക്കയറ്റം ലഭിക്കാതിരിക്കാനായി ഈ ഫയൽ മന്ത്രിയുടെ ഓഫീസിൽ മുക്കുകയായിരുന്നു. ധനവകുപ്പ്മന്ത്രി ശിവദാസമേനോനും കേരള ഗസറ്റഡ് ഓഫീസും ഇടപെട്ട് അന്നത്തെ സി പി ഐ (എം) സംസ്ഥാന സെക്രട്ടറി പിണറായി വിജയൻ വഴിയും ഞാൻ നേരിട്ടും മുഖ്യമന്ത്രി ഇ കെ നായനാരെ കാര്യങ്ങൾ ബോദ്ധ്യപ്പെടുത്തിയതിനെത്തുടർന്ന് അദ്ദേഹം എന്റെ പ്രമോഷൻ ഫയൽ വിളിപ്പിച്ചു. ഒരു കാരണവശാലും എനിക്ക് ഉദ്യോഗക്കയറ്റം നല്കരുതെന്ന കെ വി മാണിയുടെ സമ്മർദ്ദം സഹിക്കാനാവാതെ മന്ത്രി ഫയൽ സ്വന്തം മേശയിൽ വെച്ച് പൂട്ടി വിദേശയാത്രയ്ക്ക് പുറപ്പെട്ടു. ഫയൽ കിട്ടാതെ ഒരു നിർദ്ദേശവും നല്കാൻ കഴിയാതെ കോടതിയെ സമീപിച്ചുകൊള്ളാൻ മുഖ്യമന്ത്രിയുടെ ഓഫീസ് എനിക്ക് അനൗദ്യോഗികമായി നിർദ്ദേശം തന്നു. രണ്ടാഴ്ച മാത്രം സർവ്വീസ് ആണ് അപ്പോൾ ബാക്കിയുണ്ടായിരുന്നത്. എല്ലാ രേഖകളുമായി ഞാൻ എറണാകുളത്ത് ഹൈക്കോടതിയിൽ സർവ്വീസ് വിഭാഗം സ്പെഷ്യലൈസ് ചെയ്ത വക്കീലായി പ്രവർത്തിച്ചിരുന്ന എന്റെ ബന്ധു പി വി ആശയെ (ഇവർ പിന്നീട

ഹൈക്കോടതി ജഡ്ജിയായി സേവനം അനുഷ്ഠിച്ചിരുന്നു) കേസ് ഏല്പിച്ചു. എല്ലാ വിശദാംശങ്ങളും കേട്ടശേഷം ആശ എന്നോട് പറഞ്ഞു. "ഇത് ഒരു ഉദ്യോഗസ്ഥന്റെ ന്യായമായ അവകാശത്തിന്റെയും നീതി ലഭ്യതയുടെയും കാര്യമാണ്. ഒരു പ്രശ്നവുമില്ല. അജയേട്ടൻ പൊയ്ക്കോളൂ. ഒരാഴ്ചയ്ക്കുള്ളിൽ കോടതിയുടെ അനുകൂല ഉത്തരവ് അവിടെ എത്തിയിരിക്കും." അന്ന് ആശ കാണിച്ച ആത്മവിശ്വാസം പോലെ തന്നെ സംഭവിച്ചു. എനിക്കെതിരെയുള്ള നീതി നിഷേധം ചൂണ്ടിക്കാട്ടിക്കൊണ്ട് വിരമിക്കുന്നതിനു മുമ്പുതന്നെ ഉദ്യോഗക്കയറ്റം നല്കി കോടതിയെ അറിയിക്കണമെന്ന വിധി കോടതി പുറപ്പെടുവിച്ചു. ആ വിധിയനുസരിച്ച് അന്നു തന്നെ എനിക്ക് എക്സിക്യൂട്ടീവ് എഞ്ചിനീയർ ആയി ഉദ്യോഗക്കയറ്റം നല്കിക്കൊണ്ടുള്ള ഉത്തരവ് ഇറങ്ങി. കോഴിക്കോട് സൂപ്രണ്ടിങ് എഞ്ചിനീയർ ഓഫീസിൽ എക്സിക്യൂട്ടീവ് എഞ്ചിനീയർ (സൂപ്രണ്ടിങ് എഞ്ചിനീയറുടെ പി എ) ആയാണ് നിയമിച്ചത്. അങ്ങനെയാണ് 6 മാസം മുമ്പ് ലഭിക്കേണ്ട പ്രമോഷൻ വിരമിക്കുന്നതിനു ഒരു ദിവസം മുമ്പ് മാത്രം ലഭിക്കുന്നത്. പക്ഷേ, എനിക്ക് അത് തത്ത്വരഹിതവും അഴിമതി നിറഞ്ഞതുമായ അധികാര രാഷ്ട്രീയം കളിക്കുന്ന ജനപിന്തുണയില്ലാത്ത ചില നേതാക്കളോടുള്ള യുദ്ധത്തിന്റെ അന്തിമമായ വിജയമായിരുന്നു. ഞാനും കുടുംബവും സംഘടനയും സുഹൃത്തുക്കളുമെല്ലാം ഏറെ ആഘോഷിച്ച വിജയവുമായിരുന്നു അത്.

30 ലേറെ വർഷത്തെ സേവനത്തിന്റെ അവസാനദിവസം കോഴിക്കോട് റോഡ്സ് സൂപ്രണ്ടിങ് എഞ്ചിനീയർ ഓഫീസിൽ എക്സിക്യൂട്ടീവ് എഞ്ചിനീയർ (സൂപ്രണ്ടിങ് എഞ്ചിനീയറുടെ പി എ) ആയി ചുമതലയേറ്റു. വൈകുന്നേരം വിരമിക്കുകയും ചെയ്തു. 1979 മുതൽ നിരന്തരമായി ബന്ധപ്പെട്ടിരുന്ന ഓഫീസെന്ന നിലയിൽ അവിടെയുള്ള എല്ലാ ഉദ്യോഗസ്ഥരുമായും എനിക്ക് അടുത്ത വ്യക്തിബന്ധവും സൗഹൃദവുമുണ്ടായിരുന്നു. അതിനാൽ അവിടെനിന്നുള്ള എന്റെ വിരമിക്കൽ അവർ ആഘോഷമാക്കി മാറ്റി. സൂപ്രണ്ടിങ് എഞ്ചിനീയർ കെ നാരായണന്റെ നേതൃത്വത്തിൽ ഓഫീസിലെ സഹ പ്രവർത്തകർ പങ്കെടുത്ത യാത്രയയപ്പ് സൽക്കാരമായിരുന്നു വൈകുന്നേരം. അതിനെത്തുടർന്ന് രാത്രി പി എൻ ശിവരാമപിള്ള, എ കെ നാരായണൻ, ഇ എ റഷീദ്, കെ നാരായണൻ എന്നിവരുടെ കാർമ്മികത്വത്തിൽ കോഴിക്കോട്ടെ എഞ്ചിനീയർ സമൂഹം മുഴുവൻ കോഴിക്കോട് കടൽത്തീരത്തുള്ള സീക്വീൻ ഹോട്ടലിൽ സംഘടിപ്പിച്ച സുഹൃദ് കൂട്ടായ്മ ഏറെ ഹൃദ്യമായിരുന്നു. ഗുരുക്കന്മാരും സുഹൃത്തുക്കളുമായ എല്ലാ എഞ്ചിനീയർമാരും കുടുംബസമേതം എനിക്ക് മംഗളങ്ങൾ നേരാൻ എത്തിയത് സന്തോഷദായകമായി.

പാലക്കാട് നാല് യാത്രയയപ്പു പരിപാടികളാണ് വിരമിക്കലിനോടനുബന്ധമായി നടന്നത്. പാലക്കാട് റോഡ്സ് സബ്ഡിവിഷൻ ഓഫീസും ഡിവിഷൻ ഓഫീസുംകൂടി പാലക്കാട് ടൗൺ ഹാൾ അനെക്സിൽ

ഒരുക്കിയ യാത്രയയപ്പ് യോഗത്തിൽ സൂപ്രണ്ടിങ് എഞ്ചിജിനീയർ കെ നാരായണൻ അദ്ധ്യക്ഷത വഹിച്ചു. എം എൽ എമാരായ കെ അച്യുതൻ, കെ എ ചന്ദ്രൻ, ടി കെ നൗഷാദ്, എം നാരായണൻ, സി കെ രാജേന്ദ്രൻ, വി സി കബീർ, ഗിരിജ സുരേന്ദ്രൻ, ജില്ലാ പഞ്ചായത്ത് പ്രസിഡന്റ് കെ വി വിജയദാസ്, മുനിസിപ്പൽ ചെയർമാൻ ഡൊമിനിക് മാസ്റ്റർ, ജില്ലാ കളക്ടർ എസ് ജി കെ കിഷോർ, ജില്ലാ പൊലീസ് സൂപ്രണ്ട് വിനോദ് തോമസ് എന്നിവർ ആശംസകൾ നേരാൻ എത്തിയിരുന്നു. റോഡ്സ് എക്സിക്യൂട്ടീവ് എഞ്ചിനീയർ കെ ആർ അനന്തനാരായണൻ, ബിൽഡിങ്സ് എക്സിക്യൂട്ടീവ് എഞ്ചിനീയർ ആർ പത്മനാഭ അയ്യർ, മറ്റു സബ് ഡിവിഷനിലെ അസിസ്റ്റന്റ് എക്സിക്യൂട്ടീവ് എഞ്ചിനീയർമാരും അസിസ്റ്റന്റ് എഞ്ചിനീയർമാരും റോഡ്സ്, ബിൽഡിങ്സ് ഡിവിഷനുകളിലെയും സബ് ഡിവിഷനുകളിലെയും മുഴുവൻ ഉദ്യോഗസ്ഥരും ജില്ലയിലെ കോൺട്രാക്ടർമാരും പങ്കെടുത്ത വകുപ്പുതല യാത്രയപ്പ് യോഗം ഏറെ വികാരനിർഭരമായിരുന്നു.

കേരള ഗസറ്റഡ് ഓഫീസേഴ്സ് അസോസിയേഷൻ പാലക്കാട് ടൗൺ ഹാളിൽ സംഘടിപ്പിച്ച യാത്രയയപ്പ് യോഗം പുതിയ സഹസ്രാബ്ദത്തിലെ സാംസ്കാരിക രംഗം എന്ന വിഷയം അവതരിപ്പിച്ചുകൊണ്ട് സി പി ഐ (എം) കേന്ദ്ര കമ്മിറ്റി അംഗം എം എ ബേബി ഉദ്ഘാടനം ചെയ്തു. സി പി ഐ (എം) ജില്ലാ സെക്രട്ടറി പി ഉണ്ണി അദ്ധ്യക്ഷത വഹിച്ച പരിപാടിയിൽ ഇരുപതാം നൂറ്റാണ്ടിലെ ട്രേഡ് യൂണിയൻ പ്രസ്ഥാനം എന്ന വിഷയം സി ഐ ടി യു സംസ്ഥാന ജനറൽ സെക്രട്ടറി കെ എൻ രവീന്ദ്രനാഥും സിവിൽ സർവ്വീസ് ഇരുപത്തൊന്നാം നൂറ്റാണ്ടിൽ എന്ന വിഷയം കെ ജി ഒ എ സംസ്ഥാന ജനറൽ സെക്രട്ടറി എം കെ വാസുവും അവതരിപ്പിച്ചു. സി പി ഐ (എം) സംസ്ഥാന സെക്രട്ടേറിയറ്റ് അംഗം എം ചന്ദ്രൻ, സി പി ഐ (എം) സംസ്ഥാന കമ്മിറ്റി അംഗവും സി ഐ ടി യു ജില്ലാ സെക്രട്ടറിയുമായ എ കെ ബാലൻ, എൻ എൻ കൃഷ്ണദാസ് എം പി, ടി കെ നൗഷാദ് എം എൽ എ, ഗിരിജ സുരേന്ദ്രൻ എം എൽ എ, ജില്ലാ പഞ്ചായത്ത് പ്രസിഡന്റ് കെ വി വിജയദാസ്, കെ ജി ഒ എ സംസ്ഥാന പ്രസിഡന്റ് ഡോക്ടർ കെ രാജഗോപാൽ, കെ ജി ഒ എ സംസ്ഥാന നേതാക്കളായ കെ പി രാമകൃഷ്ണൻ, കെ ഗോകുലപാലൻ, ജില്ലാ പ്രസിഡന്റ് കെ എസ് സുധാകരൻ, ജില്ലാ സെക്രട്ടറി കെ തങ്കപ്പൻ എന്നിവർ ആശംസകൾ നേർന്നു. പാലക്കാട് ജില്ലയിലെ കെ ജി ഒ എ അംഗങ്ങളുടെയും മറ്റു വർഗ്ഗ ബഹുജന സംഘടനകളുടെ അംഗങ്ങളുടെയും നിറഞ്ഞ സാന്നിദ്ധ്യം ഏറെ ചാരിതാർത്ഥ്യം നല്കി.

അസോസിയേഷൻ ഓഫ് എഞ്ചിനീയേഴ്സ് പാലക്കാട് ജില്ലയുടെ ആഭിമുഖ്യത്തിൽ മലമ്പുഴ ഗോവർദ്ധന ഓഡിറ്റോറിയത്തിൽ സംഘടിപ്പിച്ച യാത്രയയപ്പ് സമ്മേളനം എഞ്ചിനീയർമാരുടെയും കുടുംബാംഗങ്ങളുടെയും സമൃദ്ധമായ സാന്നിദ്ധ്യംകൊണ്ട് ശ്രദ്ധേയമായിരുന്നു. കേരളത്തിന്റെ വിവിധ ജില്ലകളിൽ നിന്നെത്തിയ വിരമിച്ചവരും സർവ്വീസിൽ

തുടരുന്നവരുമായ ഒട്ടേറെ ചീഫ് എഞ്ചിനീയർമാരുടെയും സൂപ്രണ്ടിങ് എഞ്ചിനീയർമാരും പാലക്കാട് ജില്ലയിലെ പൊതുമരാമത്ത്, ജലവിഭവ വകുപ്പുകളിലെ മുഴുവൻ എഞ്ചിനീയർമാരും കുടുംബസമേതം പങ്കു ചേർന്ന ഈ സംഗമം എന്നിൽ അവരൊക്കെ കാലാകാലങ്ങളിലായി ചൊരിഞ്ഞിരുന്ന സ്നേഹത്തിന്റെയും കരുതലിന്റെയും പരസ്യ പ്രക ടനമായിരുന്നു. പൊതുമരാമത്ത് വകുപ്പിലെ എന്റെ ആദ്യകാല ഗുരുവും വഴികാട്ടിയുമായിരുന്ന കെ കെ എൻ നമ്പ്യാർ സാർ അദ്ധ്യക്ഷത വഹിച്ച യോഗം ചീഫ് എഞ്ചിനീയർ ജോസഫ് മാത്യു ഉദ്ഘാടനം ചെയ്തു. സൂപ്രണ്ടിങ് എഞ്ചിനീയർ കെ നാരായണൻ ആമുഖ പ്രഭാഷണം നടത്തി. എന്നെ ഞാനാക്കി മാറ്റിയതിൽ ഏറെ പങ്കുവഹിച്ച പി എൻ ശിവരാമ പിള്ള, ടിറ്റി ജോർജ്ജ്, മുൻ ചീഫ് ടെക്നിക്കൽ എക്സാമിനർ ടി എസ് മന്നാടിയാർ, ചീഫ് ടെക്നിക്കൽ എക്സാമിനർ കെ ടി കറപ്പുണ്ണി, എ കെ നാരായണൻ, എം രാധാകൃഷ്ണൻ, ഇ എ റഷീദ്, പി വിജയൻ, എൻ എസ് സുധി, പി ആർ ബാലകൃഷ്ണൻ, സതീശൻ, സി വി ശങ്കര നാരായണൻ, പി ഇ ദാമോദരൻ, കെ ആർ ചെന്താമരാക്ഷൻ കെ വി വീരാൻകുട്ടി, കെ ബി ഹരിദാസ്, ഇ ഹരിഹര അയ്യർ, എസ് ജയൻ നായർ, കെ ആർ അനന്തനാരായണൻ, ആർ പത്മനാഭ അയ്യർ, കെ പി രാമൻ, ഇ കെ ഹസ്സൻകുട്ടി എന്നിവർ ആശംസാവചനങ്ങൾ ചൊരിഞ്ഞു. ഏറെ ഹൃദയസ്പർശിയായ അവരുടെ സുഹൃദ് വചനങ്ങൾ മനസ്സിൽ ചൊരിഞ്ഞ അമൃത മഴയ്ക്ക് കൈയും കണക്കുമുണ്ടായിരുന്നില്ല. അവ രോടെല്ലാം ഞാൻ ഏറെ കടപ്പെട്ടിരിക്കുന്നു.

പാലക്കാട്ടെ വർഗ്ഗബഹുജന സംഘടനകളുടെ സംയുക്താഭിമു ഖ്യത്തിൽ ഡിസംബർ 12 നു പാലക്കാട് റോട്ടറി മോയൻ ഹാളിൽ വെച്ചാ യിരുന്നു അവസാന യാത്രയയപ്പ് സമ്മേളനം. സി പി ഐ (എം) സംസ്ഥാന കമ്മിറ്റി അംഗവും സി ഐ ടി യു ജില്ലാ സെക്രട്ടറിയും സംഘാടക സമിതി ചെയർമാനുമായ എ കെ ബാലൻ അദ്ധ്യക്ഷത വഹിച്ച യാത്രയയപ്പു യോഗം ധനകാര്യ വകുപ്പ് മന്ത്രി ടി ശിവദാസ മേനോനാണ് ഉദ്ഘാടനം ചെയ്തത്.

> സർക്കാർ സർവ്വീസിൽ നിന്ന് വിരമിച്ചെങ്കിലും വളരെയേറെ ഉത്തരവാദിത്വമുള്ള നിരവധി ജോലികൾ അജയനെ കാത്തിരി ക്കുകയാണ്. കമ്യൂണിസ്റ്റ് കുടുംബത്തിൽ ജനിക്കുകയും വളരുക യും ജാതിമത ചിന്തകളില്ലാത്ത ജീവിതം നയിക്കുകയും പുരോ ഗമന പ്രസ്ഥാനത്തിന്റെ പ്രവർത്തനങ്ങളിൽ കറകളഞ്ഞ ആത്മാർ ത്ഥതയോടെ ഇടപെടുകയും ചെയ്ത അജയന്റെ ഇത്രയും കാലത്തെ അനുഭവങ്ങൾ പൊതുജന സേവനത്തിന് ഉപയോഗ പ്പെടുത്താൻ അദ്ദേഹത്തിന് വൈഷമ്യമുണ്ടാവുകയില്ല. പാലക്കാ ടിന്റെ സർവ്വാത്മകമായ പുരോഗതിക്കു അടിത്തറ പാകാൻ അജയന് കഴിയുമെന്ന അടിയുറച്ച വിശ്വാസം എനിക്കും

പ്രസ്ഥാനത്തിനുമുണ്ട്. ഒരിക്കലും റിട്ടയർമെന്റ് ഇല്ലാത്ത പൊതുജന സേവനമാണ് ഇനി തന്റെ വഴിയെന്ന് അജയൻ തിരിച്ചറിയണം.

എന്നാണ് അദ്ദേഹം ഉദ്ഘാടന പ്രസംഗത്തിൽ പ്രധാനമായും പറഞ്ഞത്. കിടയറ്റ കർമ്മകുശലനായ എഞ്ചിനീയർ എന്ന പൊതുജന പ്രശംസ പിടിച്ച് പറ്റിയ ഉദ്യോഗസ്ഥനായിരിക്കുമ്പോഴും പാലക്കാട്ടെ കലാ സാംസ്കാരിക രംഗത്തും പുരോഗമന ജനാധിപത്യ പ്രസ്ഥാനങ്ങളുടെ പ്രവർത്തന മേഖലയിലും സജീവമായ സേവനം കാഴ്ചവെച്ച ടി ആർ അജയൻ പാലക്കാടിന്റെ വികസന മേഖലയ്ക്ക് നല്കിയ സംഭാവനകൾ അമൂല്യമാണെന്നു അദ്ധ്യക്ഷ പ്രസംഗത്തിൽ എ കെ ബാലൻ അടിവരയിട്ടു. സർക്കാർ ഉദ്യോഗസ്ഥൻ ആയിരിക്കെ തന്നെ പുരോഗമന പ്രസ്ഥാനങ്ങളുടെ സഹയാത്രികനാണ് താനെന്നു ധൈര്യപൂർവ്വം പ്രഖ്യാപിച്ച അജയൻ പാർട്ടിയുടെ ജില്ലാ ഓഫീസ് കെട്ടിടത്തിന്റെയും പല ഏരിയ കമ്മിറ്റികളുടെയും കെട്ടിട നിർമ്മാണത്തിൽ മേൽനോട്ടം വഹിച്ച എഞ്ചിനീയർ കൂടിയാണെന്ന് സി പി ഐ (എം) സംസ്ഥാന സെക്രട്ടറിയറ്റ് അംഗം എം ചന്ദ്രൻ പറഞ്ഞു. ജനകീയനായ എഞ്ചിനീയർ, കിടയറ്റ സംഘാടകൻ, സമർപ്പണബോധമുള്ള സംഘടനാ നേതാവ് എന്നീ നിലകളിൽ തിളങ്ങിയ അജയനെ പുരോഗമന പ്രസ്ഥാനത്തിന്റെ പൊതു മേഖലയിലേക്ക് സ്വാഗതം ചെയ്യാൻ ഏറെ സന്തോഷമുണ്ടെന്ന് സി പി ഐ (എം) ജില്ലാ സെക്രട്ടറി പി ഉണ്ണി പറഞ്ഞു. ഒരു ആക്ഷേപത്തിനും ഇടവരുത്താതെ എഞ്ചിനീയർ എന്ന നിലയിൽ തന്റെ ചുമതലകൾ കൃത്യമായി നടപ്പിലാക്കിയ ടി ആർ അജയൻ സിവിൽ സർവ്വീസിന് തന്നെ മാതൃകയാണെന്ന് എൻ എൻ കൃഷ്ണദാസ് എം പി ചൂണ്ടിക്കാട്ടി. സ്വന്തം പ്രവൃത്തി മേഖലയിൽ ഒന്നാമനായി നില്ക്കുമ്പോഴും പുരോഗമന പ്രസ്ഥാനങ്ങൾ ഏല്പിക്കുന്ന പ്രവൃത്തികൾ സ്വന്തം സംഘടനാ പ്രവർത്തനത്തിന്റെ പരിധികൾക്കു അപ്പുറത്തേക്ക് വ്യാപിപ്പിക്കാൻ അജയൻ കാണിച്ച ആത്മാർത്ഥത കിടയറ്റതാണെന്നു കേരള സ്റ്റേറ്റ് കർഷക തൊഴിലാളി യൂണിയൻ ജനറൽ സെക്രട്ടറി സി ടി കൃഷ്ണൻ അഭിപ്രായപ്പെട്ടു. അജയന്റെ സർവ്വീസ് കാലഘട്ടത്തിന്റെ പ്രാരംഭം മുതൽ തനിക്കറിയാമെന്നും അദ്ദേഹത്തിന്റെ കുടുംബവുമായി അടുത്ത ബന്ധമുണ്ടെന്നും എഞ്ചിനീയർ എന്ന നിലയിലും സംഘടനാ സാരഥി എന്ന നിലയിലും സാംസ്കാരിക പ്രവർത്തകൻ എന്ന നിലയിലും പ്രവർത്തിച്ചിടത്തൊക്കെ ഒന്നാം നിരയിലെത്താൻ അദ്ദേഹത്തെ സഹായിച്ചത് സമർപ്പണ മനോഭാവവും കഠിനാദ്ധ്വാനവും ത്യാഗ ചിന്തയുമാണെന്നും കെ ജി ഒ എ സംസ്ഥാന ജനറൽ സെക്രട്ടറി എം കെ വാസു പറഞ്ഞു. കേരള ഗസറ്റഡ് ഓഫീസേഴ്സ് അസോസിയേഷന്റെ പ്രവർത്തനങ്ങൾ ദിശാബോധത്തോടെ വിപുലപ്പെടുത്താൻ ടി ആർ അജയൻ വഹിച്ച പങ്ക് നിസ്തുലമാണെ

ന്നാണ് കെ ജി ഒ എ സംസ്ഥാന പ്രസിഡന്റ് ഡോക്ടർ കെ രാജഗോപാലൻ ആശംസാ പ്രസംഗത്തിൽ പറഞ്ഞത്. എം എൽ എ മാരായ ടി കെ നൗഷാദ്, എം നാരായണൻ, ഗിരിജ സുരേന്ദ്രൻ, ജില്ലാ പഞ്ചായത്ത് പ്രസിഡന്റ് കെ വി വിജയദാസ്, സി ഐ ടി യു ജില്ലാ ജോയിന്റ് സെക്രട്ടറി എം എസ് സ്കറിയ, കർഷക സംഘം ജില്ലാ സെക്രട്ടറി വി ശിവരാമദാസ്, എൻ ജി ഒ യൂണിയൻ ജില്ലാ സെക്രട്ടറി ആർ എ ഉണ്ണിത്താൻ, കെ എസ് ടി എ സംസ്ഥാന ജനറൽ സെക്രട്ടറി റഷീദ് കണിച്ചേരി, കെ എം സി എസ് യു ജില്ലാസെക്രട്ടറി പി ജി മോഹൻ കുമാർ, കെ പി ഇ യു ജില്ലാ സെക്രട്ടറി കെ എൻ ഉണ്ണികൃഷ്ണൻ, എൻ എഫ് പി ടി ഇ ജില്ലാ സെക്രട്ടറി സി എ രാജൻ, എൽ ഐ സി ഇ യു ജില്ലാ സെക്രട്ടറി പി കെ സുബ്രഹ്മണ്യൻ, ബി ഇ എഫ് ഐ ജില്ലാ സെക്രട്ടറി പി ശശിധരൻ, കെ എസ് ഇ ബി ഓഫീസേഴ്സ് അസോസിയേഷൻ സംസ്ഥാന പ്രസിഡന്റ് പി പരമേശ്വരൻ, കെ എം എസ് ആർ എ ജില്ലാ സെക്രട്ടറി അനിൽ കുമാർ, പുരോഗമന കലാ സാഹിത്യ സംഘം ജില്ലാ സെക്രട്ടറി വാഴൂർ വാസുദേവൻ, കൺസ്ട്രക്ഷൻ വർക്കേഴ്സ് യൂണിയൻ ജില്ലാ സെക്രട്ടറി എം ഹരിദാസ്, കെ സി ഇ യു ജില്ലാ സെക്രട്ടറി പി ജി രാമദാസ്, കെ ജി എൻ എ ജില്ലാ സെക്രട്ടറി വി കൃഷ്ണൻ കുട്ടി, എസ് എഫ് ഐ ജില്ലാ സെക്രട്ടറി കെ പി സുധീർ കെ ജി ഒ എ സംസ്ഥാന നേതാക്കളായ കെ പി രാമകൃഷ്ണൻ, കെ ഗോകുലപാലൻ എന്നിവർ ആശംസകൾ നേർന്നു. കെ ജി ഒ എ ജില്ലാ പ്രസിഡന്റ് ഡോക്ടർ. കെ എസ് സുധാകരൻ സ്വാഗതവും സെക്രട്ടറി കെ തങ്കപ്പൻ നന്ദിയും രേഖപ്പെടുത്തിയ യോഗത്തിൽ എല്ലാ മേഖലയെയും പ്രതിനിധീകരിച്ച് നിറഞ്ഞ ജനാവലിയുടെ സാന്നിദ്ധ്യമുണ്ടായിരുന്നു. എല്ലാവർഗ്ഗ ബഹുജന സംഘടനകളോടും പറഞ്ഞറിയിക്കാൻ പറ്റാത്തവിധത്തിലുള്ള സീമാതീതമായ കടപ്പാടും നന്ദിയും രേഖപ്പെടുത്തുന്നു.

30 കൊല്ലത്തെ എഞ്ചിനീയർ എന്ന നിലയിലുള്ള ചാരിതാർത്ഥ്യജനകമായ പ്രവർത്തനങ്ങൾക്ക് ശേഷം സർവ്വീസിൽ നിന്ന് വിരമിച്ചപ്പോൾ പല സ്വകാര്യ സ്ഥാപനങ്ങളിൽനിന്നും അവരുടെ എഞ്ചിനീയർ സംഘത്തിന്റെ നേതൃത്വം ഏറ്റെടുക്കാനുള്ള നിർദ്ദേശങ്ങൾ വന്നിരുന്നു. അതിൽ ഏറ്റവും പ്രധാനപ്പെട്ടത് എന്റെ സുഹൃത്തും അന്ന് ദേശീയപാത അതോറിറ്റിയിൽ റീജിയണൽ ഡയറക്ടർ ആയി പ്രവർത്തിച്ചിരുന്ന എം കൃഷ്ണന്റെ ഒരു നിർദ്ദേശമായിരുന്നു. അദ്ദേഹത്തിന്റെ കീഴിൽ അന്ന് നടക്കുന്ന ദേശീയപാതയിലെ സേലം ബൈ പാസിന്റെ 6 ലെയ്നിങ് പദ്ധതി ഡൽഹി ആസ്ഥാനമായ സ്പാൻ കൺസൽട്ടൻസി വഴിയായിരുന്നു പ്രാവർത്തികമാക്കിയിരുന്നത്. അവരുടെ സേലത്തെ സാങ്കേതിക സംഘത്തിന്റെ ടീം ലീഡർ എന്ന നേതൃസ്ഥാനം ഏറ്റെടുക്കാനുള്ള ഉത്തരവാണ് അദ്ദേഹം സംഘടിപ്പിച്ചു തന്നത്. വിരമിക്കുമ്പോഴുള്ള ശമ്പളത്തിന്റെ 25% കൂടുതൽ ശമ്പളവും

വീടും ഔദ്യോഗിക വാഹനവുമാണ് അവർ നല്കാമെന്നറിയിച്ചത്. ഞാൻ ഈ കത്തുമായി എന്റെ ഉപദേഷ്ടാക്കളും, വഴികാട്ടികളും സുഹൃത്തുക്കളുമായ ശിവദാസ മേനോൻ, എം ചന്ദ്രൻ, പി ഉണ്ണി, എ കെ ബാലൻ, എൻ എൻ കൃഷ്ണദാസ് എന്നിവരെ കണ്ടപ്പോൾ 30 കൊല്ലം വിശ്രമമില്ലാതെ പ്രവർത്തിച്ചതല്ലേ, ഇനി എഞ്ചിനീയറിങ് പണി മതിയാക്കാം. മറ്റു ചില പ്രധാന ഉത്തരവാദിത്വങ്ങൾ നിങ്ങളെ ഏല്പിക്കുന്നുണ്ട് എന്നാണ് എല്ലാവരും അഭിപ്രായപ്പെട്ടത്. ആ ഉപദേശം സ്വീകരിച്ച് അന്ന് ഉപേക്ഷിച്ചതാണ് എഞ്ചിനീയറുടെ കുപ്പായം.

പൊതുമരാമത്ത് വകുപ്പിലെ എന്റെ സേവന കാലഘട്ടത്തിൽ നാല് വിശിഷ്ട സേവന സാക്ഷ്യപത്രങ്ങളും (Good Service Entry), രണ്ടു തവണ മുൻകൂർ ശമ്പള വർദ്ധനയും (Advance Increment) പൊതുജനങ്ങളുടെ അംഗീകാരവും വിശ്വാസവും നേടിയെടുക്കാൻ കഴിഞ്ഞത് ചാരിതാർത്ഥ്യപൂർവ്വം ഓർക്കുന്നു. സുഹൃത്തുക്കളും സഹപ്രവർത്തകരും ആയ നിരവധിപേരുടെ ഉപദേശങ്ങൾ, സഹായങ്ങൾ, സഹകരണങ്ങൾ, ഇടപെടലുകൾ എന്നിവകൊണ്ടും പൊതുജനത്തിന്റെ നിസ്സീമമായ പിന്തുണകൊണ്ടും സംഘടനാ പ്രവർത്തനത്തിന്റെ ആർജ്ജവം കൊണ്ടും പ്രസ്ഥാനത്തിന്റെ അളവറ്റ പിന്താങ്ങൽകൊണ്ടും മാധ്യമങ്ങളുടെ സഹായം കൊണ്ടുമാണ് വിചാരിച്ചത് നടപ്പിലാക്കുന്ന എഞ്ചിനീയർ, കൃതഹസ്തനും ജനകീയനായ ഉദ്യോഗസ്ഥൻ എന്നിങ്ങനെ പേര് നേടാൻ എനിക്ക് കഴിഞ്ഞത്.

ഇത്തരുണത്തിൽ ഒരു നല്ല ജനകീയനായ എഞ്ചിനീയറും സംഘാടകനും ഇന്നത്തെ ഞാനാക്കുന്നതിൽ ഏറെ പങ്കു വഹിച്ച, എനിക്ക് തണലേകിയ, ഉപദേശ നിർദ്ദേശങ്ങളാൽ എനിക്ക് ദിശാബോധവും പ്രവൃത്തികളിൽ ശ്രദ്ധാപൂർവ്വം ഇടപെടാനുള്ള സ്ഥൈര്യവും ഊർജ്ജവും പ്രദാനം ചെയ്ത പുരോഗമന പ്രസ്ഥാനത്തിന്റെ എന്റെ പ്രിയപ്പെട്ട നേതാക്കളായ ടി ശിവദാസ മേനോൻ, ഇ കെ നായനാർ, ആലത്തൂർ ആർ കൃഷ്ണൻ, എം എ ബേബി, എം ചന്ദ്രൻ, പി ഉണ്ണി, സി ടി കൃഷ്ണൻ, ഇ പത്മനാഭൻ, എ കെ ബാലൻ, എൻ എൻ കൃഷ്ണദാസ്, കെ വി രാമകൃഷ്ണൻ, പി ആർ രാജൻ എന്നിവരോടുള്ള കടപ്പാട് രേഖപ്പെടുത്തുന്നു. പ്രവൃത്തികൾ സമയബന്ധിതമായി നടപ്പിലാക്കുന്ന കർമ്മനിരതനായ എഞ്ചിനീയർ എന്ന പേർ എനിക്ക് നേടിത്തന്നതിന്റെ പൂർണ്ണ അവകാശം എനിക്ക് വേണ്ട നിർദ്ദേശങ്ങൾ നല്കുകയും വെല്ലുവിളികൾ ഏറ്റെടുക്കാൻ പ്രേരിപ്പിക്കുകയും പ്രവർത്തനങ്ങൾ വിജയിക്കുമ്പോൾ അനുമോദിക്കുകയും പ്രോത്സാഹിപ്പിക്കുകയും ചെയ്ത് എപ്പോഴും എന്നെ നെഞ്ചോട് ചേർത്ത് നിർത്തുകയും ചെയ്ത പി എൻ ശിവരാമ പിള്ള, ടിറ്റി ജോർജ്ജ്, കെ മാധവൻ പിള്ള, ടി എം കാസിം, പി വി കൃഷ്ണവാരിയർ, എ കെ നാരായണൻ, കെ നാരായണൻ, ജോസഫ് മാത്യു എന്നീ മുതിർന്ന എഞ്ചിനീയർമാരായിരുന്നു. അവരോടുള്ള എന്റെ കൃതജ്ഞതയും കടപ്പാടും വാക്കുകൾക്ക് അതീതമാണ്. ജില്ലാ ഭരണാ

ധികാരികളായിരുന്ന ജിജി തോംസൺ, അജയകുമാർ, പി മാരപാണ്ഡ്യൻ, എസ് ജി കെ കിഷോർ, കെ ഇളങ്കോവൻ എന്നിവർ എന്റെ ഔദ്യോഗിക ജീവിതത്തിൽ എന്നെ ഏറെ സഹായിച്ചവരായിരുന്നു. അതിൽ ജിജി തോംസൺ ഒരു സംഘാടകൻ എന്ന നിലയിലുള്ള ചെറിയ തിരിയായ എന്നെ വലിയൊരു പന്തമാക്കിമാറ്റാൻ വേണ്ട എല്ലാ മാർഗ്ഗനിർദ്ദേശങ്ങളും നല്കി കൂടെ നിർത്തി പ്രവൃത്തികൾ ഏല്പിച്ചിരുന്ന സംഘാടനത്തിലെ ഗുരു തുല്യനായിരുന്നു. (അതേപോലെ സംഘാടനത്തിൽ വലിയ ഒരു മാതൃകയായി ഞാൻ കാണുകയും എന്നെ ഏറെ സഹായിക്കുകയും ചെയ്തത് എം എ ബേബിയായിരുന്നു) അവരെയെല്ലാം കൃതജ്ഞതാ പൂർവ്വം ആദരവോടെ സ്മരിക്കുന്നു. പാലക്കാട്ടെ മാധ്യമ സുഹൃത്തുക്കൾ എന്റെ പ്രവർത്തനങ്ങൾക്ക് പ്രചാരണം നല്കുന്നതിനും പൊതുജന ത്തിന് മുമ്പിൽ കർത്തവ്യനിരതനായ ജനകീയ മുഖമുള്ള എഞ്ചിനീയറും ഉദ്യോഗസ്ഥനുമായി എന്നെ പ്രതിഷ്ഠിക്കുന്നതിനും ഏറെ സഹായം നല് കിയിരുന്നു. ജോയ് ശാസ്താംപടിക്കൽ, പുത്തൂർ മുഹമ്മദ്, കെ വി മോഹൻകുമാർ, ഉണ്ണി കെ വാരിയർ, സഞ്ജയ് ചന്ദ്രശേഖർ, റോമി മാത്യു, നാരായണൻ കുട്ടി (*മലയാള മനോരമ*), ടി എം മണി, എൻ പി ചേക്കുട്ടി, സി എൽ തോമസ്, ഫൽഗുനൻ (*ദേശാഭിമാനി*), ആന്റണി തരകൻ, എ സഹദേവൻ, രത്നസിങ്, എൻ സോമൻ (*മാതൃഭൂമി*), പി കെ സി. അബ്ദുള്ളക്കുട്ടി (*ദീപിക*), എൻ കെ നൂർമുഹമ്മദ് (*ചന്ദ്രിക*), എൻ കെ രമണി, അനന്തകൃഷ്ണ പിള്ള (*ഇന്ത്യൻ എക്സ്പ്രസ്*), ടി ബി മേനോൻ, ജി പ്രഭാകരൻ (*ഹിന്ദു*) എം വി ചേറൂസ് (*സ്വദേശി*) പബ്ലിക് റിലേഷൻസ് ഫോട്ടോഗ്രാഫർ ബാലകൃഷ്ണൻ, ഫോട്ടോഗ്രാഫർ ജെയിംസ് ആർപ്പൂക്കര എന്നിവർ നല്കിയ സഹായത്തിനും പ്രചാരണ ത്തിനും എത്ര നന്ദി പറഞ്ഞാലും മതിയാവില്ല. വകുപ്പിലെ സഹപ്രവർ ത്തകരോടൊപ്പം ഇവരെല്ലാം എന്നെ ഞാനാക്കുന്നതിൽ ഏറെ കരുത്തും സഹകരണവും നല്കിയവരത്രെ.

അവരോടെല്ലാമുള്ള എന്റെ മനസ്സിന്റെ നിറവും മണവും ഊഷ്മാവും ഉൾക്കൊണ്ട കൃതജ്ഞത പ്രകാശിപ്പിക്കാൻ വാക്കുകൾക്ക് ശക്തിയില്ല. എല്ലാവരുടെയും മുന്നിൽ ഞാൻ നന്ദിയോടെ ശിരസ്സു കുനിക്കുന്നു.

പതിമൂന്ന്

സർവ്വീസ് സംഘടനാ രംഗത്തെ പ്രവർത്തനങ്ങൾ

പൊതുമരാമത്ത് വകുപ്പിലെ 1970 മുതൽ 2000 വരെയുള്ള സേവന കാലഘട്ടത്തിൽ പ്രധാനമായും മൂന്നു സംഘടനകളിലാണ് പ്രവർത്തിക്കാൻ അവസരം ലഭിച്ചത്. കേരള ഗ്രാജുവേറ്റ് ജൂനിയർ എഞ്ചിനീയേഴ്സ് അസോസിയേഷൻ (പിന്നീട് ഇത് ഗ്രാജുവേറ്റ് എഞ്ചിനീയേഴ്സ് അസോസിയേഷൻ ആയി മാറി), അസോസിയേഷൻ ഓഫ് എഞ്ചിനീയേഴ്സ്, കേരള, കേരള ഗസറ്റഡ് ഓഫീസേഴ്സ് അസോസിയേഷൻ എന്നിവയായിരുന്നു അവ.

പൊതുമരാമത്ത് വകുപ്പിലെ ഗ്രാജുവേറ്റ് ജൂനിയർ എഞ്ചിനീയർമാരെ ഒരു കുടക്കീഴിൽ കൊണ്ടുവരാനും അവരുടെ അവകാശങ്ങൾ നേടിയെടുക്കാൻവേണ്ടിയുള്ള പ്രക്ഷോഭങ്ങൾ സംഘടിപ്പിക്കാനും അവ കേരളമെമ്പാടും പ്രാവർത്തികമാക്കാനും ഉള്ള കേരള പൊതുമരാമത്ത് വകുപ്പ് ഗ്രാജുവേറ്റ് ജൂനിയർ എഞ്ചിനീയേഴ്സ് അസോസിയേഷന്റെ പ്രവർത്തനങ്ങളിൽ സജീവമായിക്കൊണ്ടാണ് സംഘടനാ രംഗത്ത് അരങ്ങേറിയത്. സാങ്കേതികവിദ്യയിൽ പ്രാവീണ്യമുണ്ടായിരുന്നെങ്കിലും ശക്തമായ സംഘടനയുടെ പിൻബലമോ രാഷ്ട്രീയ നേതൃത്വങ്ങളുടെ പിന്തുണയോ ഇല്ലാത്തതിനാൽ കിട്ടേണ്ടതായ അർഹതപ്പെട്ട ആനുകൂല്യങ്ങൾ പോലും ഗ്രാജുവേറ്റ് എഞ്ചിനീയർമാർക്ക് നിഷേധിക്കപ്പെട്ടിരുന്നു. എഞ്ചിനീയറിങ് ഡിപ്ലോമ ധാരികൾക്കും സർട്ടിഫിക്കറ്റ് ധാരികൾക്കും അംഗബലവും സുശക്തമായ നേതൃത്വവും ഏറെയുണ്ടായിരുന്നതിനാൽ രാഷ്ട്രീയ സ്വാധീനം വലിയ തോതിലുണ്ടായിരുന്നു. ഈ സ്വാധീനം ഉപയോഗിച്ച് അനർഹമായ പല കാര്യങ്ങളും അവർ നേടിയെടുക്കുന്നതും തങ്ങളുടെ കാലിനടിയിലെ മണ്ണ് ഒലിച്ചു പോകുന്നതും ദുഃഖത്തോടെ നോക്കി നില്ക്കാനേ ബിരുദധാരികൾക്ക് കഴിഞ്ഞിരുന്നുള്ളു. അങ്ങനെ

യുള്ളൊരു പരിതഃസ്ഥിതിയിലാണ് 1976 ൽ ഞാൻ ഈ സംഘടനയിൽ പ്രവർത്തിക്കാനാരംഭിക്കുന്നത്.

കേരളത്തിലെ പൊതുമരാമത്ത് ബിരുദധാരികളായ ജൂനിയർ എഞ്ചിനീയർമാരുടെ അവകാശങ്ങൾ സംരക്ഷിക്കുന്നതിനും അവരെ കൂട്ടിയിണക്കുന്നതിനുംവേണ്ടി രൂപീകൃതമായ കേരള ഗ്രാജ്വേറ്റ് ജൂനിയർ എഞ്ചിനീയേഴ്സ് അസോസിയേഷൻ, ഒരു സേവന അസോസിയേഷൻ എന്ന നിലയിൽ 1959 ൽ കേരള സർക്കാർ അംഗീകരിച്ച സംഘടനയാണ്. കേരളം രൂപം കൊണ്ട് മൂന്നു കൊല്ലത്തിനുള്ളിൽ രൂപീകൃതമായിരുന്നെങ്കിലും കൃത്യമായ പ്രവർത്തനമോ പരിപാടികളോ ഇല്ലാതെ അതൊരു കടലാസ് സംഘടന മാത്രമായി കഴിയുകയായിരുന്നു. ഈ കാര്യങ്ങൾ മനസ്സിലാക്കിയ ചീഫ് എഞ്ചിനീയേഴ്സ് ഓഫീസിൽ പ്രവർത്തിക്കുന്ന ചില എഞ്ചിനീയർമാർക്ക് ഈ സംഘടനയെ പുനരുജ്ജീവിപ്പിക്കേണ്ടതിന്റെയും ശാക്തീകരിക്കേണ്ടതിന്റെയും ആവശ്യകത ബോദ്ധ്യപ്പെട്ടു. അവിഭക്ത പൊതുമരാമത്ത് വകുപ്പിലെ ബിരുദധാരികളായ എഞ്ചിനീയർമാരുടെയും ശക്തമായ ശബ്ദമായി ഈ അസോസിയേഷൻ മാറേണ്ടതുണ്ടെന്ന് രത്നകുമാർ, കുമാരസ്വാമി, എസ് ജയൻ നായർ, വി ജയചന്ദ്രൻ, എം ജി ചാണ്ടി എന്നിവർ ചേർന്ന് തീരുമാനിച്ചു. തൽഫലമായി 1976 ഫെബ്രുവരി 10 ന് കേരള ഗ്രാജുവേറ്റ് ജൂനിയർ എഞ്ചിനീയേഴ്സ് അസോസിയേഷന്റെ സംസ്ഥാന പൊതുയോഗം വിളിച്ചു. വിശദമായ ചർച്ചകൾക്ക് ശേഷം അസോസിയേഷൻ ജില്ലകളിലേക്ക് കൂടി വ്യാപിപ്പിക്കാനും പ്രവർത്തനങ്ങൾ സംസ്ഥാന വ്യാപകമായി നടത്താനും തീരുമാനിച്ചു. പുതിയ ഭാരവാഹികളായി വി ജയചന്ദ്രൻ (പ്രസിഡന്റ്), എസ് ജയൻ നായർ (സെക്രട്ടറി), എം ജി ചാണ്ടി (ട്രഷറർ) എന്നിവരെയും നിർവ്വാഹക സമിതി അംഗങ്ങളായി ടി ആർ അജയൻ, കെ പി രാമൻ, ഇ കെ ഹസ്സൻകുട്ടി, എസ് തോമസ്, ആർ രത്നകുമാർ, എ വി വേണുഗോപാൽ, കെ പി ജോർജ്ജ്, അയ്യപ്പൻ തമ്പി, കുമാര സ്വാമി എന്നിവരെയും തെരഞ്ഞെടുത്തു. ഈ സമിതിയുടെ ആദ്യ ശ്രമം ഗ്രാജുവേറ്റ് ജൂനിയർ എഞ്ചിനീയേഴ്സ് അസോസിയേഷൻ സംസ്ഥാന സമിതി എന്ന അതിന്റെ പേരിന് മൂല്യമുള്ള ഒരു സംഘടന വളർത്തിയെടുക്കുക എന്നതായിരുന്നു,

ഇത് മനസ്സിൽവെച്ചുകൊണ്ട് സംസ്ഥാനസമിതി സംസ്ഥാനത്തിലെ അറിയപ്പെടുന്ന കൃതഹസ്തരായ ജനകീയ എഞ്ചിനീയർമാരെയും മറ്റു സംഘാടകരെയും ക്ഷണിതാക്കളായി പങ്കെടുപ്പിച്ചുകൊണ്ടുള്ള ഒരു സംസ്ഥാന കമ്മിറ്റി യോഗം തിരുവനന്തപുരത്തു വെച്ച് ചേർന്നു. കാസർഗോഡ് മുതൽ തിരുവനന്തപുരംവരെയുള്ള എല്ലാ ജില്ലകളിലെയും പ്രതിനിധികളും ക്ഷണിതാക്കളും പങ്കെടുത്ത ഈ യോഗം പ്രവർത്തന പരിപാടികളുടെ അവതരണത്തോടൊപ്പം, പുനരുജ്ജീവിപ്പിച്ച് നവീകരിച്ച അസോസിയേഷന്റെ കരുത്ത് കാണിക്കുമാറുള്ള മുഴുവൻ അംഗങ്ങളെയും പങ്കെടുപ്പിച്ചുകൊണ്ടുള്ള ഒരു സംസ്ഥാന കൺവെൻഷൻ വിളി

ക്കുന്നതിനെ കുറിച്ചാണ് ചർച്ച ചെയ്തത്. സംസ്ഥാന കൺവെൻഷൻ സംഘടിപ്പിക്കുന്നതിനെക്കുറിച്ച് എതിരഭിപ്രായമുണ്ടായി. അടിയന്തരാവസ്ഥക്കാലത്ത് ഇത്തരം ഒരു കൺവെൻഷൻ നടത്തുന്നത് ആത്മഹത്യാപരമാണെന്നും അസോസിയേഷന്റെ ഭാവി പ്രവർത്തനങ്ങളെ അത് സാരമായി ബാധിക്കുമെന്നും അതിനാൽ അത്തരം തീരുമാനത്തിലേക്ക് പോകരുതെന്നും അസോസിയേഷന്റെ പഴയകാല ഭാരവാഹികൾ പറഞ്ഞു. ഈ അഭിപ്രായത്തെ ഖണ്ഡിച്ചുകൊണ്ട് ആത്മാഭിമാനം മുറിവേറ്റു നില്ക്കുമ്പോൾ അതിനെ ചോദ്യം ചെയ്യാതെ, അതിനെതിരെ പ്രതിഷേധത്തിന്റെ ചൂണ്ടുവിരൽ അനക്കാതെ, മൗനം പാലിക്കുന്നത് ഭീരുക്കളുടെ മനോഭാവമാണെന്നും നമ്മുടെ അവകാശങ്ങൾ അവതരിപ്പിക്കുന്ന വളരെ വിപുലമായ ഒരു കൺവെൻഷൻ സംഘടിപ്പിക്കേണ്ടത് അനിവാര്യമാണെന്നും ഞാൻ അടിവരയിട്ടു പറഞ്ഞു. സെക്രട്ടറി എസ് ജയൻ നായരും, കെ പി രാമനും, ഇ കെ ഹസ്സൻകുട്ടിയും, രത്നകുമാറും ഈ വാദഗതിയെ ശക്തമായി അനുകൂലിച്ചപ്പോൾ എതിർപ്പുകൾ കെട്ടടങ്ങി. അങ്ങനെയാണ് ജില്ലകളിലെ പ്രവർത്തനങ്ങൾ ഊർജ്ജിതപ്പെടുത്താനും സംസ്ഥാന കൺവെൻഷൻ വിളിച്ച് ചേർക്കാനും തീരുമാനമായത്.

ഈ തീരുമാനത്തിൽ നിന്ന് ഊർജ്ജം സംഭരിച്ചുകൊണ്ട് സംസ്ഥാന പ്രസിഡന്റ് വി ജയചന്ദ്രൻ, സെക്രട്ടറി എസ് ജയൻ നായർ, ആർ രത്നകുമാർ, എ വി വേണുഗോപാൽ, കെ പി ജോർജ്ജ്, അയ്യപ്പൻ തമ്പി, കെ പി രാമൻ, ഇ കെ ഹസ്സൻകുട്ടി, എസ് തോമസ് എന്നിവരോടൊപ്പം ഞാനും സംസ്ഥാനത്തുടനീളം സഞ്ചരിച്ചു. സംസ്ഥാന കൺവെൻഷനു മുമ്പായി ജില്ലാ കമ്മിറ്റികൾ രൂപീകരിക്കുന്നതിനും പരമാവധി ബിരുദധാരികളായ എഞ്ചിനീയർമാരെ സംസ്ഥാന കൺവെൻഷനിലേക്കു എത്തിക്കാനുമുള്ള കഠിനപ്രയത്നം നടത്തി. ജില്ലാ കമ്മിറ്റികൾ വിശ്വനാഥൻ (കാസർഗോഡ്), കെ പി രാമൻ, സോമസുന്ദർ, വി ശശിധരൻ (കണ്ണൂർ), എം വി അഹമ്മദ്, രാമചന്ദ്രൻ, എൻ കെ മുഹമ്മദ് (കോഴിക്കോട്), ഇ കെ ഹസ്സൻകുട്ടി, ടി എൻ വിശ്വനാഥൻ, രാജഗോപൻ, മുഹമ്മദലി (മലപ്പുറം), ടി ആർ അജയൻ, എൻ കെ കമാലുദ്ദീൻ, ആർ സുധാകര മല്ലയ്യ, കെ കൃഷ്ണൻ മല്ലൻ (പാലക്കാട്), എ ഐ ചാൾസ്, ശ്യാംസുന്ദർ, കെ എസ് ജോർജ്ജ്, കെ രാമകൃഷ്ണൻ (തൃശൂർ), എ മമ്മി, കെ എ അബുബക്കർ (എറണാകുളം), ഇ ജി വാസുദേവൻ, ശശികുമാർ, (കോട്ടയം), പി ജി ഹരിഹരൻ, എൻ കെ വിജയരാജൻ (ആലപ്പുഴ), ശ്രീകുമാർ, ശശികുമാർ, റെജി (കൊല്ലം), സി വി ശരത് ചന്ദ്രൻ, ആർ രത്നകുമാർ, സുഭാഷ് ചന്ദ്ര ബോസ് (തിരുവനന്തപുരം) എന്നിവരുടെ നേതൃത്വത്തിൽ രൂപീകരിച്ചു.

1976 മെയ് 2 ന് നടന്ന സംസ്ഥാന കൺവെൻഷനിൽ 'രാജ്യത്തിന്റെ വികസനത്തിൽ എഞ്ചിനീയർമാരുടെ പങ്ക്' എന്ന വിഷയത്തെ അടിസ്ഥാനമാക്കി സംഘടിപ്പിച്ച സെമിനാർ പൊതുമരാമത്ത് വകുപ്പ് മന്ത്രി ശ്രീ.

കെ പങ്കജാക്ഷൻ ഉദ്ഘാടനം ചെയ്തു. ജലസേചന വകുപ്പ് മന്ത്രി ഡോക്ടർ. കെ ജി അടിയോടി മുഖ്യപ്രഭാഷണം നടത്തി. സമാപന പൊതുയോഗം ഉദ്ഘാടനം ചെയ്തത് മുഖ്യമന്ത്രി ശ്രീ. സി അച്യുത മേനോൻ ആയിരുന്നു. പരിപാടിയിൽ മുഴുവൻ ചീഫ് എഞ്ചിനീയർമാരും നിരവധി മുതിർന്ന എഞ്ചിനീയർമാരും പങ്കെടുത്തു. സെമിനാറിലെ പ്രബന്ധങ്ങൾ വി ശങ്കര അയ്യർ, മാത്യു വർഗ്ഗീസ്, സനൽ കുമാർ, കെ ജി രവീന്ദ്രനാഥൻ പിള്ള എന്നീ മുതിർന്ന എഞ്ചിനീയർമാരാണ് അവതരിപ്പിച്ചത്. പിന്നീട് പ്രശസ്ത പിന്നണി ഗായികയായി മാറിയ ബേബി സുജാതയുടെ ഗാനമേളയോടെയാണ് പരിപാടിക്ക് സമാപനം കുറിച്ചത്. സംഘടനാ മികവുകൊണ്ടും എഞ്ചിനീയർമാരുടെ പങ്കാളിത്തം കൊണ്ടും സെമിനാർ പ്രബന്ധങ്ങളുടെ ഗരിമകൊണ്ടും സംഘടനാ പ്രവർത്തനങ്ങളെക്കുറിച്ചുള്ള ചർച്ചകൾ കൊണ്ടും തികച്ചും സാർത്ഥകമായ ഒരു സംസ്ഥാന കൺവെൻഷനായി ഇത് മാറി. അസോസിയേഷൻ സെക്രട്ടറി എന്റെ പ്രിയ സുഹൃത്ത് എസ് ജയൻ നായരുടെ സംഘടനാപാടവത്തിന്റെയും കഠിനപ്രയത്നത്തിന്റെയും പരിണത ഫലമായിരുന്നു ഈ വിജയം.

സംസ്ഥാന കൺവെൻഷൻ അംഗങ്ങൾക്കും പ്രവർത്തകർക്കും നല്കിയ വിശ്വാസവും ശക്തിയും ചൈതന്യവും ഏറെയായിരുന്നു. ഇതിനെ തുടർന്ന് പാലക്കാട് ജില്ലാ കൺവെൻഷൻ വിളിച്ച് ചേർത്ത് എൻ കെ കമാലുദ്ദീൻ (പ്രസിഡന്റ്), കെ സുഗതൻ, പി ഐ മുഹമ്മദ് (വൈസ് പ്രസിഡന്റുമാർ), ടി ആർ അജയൻ (സെക്രട്ടറി), കൃഷ്ണ മല്ലൻ, ടി രാജഗോപാൽ (ജോയിന്റ് സെക്രട്ടറിമാർ), ആർ സുധാകര മല്ലയ്യ (ട്രഷറർ) എന്നിവരുടെ നേതൃത്വത്തിലുള്ള ജില്ലാ കമ്മിറ്റിക്കു രൂപം നല്കി. കേരളത്തിൽ തിരുവനന്തപുരം കഴിഞ്ഞാൽ ഏറ്റവും കൂടുതൽ ബിരുദധാരികളായ എഞ്ചിനീയർമാരുള്ള ജില്ലയായ പാലക്കാടുനിന്ന് മുഴുവൻ പേരെയും അംഗങ്ങളാക്കാനും അവരെ പ്രവർത്തകരാക്കി മാറ്റാനും തീരുമാനിച്ചു. ഓരോ ജലസേചന പദ്ധതികളുടെ സ്ഥലങ്ങളിലും ഓരോ എഞ്ചിനീയർക്കു ചുമതല നിശ്ചയിക്കുകയും ചെയ്തു.

പാലക്കാട് ജില്ലയിലാകെ ബിരുദധാരികളായ എഞ്ചിനീയർമാരെല്ലാം വല്ലാത്ത അവഗണന അനുഭവിക്കുന്ന കാലഘട്ടമായിരുന്നു അത്. പ്രധാനപ്പെട്ട സ്ഥാനങ്ങളിലെല്ലാം ഡിപ്ലോമ ധാരികളോ സർട്ടിഫിക്കറ്റ് ധാരികളോ ആയിരുന്നു ചുമതലയിൽ. ബിരുദധാരികൾ മുഴുവൻ ജലസേചന പദ്ധതികളിലോ അന്വേഷണ വിഭാഗത്തിലോ ആയിരുന്നു നിയമിക്കപ്പെട്ടിരുന്നത്. ഇത് മറികടക്കാനുള്ള ശ്രമങ്ങളാണ് ജില്ലാ നേതൃത്വം ആദ്യം ഏറ്റെടുത്തത്. മൂന്നു കൊല്ലങ്ങൾക്കുള്ളിൽ ഈ അവസ്ഥ പാടെ മാറ്റാനും പ്രധാന തസ്തികകളിലെല്ലാം ബിരുദധാരികളായ എഞ്ചിനീയർമാർക്ക് അർഹിക്കുന്ന പ്രാതിനിദ്ധ്യം ഉറപ്പു വരുത്താനും കഴിഞ്ഞത് ഇന്നും സന്തോഷത്തോടെ ഓർക്കുന്നു.

പത്ത് വർഷത്തോളം ഞാൻ ഗ്രാജുവേറ്റ് എഞ്ചിനീയേഴ്സ് അസോ

സിയേഷന്റെ ജില്ലാ സെക്രട്ടറി ആയി പ്രവർത്തിച്ചു. സംസ്ഥാന പ്രസിഡന്റ് ആയപ്പോഴാണ് ഈ പദവി ഒഴിഞ്ഞത്.

സംസ്ഥാനതലത്തിൽ ചെറിയ മാറ്റങ്ങളോടെ ഭാരവാഹികൾ അഞ്ച് വർഷത്തേക്ക് തുടർന്നു. 1978 ൽ, ഡിപ്ലോമ ഹോൾഡർമാരുടെ ക്വാട്ട വർദ്ധിപ്പിക്കാനുള്ള നിർദ്ദേശം സർക്കാർ കൊണ്ടുവന്നത് ബിരുദധാരികളെ ഉപദ്രവിക്കാൻ മാത്രമായിരുന്നു. കോമ്പൗണ്ടർമാർ മൂത്ത് ഡോക്ടർമാരാവുന്നതു പോലെയാണ് സാങ്കേതിക ജ്ഞാനം കുറവായ ഡിപ്ലോമ ധാരികൾ അനുഭവജ്ഞാനത്തിന്റെ പേര് പറഞ്ഞ് സാങ്കേതിക ജ്ഞാനം ഏറെ ആവശ്യമായ എക്സിക്യൂട്ടീവ് എഞ്ചിനീയർമാരുടെ തസ്തികയിലെത്തുന്നത്. മാനുഷിക പരിഗണന എന്ന നിലയിൽ മാത്രമായിരുന്നു ഇവർക്ക് നേരത്തെ എക്സിക്യൂട്ടീവ് എഞ്ചിനീയർമാരായുള്ള ഉദ്യോഗക്കയറ്റം പരമാവധി 5% എന്ന നിലയിൽ അനുവദിച്ചിരുന്നത്. നിലവിലുള്ള ഈ 5 ശതമാനത്തിൽനിന്ന് 15 ശതമാനമായി ഉയർത്താനായിരുന്നു സർക്കാർ നിർദ്ദേശം. സേവനത്തിലുള്ള ബിരുദധാരികൾക്ക് ഇത് വളരെ ദോഷകരമാകുമെന്നതിനാൽ ഇതിനെ എതിർക്കുകയെന്നത് അനിവാര്യമായിരുന്നു. സംസ്ഥാന ഭാരവാഹികളോടൊപ്പം ഞാനും വിവിധ ജില്ലകളിൽ പോയി പ്രവർത്തകരുടെ യോഗങ്ങളിൽ പങ്കെടുക്കുകയും വരാനിരിക്കുന്ന ഈ അപകടത്തെ തടയാൻ എല്ലാവരുടെയും സഹായം അഭ്യർത്ഥിക്കുകയും ചെയ്തു. വിവിധ ജില്ലകളിലെ അംഗങ്ങളെ അറിയിക്കാൻ ഒരു സംസ്ഥാന കൺവെൻഷൻ വിളിച്ചു ചേർക്കുകയും ചെയ്തു.

1978 ഫെബ്രുവരി മാസത്തിൽ കോഴിക്കോട് നടന്ന സംസ്ഥാന കൺവെൻഷൻ അംഗങ്ങളുടെ പങ്കാളിത്തം കൊണ്ടും പങ്കെടുത്തവരുടെ ആവേശകരമായ പ്രതികരണംകൊണ്ടും പ്രതിഷേധ പ്രകടനങ്ങൾ കൊണ്ടും തീർത്തും അവിസ്മരണീയമായിരുന്നു. എക്സിക്യൂട്ടീവ് എഞ്ചിനീയർ തസ്തികയിലേക്കുള്ള ഡിപ്ലോമ ക്വാട്ട വർദ്ധിപ്പിക്കാനുള്ള നീക്കത്തിനെതിരെ കൺവെൻഷൻ ശക്തമായി പ്രതിഷേധിച്ചു, സർക്കാർ ഈ നിർദ്ദേശം ഉപേക്ഷിക്കുന്നതിൽ വിജയിക്കുന്നതുവരെ പല്ലും നഖവും ഉപയോഗിച്ച് നേരിടാൻ തീരുമാനിക്കുകയും ചെയ്തു. ബിരുദധാരികളായ എല്ലാ എഞ്ചിനീയർമാരുടെയും സംഘടന എന്ന നിലയിൽ അസോസിയേഷനെ കേരള ഗ്രാജുവേറ്റ് എഞ്ചിനീയേഴ്സ് അസോസിയേഷൻ എന്ന് പുനർ നാമകരണം ചെയ്യാനും യോഗം തീരുമാനിച്ചു, അതിനനുസൃതമായി പുതിയ ഭാരവാഹികളെ തെരഞ്ഞെടുക്കുകയും ചെയ്തു.

എൻ സി വിക്രമൻ നായർ പ്രസിഡന്റായും എസ് ജയൻ നായർ ജനറൽ സെക്രട്ടറിയായും തെരഞ്ഞെടുക്കപ്പെട്ട ഈ സമിതിയിൽ വൈസ് പ്രസിഡന്റായി ഞാനുമുണ്ടായിരുന്നു. കെ പി രാമൻ, ഇ കെ ഹസ്സൻകുട്ടി, എസ് തോമസ്, ആർ രത്നകുമാർ, സുഭാഷ് ചന്ദ്രബോസ്, വി ജയചന്ദ്രൻ, കെ ജി രവീന്ദ്രനാഥൻപിള്ള എന്നിവരടങ്ങുന്ന നിർവ്വാഹക സമിതിയും രൂപീകരിച്ചിരുന്നു. ഈ സമിതിയുടെ നിരന്തരമായ ഇടപെട

ലിന്റെയും സമ്മർദ്ദത്തിന്റെയും ഫലമായി ആത്യന്തികമായി സർക്കാർ ഈ നീക്കം ഉപേക്ഷിച്ചത് പ്രവർത്തനങ്ങൾക്ക് ഊർജ്ജം പകർന്നിരുന്നു. പൊതുമരാമത്ത് വകുപ്പിലെ ജൂനിയർ എഞ്ചിനീയർ തസ്തികയെ അസിസ്റ്റന്റ് എഞ്ചിനീയർ ആയും അസിസ്റ്റന്റ് എഞ്ചിനീയർ തസ്തികയെ അസിസ്റ്റന്റ് എക്സിക്യൂട്ടീവ് എഞ്ചിനീയർ ആയും മാറ്റണമെന്ന എഞ്ചിനീയർമാരുടെ ദീർഘകാല ആഗ്രഹം സാധിച്ചെടുത്തത് ഈ കാലഘട്ടത്തിലെ ചിട്ടയായ പ്രവർത്തനം കൊണ്ടാണ്. 6:3:1 അനുപാതത്തിൽ അസിസ്റ്റന്റ് എഞ്ചിനീയർമാരുടെ വിഭാഗത്തിൽ ഉയർന്ന ഗ്രേഡ് നടപ്പിലാക്കുക എന്ന കാര്യവും ഈ കാലയളവിൽ അസോസിയേഷന്റെ നിരന്തരമായ തുടർനടപടികളോടെ സർക്കാർ അനുവദിച്ചതും സന്തോഷകരമായിരുന്നു. കർത്തവ്യനിരതവും കർമ്മകുശലവുമായ ഒരു നേതൃത്വം ഒരു സംഘടനയ്ക്കുണ്ടെങ്കിൽ അംഗങ്ങൾ ഉദ്ദേശിക്കുന്ന രീതിയിൽ അവരുടെ അവകാശങ്ങളും ആവശ്യങ്ങളും നേടിയെടുക്കാൻ കഴിയുമെന്ന് തെളിയിച്ച പ്രവർത്തനങ്ങളായിരുന്നു ഈ വർഷങ്ങളിൽ അസോസിയേഷൻ കാഴ്ച വെച്ചത്. ഈ പ്രവർത്തനങ്ങൾക്ക് മുന്നിൽ നിന്ന് നേതൃത്വം നല്കിയ സെക്രട്ടറി എസ് ജയൻ നായരുടെ ഊർജ്ജസ്വലതയെയും നിസ്വാർത്ഥസേവനത്തെയും നേതൃപാടവത്തെയും ദീർഘവീക്ഷണത്തെയും പ്രയോഗികമികവിനെയും എത്ര അഭിനന്ദിച്ചാലും മതിയാവുകയില്ല.

അങ്ങനെ നിരന്തരമായ സംഘടനാ പ്രവർത്തനം തുടരുമ്പോഴാണ് 1987 ൽ കേരള ഗ്രാജുവേറ്റ് എഞ്ചിനീയേഴ്സ് അസോസിയേഷൻ വാർഷിക പൊതുയോഗത്തിൽവെച്ച് അസോസിയേഷന്റെ സംസ്ഥാന പ്രസിഡന്റ് ആയി തെരഞ്ഞെടുക്കപ്പെടുന്നത്. തിരുവനന്തപുരത്തുനിന്നുള്ള ആർ സുഭാഷ് ചന്ദ്ര ബോസ് ആയിരുന്നു സെക്രട്ടറി. പഴയ സുഹൃത്തുക്കളായ ജയചന്ദ്രൻ, ഹസ്സൻകുട്ടി, കെ പി രാമൻ, ഇ ജി വാസുദേവൻ, ശശികുമാർ, എ മമ്മി, തുടങ്ങിയവരൊക്കെ ടീമിലുണ്ടായിരുന്നു. ഡിപ്ലോമ, സർട്ടിഫിക്കറ്റ് ധാരികളുടെ സമ്മർദ്ദത്തിനു വഴങ്ങി അവരെ നയിച്ചിരുന്ന രാഷ്ട്രീയ നേതൃത്വം മുന്നോട്ടുവെച്ച് സർക്കാർ അനുകൂലമായി പ്രതികരിച്ച പല വിഷയങ്ങളിലും നിരന്തരമായ ഇടപെടലുകൾ കൊണ്ടും രാഷ്ട്രീയ സമ്മർദ്ദം കൊണ്ടും തടയിട്ടു ബിരുദധാരികളുടെ അവകാശങ്ങൾ നേടിയെടുക്കാൻ ഈ കാലഘട്ടത്തിൽ കഴിഞ്ഞിരുന്നു. കേരള ഗസറ്റഡ് ഓഫീസേഴ്സ് അസോസിയേഷന്റെ സംസ്ഥാന നേതൃത്വത്തിലേക്ക് ഉയർത്തപ്പെട്ടതിനെ തുടർന്ന് പൊതു സംഘടനയിൽ പ്രവർത്തിക്കുമ്പോൾ മറ്റു സംഘടനകളിൽനിന്ന് ഒഴിയണമെന്ന് രാഷ്ട്രീയ നേതൃത്വത്തിന്റെ നിർദ്ദേശം പാലിക്കാൻ ഞാൻ 1989 ൽ കേരള ഗ്രാജുവേറ്റ് എഞ്ചിനീയേഴ്സ് അസോസിയേഷൻ പ്രസിഡന്റ് പദവി രാജി വെക്കുകയാണുണ്ടായത്. എന്റെ ഗ്രാജുവേറ്റ് എഞ്ചിനീയേഴ്സ് അസോസിയേഷൻ പ്രവർത്തനങ്ങൾക്ക് എപ്പോഴും കൂടെ നിന്നിരുന്ന എസ് ജയൻ നായർ, ഇ കെ ഹസ്സൻ കുട്ടി, കെ പി രാമൻ, എ മമ്മി, വി

ജയചന്ദ്രൻ, സുഭാഷ് ചന്ദ്ര ബോസ്, എസ് തോമസ്, ശശികുമാർ, എം വി അഹമ്മദ് എന്നിവരെ ഏറെ കൃതജ്ഞതയോടെ ഓർക്കുന്നു.

ഇതിനിടയിൽ അസോസിയേഷൻ ഓഫ് എഞ്ചിനീയേഴ്സിന്റെ പാലക്കാട് ജില്ലാ സെക്രട്ടറി ആയും സംസ്ഥാന നിർവ്വാഹക സമിതി അംഗമായും പ്രവർത്തിച്ചിരുന്നു. എഞ്ചിനീയർമാരുടെ ഇടയിൽ കൂട്ടായ്മയുടെയും കുടുംബബന്ധങ്ങളുടെയും വലിയൊരു സംസ്കാരം വളർത്താൻ മനഃപൂർവ്വം അന്ന് ശ്രമിച്ചിരുന്നു. വാർഷിക സ്പോർട്സ് മീറ്റിന് ടീമിനെ അയക്കുക എന്ന ഏക അജണ്ടയിൽനിന്ന് ജില്ലയിലെ എല്ലാ എഞ്ചിനീയർമാരെയും കൂട്ടിയിണക്കുന്ന പ്രസ്ഥാനമായും പ്രതിമാസം കുടുംബാംഗങ്ങളടക്കം പങ്കുചേരുന്ന സംഗമങ്ങൾക്കു വേദിയൊരുക്കുന്ന ചാലകശക്തിയായും അസോസിയേഷനെ മാറ്റിയെടുത്തത് അന്നാണ്. എഞ്ചിനീയർമാരുടെ വീടുകളിലെ കല്യാണങ്ങൾക്കും മരണങ്ങൾക്കുമെല്ലാം കൂടെനിന്ന് നയിക്കുന്നതിനുമുള്ള കഴിവ് അസോസിയേഷന് പ്രദാനം ചെയ്യാൻ കഴിഞ്ഞു. അസോസിയേഷന്റെ പ്രധാന നേതാക്കളായ ഒ എം സദാനന്ദൻ, മുകുന്ദൻ, പി എ കുമാരൻ, പി ഐ മുഹമ്മദ്, ജി സുകുമാർ, കെ പി രവീന്ദ്രൻ എന്നിവരുടെ അകാലനിര്യാണ സമയത്ത് കൃത്യമായ ഇടപെടലുകൾ നടത്താനും കുടുംബാംഗങ്ങളെ ആശ്വസിപ്പിക്കാനും കഴിഞ്ഞത് ഈ അസോസിയേഷൻ പ്രവർത്തനത്തിൽ കൃതാർത്ഥതയേകുന്ന സംഭവങ്ങളാണ്. അസോസിയേഷന്റെ നട്ടെല്ലായി പ്രവർത്തിച്ചിരുന്ന പ്രിയ സുഹൃത്തും വഴികാട്ടിയുമായിരുന്ന എക്സിക്യൂട്ടീവ് എഞ്ചിനീയർ ഒ എം സദാനന്ദൻ അകാലത്ത് നിര്യാതനായപ്പോൾ അദ്ദേഹത്തിന്റെ പറക്കമുറ്റാത്ത 5 കുട്ടികളുടെ വിദ്യാഭ്യാസം പൂർത്തിയാക്കാൻവേണ്ടിയുള്ള തുക സംഭരിക്കുന്നതിനുവേണ്ടി രൂപീകരിച്ച സമിതിയുടെ കൺവീനർ ആയി പ്രവർത്തിക്കാനും സംഖ്യ കുട്ടികളുടെ ഓരോരുത്തരുടെയും പേരിൽ നിക്ഷേപിക്കാനും കഴിഞ്ഞത് എന്റെ ജീവിതത്തിലെ ധന്യതകളിൽ ഒന്നായിരുന്നു (ആ കുട്ടികളെല്ലാം വളർന്നു നല്ല വിദ്യാഭ്യാസം ലഭിച്ച് കുടുംബസമേതം സുഖമായി ഇന്ന് ജീവിക്കുന്നത് നല്കുന്ന സംതൃപ്തി ചെറുതല്ല).

പ്രതിമാസ കൂട്ടായ്മകളിലൂടെ എഞ്ചിനീയർമാരുടെ ഭാര്യമാരും മക്കളും തമ്മിൽ കൂടുതൽ അടുക്കുകയും എല്ലാവരും ചേർന്ന് വലിയൊരു കൂട്ടുകുടുംബമാണെന്നുള്ള ധാരണ സൃഷ്ടിക്കാൻ കഴിയുകയും ചെയ്തു. അതാതു മാസം ജില്ലയിൽനിന്ന് റിട്ടയർ ചെയ്തിരുന്ന എഞ്ചിനീയർമാർക്ക് സമുചിതമായ യാത്രയയപ്പ് നല്കാൻ ഈ കൂട്ടായ്മയ്ക്ക് കഴിഞ്ഞിരുന്നു. മാത്രമല്ല സംസ്ഥാനത്ത് സർവ്വീസിൽ നിന്ന് വിരമിക്കുന്ന ചീഫ് എഞ്ചിനീയർമാർക്കും സൂപ്രണ്ടിങ് എഞ്ചിനീയർമാർക്കും ജില്ലാ അസോസിയേഷന്റെ നേതൃത്വത്തിൽ യാത്രയയപ്പ് നല്കാനും ശ്രദ്ധിച്ചിരുന്നു. എഞ്ചിനീയർമാരെ ബാധിക്കുന്ന പ്രശ്നങ്ങളെക്കുറിച്ച്, അവരുടെ സേവന വേതന മേഖലയിലെ ആവശ്യങ്ങളെക്കുറിച്ച് അധികൃതരെ ബോദ്ധ്യപ്പെടുത്തി പരിഹാരം തേടുന്നതിന് പുറമെയായിരുന്നു ഇത്.

പാലക്കാട് ജില്ലയിൽ പ്രവർത്തിച്ചിരുന്ന ഒട്ടേറെ മുതിർന്ന എഞ്ചിനീയർമാരും മറ്റു സഹപ്രവർത്തകരും എന്നെ ഈ കാര്യങ്ങളിൽ ഒട്ടേറെ സഹായിച്ചിരുന്നു. ചീഫ് എഞ്ചിനീയർമാരായി വിരമിച്ച കെ കെ എൻ നമ്പ്യാർ, ടി എം കാസിം, എൻ എ പദ്മനാഭ അയ്യർ, ടി എസ് മണി, കെ സോമശേഖരൻ നായർ, ഇ ഹരിഹര അയ്യർ, സി വി ശങ്കരനാരായണൻ, കെ ആർ ചെന്താമരാക്ഷൻ, ചാണ്ടി ബെഹനാൻ, എം രാധാകൃഷ്ണൻ, വി കെ സുശീലൻ, എ കോമളവല്ലി അമ്മ, ടി രാജഗോപാൽ, പി ലതിക, എ പി ബാലൻ, സൂപ്രണ്ടിങ് എഞ്ചിനീയർമാരായി വിരമിച്ച എസ് കൃഷ്ണ അയ്യർ, ആർ ശങ്കരരാമൻ, പി എ കുമാരൻ, കെ പി നാരായണൻ കുട്ടി, പി ഇ ദാമോദരൻ, കെ പി കുമാരൻ, കെ സുകുമാരൻ, വി സുകുമാരൻ, ആർ ദാസൻ പോറ്റി, വി മുഹമ്മദ്, പി എം രാമസ്വാമി, കെ ആർ വിശ്വനാഥൻ, ഒ എം സണ്ണി, വി വേണുഗോപാൽ, എം കൃഷ്ണൻ, രാരു മേനോൻ, എ എം കേശവനുണ്ണി, കെ കെ അബ്ദുള്ളക്കുട്ടി, കെ രവീന്ദ്ര കുറുപ്പ്, എം ബാലകൃഷ്ണൻ, എ പട്ടാഭിരാമൻ എന്നിവരും എന്റെ സഹപ്രവർത്തകരായിരുന്ന കെ ബി ഹരിദാസ്, കെ വി വീരാൻകുട്ടി, ജി സുകുമാർ, പി ഐ മുഹമ്മദ്, എം വി അബ്ദുൾറഹിമാൻ മൂപ്പൻ, പി ഹരിദാസ്, കെ പി അച്യുതൻ, ഇ കെ ഹസ്സൻകുട്ടി, വി എ രാമചന്ദ്രൻ നായർ, പി.രാമനാഥൻ, കെ.കൃഷ്ണൻ എമ്പ്രാന്തിരി, കെ പി അച്യുതൻ, സി എ അബ്ദുൾ സമ്മദ്, കെ പി രാമൻ, എൻ കെ കമാലുദ്ദീൻ, കെ എസ് സുരേന്ദ്രനാഥ്, കെ കെ ഹരി, എം വിജയൻ, ഇ കെ വിജയൻ, ടി അച്യുതാനന്ദൻ, എസ് സുകുമാരൻ, സി വി രാജപ്പൻ, സി വി സണ്ണി, പി വി എം അബ്ദുൽ ഹമീദ്, കെ സുഗതൻ, ജാഫർഖാൻ, പി പി മുഹമ്മദ് ബഷീർ, എം വിജയകുമാർ, കെ ബി ബഷീർ, കെ കെ അപ്പുക്കുട്ടൻ, കെ അരവിന്ദാക്ഷൻ, എം കൃഷ്ണകുമാർ, എൻ പി നാരായണൻകുട്ടി, കെ പി രാജഗോപാൽ, ആർ കേശവൻ കുട്ടി, വി കെ ഗോപാലകൃഷ്ണൻ, എം എം ഗോപാലകൃഷ്ണൻ, ആർ ജെ സുബ്രഹ്മണ്യൻ, സുധാകര മല്ലയ്യ, കെ കൃഷ്ണൻ മല്ലൻ, ബി ജോൺസൻ, എം ടി ജേക്കബ്, ജോൺ പി പുതുശ്ശേരി, ജോസഫ് ജോർജ്ജ്, സി കുമാരനുണ്ണി, എം ഒ ജോയ്, വി എസ്രാമൻ, പി കെ രാമൻ, കെ കേശവനുണ്ണി, പി കെ പഴനപ്പൻ, പി കെ രവീന്ദ്രൻ, ആർ കണ്ണൻകുട്ടി, ടി പി സേതുമാധവൻ, എ ജി ശിവദാസ്, കെ ശിവരാമകൃഷ്ണൻ, ജെ ശ്രീകുമാർ, കെ ശ്രീധരൻ, കെ ഗംഗാധരൻ, വി കെ സുധീന്ദ്രദാസ്, പി വി വിശ്വനാഥൻ നായർ, കാന്തിമതനാഥ പിള്ള, എം സി പത്മനാഭൻ, എ ശിവദാസൻ, കെ കെ അരവിന്ദാക്ഷൻ, മുഹമ്മദ് എന്നിവരുടെ സഹകരണം പാലക്കാട്ടെ അസോസിയേഷൻ പ്രവർത്തനങ്ങളിൽ എനിക്ക് വേണ്ടുവോളം ലഭിച്ചിരുന്നു.

സംസ്ഥാനതലത്തിൽ പ്രശസ്തരായ നിരവധി എഞ്ചിനീയർമാരെ പരിചയപ്പെടാനും അവരുടെ സേവനങ്ങൾ കാര്യക്ഷമമായി ഉപയോഗപ്പെടുത്താനും ഈ പ്രവർത്തനങ്ങൾ ഉപകരിച്ചിരുന്നു. വളരെ മുതിർന്ന എഞ്ചിനീയർമാരായ വി ലക്ഷ്മണ അയ്യർ, വി ശങ്കര അയ്യർ, ടിറ്റി

ജോർജ്ജ്, ടി എം കാസിം, പി എൻ ശിവരാമ പിള്ള, എൻ എ അനന്തകൃഷ്ണൻ, ഇ കൃഷ്ണൻ, എ കെ നാരായണൻ, വി നാരായണ മേനോൻ, എൻ എസ് സുധി, ടി എസ് മണി, എം അബ്ദുൾറഹിമാൻ കുട്ടി, പി കുഞ്ഞിമുഹമ്മദ്, പി വി കൃഷ്ണ വാരിയർ, കെ നാരായണൻ, ഇ എ റഷീദ്, പി വിജയൻ, എം രാധാകൃഷ്ണൻ, പി ആർ ബാലകൃഷ്ണൻ, എം എം മാത്യു, ഇ കുരിയൻ മാത്യു, കെ ഗോപിനാഥൻ നായർ, കെ മാധവൻ പിള്ള, എം കെ മാധവൻ നായർ, എസ് ഗോപിനാഥൻ, ജോസഫ് മാത്യു, ഡി സനൽകുമാർ, കെ രവീന്ദ്രനാഥ കുറുപ്പ്, മാത്തുക്കുട്ടി സക്കറിയ, എ ഹസനപ്പൻ, കെ ജി രവീന്ദ്രനാഥൻ പിള്ള, എ ടി ദേവസ്സി, കെ ടി ജോണി, ടി ഹരിദാസ മേനോൻ, കെ ടി കറപ്പുണ്ണി, സി ഉണ്ണികൃഷ്ണൻ, വി പി അബ്ദുൾ ഖാദർ, ജി ഈപ്പൻ, കെ ശരത് കുമാർ, കെ പി ഭരതൻ, കെ പി കുമാരൻ, എ എൻ അശോകൻ എന്നിവരോട് നിരന്തരമായി ബന്ധപ്പെട്ടും ഉപദേശങ്ങൾ തേടിയും ശക്തി സംഭരിച്ചിരുന്നു. പ്രവർത്തനങ്ങളിൽ ഒപ്പമുണ്ടായിരുന്ന എസ് ജയൻ നായർ, ഇ കെ ഹസ്സൻ കുട്ടി, കെ പി രാമൻ, എ മമ്മി, വിജയചന്ദ്രൻ, സുഭാഷ് ചന്ദ്ര ബോസ്, എസ് തോമസ്, ശശികുമാർ, എം വി അഹമ്മദ്, തിരുവനന്തപുരം ജില്ലയിൽനിന്നുള്ള അയ്യപ്പൻ ചെട്ടിയാർ, കുമാരസ്വാമി, അയ്യപ്പൻ തമ്പി, ആർ കമലാസനൻ, കൃപാനന്ദ സിങ്, ഡി ശ്രീകുമാർ, കെ എസ് ഉദയകുമാർ, കൊല്ലം ജില്ലയിൽനിന്നുള്ള കെ മോഹൻദാസ്, റിജി ജി നായർ, സി എസ് സതീനാഥൻ, എസ് ശ്രീകുമാർ, ഇ എസ് വിത്സൺ, പത്തനംതിട്ട ജില്ലയിൽ നിന്നുള്ള ടി പി പങ്കജാക്ഷൻ പിള്ള, സാം മാത്യു ചാക്കോ, എം സുബൈർ കുഞ്ഞ്, ആലപ്പുഴ ജില്ലയിൽ നിന്നുള്ള പി ജി ഹരിഹരൻ, ജി ബലദേവൻ, ഹാരിസ് കുഞ്ഞ്, കോട്ടയം ജില്ലയിൽ നിന്നുള്ള ഈശോ ഐസക്, പി എ ഹാഷിം, കെ രാജഗോപാൽ, ഇ ജി വാസുദേവൻ, എറണാകുളം ജില്ലയിൽനിന്നുള്ള കെ എ അബുബക്കർ, കെ ആർ അപ്പുക്കുട്ടൻ നായർ, കെ വി ഗീവർഗ്ഗീസ്, റോയ് ജെ വെള്ളാനിക്കാരൻ, വി സോമനാഥ പിള്ള, ശ്യാമളാദേവി കുഞ്ഞമ്മ, തൃശൂർ ജില്ലയിൽ നിന്നുള്ള വർഗ്ഗീസ് ഡി മേനാച്ചേരി, ആന്റണി ജെ ചിറയത്ത്, എ ആർ ബലറാം, എ ഐ ചാൾസ്, കെ എസ് ജോർജ്ജ്, ജകം ആന്റണി, കെ എ ജോഷി, സി കെ മുരളീധരൻ, കെ എ നജ്മുൽ ഹുസൈൻ, ഇ ജെ പോളി, സി ജി രവീന്ദ്രനാഥൻ, കെ കെ ശ്രീവത്സകൃഷ്ണൻ, വി വി സുധാകരൻ, ഇ ഡി വത്സൻ, കെ. വിജയൻ, എം എൻ രാഘവൻ, ടി ജി വിശ്വനാഥൻ, ടി എൻ വിശ്വനാഥൻ, മലപ്പുറം ജില്ലയിൽനിന്ന് കെ ടി അബ്ദുൽഖാദർ, പി മുഹമ്മദാലി, എം പി പ്രഭാകരൻ കോഴിക്കോട് ജില്ലയിൽ നിന്ന് എൻ കെ മുഹമ്മദ്, പി എസ് സതീശൻ, കെ സുന്ദരൻ, കെ ജെയിംസ് ജോർജ്ജ്, ജോയ് തോമസ്, പി സി വത്സകുമാർ, കെ പി നാരായണൻ നായർ, ടി വി രാജഗോപൻ, കണ്ണൂർ ജില്ലയിൽനിന്ന് ടി ബാബുരാജ്, സുരേഷ് കോയിലേരിയൻ, ഗോവിന്ദൻ നമ്പീശൻ, പി വി സോമരാജൻ, കെ പി പ്രഭാകരൻ, എം സി ശ്രീധരൻ നമ്പ്യാർ, സി എച്ച്

സുരേന്ദ്രൻ കെ വേണുഗോപാലൻ എന്നിവർ വർദ്ധിച്ച അർപ്പണ മനോഭാവത്തോടെ നിരന്തരം പ്രവർത്തനങ്ങൾ കാഴ്ചവെച്ചിരുന്ന ഊർജ്ജസ്വലരായ എഞ്ചിനീയർ സുഹൃത്തുക്കളായിരുന്നു.

ആ അസോസിയേഷൻ ഓഫ് എഞ്ചിനീയേഴ്സിന്റെ ഇന്നത്തെ സംസ്ഥാനതലത്തിലെ പൊതുവെയും പാലക്കാട് ജില്ലയിലെ പ്രത്യേകിച്ചും നടത്തുന്ന പ്രവർത്തനങ്ങൾ കാണുമ്പോൾ ദുഃഖം തോന്നുന്നു. എഞ്ചിനീയർമാർ തമ്മിലും അവരുടെ കുടുംബങ്ങൾ തമ്മിലുമുണ്ടായിരുന്ന ദൃഢമായ സ്നേഹബന്ധം ഇന്ന് അപ്രത്യക്ഷമായിരിക്കുന്നു. ഒരാൾക്ക് മറ്റൊരാൾ തണൽ എന്ന സാമൂഹ്യ വ്യവസ്ഥയിൽനിന്ന് ഞാൻ, ഞാൻ മാത്രം എന്ന വ്യക്തി ചിന്തയിലേക്ക് കാര്യങ്ങൾ എത്തിയിരിക്കുന്നു. ജില്ലയിൽ വിരമിക്കുന്ന എഞ്ചിനീയർമാർക്ക് അവർ വിരമിക്കുമ്പോൾ അസോസിയേഷന്റെ ആഭിമുഖ്യത്തിൽ യാത്രയയപ്പ് നല്കുന്നത് പോലും ഇല്ലാതായിരിക്കുന്നു. ഒരുകൊല്ലം വിരമിക്കുന്നവർക്കെല്ലാംകൂടി ഒരു യാത്രയയപ്പ് എന്നതിലേക്ക് ചുരുങ്ങിയിരിക്കുന്നു. കാലത്തിന്റെ മാറ്റങ്ങൾക്ക് അനുസൃതമായി എഞ്ചിനീയർമാരുടെ മനസ്സിലും വന്ന വ്യതിയാനമായിരിക്കാം എന്നൊന്നും സമാധാനിക്കാൻ കഴിയുന്നില്ല. പൊന്നു വെച്ചിരുന്നിടത്ത് പൂവ് വെക്കാൻ പോലും ഇവർ ശ്രമിക്കുന്നില്ലല്ലോ എന്ന ദുഃഖം എന്നെ വേട്ടയാടുന്നു.

പാലക്കാട് വെച്ച് അസോസിയേഷൻ ഓഫ് എഞ്ചിനീയേഴ്സിന്റെ സംസ്ഥാന വാർഷിക പൊതുയോഗവും സ്പോർട്സ് മീറ്റും 4 തവണ നടന്നപ്പോഴും അതിൽ സംഘാടകന്റെ മേലങ്കിയണിയാൻ സാധിച്ചിരുന്നു. ഇതിൽ രണ്ടുതവണ ജനറൽ കൺവീനറായും ഒരു പ്രാവശ്യം സംഘാടക സമിതി ചെയർമാനായും പ്രവർത്തിച്ചു. ഈ പരിപാടികളെല്ലാം വലിയ വിജയമാക്കാനും അവിസ്മരണീയമാക്കാനും കഴിഞ്ഞുവെന്നത് ഇന്നും സന്തോഷം നല്കുന്നുണ്ട്. ഈ സംരംഭങ്ങളിൽ നിന്ന് വലിയൊരു സംഖ്യ മിച്ചമുണ്ടാക്കി അസോസിയേഷന്റെ പാലക്കാട് ജില്ലയിലെ പ്രവർത്തനങ്ങൾക്ക് മുതൽക്കൂട്ടാക്കുവാനും കഴിഞ്ഞത് ചാരിതാർത്ഥ്യമേകുന്നു.

കേരള ഗസറ്റഡ് ഓഫീസേഴ്സ് അസോസിയേഷൻ എന്ന പൊതു സംഘടനയിൽ അംഗമാവുന്നത് 1979 ലാണ്. പാലക്കാട്ടേക്ക് താമസം മാറിയപ്പോൾ ചേട്ടന്റെ പ്രിയ സുഹൃത്തും ഗസറ്റഡ് ഓഫീസേഴ്സ് അസോസിയേഷന്റെ അന്നത്തെ ജില്ലാ നേതാവുമായിരുന്ന വില്പന നികുതി ഡെപ്യൂട്ടി കമ്മീഷണർ ആയി വിരമിച്ച കെ ഭാസ്കരന്റെ സ്നേഹപൂർവ്വമായ നിർബ്ബന്ധം കൊണ്ടാണ് അംഗത്വം എടുത്തത്. ഒരു സാധാരണ അംഗം എന്നുള്ള നിലയിൽ അംഗത്വം എടുക്കുകയല്ലാതെ മറ്റു പ്രവർത്തനങ്ങളിൽ ഒന്നും പങ്കെടുത്തിരുന്നില്ല. അന്ന് അത് കുറെ ട്രഷറി ഉദ്യോഗസ്ഥരുടെയും വില്പന നികുതി ഉദ്യോഗസ്ഥരുടെയും മേല്ക്കോയ്മയുള്ള ട്രഷറി വഴി അംഗത്വം എടുപ്പിക്കുന്ന ഒരു സംഘടനയായിരുന്നു. പ്രധാന സംഘടനാ പ്രവർത്തനങ്ങൾ വളരെ പരിമിതമായിരുന്നു.

1966 ൽ ഗസറ്റഡ് ഉദ്യോഗസ്ഥരുടെ സേവന വേതന വ്യവസ്ഥകളും അവകാശങ്ങളും സംരക്ഷിക്കുന്നതിനായി രൂപീകരിക്കുകയും അംഗീകാരം ലഭിക്കുകയും ചെയ്ത സംഘടനയാണ് കേരള ഗസറ്റഡ് ഓഫീസേഴ്സ് അസോസിയേഷൻ. ഗസറ്റഡ് ഓഫീസർമാരിൽ അവകാശബോധം ഉണ്ടാക്കുകയും അവ ബന്ധപ്പെട്ട അധികാരികളുടെ മുന്നിൽ അവതരിപ്പിക്കുകയും അത് നേടിയെടുക്കുന്നതിനായി സംഘടിക്കുകയും ആ സംഘടനാബോധം സാമൂഹ്യബോധത്തിലേക്ക് വളർത്തിയെടുക്കാൻ ശ്രമിക്കുകയും ചെയ്യുക എന്നതായിരുന്നു സംഘടനയുടെ ലക്ഷ്യം. ഈ വിഷയത്തിൽ സമാന ചിന്താഗതിയുള്ള സംഘടനകളുമായി യോജിച്ച് പ്രവർത്തിക്കണമെന്നും ലക്ഷ്യമിട്ടിരുന്നു. ആദ്യത്തെ പ്രസിഡന്റ് പഞ്ചായത്ത് ഡയറക്ടർ ആർ കേശവൻ നായരും, സെക്രട്ടറി കോ-ഓപ്പറേറ്റീവ് രജിസ്റ്റർ ഓഫീസിലെ ഫിനാൻഷ്യൽ അസിസ്റ്റന്റ് എൻ നാരായണൻ നായരുമായിരുന്നു. 1971 ൽ സർക്കാർ ജീവനക്കാർക്ക് ഇടക്കാലാശ്വാസം നേടിയെടുക്കാൻ വേണ്ടി സംസ്ഥാനത്തെ അദ്ധ്യാപകരും ജീവനക്കാരും നടത്തിയ പണിമുടക്കിൽ കെ ജി ഒ എ പങ്കെടുത്തില്ലെങ്കിലും എല്ലാ പിന്തുണയും പണിമുടക്കിന് വാഗ്ദാനം ചെയ്തുകൊണ്ടാണ് ആദ്യമായി ഒരു സമരമുഖം തുറക്കുന്നത്. 1982 ലാണ് ജില്ലാ കമ്മിറ്റികളുടെ പ്രവർത്തനം ശാക്തീകരിക്കാനുള്ള കർമ്മ പദ്ധതി സംസ്ഥാന സമിതി രൂപം കൊടുത്തത്. ഇതിനെത്തുടർന്ന് 1983 ൽ തൃശൂരിൽനടന്ന സംസ്ഥാന സമ്മേളനം സംഘടനയുടെ ഐക്യത്തിന്റെയും ശക്തിയുടെയും പ്രതീകമായ ശുഭ്രപതാകയ്ക്ക് രൂപം നല്കി. മറ്റു സഹോദര സംഘടനാ പ്രതിനിധികളെയും ട്രേഡ് യൂണിയൻ നേതാക്കളെയും പങ്കെടുപ്പിച്ചുകൊണ്ടുള്ള സുഹൃദ് സമ്മേളനം ആദ്യമായി സംഘടിപ്പിച്ചതും ഈ സമ്മേളനത്തിലായിരുന്നു. നാലാം ശമ്പള കമ്മീഷനുവേണ്ടിയുള്ള പ്രക്ഷോഭ പ്രവർത്തനങ്ങൾ വിജയിപ്പിക്കാൻ ആവശ്യമായ തീരുമാനങ്ങളും സമ്മേളനം എടുത്തിരുന്നു. ഈ സമ്മേളനത്തിലാണ് ഡോക്ടർ എൻ എം മുഹമ്മദാലി ആദ്യമായി സംഘടനയുടെ ജനറൽ സെക്രട്ടറി ആവുന്നത്. 1995 ലെ കൊല്ലം സമ്മേളനം സംഘടനയുടെ കെട്ടുറപ്പ് വിളിച്ചോതുന്ന ഒന്നായിരുന്നു. തൊഴിലാളി ബോധം ഉൾക്കൊണ്ട് ഒരു അനിശ്ചിതകാല പണിമുടക്കിൽ പങ്കെടുക്കാൻ കഴിയുന്ന നിലയിലേക്ക് സംഘടന ഇതിനകം വളർന്നുകഴിഞ്ഞെന്ന് സർക്കാരിനെതിരെ പണിമുടക്കില്ലെന്ന നിയമാവലി വ്യവസ്ഥ നീക്കം ചെയ്യുന്ന ഭേദഗതി അംഗീകരിച്ചുകൊണ്ട് പൂർത്തിയായ സമ്മേളനം കേരള ജനതയോട് ഉറക്കെ ഉദ്ഘോഷിച്ചു. എൻ ഭഗീരഥൻ പ്രസിഡന്റും ഡോക്ടർ എൻ എം മുഹമ്മദലി ജനറൽ സെക്രട്ടറിയുമായി വീണ്ടും തെരഞ്ഞെടുക്കപ്പെട്ട സംസ്ഥാന സമിതി കൂടുതൽ ദിശാബോധമുള്ള തീരുമാനമെടുക്കാൻ ആരംഭിച്ചതും ഇതിനെത്തുടർന്നാണ്. ഇതിനെ തുടർന്ന് സംഘടനയിൽ നിന്ന് മാറിപ്പോയ ചിലർ ചേർന്ന് മറ്റൊരു സംഘടന രൂപീകരിച്ചെങ്കിലും 90% ഗസറ്റഡ് ജീവനക്കാരും സംഘടനയിൽ ഉറച്ച് നിന്നത് നേതാക്കൾക്ക്

കൂടുതൽ കരുത്ത് പകർന്നു. അതിനെത്തുടർന്നാണ് 1985 ആഗസ്തിൽ നടന്ന സൂചനാ പണിമുടക്കിലും അനിശ്ചിതകാല പണിമുടക്കിലും കെ ജി ഒ എ പങ്കെടുക്കാൻ തീരുമാനിച്ചത്. ഏറെ മെച്ചപ്പെട്ട പ്രതികരണമാണ് അസോസിയേഷൻ ചരിത്രത്തിലെ സുപ്രധാന സംഭവങ്ങളിൽ ഒന്നായ ഈ പണിമുടക്കിന് അംഗങ്ങൾ നല്കിയത്. അതിനാൽ തന്നെയാണ് സംഘടനയുടെ സംസ്ഥാന പ്രസിഡന്റ് ആയ എൻ ഭഗീരഥൻ അടക്കമുള്ളവരെ വിദൂര സ്ഥലങ്ങളിലേക്ക് സ്ഥലമാറ്റുകയും സംസ്ഥാന കമ്മിറ്റി അംഗവും സെക്രട്ടേറിയറ്റിലെ അഡീഷണൽ സെക്രട്ടറിയുമായിരുന്ന സി ജെ ജോസഫിനെ സർവ്വീസിൽ നിന്ന് പിരിച്ച് വിട്ടുംകൊണ്ടുള്ള പ്രതികാര നടപടികൾക്ക് സർക്കാർ തുനിഞ്ഞത്.

ഈ സമയത്താണ് പൊതുമരാമത്ത് വകുപ്പിലെ രണ്ടു പ്രധാന കാറ്റഗറി സംഘടനകളിൽ പ്രവർത്തിച്ചിരുന്ന എന്നെ ഗസറ്റഡ് മേഖലയിലെ പ്രവർത്തനങ്ങളിൽ ചുമതലകൾ ഏറ്റെടുത്ത് പ്രവർത്തിക്കണമെന്ന് നിർബ്ബന്ധപൂർവം പ്രേരിപ്പിച്ച് കൂട്ടിക്കൊണ്ടു വരണമെന്നു തീരുമാനിക്കപ്പെട്ടത്. ഈ തീരുമാനങ്ങളുടെ പിന്നിൽ ടി ശിവദാസമേനോനും, ഇ പത്മനാഭനും, ഡോക്ടർ എൻ എം മുഹമ്മദാലിയും, പി ആർ രാജനുമായിരുന്നു. ഈ ചുമതല അവർ പി ആർ രാജനെയാണ് ഏല്പിച്ചത്. രാജേട്ടൻ എന്ന് ഞാൻ സ്നേഹപൂർവ്വം വിളിച്ചിരുന്ന മുൻ കേരള എൻ ജി ഒ യൂണിയൻ ജനറൽ സെക്രട്ടറിയും പിന്നീട് ഗസറ്റഡ് ഓഫീസേഴ്സ് അസോസിയേഷന്റെ പ്രധാന ചാലകശക്തിയും നേതാവുമായി പ്രവർത്തിക്കുകയും രാജ്യസഭാ അംഗമായി സേവനമനുഷ്ഠിക്കുകയും ചെയ്ത ഒരു ജ്യേഷ്ഠസഹോദരനെപോലെ ഞാൻ സ്നേഹിക്കുകയും ബഹുമാനിക്കുകയും ചെയ്തിരുന്ന സുഹൃത്തായിരുന്നു പി ആർ രാജൻ. അച്ഛൻ കമ്യൂണിസ്റ്റ് പാർട്ടിയുടെ പൊന്നാനി താലൂക്ക് സെക്രട്ടറി ആയിരുന്ന കാലത്ത് കണ്ടെത്തുകയും പുരോഗമന പ്രസ്ഥാനത്തിലേക്ക് പ്രവേശിപ്പിച്ച് സർവ്വീസ് മേഖലയിൽ ഉയർത്തിക്കൊണ്ടുവന്ന അദ്ദേഹം ചേട്ടന്റെ ഏറ്റവും അടുത്ത സുഹൃത്തും ഞങ്ങളുടെ കുടുംബത്തിലെ അംഗത്തെപ്പോലെയുമായിരുന്നു. അദ്ദേഹം പറഞ്ഞാൽ അനുസരിക്കുകയേ നിവൃത്തിയുണ്ടായിരുന്നുള്ളു. ജില്ലയിൽ അസോസിയേഷനെ നയിച്ചിരുന്ന ഭാസ്കരേട്ടനും നിർബ്ബന്ധം ചെലുത്തി. അങ്ങനെയാണ് കെ ജി ഒ എ പ്രവർത്തനങ്ങളിൽ കൂടുതൽ വ്യാപൃതനാവുന്നത്. തുടർന്ന് 1986 ൽ കെ ജി ഒ എയുടെ പാലക്കാട് ജില്ലാ സമ്മേളനത്തിൽ സി വി പാപ്പച്ചനെ തുടർന്ന് ജില്ലാ പ്രസിഡന്റ് ആയി തെരഞ്ഞെടുക്കപ്പെട്ടു. ജില്ലാ ലോട്ടറി ഓഫീസർ ആയിരുന്ന പി മണിയൻ ആയിരുന്നു സെക്രട്ടറി. വില്പന നികുതി ഓഫീസർ ആയിരുന്ന എൻ സി ജേക്കബ് ട്രഷററുമായിരുന്നു. ആ വർഷം കണ്ണൂരിൽ വെച്ച് നടന്ന സംസ്ഥാന സമ്മേളനത്തിൽ സംസ്ഥാന സമിതി അംഗമായും ഞാൻ തെരഞ്ഞെടുക്കപ്പെട്ടു.

അന്ന് പാലക്കാട് ജില്ലയിൽ ഏകദേശം 300 ഗസറ്റഡ് ഉദ്യോഗസ്ഥന്മാരാണ് കെ ജി ഒ എയിൽ അംഗങ്ങൾ ആയി ഉണ്ടായിരുന്നത്. ഇവ

രിലധികവും വില്പന നികുതി വകുപ്പ്, ട്രഷറി വകുപ്പ്, റവന്യു വകുപ്പ്, രജിസ്ട്രേഷൻ വകുപ്പ് എന്നിവയിലെ ഉദ്യോഗസ്ഥരോ എൻ ജി ഒ തസ്തികയിൽ നിന്ന് പ്രമോഷൻ ലഭിച്ച് വിവിധ വകുപ്പുകളിൽ ഗസറ്റഡ് തസ്തികയിലെത്തിയ യൂണിയൻ നേതാക്കളോ ആയിരുന്നു. പ്രൊഫഷണൽ രംഗത്ത് പ്രവർത്തിക്കുന്ന പൊതുമരാമത്ത് വകുപ്പിലെയും ജല സേചന വകുപ്പിലെയും എഞ്ചിനീയർമാർ, ആരോഗ്യവകുപ്പിലെ ഡോക്ടർമാർ, കൃഷി വകുപ്പിലെ ഓഫീസർമാർ, മൃഗസംരക്ഷണ വകുപ്പിലെ ഡോക്ടർ മാർ, എഞ്ചിനീയറിങ്, മെഡിക്കൽ, ആർട്സ് ആൻഡ് സയൻസ് കോളേജുകളിലെ അദ്ധ്യാപകർ എന്നിവരിലെ നേരിയൊരു ശതമാനം മാത്രമേ അംഗത്വം എടുത്തിരുന്നുള്ളു. ഗസറ്റഡ് തസ്തികയിൽ ജോലി ചെയ്യുന്ന എല്ലാ ഉദ്യോഗസ്ഥരെയും നേരിൽ കാണാനും അവരെ അസോസിയേഷന്റെ ഉദ്ദേശ ലക്ഷ്യങ്ങളും പ്രവർത്തന രീതിയും ബോദ്ധ്യപ്പെടുത്തി അംഗത്വമെടുപ്പിച്ച് കെ ജി ഒ എയുടെ കർമ്മനിരതരായ പ്രവർത്തകരാക്കാനുമുള്ള പ്രവർത്തനങ്ങൾ ആണ് ആദ്യം ആരംഭിച്ചത്. ഒരു കൊല്ലത്തിനുള്ളിൽ ഈ മേഖലയിലെ കഴിയുന്നത്ര ഗസറ്റഡ് ജീവനക്കാരെ അംഗങ്ങളാക്കി അംഗ സംഖ്യ 700 നു മുകളിലെത്തിക്കാൻ കഴിഞ്ഞു. അന്ന് കെ ഭാസ്കരൻ, പി മണിയൻ, എൻ സി ജേക്കബ്, കെ വി അശോകൻ, ഡോക്ടർ. എൻ അജയൻ, വി കെ സുശീലൻ എന്നിവരോടൊപ്പം ഞാൻ കയറി ഇറങ്ങാത്ത ഒരു ഓഫീസും സർക്കാർ സ്ഥാപനവും പാലക്കാട് ജില്ലയിലുണ്ടായിരുന്നില്ല. വാളയാർ മുതൽ ആനക്കരയും, പുലാമന്തോളും വരെയും വാണിയമ്പാറ മുതൽ മണ്ണാർക്കാടും, കരിങ്കല്ലത്താണിയും അഗളിയുംവരെയും സംഘത്തിന്റെ സന്ദേശങ്ങളെത്തിച്ച് നിരന്തര പ്രവർത്തനം തുടർന്നതിന്റെ ഫലമായാണ് പാലക്കാട് ജില്ലയുടെ മുക്കിലും മൂലയിലും കേരള ഗസറ്റഡ് ഓഫീസേഴ്സ് അസോസിയേഷൻ സുപരിചിതമായതും വേരുറപ്പിച്ചതും. ഈ പ്രവർത്തനങ്ങളുടെ അംഗീകാരം എന്ന നിലയിലാണ് 1988 ൽ കെ ജി ഒ എ സംസ്ഥാന സമ്മേളനം നടത്താനുള്ള ചുമതല പാലക്കാട് ജില്ലയ്ക്ക് കരഗതമായത്. ഒരു സംസ്ഥാന സമ്മേളനം അതിന്റെ എല്ലാ പ്രാധാന്യത്തോടെയും നടത്താനുള്ള സംഘടനാശേഷി പാലക്കാട് ജില്ലയ്ക്കുണ്ടെന്ന് തെളിയിക്കേണ്ട ബാദ്ധ്യത എന്നിലും കെ ഭാസ്കരനിലും നിക്ഷിപ്തമായിരുന്നു. നാലു മാസത്തോളമുള്ള കഠിനമായ പ്രവർത്തനങ്ങൾക്കൊടുവിൽ മികവുറ്റ രീതിയിൽ ഈ സമ്മേളനം സംഘടിപ്പിക്കാൻ പുരോഗമന പ്രസ്ഥാനങ്ങളുടെയും മറ്റു വർഗ്ഗ ബഹുജന സംഘടനകളുടെയും സർവ്വീസ് സംഘടനകളുടെയും സഹകരണത്തോടെ കഴിഞ്ഞത് അഭിമാനാർഹമായ നേട്ടമായിരുന്നു. സംഘാടനത്തിന്റെ മികവിലും ചർച്ചകളുടെ ഗരിമയിലും ഈ സമ്മേളനം മികച്ചുനിന്നുവെന്നു എല്ലാവരും അഭിപ്രായപ്പെട്ടു. ഈ സമ്മേളനം സംഘടനയുടെ നിയമാവലി ഭേദഗതി ചെയ്യുകയും ജില്ലാ സെക്രട്ടറിമാരെ സംസ്ഥാന കമ്മിറ്റിയിലെ എക്സ് ഒഫിഷ്യോ അംഗങ്ങളാക്കുകയും ചെയ്തു. കൂടാതെ എട്ടു സംസ്ഥാന

ഭാരവാഹികൾ അടക്കം 15 അംഗ സംസ്ഥാന സെക്രട്ടേറിയറ്റ് രൂപീകരിക്കാനും തീരുമാനിച്ചു. പാലക്കാട് സമ്മേളനത്തിന്റെ നടത്തിപ്പിൽ മാതൃകാപരമായ പ്രവർത്തനം കാഴ്ചവെച്ചതിന്റെ പേരിലാവണം ആദ്യ സെക്രട്ടേറിയറ്റിൽ എന്നെയും ഉൾപ്പെടുത്തിയത്.

1989 ൽ എറണാകുളത്ത് നടന്ന സംസ്ഥാന സമ്മേളനത്തിലാണ് ഏരിയ കമ്മിറ്റികൾ രൂപീകരിക്കാനുള്ള തീരുമാനമുണ്ടായത്. ഇതിനെ തുടർന്ന് പാലക്കാട് ജില്ലയിൽ പാലക്കാട് സിവിൽ സ്റ്റേഷൻ, പാലക്കാട് ടൗൺ, ആലത്തൂർ, ചിറ്റൂർ, മണ്ണാർക്കാട്, ഒറ്റപ്പാലം, പട്ടാമ്പി എന്നീ ഏരിയ കമ്മിറ്റികൾ രൂപീകരിച്ച് പ്രവർത്തനം വികേന്ദ്രീകരിച്ചു. പ്രഫഷണൽ മേഖലയിൽനിന്നുള്ള ഊർജ്ജസ്വലരായ ചെറുപ്പക്കാരെയും എൻ ജി ഒ യൂണിയനിൽനിന്ന് ഗസറ്റഡ് മേഖലയിലേക്ക് ഉദ്യോഗക്കയറ്റം കിട്ടി വന്ന പരിണതപ്രജ്ഞരായ പ്രവർത്തകരെയും കണ്ടെത്തി അവരെ ഏരിയ കമ്മിറ്റികളുടെ ചുമതല ഏല്പിച്ച് പ്രവർത്തനങ്ങൾ ഊർജ്ജിതമാക്കി. ഇത് വഴി പാലക്കാട് ജില്ലയിൽ ഗസറ്റഡ് മേഖലയിലെ മറ്റു യൂണിയനുകളെ മുഴുവൻ നിഷ്പ്രഭമാക്കിക്കൊണ്ട് ഗസറ്റഡ് ഉദ്യോഗസ്ഥരുടെ 85% പേരുടെയും പിന്തുണയുള്ള സംഘമാക്കി കെ ജി ഒ എയെ മാറ്റിയെടുക്കാൻ കഴിഞ്ഞു.

1990 ൽ നടന്ന ആലപ്പുഴ സംസ്ഥാന സമ്മേളനത്തെ തുടർന്ന് സംസ്ഥാന ജീവനക്കാർക്ക് കേന്ദ്രപാരിറ്റി അനുവദിക്കാനും ശമ്പളപരിഷ്കരണത്തിലെ അപാകതകളും അനോമലികളും പരിഷ്കരിക്കുന്നതിനു വേണ്ടിയും ഉള്ള നിരവധി പ്രക്ഷോഭങ്ങൾക്ക് കെ ജി ഒ എ നേതൃത്വം നല്കി. എൽ കെ അദ്വാനിയുടെ നേതൃത്വത്തിൽ ബാബറി മസ്ജിദ് രാമജന്മ ഭൂമിയാക്കാൻവേണ്ടി നടത്തിയ രഥയാത്രയെ തുടർന്ന് ഭാരതത്തിലുടനീളം സംഘപരിവാർ അഴിച്ചുവിട്ട വർഗ്ഗീയ കലാപങ്ങൾക്കെതിരെയുള്ള സാംസ്കാരിക പ്രതിരോധം എല്ലാ ജില്ലകളിലും അസോസിയേഷൻ സംഘടിപ്പിക്കുകയും ആഗസ്ത് 30 നു കേരളത്തിൽ നടത്തിയ മനുഷ്യച്ചങ്ങലയിൽ കണ്ണികളാവുകയും ചെയ്തു. അവകാശ പോരാട്ടങ്ങളോടൊപ്പം തങ്ങളുടെയും സമൂഹത്തിന്റെയും നിലനില്പിനെ പ്രതികൂലമായി ബാധിക്കുന്ന ഭരണകൂട നയങ്ങൾക്കെതിരെയുള്ള പ്രക്ഷോഭ പ്രവർത്തനങ്ങൾ ഊർജ്ജസ്വലമായി കാഴ്ച വെക്കാൻ അസോസിയേഷന് കഴിഞ്ഞു. മൂന്നാം ലോക രാജ്യങ്ങൾക്കു ആകെ മാതൃകയായി മാറിയ കേരളത്തെ ലോക ശ്രദ്ധയിലേക്ക് ആകർഷിച്ച സാക്ഷരതാ പ്രവർത്തനം വിജയിപ്പിക്കുന്നതിന് കെ ജി ഒ എ മഹത്തായ നേതൃത്വവും പങ്കാളിത്തവും നല്കി. അധികാര വികേന്ദ്രീകരണത്തിന്റെ ഭാഗമായി ജില്ലാ കൗൺസിലുകൾ നിലവിൽ വന്നപ്പോൾ അതിന്റെ പ്രവർത്തനങ്ങൾ കാര്യക്ഷമമാക്കാൻ വേണ്ട നിർണ്ണായക പങ്കും കെ ജി ഒ എ നിർവ്വഹിച്ചു.

1990 ൽ കേരള എൻ ജി ഒ യൂണിയന്റെ സംസ്ഥാന സെക്രട്ടറിമാരിൽ ഒരാളായി പ്രവർത്തിച്ചിരുന്ന കെ പി രാമകൃഷ്ണൻ ഗസറ്റഡ് തസ്

തികയിലേക്ക് ഉദ്യോഗക്കയറ്റം ലഭിച്ച് പാലക്കാടെത്തിയത് ജില്ലയുടെ നേതൃത്വത്തിനു കൂടുതൽ കരുത്ത് നല്കി. 1991 ൽ തൃശൂരിൽ നടന്ന സമ്മേളനത്തിൽ കെ പി രാമകൃഷ്ണൻ സംസ്ഥാന കമ്മിറ്റിയിലേക്ക് തെരഞ്ഞെടുക്കപ്പെട്ടു. സംഘടനാ പ്രവർത്തനത്തിന് കൂച്ചു വിലങ്ങിടുന്ന സർക്കാർ നടപടികൾക്കെതിരെയും പുത്തൻ സാമ്പത്തിക നയങ്ങൾ രാജ്യത്ത് നടപ്പിലാക്കി രാഷ്ട്രത്തിന്റെ സാമ്പത്തിക പരമാധികാരം ഐ എം എഫിനും ലോകബാങ്കിനും അടിയറ വെക്കുന്നതിനെതിരെയും പ്രക്ഷോഭവും പ്രചാരണവും സംഘടിപ്പിക്കുകയും ഒരുദിവസത്തെ പണി മുടക്കിൽ പങ്കെടുക്കുകയും ചെയ്തതും ഈ കാലഘട്ടത്തിലെ പ്രധാന പരിപാടികളായിരുന്നു. വിദ്യാഭ്യാസ കച്ചവടത്തിനെതിരെയും സ്വകാര്യമേഖലയിൽ മെഡിക്കൽ കോളേജ് അനുവദിക്കാനുള്ള നീക്ക ത്തിനെതിരെയും കെ ജി ഒ എ ഇക്കാലത്ത് പ്രതിഷേധിച്ചു.

പാലക്കാട് ജില്ലയിൽ അസോസിയേഷൻ അംഗ സംഖ്യ 900 ൽ കൂടുതലായി വർദ്ധിക്കുകയും ഏരിയാ തലങ്ങളിലും ജില്ലാ കേന്ദ്ര ത്തിലും പ്രവർത്തനങ്ങൾ കൂടുതൽ ക്രമീകൃതമായതോട് കൂടി കെ ജി ഒ എ പാലക്കാട് ജില്ലാ കമ്മിറ്റിക്കു ഒരു ആസ്ഥാനം നിർമ്മിക്കേണ്ടതിന്റെ അനിവാര്യത ഞങ്ങൾക്ക് ബോദ്ധ്യപ്പെട്ടു. അതിനു സ്ഥലം കണ്ടെ ത്താനും കെട്ടിടത്തിന്റെ പ്ലാൻ രൂപകല്പന ചെയ്യാനും ജില്ലാ കമ്മിറ്റി എന്നെയായിരുന്നു ചുമതലപ്പെടുത്തിയിരുന്നത്. പാലക്കാട് നഗരത്തിന്റെ ഹൃദയഭാഗമായ കോട്ടമൈതാനത്തിന് തൊട്ടടുത്ത് സ്റ്റേറ്റ് ബാങ്ക് ജങ്ഷൻ ബസ് സ്റ്റോപ്പിനരികിലായി നാല് സെന്റ് സ്ഥലം വിലയ്ക്ക് വാങ്ങുകയും ഓഫീസ്, പൊതു ഇടം, താമസിക്കാനുള്ള രണ്ടു മുറികൾ താഴെ നിലയിലും 50 പേർക്കിരിക്കാവുന്ന ഒരു മീറ്റിങ് ഹാൾ മുകളിലുമായി ഒരു പ്ലാൻ തയ്യാറാക്കുകയും ചെയ്തു. ഈ പ്ലാൻ ജില്ലാ കമ്മിറ്റി അംഗീകരിച്ചു. ചെലവ് കുറയ്ക്കാനായി ബേക്കർ മോഡൽ നിർമ്മാണം മതിയെന്നും നിർമ്മാണ ഏജൻസി ആയി ഹരിയെ (ഹർഡ കൺസ്ട്രക്ഷൻസ്) ചുമതലപ്പെടുത്തണമെന്നും തീരുമാനിച്ചു. ഈ നിർമ്മാണ ത്തിന് ചെലവാകുന്ന തുക മുഴുവൻ പാലക്കാട് ജില്ലയിലെ കെ ജി ഒ എ അംഗങ്ങളിൽ നിന്ന് പിരിച്ചെടുക്കാനും തീരുമാനിച്ചു. കെട്ടിടത്തിന്റെ ശിലാസ്ഥാപനം 1990 ഡിസംബർ മാസത്തിൽ വിദ്യുച്ഛക്തി ഗ്രാമവികസന വകുപ്പ് മന്ത്രി ടി ശിവദാസ മേനോൻ നിർവ്വഹിച്ചു. പി ആർ രാജൻ അദ്ധ്യക്ഷത വഹിച്ച ശിലാസ്ഥാപന ചടങ്ങിൽ പുരോഗമന പ്രസ്ഥാന ത്തിന്റെ നേതാക്കളായ എം ചന്ദ്രൻ, പി ഉണ്ണി, കെ ജി ഒ എ സംസ്ഥാന നേതാക്കളായ എൻ ഭഗീരഥൻ, വി വി സുധാകരൻ, കെ ഭാസ്കരൻ എന്നിവർ പങ്കെടുത്തു. 15 മാസം കൊണ്ട് ഈ കെട്ടിടം പൂർത്തിയാ വുകയും 1992 മാർച്ച് 26 നു ടി ശിവദാസ മേനോൻ അദ്ധ്യക്ഷത വഹിച്ച യോഗത്തിൽ വെച്ച് മലയാളത്തിന്റെ മഹാകവി പ്രൊഫ. ഒ എൻ വി കുറുപ്പ് അത് ഉദ്ഘാടനം ചെയ്യുകയും ചെയ്തു. കെ ജി ഒ എയുടെ ജില്ലാ കമ്മിറ്റി ഓഫീസായി പ്രവർത്തിച്ചതോടൊപ്പം പാലക്കാടിന്റെ

സാംസ്കാരിക സർവ്വീസ് സംഘടനാ കൂടിച്ചേരലുകളുടെ കേന്ദ്രമായി ഈ കെട്ടിടം മാറുകയുണ്ടായി. മാനവ മൈത്രി സംഗീതിക, ആർട്ടിസ്റ്റ്സ് എഗൈൻസ്റ്റ് കമ്യൂണലിസം, സെക്യൂലർ കൾച്ചർ എന്നീ ദേശീയതല പരിപാടികളുടെയും സംഗീത നാടക അക്കാദമിയുടെയും സാഹിത്യ അക്കാദമിയുടെയും പുരോഗമന കലാ സാഹിത്യ സംഘത്തിന്റെയും സംസ്ഥാന തല പരിപാടികളുടെയും സ്വാഗത സംഘം ഓഫീസായി പ്രവർത്തിച്ചതും ഈ ഓഫീസായിരുന്നു. പിന്നീട് വർഗ്ഗ ബഹുജന സംഘടനകളുടെയും സർവ്വീസ് സംഘടനകളുടെയും ആലോചന സാഹിത്യവേദി, സ്വരലയ, പുരോഗമന കലാ സാഹിത്യ സംഘം എന്നിവയുടെയും യോഗങ്ങൾ നടക്കുന്ന കേന്ദ്രമായി കെ ജി ഒ എ ജില്ലാ കമ്മിറ്റി ഓഫീസ് എന്നത് സന്തോഷത്തോടെ ഓർക്കുന്നു.

1992 ൽ കോഴിക്കോട് വെച്ച് നടന്ന സംസ്ഥാന സമ്മേളനത്തിൽ പ്രസിഡന്റ് എൻ ഭഗീരഥൻ സർവ്വീസിൽ നിന്ന് വിരമിച്ചതിനെത്തുടർന്ന് കെ ജി ഒ എ സംസ്ഥാന പ്രസിഡന്റ് ആയി ഏഴ്സലാ ഫ്രാൻസിസ് തെരഞ്ഞെടുക്കപ്പെട്ടു. സംസ്ഥാന സർവ്വീസ് സംഘടനാ രംഗത്തെ ആദ്യത്തെ വനിതാ പ്രസിഡന്റ് ആയിരുന്നു ഏഴ്സലാ ഫ്രാൻസിസ് എന്നത് കെ ജി ഒ എ യ്ക്കു അഭിമാനകരമായിരുന്നു. പുത്തൻ സാമ്പത്തിക നയങ്ങൾക്കെതിരെ 1992 ജൂൺ 18 നു നടക്കുന്ന അഖിലേന്ത്യാ പണിമുടക്ക് വിജയിപ്പിക്കാൻ ഈ യോഗം ആഹ്വാനം ചെയ്തു. പണിമുടക്ക് വിജയിപ്പിക്കുന്നതിനാവശ്യമായ പ്രവർത്തനങ്ങൾ ഏറ്റെടുക്കുകയും വലിയൊരു വിഭാഗം ഗസറ്റഡ് ജീവനക്കാർ പണിമുടക്കിൽ പങ്കെടുക്കുകയും ചെയ്തു. തിരുവനന്തപുരത്തു വെച്ചാണ് 1993 ലെ സംസ്ഥാന സമ്മേളനം നടന്നത്. കേരളം നേരിടുന്ന വികസന പ്രശ്നങ്ങൾ എന്ന വിഷയത്തിലുള്ള സെമിനാർ ഈ സമ്മേളനത്തിന്റെ പ്രത്യേകതകളിൽ ഒന്നായിരുന്നു. ഇ എം എസ്, ഇ കെ നായനാർ, വി എസ് അച്യുതാനന്ദൻ, ഉമ്മൻ ചാണ്ടി എന്നിവർ പങ്കെടുത്ത സമ്മേളനം ഏറെ ആവേശകരമായ തീരുമാനങ്ങൾ എടുത്താണ് പിരിഞ്ഞത്. തുടർന്ന് ജീവനക്കാർക്ക് ഏറെ ദോഷം ചെയ്യുന്ന പേ ഈക്വലൈസേഷൻ ശുപാർശകൾ അതേപടി അടിച്ചേല്പിക്കാൻ സർക്കാർ തീരുമാനിച്ചപ്പോൾ 1993 സെപ്തംബർ 9 നു നടത്തിയ സൂചനാ പണിമുടക്കും മാസ്റ്റർ സ്കെയിൽ, ലീവ് സറണ്ടർ, അഞ്ചു വർഷ ശമ്പളപരിഷ്കരണ തത്ത്വം എന്നിവ ഉന്നയിച്ച് 1993 നവംബർ 24 നു നടത്തിയ പ്രതിഷേധ പണിമുടക്കും വലിയ വിജയമാക്കാൻ സംഘടനയ്ക്ക് കഴിഞ്ഞത് വലിയ നേട്ടമായിരുന്നു. പാലക്കാട് ജില്ലയിലെ ഭൂരിഭാഗം ഗസറ്റഡ് ജീവനക്കാരെയും ഈ സമരങ്ങളിൽ പങ്കെടുപ്പിക്കാനുള്ള നേതൃത്വപരമായ കടമ നിർവ്വഹിക്കാൻ കഴിഞ്ഞത് സംതൃപ്തി നല്കിയിരുന്നു. ഈ കാലഘട്ടത്തിൽ നടന്ന ഡോക്ടർമാരുടെ സമരത്തിനു കെ ജി ഒ എ പിന്തുണ നല്കുകയും അതിനു വേണ്ട പ്രചാരണ പ്രവർത്തനങ്ങൾക്ക് നേതൃത്വം കൊടുക്കുകയും ചെയ്തു. ജില്ലാ സമരസമിതി

യുടെ കൺവീനർ ആയി പ്രവർത്തിച്ചുകൊണ്ട് അവശ്യ സർവ്വീസ് നിയമ പ്രകാരം ഡോക്ടർമാരെ അറസ്റ്റ് ചെയ്തപ്പോൾ അവരെ ജാമ്യത്തിൽ ഇറക്കാനും ആവശ്യമുള്ളവർക്ക് ഒളിത്താവളങ്ങൾ ഒരുക്കാനും പുരോഗമന പ്രസ്ഥാനങ്ങളുടെ സഹായത്തോടെ എനിക്ക് കഴിഞ്ഞതും ഇന്നും ഓർമ്മയിലുണ്ട്. അതോടുകൂടി ജില്ലയിലെ മുഴുവൻ ഡോക്ടർമാരെയും കെ ജി ഒ എ അംഗങ്ങളാക്കി മാറ്റാൻ കഴിഞ്ഞു.

തിരൂരിൽ വെച്ച് 1994 ൽ ചേർന്ന സംഘടനയുടെ ഇരുപത്തെട്ടാം സമ്മേളനം ജീവനക്കാരെയും തൊഴിലാളികളെയും ബാധിക്കുന്ന വിപത്തുകൾ തിരിച്ചറിയാനും അത്തരം വെല്ലുവിളികളെ നേരിടാനും അവകാശങ്ങൾ നേടിയെടുക്കാനും തക്കവിധത്തിൽ കെ ജി ഒ എ വളർന്നു എന്നതിന്റെ പ്രഖ്യാപനമായിരുന്നു. അധികാര വികേന്ദ്രീകരണവും ബ്യൂറോക്രസിയും എന്ന വിഷയത്തിലെ സെമിനാർ സ്മരണീയമായിരുന്നു. ഈ സമ്മേളനത്തിലെ സാംസ്കാരിക സമ്മേളനത്തിന്റെ ചുമതല സംസ്ഥാന കമ്മിറ്റി എന്നെയായിരുന്നു ഏല്പിച്ചിരുന്നത്. സാംസ്കാരിക സമ്മേളനം അക്ഷരാർത്ഥത്തിൽ തന്നെ മലയാളത്തിലെ സാംസ്കാരിക രംഗത്തെ പ്രതിഭകളുടെ ഒരു സംഗമം ആക്കി മാറ്റാനുള്ള പരിശ്രമമാണ് ചെയ്തത്. ഡോക്ടർ സുകുമാർ അഴീക്കോട്, പ്രൊഫ. ഒ എൻ വി കുറുപ്പ്, കടമ്മനിട്ട രാമകൃഷ്ണൻ, പ്രൊഫ. വി മധുസൂദനൻ നായർ, കാർട്ടൂണിസ്റ്റ് അബു എബ്രഹാം, സഫ്ദർ ഹാഷ്മിയുടെ പ്രിയ പത്നി മാലശ്രീ ഹാഷ്മി എന്നിവർ പങ്കെടുത്ത സാംസ്കാരിക സമ്മേളനം നൂതനമായ പുതിയ അനുഭൂതികളും അറിവുകളും പ്രതിനിധികൾക്ക് നല്കി. ഈ സമ്മേളനത്തിൽവെച്ച് പാലക്കാട്ടെ കെ ജി ഒ എ നേതാവായ കെ പി രാമകൃഷ്ണൻ സംസ്ഥാന സെക്രട്ടറിമാരിൽ ഒരാളായി തെരഞ്ഞെടുക്കപ്പെട്ടു. ഈ വർഷം മുഴുവൻ പ്രക്ഷോഭത്തിന്റെ നാളുകളായിരുന്നു. മൂന്നു ഗഡു ക്ഷാമബത്ത കുടിശ്ശിക അനുവദിക്കുക, ശമ്പള പരിഷ്കാരത്തിലെ നയം വ്യക്തമാക്കുക, അടിസ്ഥാന ശമ്പളം 125% ആയി ഉയർന്നപ്പോൾ വിരമിക്കുന്ന ജീവനക്കാർക്കുണ്ടാവുന്ന നഷ്ടം പരിഹരിക്കുക എന്നീ ഡിമാന്റുകൾ ഉന്നയിച്ച് വിവിധ സമരങ്ങൾ സംഘടിപ്പിച്ചതിനു പുറമെ 1994 സെപ്തംബർ 29 നു നടത്തിയ ദേശീയ പണിമുടക്കിലും പങ്കെടുത്തു. 1995 ലെ തിരുവനന്തപുരത്തു നടന്ന സംസ്ഥാന സമ്മേളനം ശമ്പളപരിഷ്കരണം നീണ്ടുപോകുന്ന സാഹചര്യത്തിൽ ഇടക്കാലാശ്വാസം അനുവദിക്കണമെന്ന ആവശ്യം മുന്നോട്ടുവെച്ചു. ശമ്പള പരിഷ്കരണത്തിന് അനുകൂലമായിനിന്ന സംഘടനകൾ ചേർന്ന് ആക്ഷൻ കൗൺസിൽ രൂപീകരിച്ച് കൂട്ടായും തനതുമായ നിരവധി പ്രക്ഷോഭ സമരങ്ങൾ ഈ കാലയളവിൽ നടന്നു. 1996 ജനുവരി ഒന്നിന് തിരുവനന്തപുരത്ത് സഖാവ് ഇ എം എസ് സംസ്ഥാനസമിതി ഓഫീസിൽ കെട്ടിടത്തിന്റെ ശിലാസ്ഥാപനം നിർവ്വഹിച്ചു. 1996 ലെ സംസ്ഥാന സമ്മേളനം കോട്ടയത്താണ് നടന്നത്. ശമ്പള പരിഷ്കരണ നടപടികൾ ത്വരിതപ്പെടുത്തുക, ഇടക്കാലാശ്വാസം അനുവദിക്കുക, ക്ഷാമബത്ത കുടി

ശ്ലിക അനുവദിക്കുക, ക്ഷാമബത്ത കുടിശ്ശിക കൂടി കണക്കിലെടുത്തുകൊണ്ട് പെൻഷൻ ആനുകൂല്യങ്ങൾ നല്കുക എന്നീ ആവശ്യങ്ങൾ അളക്കുന്ന കർമ്മപരിപാടിയാണ് യോഗം തീരുമാനിച്ചത്. കെ ജി ഒ എ അംഗങ്ങളിൽ നിന്ന് സമാഹരിച്ച തുകകൊണ്ട് നിർമ്മിച്ച സംസ്ഥാന ഓഫീസ് കെട്ടിടം 1996 ഡിസംബർ 22 നു മുഖ്യമന്ത്രി ഇ കെ നായനാർ ഉദ്ഘാടനം ചെയ്തു.

കൊല്ലത്താണ് 1997 ലെ സംസ്ഥാന സമ്മേളനം നടന്നത്. ട്രേഡ് യൂണിയൻ ഐക്യപ്രസക്തി ഉയർത്തിപ്പിടിച്ച സമ്മേളനത്തിൽ *അധികാര വികേന്ദ്രീകരണം പ്രശ്നങ്ങളും സാദ്ധ്യതകളും* എന്ന പുസ്തകം പ്രകാശനം ചെയ്തു. ജില്ലാഭാരവാഹികൾ ഉൾപ്പെടെ 11 അംഗ ജില്ലാ സെക്രട്ടേറിയറ്റ് രൂപീകരിക്കാനുള്ള ബൈലോ ഭേദഗതി ഈ സമ്മേളനം അംഗീകരിച്ചു. സർക്കാരിന്റെ സാംസ്കാരിക നയരൂപീകരണത്തിൽ ഗൗരവപൂർവ്വമായ ഇടപെടലുകൾ സംഘടനാ നടത്തുകയുണ്ടായി.

1998 ലെ സംസ്ഥാന സമ്മേളനം നടത്താനുള്ള ചുമതല പാലക്കാട് ജില്ലയെയാണ് ഏല്പിച്ചത്. നേതൃസ്ഥാനത്തുനിന്ന് സംഘടിപ്പിക്കാൻ സംസ്ഥാന സമിതി എന്നെയായിരുന്നു ചുമതലപ്പെടുത്തിയത്. ആ വർഷത്തിൽ പാലക്കാട് നടന്ന സി പി ഐ (എം) സംസ്ഥാന സമ്മേളനത്തിന്റെ പ്രധാന ചില ചുമതലകൾ വഹിച്ചിരുന്നതിനാൽ ഇതെളുപ്പമായിരുന്നു. പാലക്കാട് ജില്ലയിലെ പുരോഗമനപ്രസ്ഥാനത്തിന്റെയും വർഗ്ഗബഹുജന സംഘടനകളുടെയും ഇതര സർവ്വീസ് സംഘടനകളുടെയും പൂർണ്ണമായ സാന്നിദ്ധ്യവും സഹകരണവുമുള്ള ഒരു സംഘാടക സമിതി രൂപീകരിച്ചാണ് പ്രവർത്തനങ്ങൾക്ക് തുടക്കമിട്ടത്. പാലക്കാട് പാർലമെന്റ് അംഗം എൻ എൻ കൃഷ്ണദാസ് ചെയർമാനും സംസ്ഥാന ജനറൽ സെക്രട്ടറി എം കെ വാസു ജനറൽ കൺവീനറും ഞാൻ കൺവീനറുമായുള്ള വർഗ്ഗബഹുജന സംഘടനകളുടെയും സഹോദര സംഘടനകളുടെയും പ്രതിനിധികൾ അംഗങ്ങളായുള്ള 501 പേരുള്ള ഒരു സംഘാടക സമിതിയാണ് നിയോഗിക്കപ്പെട്ടത്. ഇതഃപര്യന്തമുള്ള സമ്മേളനങ്ങളിൽനിന്ന് വ്യതിരിക്തമായ ഒന്നായിരിക്കണം പാലക്കാട് സമ്മേളനം എന്ന് മുൻകൂട്ടി നിശ്ചയിച്ചാണ് നടപടികൾ സ്വീകരിച്ചത്. സമ്മേളനത്തിന്റെ മുന്നോടിയായി അനുബന്ധ പരിപാടികൾ, ഉദ്ഘാടന സമാപന യോഗങ്ങൾ, കാലിക വിഷയങ്ങളെ ആധാരമാക്കിയുള്ള സെമിനാറുകൾ, സാംസ്കാരിക സമ്മേളനം, യാത്രയയപ്പു സമ്മേളനം, പാലക്കാടൻ കലാപരിപാടികൾ എന്നിവയൊക്കെ സാധാരണ സംഘടനാ അജണ്ടകൾക്കു പുറമെ സമ്മേളനത്തിന്റെ ഭാഗമാവണം എന്ന് തീരുമാനിച്ചു. പാലക്കാട് ജില്ലയിലെ മുഴുവൻ കെ ജി ഒ എ അംഗങ്ങളിൽ നിന്നും സമാഹരിക്കുന്ന സംസ്ഥാന സമ്മേളന സംഭാവനകൾ കൊണ്ട് സമ്മേളനത്തിന്റെ ചെലവുകൾ മുഴുവൻ വഹിക്കാനും പദ്ധതിയിട്ടു. ഇ എം എസിന്റെ മരണശേഷം നടക്കുന്ന ആദ്യ സമ്മേളനമെന്ന നിലയിൽ പുരോഗമന പ്രസ്ഥാന

ങ്ങൾക്ക് ഇ എം എസ് നല്കിയ സംഭാവനകളും യോഗത്തിൽ ചർച്ച യാവണമെന്നും തീരുമാനിച്ചു. സ്വാഗത സംഘം ഓഫീസിന്റെ ഉദ്ഘാടനം സ്വാഗതസംഘം ചെയർമാൻ എൻ എൻ കൃഷ്ണദാസ് എം പിയുടെ നേതൃത്വത്തിൽ കേരള ധനകാര്യ വകുപ്പ് മന്ത്രി ടി ശിവദാസ മേനോൻ നിർവ്വഹിച്ചു.

സമ്മേളനത്തിന്റെ മുന്നൊരുക്കമെന്ന നിലയിലും കേളികൊട്ട് എന്ന നിലയിലും മെയ് 12 ന് രാവിലെയും വൈകുന്നേരവുമായി നടന്ന രണ്ടു ശാസ്ത്ര സാങ്കേതിക സെമിനാറുകൾ ഏറെ ശ്രദ്ധിക്കപ്പെട്ടു. സെമിനാറിന്റെ പ്രാരംഭത്തിൽ കെ ജി ഒ എ സംസ്ഥാന പ്രസിഡന്റ് ഡോക്ടർ കെ രാജഗോപാലിന്റെ അദ്ധ്യക്ഷതയിൽ നടന്ന യോഗം എൻ എൻ കൃഷ്ണദാസ് എം പി ഉദ്ഘാടനം ചെയ്തു. ജില്ലാ പഞ്ചായത്ത് പ്രസിഡന്റ് കെ വി വിജയദാസ്, ജില്ലാ കളക്ടർ എസ് ജി കെ കിഷോർ, ജില്ലാ പൊലീസ് മേധാവി സഞ്ജീവ് പട് ജോഷി, *മലയാള മനോരമ* റസിഡന്റ് എഡിറ്റർ ജോയ് ശാസ്താംപടിക്കൽ എന്നിവർ ആശംസകൾ നേർന്നു. തുടർന്ന് നടന്ന ആദ്യ സെമിനാറിലെ വിഷയം റോഡപകടങ്ങൾ: കാരണങ്ങളും പ്രതിവിധിയും എന്നതായിരുന്നു. പൊതുമരാമത്തു വകുപ്പ് റോഡ്സ് വിഭാഗം ചീഫ് എഞ്ചിനീയർ കെ ജോസഫ് മാത്യു, പൊലീസ് ഐ ജി സിബി മാത്യൂസ് ഐ പി എസ്, നാറ്റ്പാക് ഡയറക്ടർ ഡോക്ടർ കെ ഇളങ്കോവൻ, എൻ എസ് എസ് എഞ്ചിനീയറിങ് കോളേജ് പ്രൊഫസർ ഡോക്ടർ. എ കെ രാജി, തിരുവനന്തപുരം മെഡിക്കൽ കോളേജിലെ ആരോഗ്യവിദഗ്ദ്ധനായ ഡോക്ടർ മാർത്താണ്ഡൻപിള്ള, സെസിലെ ഡോക്ടർ ബാബു അമ്പാട്ട്, ജോയിന്റ് ഡെവലപ്മെന്റ് കമ്മീഷണർ വി എൻ ജിതേന്ദ്രൻ എന്നിവരാണ് പ്രബന്ധങ്ങൾ അവതരിപ്പിച്ചത്. ഡൽഹി കേന്ദ്രമായുള്ള 3 M ലെ വിദഗ്ദ്ധർ റോഡ് സുരക്ഷിതത്വത്തെ കുറിച്ചുള്ള ഓഡിയോ വിശ്വൽ പരിപാടിയും അവതരിപ്പിച്ചു. ഉച്ചയ്ക്ക് ശേഷം നടന്ന സ്ഥല ജലവിഭവ പരിപാലനത്തെ ആസ്പദമാക്കിയുള്ള സെമിനാറിൽ മുൻ കേന്ദ്ര ജലവിഭവ വിദ്യുച്ഛക്തി കമ്മീഷൻ മേധാവി കെ മാധവൻ, കേരള കാർഷിക വികസന ഏജൻസി ചീഫ് എഞ്ചിനീയർ കെ വിജയൻ, ജലസേചന വകുപ്പ് സൂപ്രണ്ടിങ് എഞ്ചിനീയർ എ കോമളവല്ലി അമ്മ, ജല അതോറിറ്റി മുൻ ചീഫ് എഞ്ചിനീയർ ടി എൻ വി ഭട്ടതിരിപ്പാട്, കാർഷിക സർവ്വകലാശാലയിലെ ഡോക്ടർ ഗോപിനാഥ് പത്തിയൂർ, ജല അതോറിറ്റിയിലെ മുൻ ചീഫ് എഞ്ചിനീയർ ബിജ്ലി, സെസിലെ ടെറി മച്ചാഡോ എന്നിവർ പങ്കെടുത്തു. കേരളത്തിലെ വിവിധ ജില്ലകളിൽ നിന്നുള്ള ശാസ്ത്ര സാങ്കേതിക വിദഗ്ദ്ധർ, വിദ്യാഭ്യാസ വിചക്ഷണന്മാർ, കാർഷിക വിദഗ്ദ്ധർ, ജനപ്രതിനിധികൾ, കർഷകർ, ഉദ്യോഗസ്ഥർ എന്നിവർ പങ്കെടുത്ത ഈ പരിപാടി ഏറെ മാധ്യമ ശ്രദ്ധയും പൊതുജന ശ്രദ്ധയും പിടിച്ചു പറ്റി.

മെയ് 20 ന് സംസ്ഥാനവ്യാപകമായി പതാക ദിനം ആചരിച്ചതിന്റെ ഭാഗമായി പല സ്ഥലങ്ങളിലായി നിരവധി യോഗങ്ങൾ സംഘടിപ്പിച്ചു.

മെയ് 27 നു രാത്രി വർഗ്ഗ ബഹുജന സംഘടനാ പ്രതിനിധികളും കെ ജി ഒ എ സംസ്ഥാന കമ്മിറ്റി അംഗങ്ങളുടെയും ഒത്തുചേരൽ ഒരു പുതിയ അനുഭവവും പരിപാടിയുമായി ഉന്മേഷം പകർന്നു.

1998 മെയ് 28, 29, 30 തീയതികളിൽ നടന്ന മുപ്പത്തിരണ്ടാം സംസ്ഥാന സമ്മേളനം ചിട്ടവട്ടങ്ങളുടെ ഗരിമയിൽ മാത്രമല്ല, ചർച്ച ചെയ്ത വിഷയങ്ങളുടെ ഉള്ളടക്കത്തിലും പരപ്പിലും പ്രഭാഷണങ്ങളുടെ ദിശാബോധത്തിലും ചർച്ചകളിലെ ഗുണപരമായ വളർച്ചയിലും സംഘാടനത്തിന്റെ മികവിലും പങ്കാളിത്തത്തിലും കൈക്കൊണ്ട തീരുമാനങ്ങളുടെ ആഴത്തിലും ഏറെ മികച്ചുനിന്ന സമ്മേളനമായി പാലക്കാട് സമ്മേളനം വിലയിരുത്തപ്പെട്ടു. സി ഐ ടി യു സംസ്ഥാന ജനറൽ സെക്രട്ടറി കെ എൻ രവീന്ദ്രനാഥ് ഉദ്ഘാടനം ചെയ്ത പ്രതിനിധി സമ്മേളനത്തെ എൻ ജി ഒ യൂണിയൻ ജനറൽ സെക്രട്ടറി കെ കൃഷ്ണൻ, കെ എസ് ടി എ സംസ്ഥാന പ്രസിഡന്റ് കെ ചന്ദ്രൻ, പി ആൻഡ് ടി കോർഡിനേഷൻ കമ്മിറ്റി കൺവീനർ എം കൃഷ്ണൻ, കെ എസ് ഇ ബി ഓഫീസേർസ് അസോസിയേഷൻ പ്രസിഡന്റ് കെ ആർ ഉണ്ണിത്താൻ എന്നിവർ അഭിവാദ്യങ്ങൾ അർപ്പിച്ചു. അന്ന് വൈകുന്നേരം നടന്ന ബാലസംഘത്തിന്റെ വേനൽത്തുമ്പി പരിപാടികൾ, പാലക്കാടിന്റെ തനതു കലാരൂപങ്ങളായ കണ്യാർ കളി, പൊറാട്ട്, മുടിയേറ്റ്, ദാരകനും കാളിയും, പൂതനും തിറയും, കേരള കലാമണ്ഡലത്തിന്റെ നൃത്തനൃത്യങ്ങൾ എന്നിവ ഉൾക്കൊണ്ട കലാപരിപാടികൾ പ്രതിനിധികൾക്ക് ഏറെ ഹരം പകർന്നു.

രണ്ടാം ദിവസം രാവിലെ 'ആഗോളവല്ക്കരണവും തൊഴിലെടുക്കുന്ന സ്ത്രീകളും' എന്ന വിഷയം അവതരിപ്പിച്ചുകൊണ്ട് ഗിരിജ സുരേന്ദ്രൻ എം എൽ എ പ്രഭാഷണം നടത്തി. അന്ന് വൈകീട്ട് വൈകുന്നേരം ചരിത്രം ഉറങ്ങുന്ന കോട്ടമൈതാനത്ത് അരങ്ങേറിയ രണ്ടു സാംസ്കാരിക പരിപാടികൾ ശരിയായ അർത്ഥത്തിൽതന്നെ പൊതുജനങ്ങളുടെയും പ്രതിനിധികളുടെയും പങ്കാളിത്തം കൊണ്ട് ഏറെ ശ്രദ്ധേയമായി.. പ്രൊഫ: ഓ എൻ വി കുറുപ്പ് അദ്ധ്യക്ഷത വഹിച്ച സാംസ്കാരിക സമ്മേളനം ഡോക്ടർ സുകുമാർ അഴീക്കോട് ഉദ്ഘാടനം ചെയ്തു. പ്രൊഫ. എം എൻ വിജയൻ, ഒളപ്പമണ്ണ, പ്രൊഫ. വി മധുസൂദനൻ നായർ, വൈശാഖൻ എന്നിവർ സംസാരിച്ചു. തുടർന്ന് നടന്ന ചെമ്മനം ചാക്കോ അദ്ധ്യക്ഷത വഹിച്ച കവിയരങ്ങിൽ പ്രൊഫ. ഒ എൻ വി കുറുപ്പ്, ഒളപ്പമണ്ണ, വി മധുസൂദനൻ നായർ, മണമ്പൂർ രാജൻബാബു, എസ് രമേശൻ, രാവുണ്ണി, എൻ രാധാകൃഷ്ണൻ നായർ, കെ ആർ രാമചന്ദ്രൻ എന്നിവർ കവിതകൾ ആലപിച്ചു. ആലപ്പുഴ വിശ്വകലാവേദിയുടെ പുന്നപ്ര വയലാർ വിപ്ലവത്തിന്റെ പശ്ചാത്തലത്തിൽ സന്നിവേശം ചെയ്ത രണഗാഥ എന്ന നാടകം അവതരിപ്പിക്കപ്പെട്ടു. മൂന്നാം ദിവസം രാവിലെ ഡോക്ടർ എൻ വി പി ഉണിത്തിരി 'മത നിരപേക്ഷത നേരിടുന്ന വെല്ലുവിളികൾ' എന്ന വിഷയത്തെ സംബന്ധിച്ച് നടത്തിയ പ്രഭാഷണം നല്ലൊരു ക്ലാസായി

മാറി. ഉച്ചതിരിഞ്ഞ് നടന്ന യാത്രയയപ്പ് സമ്മേളനം വികാരതീവ്രമായിരുന്നു. കെ ജി ഒ എയെ ഒരു സമര സംഘടനയായി വളർത്തിയെടുക്കുന്നതിൽ ഏറ്റവുമധികം അദ്ധ്വാനിക്കുകയും 1985 മുതൽ ജനറൽ സെക്രട്ടറിയും പ്രസിഡന്റുമായി അതിനെ നയിക്കുകയും ചെയ്ത ഡോക്ടർ എൻ എം മുഹമ്മദാലി, ദീർഘനാൾ സംസ്ഥാന ട്രഷററും കെ ജി ഒ എ ന്യൂസ് മാനേജരുമായിരുന്ന ആർ കെ രഘുനാഥൻ, സംസ്ഥാന സെക്രട്ടറി ആയിരുന്ന കെ പി രാമകൃഷ്ണൻ, സംസ്ഥാന കമ്മിറ്റി അംഗങ്ങളായ പി ഉണ്ണികൃഷ്ണൻ, എൻ പരമേശ്വരൻ, അലി ഹസ്സൻകുട്ടി എന്നീ നേതാക്കൾക്കാണ് യാത്രയയപ്പ് ഒരുക്കിയത്. മുൻ സംസ്ഥാന പ്രസിഡന്റുമാരായ ഏഴ്സലാ ഫ്രാൻസിസ്, വി വി സുധാകരൻ എന്നിവരുടെ സാന്നിദ്ധ്യം വേദിയെ ധന്യമാക്കി. ടൗൺ ഹാൾ പരിസരത്തു നിന്നാരംഭിച്ച് ഇംഗ്ലീഷ് ചർച്ച് റോഡ്, ടി ബി റോഡ്, ജി ബി റോഡ്, സുൽത്താൻപേട്ട, കോർട്ട് റോഡ് വഴി കോട്ടമൈതാനത്തെത്തിയ പ്രകടനം അതി ഗംഭീരമായിരുന്നു. മുൻനിരയിലെ 32 മോട്ടോർ സൈക്കിൾ യാത്രികർ, 32 ശുഭ്രപതാകാ വാഹകർ എന്നിവർക്ക് പുറകിൽ സമ്മേളന പ്രതിനിധികൾ, സമീപ ജില്ലകളിൽനിന്നും ആതിഥേയ ജില്ലയിൽനിന്നുമുള്ള പ്രവർത്തകർ എന്നിങ്ങനെ നീങ്ങിയ പ്രകടനം നിശ്ചയദാർഢ്യവും ആശയവ്യക്തതയുമുള്ള മുദ്രാവാക്യം മുഴക്കിക്കൊണ്ട് നീങ്ങിയപ്പോൾ തൊഴിലാളികൾ, കർഷകത്തൊഴിലാളികൾ, കർഷകർ, യുവജനങ്ങൾ, വനിതകൾ, സഹോദര സംഘടനാ പ്രതിനിധികൾ തുടങ്ങി അനേകം സംഘങ്ങൾ റോഡിനിരുവശവും അഭിവാദ്യം ചെയ്യാനെത്തിയത് ആവേശകരമായിരുന്നു. പൊതു സമ്മേളനം ഉദ്ഘാടനം ചെയ്ത മുഖ്യമന്ത്രി ഇ കെ നായനാർ ശമ്പളപരിഷ്കരണ റിപ്പോർട്ട് ജീവനക്കാരുടെ സംഘടനകളുമായി ചർച്ച ചെയ്ത് അനുകൂലമായതീരുമാനമെടുക്കുമെന്ന് അർത്ഥശങ്കയ്ക്കിടമില്ലാതെ പ്രഖ്യാപിച്ചു. ധനകാര്യ വകുപ്പ് മന്ത്രി ടി ശിവദാസ മേനോൻ, കടന്നപ്പള്ളി രാമചന്ദ്രൻ, ജോസ് ബേബി എം എൽ എ എന്നിവർ പങ്കെടുത്ത പൊതുസമ്മേളനത്തിൽ കെ ജി ഒ എയെ പ്രതിനിധീകരിച്ച് പ്രസിഡന്റ് ഡോക്ടർ കെ രാജഗോപാൽ, ജനറൽ സെക്രട്ടറി എം കെ വാസു, സ്വാഗത സംഘം കൺവീനർ ടി ആർ അജയൻ എന്നിവരും പങ്കെടുത്തു. സാർവ്വദേശീയ തലത്തിൽ സാമ്രാജ്യത്വത്തിന്റെ പുതിയ കടന്നാക്രമണ തന്ത്രമായി ആഗോളവല്ക്കരണവും ദേശീയതലത്തിൽ വർഗ്ഗീയ ഫാസിസ്റ്റുനയങ്ങളും പ്രാദേശികതലത്തിൽ വകുപ്പ് കാറ്റഗറി വികാരങ്ങളും ചെറുത്തു തോല്പിച്ചുകൊണ്ട് കരുത്തുറ്റ സംഘടന വളർത്തിയെടുക്കേണ്ടതാണെന്നു സമ്മേളനം അംഗീകരിച്ച സംഘടനാ പ്രമേയം ആഹ്വാനം ചെയ്തു. ഈ സമ്മേളനത്തിൽ വെച്ചാണ് കെ ജി ഒ എയുടെ സംസ്ഥാന വൈസ് പ്രസിഡന്റായി എന്നെ തെരഞ്ഞെടുക്കുന്നത്.

പുരോഗമന പ്രസ്ഥാനത്തിന്റെയും വർഗ്ഗബഹുജന സംഘടനകളുടെയും സഹോദര സംഘടനകളുടെയും അകമഴിഞ്ഞ സഹകരണമു

ണ്ടായാൽ പ്രവർത്തകരുടെ കുറവുണ്ടായാൽപോലും ഏതു സമ്മേള നവും ബഹുജനശ്രദ്ധ പിടിച്ച് പറ്റുന്ന മഹാ സംഭവമാക്കി മാറ്റാൻ കഴി യുമെന്ന് ഈ സമ്മേളനം തെളിയിച്ചു. സമ്മേളനം അവസാനിച്ചപ്പോൾ അതൊരു ചരിത്രവിജയമാണെന്നു സംസ്ഥാന കമ്മിറ്റി വിലയിരുത്തി യപ്പോൾ, കെ ജി ഒ എയ്ക്ക് പാലക്കാട് ഏറെ ശക്തിയുണ്ടെന്ന് ദൃക് സാക്ഷികൾ മുഴുവൻ ഉദ്ഘോഷിച്ചപ്പോൾ അത് സംഘടനയുടെ ശക്തി യേക്കാളേറെ സംഘത്തിന് സ്വരൂപിക്കാൻ കഴിഞ്ഞ വർഗ്ഗബഹുജന സംഘടനകളുടെ സഹായ സഹകരണങ്ങൾ കൊണ്ട് മാത്രമാണെന്ന തിരിച്ചറിവ് നിലനിന്നിരുന്നു. വലിയൊരു വിജയത്തിന് കെ ജി ഒ എയെ പ്രാപ്തമാക്കിയത് നിരവധിപേരുടെ കഠിനാദ്ധ്വാനവും സംഘടനാ പാടവവും നിതാന്ത ജാഗ്രതയും അശ്രാന്ത പരിശ്രമവുമാണെന്നു പറ യാതെ വയ്യ. സംഘാടക സമിതി ചെയർമാനായിരുന്ന എൻ എൻ കൃഷ്ണദാസ് എം പി, പുരോഗമന പ്രസ്ഥാനത്തിന്റെ നേതാക്കളായ എ കെ ബാലൻ, എം ചന്ദ്രൻ, പി ഉണ്ണി, സി ടി കൃഷ്ണൻ, കെ വി രാമകൃഷ്ണൻ, എം എസ് സ്കറിയ, പി എ ഉമ്മർ, എം ആർ മുരളി, കെ ജയദേവൻ, എസ് അജയകുമാർ എം പി, എം എൽ എമാരായ സി കെ രാജേന്ദ്രൻ, എം നാരായണൻ, ടി കെ നൗഷാദ്, ഗിരിജ സുരേന്ദ്രൻ, വി കെ ചന്ദ്രൻ, വി സി കബീർ, ജില്ലാ പഞ്ചായത്ത് പ്രസിഡന്റ് കെ വി വിജയദാസ്, മുനിസിപ്പൽ ചെയർമാൻ പി പി ഡൊമിനിക് എന്നിവർ ഏറെ സഹായിച്ചു. സഹോദര സംഘടനാ നേതാക്കളായിരുന്ന ആർ എ ഉണ്ണിത്താൻ, റഷീദ് കണിച്ചേരി, സി എ രാജൻ, പി ജി മോഹൻകുമാർ, കെ കൃഷ്ണൻകുട്ടി, ബി വിജയൻ, കെ സുരേഷ്കുമാർ, രാമകൃഷ്ണൻ, പി പരമേശ്വരൻ, പി കെ സുബ്രഹ്മണ്യൻ, എ കെ ചന്ദ്രൻകുട്ടി, സി ഡി രവികുമാർ, കെ ജി എം ജറാൾഡ്, പി രാജഗോപാലൻ, കെ പി ഗംഗാധരൻ, കെ ജി അമർനാഥ്, ഇ എം എൽ നമ്പൂതിരി, എം രാമചന്ദ്രൻ, എൻ ബാലകൃഷ്ണൻ, മുരളീകൃഷ്ണൻ, വി ചന്ദ്രൻ, ഓ കെ ബാലൻ നായർ, കെ ഭാസ്കരൻ, പി എം രാമൻ, ഡോക്ടർ കെ പി ഗോപിനാഥ്, ഡോക്ടർ രാമകൃഷ്ണൻ, അനിൽകുമാർ, വാഴയൂർ വാസുദേവൻ, അബ്ദുൽ ഗരീബ്, വൈശാഖൻ എന്നിവരുടെ സേവനങ്ങൾ ലഭിച്ചിരുന്നു. കെ ജി ഒ എ നേതാക്കളായ സംസ്ഥാന ജനറൽ സെക്രട്ടറി എം കെ വാസു, പ്രസിഡന്റ് ഡോക്ടർ. കെ രാജഗോപാൽ, കെ പി രാമകൃഷ്ണൻ, കെ ഭാസ്കരൻ, കെ തങ്കപ്പൻ, കെ ഗോകുലപാലൻ, ഡോക്ടർ. കെ എസ് സുധാകരൻ, കെ പി അച്യുതൻ, എൻ രാധാകൃഷ്ണൻ നായർ, ഡോക്ടർ ജി ദിനേശ്, ടി വി നാരായണൻ കുട്ടി, എം വി അബ്ദുൾറഹിമാൻ മൂപ്പൻ, വി കെ രവീന്ദ്രൻ, കെ കെ സതീശൻ, കെ എ ജയചന്ദ്രൻ, സേവ്യർ, ആർ മൃത്യുഞ്ജയൻ, എ കെ കുട്ടൻ, ഡി ഹാരിസ്, എൻ അനന്തൻ, എ എം കേശവനുണ്ണി, രാധാകൃഷ്ണ പണിക്കർ, എസ് രാധാകൃഷ്ണൻ, ഡോക്ടർ നാസർ എന്നിവരാണ് വിജയത്തിന് ഏറ്റവും കൂടുതൽ പ്രവർ ത്തിച്ചവർ.

കെ ജി ഒ എ സംസ്ഥാന വൈസ് പ്രസിഡന്റ് ആയി തെരഞ്ഞെടുക്കപ്പെട്ടതോടെ 1986 മുതൽ 1998 വരെ ഞാൻ ചുമതല വഹിച്ചിരുന്ന പാലക്കാട് ജില്ലാ പ്രസിഡന്റ് പദവിയിൽനിന്ന് സ്വയം മോചിതനായി. ചുമതല ഏറ്റെടുത്തപ്പോൾ 300 ആയിരുന്ന ജില്ലയിലെ കെ ജി ഒ എ അംഗസംഖ്യ അപ്പോഴേക്കും 1250 ആയി ഉയർന്നിരുന്നുവെന്നത് ഏറെ ചാരിതാർത്ഥ്യം നല്കിയിരുന്നു. എനിക്കുശേഷം പ്രസിഡന്റ് പദവിയിലെത്തിയത് ഡോക്ടർ. കെ എസ് സുധാകരനായിരുന്നു. 1999 ലെ സംസ്ഥാന സമ്മേളനം നടന്നത് കണ്ണൂരിൽവെച്ചായിരുന്നു. സമ്മേളനത്തെ തുടർന്ന് ലോട്ടറി നിരോധനത്തിനെതിരായ ചെറുത്തുനില്പ്, ഹയർ സെക്കന്ററി അദ്ധ്യാപകരുടെ സേവന വേതന ആവശ്യങ്ങൾ നേടുന്നതിനുള്ള പ്രക്ഷോഭം, കാർഗിൽ ഒറീസ ഐക്യദാർഢ്യ പ്രവർത്തനങ്ങൾ എന്നിവയായിരുന്നു പ്രധാന പരിപാടികൾ. ഗ്രാമ, ബ്ലോക്ക്, ജില്ലാ പഞ്ചായത്തുകളുടെ ഭാവി ഭരണ പ്രവർത്തനം സംബന്ധിച്ച് കില, കോസ്റ്റ്ഫോർഡ് എന്നിവയുടെ സഹകരണത്തോടെ സംഘടിപ്പിച്ച ശില്പശാല ഏറെ ശ്രദ്ധിക്കപ്പെട്ടു. പുതിയ നൂറ്റാണ്ടിനെയും സഹസ്രാബ്ദത്തെയും വരവേല്ക്കാനായുള്ള മാനവീയം പരിപാടിയുടെ മുഖ്യസംഘാടകർ ആയി മാറാനും വിവിധ ജില്ലകളിൽ പരിപാടികൾ സംഘടിപ്പിക്കാനും കഴിഞ്ഞത് ഓർക്കുന്നു. പാലക്കാട് ഒരു വലിയ നൃത്തസംഗീത പരിപാടി മാനവീയത്തിന്റെ ഭാഗമായി അരങ്ങേറി. 2000 ൽ തൃശൂരിൽ നടന്ന സംസ്ഥാന സമ്മേളനത്തിൽ വെച്ചാണ് കെ ജി ഒ എ രംഗത്ത് നിന്ന് വിരമിച്ചത്. സംസ്ഥാനതല യാത്രയയപ്പും ആ സമ്മേളനത്തിൽ വെച്ചായിരുന്നു.

കെ ജി ഒ എ രംഗത്തെ എന്റെ പ്രവർത്തനങ്ങളിൽ എന്നെ നയിച്ചവർ, എനിക്ക് ഊർജ്ജം പകർന്നവർ, ഒപ്പം നിന്ന് പ്രവർത്തിച്ചവർ, ശിഷ്യരായി എത്തി പ്രധാന പ്രവർത്തകരും നേതാക്കളുമായി മാറിയവർ എന്നിങ്ങനെ ഒരുപാട് പേരുടെ സഹായവും സഹകരണവും പിന്തുണയും എനിക്ക് ലഭിച്ചിരുന്നു. സംസ്ഥാന നേതാക്കളായിരുന്ന വൈ ജോർജ്ജ്, വി സോമനാഥൻ, എസ് ജെ മാത്യു, ഡോക്ടർ എൻ എം മുഹമ്മദലി, പി ആർ രാജൻ, എൻ ഭഗീരഥൻ, സി ജെ ജോസഫ്, ഏഴ്സലാ ഫ്രാൻസിസ്, വി രാജശേഖരൻ, പി വൈ ജേക്കബ്, എ വി ഉമ്മൻ, ആർ കെ രഘുനാഥൻ, പി പി ഗോപാലകൃഷ്ണൻ, എം ശങ്കരനാരായണ പിള്ള, വി വി സുധാകരൻ, എം കെ വാസു, ഡോക്ടർ. കെ രാജഗോപാലൻ, എ മീരാസാഹിബ്, ആർ വിജയൻ, കെ എൻ മോഹനൻ, കെ ശിവകുമാർ, കെ കൃഷ്ണപ്പണിക്കർ, പി സൗദാമിനി, എസ് സുജാത, കെ സുനന്ദ, എം സദാശിവൻ, എം ശിവപാലൻ, ഇടത്തിൽ ഗംഗാധരൻ, കെ ചെല്ലപ്പൻ, പി രാധാകൃഷ്ണൻ, എൻ നാരായണ പിള്ള, കെ പി രാമകൃഷ്ണൻ, ടി പി മുകുന്ദൻ, ഇ എ ജലീൽ, കെ ബാലകൃഷ്ണൻ നായർ, പി സി ബാലൻ, കെ യു ബാലകൃഷ്ണൻ, കെ രമാമണി, കെ കെ ശ്യാമള, കെ ടി ശ്രീലതകുമാരി എന്നിവരുടെ നിർല്ലോഭമായ സഹകരണം എനിക്ക്

ലഭിച്ചിരുന്നു.

മറ്റു ജില്ലകളിലെ കെ ജി ഒ എ നേതാക്കളായിരുന്ന കെ സുദർശനൻ പിള്ള, ജി പത്മനാഭപിള്ള, സി ആർ മുരളീധരൻ നായർ, സി ശശി, എസ് മുരളീധരൻ നായർ, എ രാജ്മോഹനൻ നായർ, ജെ അഗസ്റ്റിൻ, എം കെ പൂക്കുഞ്ഞ്, കെ യു വിജയൻ, ടി സദാശിവൻ, ടി എസ് രവീന്ദ്രനാഥ് പിള്ള, കെ ഗോപാലകൃഷ്ണൻ, ജോർജ്സൺ സക്കറിയ, പി ഉണ്ണികൃഷ്ണൻ നായർ, കെ പത്മനാഭപിള്ള, എം പി ഗോപാലകൃഷ്ണൻ നായർ, പി എസ് സുകുമാരൻ, ഡോക്ടർ പി വി രവീന്ദ്രൻ നായർ, ആർ രാജ്മോഹൻ നായർ, എസ് രമേശൻ, പ്രൊഫ. കെ സുബ്രമണ്യൻ, എം വാസുദേവൻ, വി കെ ദാമോദരൻ, പി ഉണ്ണികൃഷ്ണൻ, എൻ പരമേശ്വരൻ, അലി ഹസ്സൻകുട്ടി, വി ഹരിദാസൻ, പി രാമൻകുട്ടി, വി രാമചന്ദ്രൻ നായർ, എം എ അഷ്റഫ്, പി ആനന്ദൻ, വി കെ പ്രഭാകരൻ, എം പി സതീശൻ, പി എം ദേവരാജൻ, ഡോക്ടർ കെ ആർ ബാലകൃഷ്ണൻ, ഡോക്ടർ എൻ അജയൻ, ഓ എം സാലി, ഇ ജെ ജോസഫ്, എൻ അബ്ദുൽഖാദർ, ജി ശ്രീകുമാരൻ നായർ, കെ ആർ ആർ നായർ, അജിത്കുമാർ, അലോഷ്യസ് ജോസഫ്, പി സദാനന്ദൻ, കെ ആർ പ്രഭാശങ്കർ, എം അബ്ദുൽ കരിം, കെ എ സോമൻ, എം ജി ഗോപിനാഥൻ, കെ ശിവദാസ്, അലി അസ്ഗർ, എ വി പ്രദീപ്കുമാർ, പി സി രവീന്ദ്രൻ, പി ആർ ശശികുമാർ, കെ എം മുഹമ്മദ്, സി സുരേശൻ, ടി എൻ എൻ ഭട്ടതിരി, എ കെ ബാബു, കെ എം എ കരിം, പി എൻ അജിത്കുമാർ, ഇ രുദ്രകുമാർ, ആർ മിനീന്ദ്രൻ, സി വി വിശ്വനാഥൻ നായർ, വി ജെ ഐസക്, കെ വാസു, സി വി അപ്പുക്കുട്ടി, എ വി വിജയൻ, പ്രകാശ് ശ്രീധർ, സണ്ണി എബ്രഹാം, ജി വിദ്യാധരൻ, പി വാസു, വി കൃഷ്ണൻ, ടി കെ സുഭാഷ്, ടി എസ് രഘുലാൽ, ഡോക്ടർ. കെ എം ദിലീപ്, ഡോക്ടർ. പി സഞ്ജീവ് കുമാർ, എം പി സതീശൻ, ജി രാജേന്ദ്രപ്രസാദ്, പി മണിയൻ, എൻ പരമേശ്വരൻ, ഇ ജി ജോസഫ്, എസ് ബിമൽഘോഷ്, ഐ എ ചാക്കോ, എ വി ചന്ദ്രൻ, കെ ഗോപാലകൃഷ്ണൻ, കെ എൻ ശ്രീകുമാർ, എം എസ ഇന്ദുശേഖരം, ടി പി ഉമ്മർ, ബി വിജയലക്ഷ്മി എന്നിവരെല്ലാം എനിക്ക് നല്കിയിരുന്ന സഹകരണങ്ങൾക്കു അതിരില്ലായിരുന്നു.

കെ ജി ഒ എ പ്രവർത്തനങ്ങളിൽ ഏറ്റവും ഉജ്ജ്വലമായ പ്രവർത്തനങ്ങൾ കാഴ്ചവെക്കുന്ന ജില്ലയായി പാലക്കാട് ജില്ലയെ വളർത്തിയെടുക്കുന്നതിൽ മുന്നിൽനിന്ന് നയിക്കാൻ കഴിഞ്ഞുവെന്നത് എന്റെ ജീവിതത്തിന്റെ സാഫല്യമായി ഞാൻ കരുതുന്നു. അത് ഒരിക്കലും എന്റെ മാത്രം കഴിവുകൊണ്ടായിരുന്നില്ല. എന്നെ നയിക്കാനും എന്റെ ഒപ്പം പ്രവർത്തിക്കാനും എന്നോടൊപ്പം നടക്കാനും കർമ്മകുശലമായി പ്രവർത്തിക്കാനും ഒട്ടേറെപ്പേർ അഹോരാത്രം തയ്യാറായിരുന്നു എന്നതാണ് അതിനു കാരണം. അവരോടൊപ്പം നിന്നുകൊണ്ട് അതുവരെയുള്ള പ്രവർത്തനശൈലിയിൽനിന്ന് വേറിട്ട് ജനകീയതയുടെയും മനുഷ്യ

പ്പറ്റിന്റെയും സാംസ്കാരികതയുടെയും ഒരുമയുടെയും ഒരു മുഖം കെ ജി ഒ എയ്ക്കു നല്കാനും വർഗ്ഗബഹുജന പ്രസ്ഥാനങ്ങളോടൊത്ത് കൂട്ടായി പ്രവർത്തിക്കാനുമുള്ള ചാലക ശക്തിയാവാൻ കഴിഞ്ഞത് എന്റെ ഭാഗ്യം. ഇതിനു എന്നെ ഏറെ സഹായിച്ച ഈ മേഖലയിലെ എന്റെ ഗുരുക്കന്മാരായ കെ ഭാസ്കരൻ, പി ആർ രാജൻ, എൻ ഭഗീരഥൻ, ഡോക്ടർ എൻ എം മുഹമ്മദലി എന്നിവർ നല്കിയ ഉപദേശങ്ങളും ഊർജ്ജവും സ്നേഹബഹുമാനങ്ങളോടെ ഓർക്കുന്നു. 1986 മുതൽ 1998 വരെ ഞാൻ കെ ജി ഓ എ ജില്ലാ പ്രസിഡന്റ് ആയി പ്രവർത്തിച്ചിരുന്ന കാലത്ത് സെക്രട്ടറിമാരായിരുന്ന പി മണിയൻ, ഡോക്ടർ. കെ എസ് സുധാകരൻ, എൻ രാധാകൃഷ്ണൻ നായർ, കെ എൻ ഗോപി, ടി എസ് രഘുലാൽ, കെ തങ്കപ്പൻ എന്നിവരുടെ കർത്തവ്യനിരതയും കഠിനാദ്ധ്വാനവും സംഘടനാപാടവവും കെ ജി ഒ എയ്ക്ക് വലിയ കരുത്ത് പകർന്നു തന്നിരുന്നു. ഈ കൂട്ടത്തിൽ എൻ രാധാകൃഷ്ണൻ നായർ അറിവ്, അനുഭവം, കഠിനാദ്ധ്വാനം, സംഘടനാ പാടവം, കർത്തവ്യനിരത എന്നിവയാൽ മാതൃകാപരമായ സംഘടനാപ്രവർത്തനം കാഴ്ചവെച്ച സഹപ്രവർത്തകനായിരുന്നു. ഒരേ തരംഗ ദൈർഘ്യത്തിൽ ചിന്തിക്കുകയും പ്രവർത്തിക്കുകയും ചെയ്തിരുന്നവരായതിനാൽ വല്ലാത്ത ഒരാത്മബന്ധം ഞങ്ങളിൽ ഉടലെടുത്തിരുന്നു. ആലോചന, വായന, സ്വരലയ, പുരോഗമന കലാസാഹിത്യസംഘം, പാലക്കാട് ജില്ലാ പബ്ലിക് ലൈബ്രറി, ഒ വി വിജയൻ സ്മാരക സമിതി എന്നിവയിലെല്ലാം ഒന്നിച്ച് പ്രവർത്തിച്ച് ആത്മമിത്രവും സഹോദരതുല്യനുമായി അദ്ദേഹം മാറുകയുണ്ടായി. എൻ ജി ഒ യൂണിയനിലെ ഒട്ടേറെ കാലത്തേ പ്രവർത്തനങ്ങളിൽ നിന്ന് ഉൾക്കൊണ്ട അനുഭവപാഠങ്ങളും നേതൃത്വ ഗുണങ്ങളുമായി എത്തി കെ ജി ഒ എ സംസ്ഥാന സെക്രട്ടറിയായി പ്രവർത്തിച്ച കെ പി രാമകൃഷ്ണൻ ഈ സമയത്തെ അസോസിയേഷൻ പ്രവർത്തനങ്ങൾക്ക് ശക്തി പകർന്ന നേതാവായിരുന്നു.

ആ കാലത്തെ ജില്ലാ നേതാക്കളും പ്രധാനപ്രവർത്തകരുമായിരുന്ന എൻ സി ജേക്കബ്, ഡോക്ടർ. എൻ അജയൻ, ഡോക്ടർ. കൃഷ്ണദാസ്, ഡോക്ടർ. ജി ദിനേശ്, കെ കെ വിജയൻ, ഡോക്ടർ. ഇ ടി ബിന്ദു, കെ ജി ഗിരീഷ് കുമാർ, കെ പി അച്യുതൻ, എം വി അബ്ദുൽ റഹിമാൻ മൂപ്പൻ, കെ കൃഷ്ണൻ എമ്പ്രാന്തിരി, ടി വി നാരായണൻ കുട്ടി, വി രാമകൃഷ്ണൻ, കെ വി അശോകൻ, കെ കെ കൃഷ്ണമൂർത്തി, പി എം ദേവരാജൻ, വി കുമാരൻ, കെ വി നാരായണൻ, താരാനാഥൻ, എ കെ കുട്ടൻ, പി സി വർക്കി, ഡോക്ടർ സുഷമ, കെ എൽ സുധാമണി, തോമസ് എം വൈദ്യൻ, ഡോക്ടർ. എം എ നാസർ, പി എം ജോഷി, ഡോക്ടർ. എ പി ശശികുമാർ, വി കെ രവീന്ദ്രൻ, പി ടി ജേക്കബ്, ഡോക്ടർ. അരവിന്ദൻ, ഇ കെ വിജയൻ, ആർ മൃത്യുഞ്ജയൻ, കെ ഗോകുലപാലൻ, എസ് രാധാകൃഷ്ണൻ, പി എം ജോഷി, കെ കെ സതീശൻ, കെ എ ജയചന്ദ്രൻ, സേവ്യർ, ആർ മൃത്യുഞ്ജയൻ, എ കെ കുട്ടൻ, ഡി ഹാരിസ്, എൻ

അനന്തൻ, എ എം കേശവനുണ്ണി, രാധാകൃഷ്ണ പണിക്കർ, എസ് രാധാകൃഷ്ണൻ, അച്യുതൻ നായർ, രാമചന്ദ്രൻപിള്ള, വി കെ കുഞ്ഞിരാമൻ, ജോസഫ് ജോർജ്ജ്, വിജയകുമാർ, പത്മനാഭൻ, എസ് പി രാജേന്ദ്രൻ, സലിംകുട്ടി, ഡോക്ടർ. കമലം, എം ഐ എ റസാക്ക് എന്നിവരുടെ നിതാന്ത ജാഗ്രതയും ചുറുചുറുക്കുള്ള പ്രവർത്തനവും കെ ജി ഓ എയുടെ പാലക്കാട് ജില്ലയിലെ വളർച്ചയ്ക്ക് ഏറെ വെള്ളവും വളവും നല്കിയിരുന്നു. അന്ന് പാലക്കാട് ജില്ലയിൽ ആദ്യമായി സർക്കാർ സർവ്വീസിൽ പ്രവേശിച്ച് ഇവിടുത്തെ കെ ജി ഒ എ പ്രവർത്തനങ്ങളിലൂടെ സംഘടനാ പ്രവർത്തനത്തിന്റെ ബാലപാഠങ്ങൾ പഠിച്ച ടി എസ് രഘുലാൽ, ഡോക്ടർ എൻ അജയൻ, പി എം ദേവരാജൻ, കെ കെ വിജയൻ, ഡോക്ടർ ഇ ടി ബിന്ദു, ഡോക്ടർ. എം എ നാസർ, തോമസ് എം വൈദ്യൻ, ആർ മൃത്യുഞ്ജയൻ എന്നിവർ സംസ്ഥാന നേതാക്കളായി ഉയർന്നു മികച്ച പ്രവർത്തനം കാഴ്ചവെക്കുന്നത് കാണുമ്പോൾ ഏറെ അഭിമാനവും കൃതാർത്ഥതയും തോന്നുന്നുണ്ട്.

പാലക്കാട് ജില്ലയിലെ ആ കാലഘട്ടത്തിലെ പ്രവർത്തനങ്ങൾക്ക് ആശയപരമായ നേതൃത്വവും പ്രായോഗികമായ പിന്തുണയും നല്കിയിരുന്ന പുരോഗമനപ്രസ്ഥാനത്തിന്റെ നേതാക്കളായ ടി ശിവദാസ മേനോൻ, ഇ പത്മനാഭൻ, എം ചന്ദ്രൻ, പി ഉണ്ണി, എ കെ ബാലൻ, ആലത്തൂർ ആർ കൃഷ്ണൻ, എൻ എൻ കൃഷ്ണദാസ്, സി ടി കൃഷ്ണൻ, കെ വി രാമകൃഷ്ണൻ, എം എസ് സ്കറിയ എന്നിവരെ ആദരവോടെ ഓർക്കുന്നു. എന്നും കെ ജി ഒ എ പ്രവർത്തനങ്ങൾക്ക് പിന്തുണ നല്കിയിരുന്ന പാലക്കാട് ജില്ലയിലെ മറ്റു സർവ്വീസ് സംഘടനകൾ കെ ജി ഒ എയുടെ വളർച്ചയ്ക്ക് ഏറെ സഹായകരമായിട്ടുണ്ട്. കേരള എൻ ജി ഒ യൂണിയൻ നേതാക്കളായിരുന്ന കെ എം ജി പണിക്കർ, കെ പി രാമകൃഷ്ണൻ, എം രാമചന്ദ്രൻ, ഗോപാലപിള്ള, ആർ എ ഉണ്ണിത്താൻ, കെ ഗോകുലപാലൻ, ബി വിജയൻ, സി ഡി രവി കുമാർ, ടി മുരളീകൃഷ്ണൻ, എൻ എൽ ജോസഫ്, എൻ ബാലകൃഷ്ണൻ, ഇ എസ് കൃഷ്ണൻ, വി ചന്ദ്രൻ, എ കെ ചന്ദ്രൻകുട്ടി, എച്ച് എം എച്ച് ഷെരീഫ്, കെ എം വീരാൻകുട്ടി, കെ പി രാധാകൃഷ്ണൻ, എൻ കൃഷ്ണ മൂർത്തി, ടി ജെ ജോർജ്, കെ ആർ ആർ മാരാർ, കെ ഭാസ്കരൻ, കെ രവീന്ദ്രൻ, ഓ കെ ബാലൻ നായർ, എം കെ അനിൽകുമാർ, മൊയ്ദുണ്ണിക്കുട്ടി, പി മധു, ടി ദേവാനന്ദ്, ഹരിശങ്കർ, ആർ സുഷമ, രവി മേനോൻ, സുമതി, ഓമന, മറിയം ബീവി, ലീല, രത്നമ്മ, അമ്മിണി, ഓമന, സുനിത, പി പി കുമാരൻ, യു മാധവൻ കുട്ടി, കെ എസ് നാരായണൻ, എ കെ കുട്ടൻ എന്നിവരും കെ ജി ടി എ/കെ എസ് ടി എ നേതാക്കളായ പി എം മാധവൻ, പി ഉണ്ണികൃഷ്ണൻ, റഷീദ് കണിച്ചേരി, പി രാജഗോപാലൻ, എസ് അബ്ദുൾറഹിമാൻ, എം കുട്ടികൃഷ്ണൻ, വി രാമൻകുട്ടി, സി രാധാകൃഷ്ണൻ, സി ഗോപിനാഥൻ, സി ഗോപാലകൃഷ്ണ പിള്ള, പി ശങ്കരൻ, ഇ നാരായണൻ, മുരളി ടീച്ചർ, എം പി

സുഭദ്ര ടീച്ചർ, എം സി വാസുദേവൻ, കെ ശാന്തപ്പൻ, ദേവകി ടീച്ചർ, പി എം കേശവൻ നമ്പൂതിരി, വി കെ കൃഷ്ണൻ, പി സേതുമാധവൻ, വി അപ്പുക്കുട്ടി, മധുസൂദനൻ, എം കെ നാരായണൻ, ഇ എം എൽ നമ്പൂതിരി, കെ എം എൻ ഭട്ടതിരി, കെ എൻ പണ്ടാരത്തിൽ, സി വാസുദേവൻ, എൻ പി തങ്കമ്മ ടീച്ചർ, വാഴൂർ വാസുദേവൻ, വി കെ കമലം ടീച്ചർ, ഗൗരി ടീച്ചർ, എം പത്മിനി ടീച്ചർ, പി എൻ മോഹൻദാസ്, കെ എ വിശ്വനാഥൻ, കെ എൻ സുകുമാരൻ, എൻ ഗോപിനാഥൻ, വി ഭാസ്കരൻ, വി കെ ഭാസ്കരൻ, ഒ മോഹൻദാസ്, പി നാരായണൻ, അലി ഇക്ബാൽ, സി രവീന്ദ്രൻ, എം കാസിം, എം വി രാജഗോപാലൻ എന്നിവരും ഏറെ സഹായ സഹകരണങ്ങൾ നല്കിയവരാണ്. ഇവരെയെല്ലാം ഞാൻ ഹൃദയത്തോട് ചേർത്ത് നിർത്തുന്നു.

കെ എം സി എസ് യു നേതാക്കളായ എൻ കെ ഹില്ലാരിയോസ്, പി ജി മോഹൻകുമാർ, മരിയ ജെറാൾഡ്, മോഹനൻ നായർ, ശിവദാസ്, കൃഷ്ണൻകുട്ടി, ഹോസ്പിറ്റൽ വർക്കേഴ്സ് യൂണിയൻ നേതാക്കളായ അബ്ദുൽ ഗരീബ്, എ കൃഷ്ണൻകുട്ടി, സിദ്ധിഖ്, തങ്കപ്പൻ വാട്ടർ അതോറിറ്റി എംപ്ലോയീസ് യൂണിയൻ നേതാക്കളായ ആണ്ടവൻ, മൊയ്തീൻ കുട്ടി, എൽ ഐ സി, എംപ്ലോയീസ് യൂണിയൻ നേതാക്കളായ എ ചൈതന്യ കൃഷ്ണൻ, കെ പി ഉണ്ണികൃഷ്ണൻ, പി കെ സുബ്രമണ്യൻ, കെ എസ് ആർ ടി ഇ എ നേതാക്കളായ കെ കെ ദിവാകരൻ, എരട്ടയാൽ രാജൻ, കെ പി ഗംഗാധരൻ, എ കെ പിഷാരടി, പ്രദീപ് കെ പി ഇ എ നേതാക്കളായ എൻ എസ് ഗോപാലകൃഷ്ണൻ, വി കെ കരുമൻ, കെ സുരേഷ് കുമാർ, ഇ എ അബ്ദുൾ റഹിമാൻ, നാരായണൻ, ബി ഇ എഫ് ഐ നേതാക്കളായ കെ ഓ കിഷോർ, സുധാമൻ, പി ശശിധരൻ, ഐ എം സതീശൻ, ബാലസുബ്രഹ്മണ്യം, രാമകൃഷ്ണൻ കെ സി ഇ യു നേതാക്കളായ എ വി രവി, പി ജി രാമദാസ്, ഗോപിനാഥൻ, എൻ എഫ് പി ആൻഡ് ടി ഇ നേതാക്കളായ സി എ രാജൻ, വി കേശവൻ, ടി എസ് പരമേശ്വരൻ, ഉണ്ണികൃഷ്ണൻ ചാഴിയാട്, അബുബക്കർ, രാധാകൃഷ്ണൻ പുതുശ്ശേരി, ഡി ആർ ഇ യു നേതാക്കളായ പി വി രാമദാസ്, പി കെ കുഞ്ഞൻ, ശിവദാസ്, ഹരിദാസ്, കെ എം എസ് ആർ എ നേതാക്കളായ കെ വി സുരേന്ദ്രൻ, കൃഷ്ണകുമാർ, അനിൽ, മോഹനകൃഷ്ണൻ, മാധവദാസ മേനോൻ, എക്സൈസ് എംപ്ലോയീസ് അസോസിയേഷൻ നേതാക്കളായ വി ആർ രാജൻ, ടി കൃഷ്ണൻ, എസ് സഹദേവൻ, കുമാരൻ, കലാധരൻ, എ കെ ജി സി ടി നേതാക്കളായ സഹദേവൻ, പി കെ ബാലകൃഷ്ണൻ, കെ ചന്ദ്രൻ, പി ഗംഗാധരൻ, സി പി ചിത്ര, കെ നാരായണൻ, ബി എം മുസ്തഫ, എം പങ്കുണ്ണി, എ കെ പി സി ടി എ നേതാക്കളായ കെ വാസുദേവൻ പിള്ള, കെ ജി എൻ എ നേതാക്കളായ കെ ശ്രീനിവാസൻ, കെ രവീന്ദ്രൻ, എം ലക്ഷ്മിക്കുട്ടി, കെ ചന്ദ്രൻ, കെ രാധാകൃഷ്ണൻ, വി കൃഷ്ണൻകുട്ടി, കെ വി ചന്ദ്രിക, എം ജയശ്രീ, കെ എസ് ഇ ബി എംപ്ലോയീസ് യൂണിയൻ നേതാക്കളായ മോഹൻ

ദാസ്, സതീഷ്, കെ എസ് ഇ ബി ഓഫീസേർസ് അസോസിയേഷൻ നേതാക്കളായ പി പരമേശ്വരൻ, മോഹനചന്ദ്രൻ, പ്രസാദ് മാത്യു എന്നിവരുടെയും ഹൃദയാപൂർണ്ണമായ സഹകരണവും പിന്തുണയും ഈ കാലഘട്ടത്തിലെ പ്രവർത്തനങ്ങൾക്ക് പ്രകാശം ചൊരിഞ്ഞിരുന്നുവെന്നു നന്ദിയോടെ ഓർക്കുന്നു.

സിവിൽ സർവ്വീസിന്റെ ജനാധിപത്യവല്ക്കരണത്തിനും സേവനഘടകത്തിന്റെ കാര്യക്ഷമത ഉറപ്പുവരുംവിധത്തിലും കർമ്മോന്മുഖമായ ഇടപെടലുകളും പ്രവർത്തനങ്ങളും സംഘടിപ്പിച്ച് കെ ജി ഒ എയ്ക്കു ഒരു വേറിട്ട ജനകീയമുഖം നല്കാൻ ഈ കാലത്ത് കഴിഞ്ഞുവെന്നതാണ് ഏറെ സന്തോഷകരം. ഒരു എഞ്ചിനീയർ എന്ന സ്വന്തം പ്രവൃത്തിപഥത്തിൽ ഒന്നാമനെന്ന സ്ഥാനം നിലനിർത്തിക്കൊണ്ടുതന്നെ സംഘടനയുടെ നേതൃത്വത്തിൽ പ്രവർത്തിക്കാനും ജീവനക്കാരുടെ സ്വാതന്ത്ര്യം, അവകാശം, പരിരക്ഷ എന്നിവയ്ക്കായുള്ള കൂട്ടായ പോരാട്ടങ്ങളുടെ ഭാഗമാവാനും കഴിഞ്ഞുവെന്നത് എനിക്ക് ഏറെ ആത്മ സംതൃപ്തി നല്കുന്നുണ്ട്. അതിനുവേണ്ടി പൊരിവെയിൽ കൊണ്ട് എനിക്ക് തണലേകിയ എല്ലാവരുടെയും മുന്നിൽ ഞാൻ ശിരസ്സു നമിക്കുന്നു.

സർവ്വീസിൽ ഇരിക്കുമ്പോഴും വിരമിച്ചതിനുശേഷവും എനിക്ക് പ്രവർത്തിക്കാൻ അവസരം ലഭിട്ടുള്ള ജനശക്തി, ആലോചന, സ്വരലയ, പുരോഗമന കലാ സാഹിത്യ സംഘം, കൈരളി ടി വി, കേരള സ്റ്റേറ്റ് ഹൗസിങ് ബോർഡ്, പാലക്കാട് ജില്ലാ സ്പോർട്സ് കൗൺസിൽ, പാലക്കാട് ഇൻഡോർ സ്റ്റേഡിയം സൊസൈറ്റി, പാലക്കാട് ജില്ലാ പബ്ലിക് ലൈബ്രറി, ഒ വി വിജയൻ സ്മാരക സമിതി, പാലക്കാട് ജില്ലാ ടൂറിസം പ്രൊമോഷൻ കൗൺസിൽ, പാലക്കാട് സ്മാൾ ഹൈഡ്രോ ഇലക്ട്രിക്ക് കമ്പനി എന്നീ സ്ഥാപനങ്ങളിൽ എന്തെങ്കിലും ചെയ്യാൻ എനിക്ക് കഴിഞ്ഞിട്ടുണ്ടെങ്കിൽ അവയെല്ലാം സംഘടനാ രംഗത്തുനിന്ന് എനിക്ക് ലഭിച്ച കരുത്തും ആർജ്ജവവും ആത്മവിശ്വാസവുമാണെന്നു ഞാൻ മനസ്സിലാക്കുന്നു. അതിനു എന്നെ പ്രാപ്തനാക്കിയ സമസ്ത ജനങ്ങളോടുമുള്ള നന്ദി പ്രകാശിപ്പിക്കുന്നു.

www.ingramcontent.com/pod-product-compliance
Lightning Source LLC
LaVergne TN
LVHW060235051026
849517LV00005B/1630